ബഹുസ്വരതയും മതരാഷ്ട്രവാദങ്ങളും

ബഹുസ്വരതയും മതരാഷ്ട്രവാദങ്ങളും

Nadakkavu, Kozhikode, Kerala, 673011
www.insightpublica.com
e-mail: insightpublica@gmail.com
Bahuswarathayum Matharashtra Vadhangalum
Author: **Puthalath Dinesan**
(Malayalam)
First Edition: October 2024
This Edition February 2025
Copyright © Reserved
All rights reserved.
Printed and Published by
InsightinPublica Printers & Publishers Pvt. Ltd.
ISBN 978-93-5517-631-8
₹320

ബഹുസ്വരതയും മതരാഷ്ട്രവാദങ്ങളും

പുത്തലത്ത് ദിനേശൻ

INSIGHT PUBLICA ®

മതജീവിതവും സാംസ്കാരിക ജീവിതവും

ഒരാൾ സമകാലികനായിത്തീരുന്നത് അവൾ അല്ലെങ്കിൽ അവൻ വർത്തമാനകാലത്തിൽ ജീവിച്ചിരിക്കുന്ന എന്നതുകൊണ്ടല്ല. മറിച്ച് വർത്തമാനത്തിൽ തെളിയാത്ത ജീവിതത്തെ അത്രമേൽ രാഷ്ട്രീയമായി തിരിച്ചറിയുന്ന എന്നതുകൊണ്ടാണ്. ഏറെ സാമാന്യമായി അംഗീകരിക്കപ്പെടുന്ന സാംസ്കാരിക-രാഷ്ട്രീയജീവിതത്തിന് എതിരായ ഒരു ജീവിതം അവർ പുലർത്തുന്ന എന്നതുകൊണ്ടാണ്.

മതജീവിതം എന്നത് ഇപ്പോൾ നമ്മുടെ രാഷ്ട്രീയ ജീവിതത്തിന്റെ ചുരുക്കപ്പേരായിത്തീർന്നിട്ടുണ്ട്. പതിറ്റാണ്ടുകളായി ഇന്ത്യൻ മതേതര രാഷ്ട്രീയ ജീവിതത്തിൽ അസ്വസ്ഥ്യമായിരുന്ന ഹിന്ദുത്വരാഷ്ട്രീയം ഇന്ന് ബലപ്രയോഗത്തിലൂടെയും രാഷ്ട്രീയ അധികാരത്തിലൂടെ ആർജിച്ച പൊതുസമ്മതിയിലൂടെയും നമ്മുടെ സാമാന്യമായ രാഷ്ട്രീയജീവിത ത്തിൽ സർവതലസ്പർശിയായ സാന്നിധ്യമായിത്തീർന്നുകഴിഞ്ഞു. ഇന്ത്യ നിടയുപക്ഷം നിർവഹിച്ച പോരുന്ന വിട്ടുവീഴ്ച്ചയില്ലാത്ത പ്രതിരോധ പ്രവർത്തനങ്ങളാണ് ആഗോളവൽക്കരണത്തെയെന്ന പോലെ ഫാസിസത്തെയും രാഷ്ട്രീയമായി തിരിച്ചറിയാൻ ഇപ്പോഴും നമ്മെ പര്യാ പ്ലമാക്കുന്നത്. അതിന്റെ ഏറ്റവും പുതിയ സാഹിത്യ സാന്നിധ്യമാണ് സഖാവ് പുത്തലത്ത് ദിനേശന്റെ ബഹുസ്വരതയും മതരാഷ്ട്രവാദവും എന്ന ഈ പുതിയ പുസ്തകം.

ഹിന്ദുത്വ രാഷ്ട്രീയത്തെ സൈദ്ധാന്തികമായിത്തുറന്നുകാട്ടുക എന്ന തോടൊപ്പം അതിനെതിരായി ഉയർന്ന വരേണ്ട ബദൽ ജീവിതത്തെ സാംസ്കാരികമായും രാഷ്ട്രീയമായും ബലപ്പെടുത്തുക എന്നതും ഒരു മതേതര മനുഷ്യ ജീവിതത്തിന്റെ പ്രാഥമികമായ കർത്തവ്യമായിത്തീർ ന്നിരിക്കുന്നു. ഈ പുസ്തകത്തിലൂടെ അദ്ദേഹം നിർവഹിക്കുന്നതും അതു തന്നെ.

ഹിന്ദുത്വ രാഷ്ട്രീയത്തെ സമഗ്രമായി വിശകലനം ചെയ്യുന്ന ഈ പുസ്തകം ഇസ്ലാമിക മത രാഷ്ട്രീയവാദത്തിന്റെ ചതിക്കുഴികളെയും തുറ ന്നുകാട്ടുന്നു. വിട്ടുവീഴ്ചയില്ലാത്ത മതേതര ജീവിതം കാംക്ഷിക്കുന്ന ഏതൊ രാൾക്കും അതിന്റെ ഊർജ ശക്തി സംഭരിച്ച വെച്ച പ്രതിബോധമാണ് സഖാവ് പുത്തലഞ്ച ദിനേശന്റെ ബഹുസ്വരതയും മതരാഷ്ട്രവാദവും എന്ന ഈ പുസ്തകമെന്ന് നിസ്തർക്കം പറയാൻ കഴിയും.

സുമേഷ് ഇൻസൈറ്റ്

കോഴിക്കോട് ജില്ലയിലെ വടകര സ്വദേശി എസ്. എഫ്. ഐ യുടെ സംസ്ഥാന പ്രസിഡന്റും, അഖിലേന്ത്യാ വൈസ് പ്രസിഡന്റും ആയിരുന്നു. കാലിക്കറ്റ് യൂണിവേഴ്സിറ്റി യൂണിയൻ ജനറൽ സെക്രട്ടറിയും എസ് എഫ് ഐ യുടെ മുഖമാസികയുമായ സ്റ്റുഡന്റിന്റെ പത്രാധിപരും ആയിരുന്നു. മുഖ്യമന്ത്രിയുടെ പൊളിറ്റിക്കൽ സെക്രട്ടറിയായും പ്രവർത്തി ച്ചിട്ടുണ്ട്. നിലവിൽ സി പി ഐ (എം) ന്റെ സംസ്ഥാന സെക്രട്ടറിയേറ്റ് അംഗവും ദേശാഭിമാനിയുടെ ചീഫ് എഡിറ്ററും ഇ എം എസ് അക്കാദ മിയുടെ ഫാക്കൽറ്റിയും മാർക്സിസ്റ്റ് സംവാദത്തിന്റെ എഡിറ്ററും ആണ്.

വടക്കൻ പാട്ടിന്റെ കുലപതി എന്നറിയപ്പെടുന്ന ടി എച്ച് കുഞ്ഞി രാമൻ നമ്പ്യാരുടെയും, പി പി ദേവിയമ്മയുടെയും മകൻ. ജീവിതപങ്കാളി ഡോ: യമുന കീനേരി. മക്കൾ: റോസ, ആസാദ്.

പുത്തലത്ത് ദിനേശൻ

ഉള്ളടക്കം

അവതാരിക

എം.വി. ഗോവിന്ദൻ മാസ്റ്റർ

രാജ്യത്തെ ഹിന്ദുരാഷ്ട്രമായി മാറ്റുന്നതിനുള്ള ശക്തമായ ഇടപെടലാണ് സംഘപരിവാർ നടത്തിക്കൊണ്ടിരിക്കുന്നത്. പതിനെട്ടാം ലോകസഭാ തിരഞ്ഞെടുപ്പിൽ ഉണ്ടായ ജനവിധി സംഘ പരിവാറിന്റെ ഇത്തരം സ്വപ്നങ്ങൾക്ക് കടിഞ്ഞാണിട്ടിരിക്കുകയാണ് എങ്കിലും അവർ തങ്ങളുടെ പ്രവർത്തനങ്ങൾ സജീവമായി ഇടരുക യാണ് അതിനെതിരായി ശക്തമായ ആശയ സമരം തുടരേണ്ടതുണ്ട് അത്തരമൊരു ഇടപെടലിന് സഹായകമാകുന്നു എന്നതാണ് ഈ പുസ്തകത്തിന്റെ സവിശേഷത. ഇന്ത്യയിലെ ബഹുസ്വരതകളെ പരി ചയപ്പെടുത്തുകയും അത് തകർക്കാനുള്ള വർത്തമാനകാലത്തെ മത രാഷ്ട്ര വാദികളുടെ പദ്ധതികളെ ഇത് ഇറന്നുകാട്ടുകയും ചെയ്യുന്നു.

ആധുനിക ഇന്ത്യ രൂപപ്പെട്ടുന്നതിന് അടിസ്ഥാനമായിട്ടുള്ളത് ദേശീയ സ്വാതന്ത്ര്യ പ്രസ്ഥാനമാണ്. സ്വാതന്ത്ര്യ പ്രസ്ഥാനം മുന്നോട്ടുവെച്ച മതനിരപേക്ഷതയുടേയും, സമത്വത്തിന്റേയും, സാമൂഹ്യ നീതിയുടേയും, ഫെഡറലിസത്തിന്റേയും കാഴ്ചപ്പാടുകളാണ് ഇന്ത്യൻ ഭരണഘടനയുടെ രൂപീകരണത്തിന് അടിസ്ഥാനമായിത്തീർന്നത്. നാനാത്വത്തിൽ ഏകത്വമെന്ന സമീപനത്തിലൂടെ ഇന്ത്യയുടെ വൈവിധ്യങ്ങളേയും യോജിപ്പിച്ച് നിർത്തുന്ന ഒന്നായി അത് മാറുകയും ചെയ്തു. ഇന്ത്യ എന്ന രാജ്യത്തെ കൂട്ടിയോജിപ്പിക്കുന്നതിന് അടിസ്ഥാനമായി ഭരണഘടനയ്ക്ക് നിൽക്കാനാവുന്നത് ഇതുകൊണ്ട് കൂടിയാണ്.

സ്വാതന്ത്ര്യ സമരത്തിൽ പങ്കെടുത്തില്ലെന്ന് മാത്രമല്ല അതിനെതിരെ പുറന്തിരിഞ്ഞു നിന്ന സംഘപരിവാർ ശക്തികൾ രാജ്യത്ത് അധികാര ത്തിലെത്തിയിരിക്കുന്നുവെന്നതാണ് ഇന്ത്യ നേരിടുന്ന ഏറ്റവും പ്രധാ നപ്പെട്ട പ്രതിസന്ധി. അതുകൊണ്ട് തന്നെ സ്വാതന്ത്ര്യ സമരം മുന്നോ ട്ടുവെച്ച ഭരണഘടനാ മൂല്യങ്ങളെല്ലാം തകർക്കുന്ന നടപടികൾ അവർ സ്വീകരിക്കുകയാണ്. അങ്ങനെ രാജ്യത്തിന്റെ ഐക്യവും അഖണ്ഡതയു മെല്ലാം വലിയ പ്രതിസന്ധിയിലേക്ക് നീങ്ങുന്ന സാഹചര്യമാണുള്ളത്.

ബി.ജെ.പിയുടെ പൂർവ്വികരായ ജനസംഘം സ്വതന്ത്ര കമ്പോളത്തി നുവേണ്ടി സ്വാതന്ത്ര്യം കിട്ടിയ ഘട്ടത്തിൽ തന്നെ വാദിച്ചവരുമാണ്. ആഗോളവൽക്കരണ നയങ്ങൾ മുന്നോട്ടുവെക്കുന്ന കാഴ്ചപ്പാട് ഇവർക്ക് നേരത്തെ സ്വീകാര്യമായിരുന്നുവെന്നർത്ഥം. കോൺഗ്രസ് നടപ്പിലാ ക്കിക്കൊണ്ടിരുന്ന നയങ്ങളും, ബി.ജെ.പിയുടെ നയങ്ങളും സാമ്പത്തിക കാര്യത്തിൽ സമാനം തന്നെയാണ്. എന്നാൽ അതോടൊപ്പം ചരിത്ര ത്തേയും, സംസ്കാരത്തേയും തെറ്റായ രീതിയിൽ പ്രചരിപ്പിച്ചുകൊണ്ട് ഹിന്ദുത്വ ബോധം ജനങ്ങളിൽ സൃഷ്ടിക്കാനാണ് സംഘപരിവാർ ശ്രമി ച്ചുകൊണ്ടിരിക്കുന്നത്. അതുകൊണ്ട് കൂടിയാണ് ജനവിരുദ്ധ നയങ്ങൾ നടപ്പിലാക്കുമ്പോഴും അടിത്തറ തകരാതെ നിലനിൽക്കാൻ അവർക്ക് കഴിയുന്നത്. അതുകൊണ്ട് ഹിന്ദുത്വ രാഷ്ട്രീയത്തെ തുറന്നുകാട്ടുകയ നത് രാജ്യത്തിന്റെ നിലനിൽപ്പിന് തന്നെ പ്രധാനമായി നിൽക്കുക യാണ്. വർത്തമാനകാലത്ത് ഇതിനെതിരായി ശക്തമായ പ്രതിരോധം ഉയർന്നുവരേണ്ടതുണ്ട്.

ഹിന്ദുത്വ രാഷ്ട്രീയത്തിനെതിരെ ശക്തമായ ആശയ പ്രചരണം അതുകൊണ്ട് തന്നെ നടക്കേണ്ടതുണ്ട്. അത്തരം പ്രചരണത്തിന് ഏറെ സഹായകമാകുന്നുവെന്നതാണ് പുത്തലത്ത് ദിനേശന്റെ ബഹുസ്വര തയും, ഹിന്ദുത്വ രാഷ്ട്രീയവും എന്ന ഈ പുസ്തകത്തിന്റെ സവിശേഷത. രാജ്യത്തിന്റെ ബഹുസ്വരത പാരമ്പര്യത്തെ മുന്നോട്ടുവെക്കുകയും, ഹിന്ദുത്വ അജണ്ടയുടെ അശാസ്ത്രീയതയും, കോർപ്പറേറ്റ് താൽപര്യങ്ങളും ഈ പുസ്തകം തുറന്നുകാട്ടുന്നുണ്ട്.

പുസ്തകത്തിന്റെ ഒന്നാം ഭാഗം ഇന്ത്യൻ സമൂഹത്തിന്റെ രൂപീകരണ ത്തിലൂടെയാണ് കടന്നുപോകുന്നത്. മതം രൂപപ്പെടുന്നയും, അതിന്റെ വികാസവും ചൂണ്ടിക്കാണിച്ചുകൊണ്ടാണ് ഈ അദ്ധ്യായം മുന്നോട്ടുപോ കുന്നത്. മതം എന്നത് ജനങ്ങളെ പരസ്പരം ഏറ്റുമുട്ടിക്കുന്ന രാഷ്ട്രീയമല്ല മുന്നോട്ടുവെക്കുന്നതെന്ന് ഈ പുസ്തകം ഓർമ്മപ്പെടുത്തുന്നു. മതത്തെ രാഷ്ട്രീയ ആവശ്യത്തിന് ഉപയോഗപ്പെടുത്തുന്ന രീതിയാണ് വർഗ്ഗീയ

രാഷ്ട്രീയത്തിലേക്ക് നയിക്കുന്നത്. ഇന്ത്യയിലെ വർഗ്ഗീയ രാഷ്ട്രീയം ബ്രിട്ടീ ഷുകാർ രൂപപ്പെടുത്തിയതാണെന്ന വസ്തുത ഇതിൽ മുന്നോട്ടവെക്കുന്നു. ഇന്ത്യയുടെ ചരിത്രവും, സംസ്കാരവും ബഹുസ്വരതയിൽ അധിഷ്ഠിതമാ ണെന്ന് ഇത് ഓർമ്മപ്പെടുത്തുന്നു.

ഇസ്ലാമിക ഭീകരവാദം എന്നത് അമേരിക്കൻ സാമ്രാജ്യത്വം സോഷ്യ ലിസ്റ്റ് രാഷ്ട്രങ്ങളുടെ സ്വാധീനം ഇല്ലാതാക്കുന്നതിനായി രൂപപ്പെടുത്തി യതാണെന്ന കാര്യവും ഇതിൽ മുന്നോട്ടവെക്കുന്നുണ്ട്. എല്ലാവിധ മതരാഷ്ട്രവാദവും മതവിശ്വാസത്തിനും, ജനകീയ താൽപര്യങ്ങൾക്കും കടകവിരുദ്ധമായിത്തീരുന്നുവെന്ന് ചരിത്ര സംഭവങ്ങളെ ഓർമ്മപ്പെടു ത്തിക്കൊണ്ട് ഇതിൽ അനാവരണം ചെയ്യുന്നുണ്ട്.

പുസ്തകത്തിന്റെ രണ്ടാംഭാഗം ഹിന്ദുത്വ രാഷ്ട്രീയത്തിന്റെ വികാസം എങ്ങനെ ഇന്ത്യയിൽ ഉണ്ടാകുന്നുവെന്ന കാര്യമാണ് വിശദീകരിക്ക ന്നത്. അതിന് അടിസ്ഥാനമായി ഹിന്ദുത്വവാദികൾ മുന്നോട്ടവെച്ച മൂന്ന് പുസ്തകങ്ങളുടെ ആശയങ്ങൾ പരിശോധനയ്ക്ക് വിധേയമാക്കുന്നു. 1923-ൽ സവർക്കർ രചിച്ച ഹിന്ദുത്വമെന്ന പുസ്തകത്തിൽ നിന്നാണ് അത് ആരം ഭിക്കുന്നത്. തുടർന്ന് നാം നമ്മുടെ ദേശീയത നിർവ്വചിക്കപ്പെടുന്നുവെന്ന ഗോൾവാൾക്കറുടെ പുസ്തകത്തിൽ ഹിന്ദുത്വവാദത്തെ സാർവ്വദേശീയ രാഷ്ട്രീയ ചലനങ്ങളുമായി ഏത് വിധത്തിലാണ് കണ്ണിചേർത്തത് എന്നും വ്യക്തമാക്കുന്നു. സ്വാതന്ത്ര്യാനന്തര ഇന്ത്യയിൽ എഴുതപ്പെട്ട വിചാരധാര നടത്തുന്ന പ്രതിലോമകരമായ ആശയത്തെ തുറന്നുകാ ട്ടുന്നു. ഇത്തരത്തിൽ ഹിന്ദുത്വ രാഷ്ട്രീയത്തിന്റെ അടിത്തറയെത്തന്നെ വിശകലനം ചെയ്യുന്ന ഒന്നായി ഈ പുസ്തകം മാറുന്നു. ഹിന്ദുത്വ രാഷ്ട്രീയ ത്തിന്റെ ആശയ അടിത്തറയായ ഈ മൂന്ന് പുസ്തകങ്ങളേയും ചേർത്ത് നിർത്തിക്കൊണ്ട് നടത്തുന്ന വിചാരണ ദീർഘിച്ചയായും പ്രായോഗിക പ്രവർത്തനത്തിന് കരുത്താകുന്ന മാർഗ്ഗ ദർശകമാകുന്നു.

പുസ്തകത്തിന്റെ മൂന്നാം ഭാഗം ഹിന്ദുത്വ രാഷ്ട്രീയത്തിന്റെ സമകാലീന ഇടപെടലുകളെ തുറന്നുകാട്ടുന്നതാണ്. ഹിന്ദു മതവും, ഹിന്ദുത്വവും എങ്ങ നെയാണ് രണ്ടായിത്തീരുന്നത് എന്ന് ചരിത്ര വസ്തുതകളെ നിരത്തി ഇതിൽ വ്യക്തമാക്കുന്നുണ്ട്. വിവേകാനന്ദനും, ഗാന്ധിജിയുമെല്ലാം മുന്നോട്ടവെച്ച ഹിന്ദു മതമെന്ന കാഴ്ചപ്പാട് സവർക്കറുടെ ഹിന്ദുത്വത്തിൽ നിന്ന് എങ്ങനെ മാറി നിൽക്കുന്നുവെന്നും ഇതിൽ വ്യക്തമാക്കുന്നു.

ഇന്ത്യയിലെ മുസ്ലീം രാഷ്ട്രീയത്തിന്റെ വിവിധ വശങ്ങളെ ഈ ഭാഗത്ത് തുറന്നുകാട്ടുന്നുണ്ട്. ജമാഅത്ത ഇസ്ലാമിയുടെ മതരാഷ്ട്രവാദം, ജിന്ന മുന്നോട്ടവെച്ച സമുദായിക രാഷ്ട്രീയം, മൗലാനാ അബ്ദുൽകലാം ആസാദ്

മുന്നോട്ടുവെച്ച സെക്കുലർ രാഷ്ട്രീയം ഇവയെല്ലാം ഇവിടെ വിശകലന വിധേയമാകുന്നുണ്ട്. മതരാഷ്ട്രവാദികളായ സംഘപരിവാറും, ജമാഅത്ത് ഇസ്ലാമിയും എന്തുകൊണ്ടാണ് യോജിച്ച് നിൽക്കുകയും, പരസ്പര സംഭാ ഷണങ്ങളിൽ എത്തിച്ചേരുന്നതെന്നും ഇതിൽ വ്യക്തമാക്കുന്നുണ്ട്.

മതരാഷ്ട്രവാദം എന്നത് എന്തുകൊണ്ട് കോർപ്പറേറ്റ് അജണ്ടയായി തീരുന്നുവെന്ന കാര്യവും ഇതിൽ വ്യക്തമാക്കുന്നുണ്ട്. കോർപ്പറേറ്റ് താൽപര്യങ്ങൾ ജനങ്ങളിൽ അടിച്ചേൽപ്പിക്കപ്പെട്ടമ്പോൾ ജനങ്ങൾ കലാപ രംഗത്തേക്കിറങ്ങുക സ്വാഭാവികമാണ്. ജീവിത പ്രശ്നങ്ങളെ അടിസ്ഥാനപ്പെടുത്തിയുള്ള ചിന്തകൾ ജനങ്ങളെ കോർപ്പറേറ്റ് നയങ്ങൾക്കെതിരെ പ്രക്ഷോഭ രംഗത്തേക്ക് കൊണ്ടുവന്നു. ഇത് ഇല്ലാതാക്കണമെന്നുണ്ടെങ്കിൽ ജനങ്ങളെ തമ്മിലടിപ്പിക്കേണ്ടതുണ്ട്. അതിന് വർഗ്ഗീയ ധ്രുവീകരണം സൃഷ്ടിക്കുകയെന്നത് ഇവരുടെ അജണ്ട യായി മാറുകയാണ്. അതുകൊണ്ടാണ് കോർപ്പറേറ്റുകൾ അവരുടെ മാധ്യമങ്ങൾ ഉപയോഗിച്ച് വർഗ്ഗീയ ശക്തികളെ ശക്തിപ്പെടുത്തുന്നതിന് ഇടപെടുന്നതെന്ന കാര്യം ഇതിൽ തുറന്നുകാട്ടുന്നു.

വർത്തമാനകാലത്തെ രാഷ്ട്രീയ പ്രശ്നങ്ങളിൽ സൈദ്ധാന്തികമായും, പ്രായോഗികമായും ഇടപെടുന്ന ഒന്നായി ഇത്തരത്തിൽ ബഹുസ്വര തയും, മതരാഷ്ട്ര വാദങ്ങളും എന്ന ഈ പുസ്തകം മാറുന്നു. രാജ്യത്തെ സംരക്ഷിക്കുന്നതിനും ആഗ്രഹിക്കുന്ന ആരും വായിക്കുകയും പ്രചരി പ്പിക്കുകയും ചെയ്യേണ്ട ഒരു പുസ്തകമാണ് ഇത്. സമകാലീന രാഷ്ട്രീയ ത്തിൽ ശക്തമായ ഇടപെടൽ എന്ന നിലയിൽ ഇത് തയ്യാറാക്കിയ പുത്തലത്ത് ദിനേശനെ അഭിനന്ദിക്കുകയും ചെയ്യുന്നു.

എ.കെ.ജി സെന്റർ
തിരുവനന്തപുരം

എഴുത്തുകാരന്റെ കുറിപ്പ്

മതവും, രാഷ്ട്രീയവും വ്യത്യസ്തമാണെന്ന് കുഞ്ഞുന്നാളിലെ ഓർമ്മപ്പെടുത്തിയത് അച്ഛനായിരുന്നു. മതവിശ്വാസത്തിന്റെ വികാസമല്ല വർഗ്ഗീയതയെന്ന് എപ്പോഴും പറയാറുണ്ടായിരുന്നു. നമ്മുടെ സംസ്കാരം ബഹുസ്വരതയുടെ അടിത്തറയിലാണ് നില നിൽക്കുന്നതെന്ന് സ്വന്തം ജീവിതം കൊണ്ട് കാണിച്ച് തരികയും ചെയ്തു. വടക്കൻ പാട്ടുകൾ മാത്രമല്ല മാപ്പിള രാമായണവും, ദളിതരുടെ പാട്ടുകളും, മാർഗ്ഗം കളി പാട്ടുകളുമെല്ലാം ഈ നാടിന്റെതാണെന്ന് തിരിച്ചറിഞ്ഞുകൊണ്ട് അവയെല്ലാം നെഞ്ചേറ്റി ലാളിക്കുകയും ചെയ്തി രുന്നു. അവ ഉറക്ക് പാട്ടുകളെന്നപോലെ പാടിക്കേട്ട ഒരു ഭൂതകാലം എനിയ്ക്കുണ്ടായിരുന്നു.

വ്യത്യസ്ത മതവിശ്വാസങ്ങളെ മനസ്സിലാക്കാനും, സ്വീകരിക്കാനുമുള്ള മനസ്സ് അതുകൊണ്ട് തന്നെ ചെറുപ്പകാലത്ത് തന്നെ രൂപപ്പെട്ടിരുന്നു. അതിനാൽ വർഗ്ഗീയതയും, മതരാഷ്ട്രവാദവുമെല്ലാം ശക്തമായി എതിർ ക്കുകയെന്നത് ഒരു സംസ്കാരമായിത്തന്നെ എന്നിൽ സന്നിവേശിപ്പി ച്ചത് അച്ഛനും, അമ്മയുമായിരുന്നു.

ചെറുപ്പകാലത്തെ മനസ്സിലാക്കിയ ബഹുസ്വരത സംസ്കാരം കൂടുതൽ തലങ്ങളിലേക്ക് വളരുകയാണുണ്ടായത്. ആ കാലങ്ങളിൽ സ്വാംശീ കരിച്ച രാഷ്ട്രീയ കാഴ്ചപ്പാടുകൾ അതിനെ കൂടുതൽ വളർത്തുകയും ചെയ്തു. ഗാന്ധിജിയും, നെഹ്റുവും മുന്നോട്ടുവെച്ച മതനിരപേക്ഷതയുടെ കാഴ്ചകൾ മനസ്സിൽ ആഴത്തിൽ പതിപ്പിച്ചത് ചെറുപ്പകാലത്ത് രാഷ്ട്രീയ

ധാരണകൾ രൂപപ്പെടുത്തിയതിന് പ്രധാന പങ്കുവഹിച്ച പൊന്നാറത്ത് ബാലകൃഷ്ണൻ മാസ്റ്ററായിരുന്നു.

ദേശീയ പ്രസ്ഥാനത്തിന്റെ ഈ അറിവുകളെ സ്വാംശീകരിച്ച കൊണ്ടാണ് എസ്.എഫ്.ഐ സംഘടനാ പ്രവർത്തനത്തിന്റെ വഴികളിലേക്ക് എത്തിച്ചേരുന്നതും പിന്നീട് കമ്മ്യൂണിസ്റ്റ് പാർടിയുടെ ഭാഗമായിത്തീരുകയും ചെയ്തത്. ബഹുസ്വരതയുടെ കാഴ്ചകളിൽ നിന്ന് വർഗ്ഗ രാഷ്ട്രീയത്തിന്റെ രീതികളില്ലൂടെ മതങ്ങളേയും, വർഗ്ഗീയതയേയും മനസ്സിലാക്കുന്ന തലത്തിലേക്ക് അത് വികസിക്കുകയായിരുന്നു. ആ കാഴ്ചകൾ കൂടുതൽ തെളിമയോടെ ഉള്ളിൽ നിറഞ്ഞു നിൽക്കുകയായി രുന്നു. വിദ്യാർത്ഥി കാലത്ത് തന്നെ വർഗ്ഗീയതയ്ക്കെതിരെ നാട്ടിൻപ്പ റങ്ങളിൽ മണിക്കൂറുകൾ നീണ്ട പ്രസംഗം നടത്തുകയെന്നത് എന്റെ രാഷ്ട്രീയ പ്രവർത്തനത്തിന്റെ ഭാഗമായി മാറുകയും ചെയ്തു .

ചെറുപ്പം തൊട്ട് സ്വാംശീകരിച്ച ബഹുസ്വരതയുടേയും, മതനിരപേ ക്ഷതയുടേയും എല്ലാം കാഴ്ചകളും ഈ പുസ്തകത്തിന്റെ അടിസ്ഥാന മായി മാറിയിട്ടുണ്ട്. മതവിശ്വാസങ്ങൾ മുറുകെ പിടിക്കുമ്പോഴും മനുഷ്യ സ്നേഹത്തിന്റെ മഹത്തായ സന്ദേശത്തിന് മുന്നിൽ അവയെ എല്ലാം കീഴ്പ്പെടുത്തിയ ഒരു ജനതയുടെ സംസ്കാരമാണ് വർഗ്ഗീയതക്കെതി രായ സമരത്തിൽ ഇന്നും ഇന്ധനമായി നിൽക്കുന്നത്. സൗഹൃദങ്ങളും ബന്ധങ്ങളും എല്ലാ മതിൽക്കെട്ടുകളേയും അതിജീവിച്ച് മുന്നോട്ടപോ കുമ്പോൾ വർഗ്ഗീയതക്കെതിരായ സമരം ജീവിതത്തിൽ ഉൾച്ചേർന്ന ഒന്നായി മാറിയിട്ടുണ്ട്. നിന്നിടത്ത് നിൽക്കാൻ ഒരുപാട് ഓടേണ്ട താണ് വർത്തമാനകാലം . അതിനാൽ ആ സമരമില്ലാതെ ജീവിക്കാനാകില്ലെ ന്ന തിരിച്ചറിവാണ് ഈ പുസ്തകത്തിന്റെ കരുത്ത്.

ഈ പുസ്തകം തയ്യാറാക്കുന്നതിന് പ്രോത്സാഹനം നൽകിയ ജീവിത സഖിയോട്ടും, സുഹൃത്തുക്കളോട്ടും അഗാധമായ നന്ദി രേഖപ്പെടുത്തുന്നു. ഇൻസൈറ്റ് പ്രവർത്തകരുടെ ഇടപെടലാണ് ഈ പുസ്തകത്തിനെ ഇത്തരത്തിൽ എത്തിച്ചിട്ടുള്ളത്. ഇതിന്റെ ടൈപ്പുകൾ സെറ്റ് ചെയ്യ ന്നതിന് സഹായിച്ചത് പ്രിയേഷും, അഖില്യമാണ്. ഇതിന്റെ ലേ ഔട്ടും മറ്റ് കാര്യങ്ങളും നിർവഹിക്കുന്നതിൽ ശ്രീലേഷും ജാസ്മിനും നല്ലിയ സഹായം സ്നേഹപുരസരം ഈ അവസരത്തിലോർക്കുന്നു. വായന ക്കാരുടെ മുമ്പിൽ ഈ പുസ്തകം സമർപ്പിക്കുന്നു. പോരായ്മകളോ, കൂട്ടി ചേർക്കലുകളോ നിർദ്ദേശിച്ചാൽ ഭാവിയിൽ തിരുത്താമെന്ന ഉറപ്പോടെ,

പുത്തലത്ത് ദിനേശൻ

ഇന്ത്യൻ സമൂഹവും വർഗ്ഗീയ രാഷ്ട്രീയത്തിന്റെ വികാസവും

ഇന്ത്യയിലെ വർഗ്ഗീയ രാഷ്ട്രീയത്തിന്റെ ഉത്ഭവവും വികാസവും മനസ്സി ലാക്കണമെന്നുണ്ടെങ്കിൽ ഇന്ത്യൻ സമൂഹത്തിലെ മതവിശ്വാസങ്ങളുടെ രൂപീകരണവും അവ നടത്തിയ ഇടപെടലുകളേയും മനസ്സിലാക്കേണ്ട തുണ്ട്. സമൂഹ വികാസത്തിൽ അവ നിർവഹിച്ച പങ്കിനേയും അതിന്റെ വ്യാഖ്യാനങ്ങളെയും തിരിച്ചറിയേണ്ടതുണ്ട്.

ബൗദ്ധ-ജൈന പാരമ്പര്യം

ഇന്ത്യയിൽ ഉയർന്നുവന്ന വൈദികമതം ചാതുർവർണ്യത്തിന്റേയും, പിന്നീട് രൂപപ്പെട്ട വന്ന ജാതി വ്യവസ്ഥയുടേയും സിദ്ധാന്തങ്ങളെ ന്യാ യീകരിക്കുന്ന ഒന്നായി വളർന്നുവന്നു. ഋഗ്വേദത്തിലെ പുരുഷ സൂക്തം മുന്നോട്ടുവെച്ച വിരാട് പുരുഷന്റെ കാഴ്ചപ്പാടുകൾ ചാതുർവർണ്യത്തിന്റെ അടിസ്ഥാന സിദ്ധാന്തങ്ങളായി രൂപാന്തരം പ്രാപിച്ചു. ബ്രാഹ്മണൻ വിരാട് പുരുഷന്റെ തലയിൽ നിന്നും, ശൂദ്രൻ പാദങ്ങളിൽ നിന്നും രൂപപ്പെട്ടുവെന്ന കാഴ്ചപ്പാടുകളിൽ മുന്നോട്ടുവെക്കപ്പെടുന്നത് ഇതിന്റെ അടിസ്ഥാനത്തിലാണ്.

പുതിയ ജനവിഭാഗങ്ങളെ കീഴടക്കിയും, കൂടെ സമൂഹത്തിൽ ചേർത്തും മുന്നോട്ടുപോയപ്പോൾ തൊഴിലിന്റെ അടിസ്ഥാനത്തിൽ അവയെ പ്രത്യേകമായ ജാതികളായി മാറ്റപ്പെടുകയും ചെയ്തു. തൊഴിൽ വിഭജനത്തിന്റെ അടിസ്ഥാനത്തിൽ നിലകൊണ്ട ജാതിയെ പിന്നീട് ഒരു വ്യവസ്ഥയായി തന്നെ നിലനിർത്തുന്ന സാഹചര്യവുമുണ്ടായി. വൈദികമതം മുന്നോട്ടുവെച്ച ഈ കാഴ്ചപ്പാടുകളെ ചോദ്യം ചെയ്തു കൊണ്ട് ജൈന-ബുദ്ധ മതങ്ങൾ രംഗപ്രവേശനം ചെയ്തു. ഭൗതികവാദ

സിദ്ധാന്തങ്ങളും ഇതിന്റെ ചുവടുപിടിച്ച് രംഗത്തുവന്നു.

ബ്രാഹ്മണ ക്ഷത്രിയ മേധാവിത്വം കൊടികുത്തിവാണിരുന്ന പ്രാചീന ഇന്ത്യയിൽ ആ ഘടനയ്ക്ക് നേരെയുള്ള എതിർപ്പായിരുന്നു ബൗദ്ധ-ജൈന ദർശനങ്ങളുടെ ഉള്ളടക്കമെന്നു കാണാം. ശൂദ്രന് അക്ഷരം നിഷേധിക്കപ്പെട്ടിരുന്ന അന്നത്തെ കാലത്ത് പള്ളിക്കൂടങ്ങൾ തുറന്നുകൊണ്ട് എല്ലാവർക്കും പ്രവേശനം നൽകിയ ബുദ്ധമതത്തിന്റെ സമീപനം ഇതിനെതിരെയുള്ള ചെറുത്തുനിൽപ്പായിരുന്നു എന്ന് കാണാം. വിരാട് പുരുഷ സങ്കൽപ്പത്തെ ചോദ്യം ചെയ്തുകൊണ്ട് എല്ലാവരും അവരുടെ അമ്മമാർ പ്രസവിച്ചിട്ടാണ് ഉണ്ടാവുന്നത് എന്നകാര്യം ബുദ്ധൻ ഓർമ്മിപ്പിച്ചു. ജാതിയുടെ അടിസ്ഥാനത്തിൽ അറിവുകൾ നൽകുന്ന രീതിയെ അവർ ചോദ്യം ചെയ്തു. കന്നുകാലികൾ ഉൾപ്പെടെ വ്യാപകമായി യാഗങ്ങൾക്കും മറ്റും കൊലപ്പെടുത്തുന്ന നിലവന്നപ്പോൾ കാർഷിക സംരക്ഷണത്തിന്റെ അടിസ്ഥാനത്തിൽ അവയെ സംരക്ഷിക്കുന്ന നിലപാട് ഇതിന്റെ ഭാഗമായി മുന്നോട്ടുവെച്ചു.

8-ാം നൂറ്റാണ്ടാവുന്നതോടെ വൈദിക മതങ്ങളുടെ ആശയഗതികൾ വീണ്ടും സ്വാധീനം ഉറപ്പിക്കുകയും, ബുദ്ധ-ജൈന മേധാവിത്വത്തെ തകർത്തുകൊണ്ട് വീണ്ടും വൈദിക മതങ്ങൾ സ്ഥാനം അരക്കിട്ട് ഉറപ്പിക്കുകയും ചെയ്തു, അങ്ങനെ ജാതി വ്യവസ്ഥ അരക്കിട്ടുറപ്പിക്കുന്ന സ്ഥിതിയുമുണ്ടായി. ഇങ്ങനെ ജനങ്ങൾ ജാതിവ്യവസ്ഥയുടെ ഭാഗമായുള്ള ആധിപത്യത്തിന്റെ പ്രശ്നങ്ങൾ ഇന്ത്യൻ സമൂഹത്തിൽ സജീവമായി. ജാതി വിഭജനങ്ങളുടെ സമ്പ്രദായങ്ങളില്ലാത്ത പുതിയ ജനവിഭാഗങ്ങൾ ഇന്ത്യയിലേക്ക് കടന്നുവരുന്നുണ്ട്. ഇതിൽ പ്രധാനപ്പെട്ട ഒന്ന് പശ്ചിമേഷ്യയിലെ ജനതയും, ഇസ്ലാമിന്റെ ആശയങ്ങളുടെ വരവുമായിരുന്നു.

ഇസ്ലാമിന്റെ വരവ്, സിന്ധ് ആക്രമണം.

ഇന്ത്യയിൽ ഇസ്ലാം മതം എത്തിയത് പല വഴികളിലൂടെയാണ്. കേരളം അടക്കമുള്ള രാജ്യത്തിന്റെ പടിഞ്ഞാറൻ തീരങ്ങളിൽ കച്ചവട ക്കാരിലൂടെയാണ് ഇസ്ലാം ജനതയെത്തിയത്. ഇന്നത്തെ മുംബൈയിലും, താനെയിലും ഗുജറാത്തിലെ ബറൂച്ചിലും ഖലീഫമാരുടെ കാലത്ത് മുസ്ലീം സൈനികർ എത്തിയിരുന്നുവെന്ന് പറയുന്നുണ്ട്. തങ്ങളുടെ കപ്പല കൾക്ക് സുരക്ഷിതമായ താവളം അന്വേഷിച്ചാണ് അവർ എത്തിയത്. കടൽ യുദ്ധത്തിൽ ഉമർ താൽപര്യം കാണിക്കാത്തതുകൊണ്ട് അതുവഴി കൂടുതൽ ഇടപെടലുകൾ ഉണ്ടായില്ലെന്നും ചിലർ രേഖപ്പെടുത്തുന്നുണ്ട്.

8-ാം നൂറ്റാണ്ടിൽ സിന്ധിൽ മുഹമ്മദ് ഖാസിമിന്റെ നേതൃത്വത്തിലുള്ള സൈന്യം എത്തിച്ചേരുന്നുണ്ട്. അദ്ദേഹത്തിന്റെ സൈന്യത്തിൽ അറബ്

 ബഹുസ്വരതയും മതരാഷ്ട്ര വാദങ്ങളും

വംശജരായ മുസ്ലീം ജനവിഭാഗത്തോടൊപ്പം തന്നെ ജാട്ടുകളും ഉണ്ടാ
യിരുന്നതായി ചില രേഖകളിൽ കാണുന്നുണ്ട്. സിന്ധിൽ ആധിപത്യം
ചെയ്ത ശേഷം ആരാധനാലയങ്ങൾ കൈയ്യേറുകയോ, ഉദ്യോഗസ്ഥ
ന്മാരെ നിയമിക്കുന്നതിൽ മതപരിഗണനയോ ഉണ്ടായിരുന്നില്ല. കറാച്ചി
ഗവർണറായി ഒരു കാശ്മീരി പണ്ഡിറ്റിനെയാണ് നിയമിച്ചത്. ബ്രാ
ഫ്മണ-ബുദ്ധ ദേവാലയങ്ങൾക്ക് അനുമതി നൽകിയിരുന്നു. തകർന്ന
ക്ഷേത്രങ്ങൾ തന്നെ പുനരുദ്ധരിക്കുന്നതിനുള്ള അനുമതി നൽകിയതാ
യും കാണുന്നുണ്ട്.

മുഹമ്മദ് നബി അറേബ്യയിൽ ഇസ്ലാം മത പ്രചരണം നടത്തുന്ന
കാലത്ത് ഇന്ത്യ ഭരിച്ചിരുന്നത് ഹർഷനായിരുന്നു. ഹർഷന്റെ കാലത്ത്
സാമ്പത്തിക പ്രതിസന്ധി ഉണ്ടാകുമ്പോൾ ക്ഷേത്രങ്ങൾ കൊള്ളയടി
ക്കാൻ പ്രത്യേക മന്ത്രി തന്നെയുണ്ടായിരുന്നു. ക്ഷേത്രകൊള്ള ഇസ്ലാ
മിന്റെ തലയിൽ കെട്ടിവയ്ക്കുമ്പോൾ ആ മതം ഇന്ത്യയിൽ വരുന്നതിനു
മുമ്പ് തന്നെ സാമ്പത്തികകേന്ദ്രമായ ക്ഷേത്രങ്ങളിലെ സമ്പത്ത് കൊള്ള
യടിക്കുന്ന രീതി ഉണ്ടായിരുന്നുവെന്നർത്ഥം. ഹർഷന്റെ കാലശേഷം
ബുദ്ധമത ദർശനം ഉൾപ്പെടെയുള്ള ശ്രമണമതവും ബ്രാഹ്മണമതവും
തമ്മിലുള്ള ആശയ സംഘർഷങ്ങൾ ഇവിടെ സജീവമായി നിലനിന്നി
രുന്നു.

ഇതിന് ശേഷം ഇന്ത്യയിൽ ഇസ്ലാം മതവിശ്വാസികൾ ഉൾപ്പെട്ട
ന്ന ഒരു പടയോട്ടം നടക്കുന്നത് മുഹമ്മദ് ഗസ്നിയുടെ കാലത്താണ്.
പഞ്ചാബിലെ ജയപാലൻ എന്ന രാജാവ് ആ മേഖലയിൽ നടത്തിയ
ആക്രമണവും, അതിനെതിരായുള്ള തിരിച്ചടി എന്ന നിലയിലുമാണ്
ആക്രമണം ഉണ്ടായത്. ക്ഷേത്രത്തെ സമ്പത്ത് കുന്നുകൂട്ടുന്ന ഒന്നായാണ്
അന്ന് രാജാക്കന്മാർ കണ്ടത്. ഗസ്നിയും ഹർഷന്റെ മാർഗ്ഗവും തന്നെ
ഉപയോഗിച്ചിട്ടുണ്ടാകാം. അത് മതപരമായ പ്രശ്നമല്ല. രാജാക്കന്മാർ
സമ്പത്തിനുവേണ്ടി ചെയ്ത കാര്യങ്ങളാണ്.ക്ഷേത്രങ്ങൾ സമ്പത്തിന്റെ
കേന്ദ്രമായിരുന്നു എന്നതിന്റെ ഉദാഹരണമാണല്ലോ പത്മനാഭ സ്വാമി
ക്ഷേത്രത്തിലെ സമ്പത്ത്.

ഇന്ത്യയിൽ പിന്നീട് ഇസ്ലാം മതവിശ്വാസിയായ ഒരു രാജാവിന്റെ
വരവ് 1192 ൽ ഖൈബർ ചുരം വഴിയെത്തിയ മുഹമ്മദ് ഘോറിയുടെ
പടയോട്ടമാണ്. യുദ്ധക്കളത്തിൽ വെച്ച് പൃഥ്വിരാജിനെ പരാജയ
പ്പെടുത്തിയാണ് അദ്ദേഹം ഇന്ത്യയിൽ ആധിപത്യം നേടുന്നത്.
യഥാർത്ഥത്തിൽ ഇത്തരമൊരു അക്രമണത്തിന് മുഹമ്മദ് ഘോറി
തയ്യാറായത് മറ്റൊരു രജപുത്ര രാജാവായ ഖനൗജ് ആസ്ഥാനമാക്കി

ഭരണം നടത്തിയിരുന്ന ജയചന്ദ്രന്റെ ക്ഷണപ്രകാരമാണ്. അല്ലാതെ ഏതെങ്കിലുമൊരു മതത്തെ മറ്റേതെങ്കിലും മതത്തിന്റെ മുകളിൽ പ്രതി ഷ്ഠിക്കാനായിരുന്നില്ല.

മുഹമ്മദ് ഘോറിയുടെ അടിമയും, അദ്ദേഹത്തിന്റെ പടത്തലവന മായിരുന്ന കുത്തബ്ദീൻ ഐബക് 1206-ൽ ഇന്ത്യൻ പ്രദേശങ്ങളുടെ സ്വതന്ത്ര ഭരണാധികാരിയായി മാറി. അങ്ങനെയാണ് ഡൽഹി ആസ്ഥാനമായി സുൽത്താനേറ്റുകൾ രൂപം കൊള്ളുന്നത്. ഈ സുൽ ത്താനേറ്റുകളുടെ വരവ് പരിശോധിച്ചാൽ ഏതെങ്കിലും മതപരമായ അക്രമണത്തിന്റേയോ, അധീശത്വത്തിന്റേയോ ഭാഗമായല്ല കടന്നുവ ന്നത്. മറിച്ച് ഉത്തരേന്ത്യയിൽ രാജാക്കന്മാർക്കിടയിലുണ്ടായ കിടമത്സ രത്തിന്റേയും, അവിടെ നിലനിന്ന ജാതീയമായ അടിച്ചമർത്തലിന്റേയും അന്തരീക്ഷമാണ് ഇത്തരമൊരു വരവിന് ഇടയായത്. ജാതീയമായ അടിച്ചമർത്തലുകൾ കാരണം ഒരു വലിയ വിഭാഗം ജനത അടിച്ചമർ ത്തലിന് വിധേയമായ സാഹചര്യത്തിൽ ഇസ്ലാമിന്റെ ആശയങ്ങൾക്ക് സ്വീകാര്യത ലഭിക്കുകയും ചെയ്തു.

സുൽത്താനേറ്റുകളെ തുടർന്ന് തുർക്കി വംശജരും, അഫ്ഗാനികള മായവർ പിന്നീട് കടന്നുവന്നു. തുഗ്ലഗ് വംശജരും, ലോധി വംശജരും ഇത്തരത്തിൽ രൂപംകൊണ്ടു. ഇബ്രാഹിം ലോധിയെ പരാജയപ്പെടുത്തി ക്കൊണ്ടാണ് മുഗൾ രാജാക്കന്മാർ അധികാരത്തിലേക്ക് എത്തുന്നത്. അതായത് ഇസ്ലാം മതവിശ്വാസിയായ രാജാവിനെ പരാജയപ്പെടുത്തി യാണ് മുഗൾ രാജാക്കൻമാർ ഇന്ത്യയിൽ എത്തിച്ചേരുന്നതെന്നർത്ഥം. 1707-ൽ ഔറംഗസേബിന്റെ മരണത്തോട് കൂടി മുഗൾ രാജവംശം ക്ഷയോന്മുഖമായി. എന്നാൽ ഇന്ത്യയെ ഒന്നിപ്പിക്കുന്ന ഏകകം എന്ന നിലയിൽ മുഗൾ രാജവംശം നിലനിന്നിരുന്നു. ഈസ്റ്റ് ഇന്ത്യാ കമ്പനി ഇന്ത്യയിൽ ആധിപത്യം സ്ഥാപിച്ചപ്പോൾ അതിനെതിരായി നടന്ന ഒന്നാം സ്വാതന്ത്ര്യ സമര ഘട്ടത്തിൽ വ്യത്യസ്ത മതവിശ്വാസികളായ ഇന്ത്യക്കാർ തങ്ങളുടെ ചക്രവർത്തിയായി അംഗീകരിച്ചത് ബഹദൂർ ഷായെ ആയിരുന്നുവെന്നത് ഈ വംശത്തിന്റെ സ്വീകാര്യത വ്യക്തമാ ക്കുന്നതാണ്.

ഹിന്ദുത്വ വാദികൾ മുഗൾ രാജവംശത്തെ ഹിന്ദു രാജവംശത്തെ തകർത്തവരായാണ് ചിത്രീകരിക്കുന്നത്. എന്നാൽ മുഗൾ സാമ്രാജ്യ ത്വത്തിന്റെ സ്ഥാപകൻ ബാബർ പരാജയപ്പെടുത്തിയത് അഫ്ഗാൻ വംശജനായ ഇബ്രാഹിംലോധിയേയാണ്. ഒരു ഹിന്ദു നാമധാരിയെപ്പോ ലും പരാജയപ്പെടുത്തിയില്ലെന്നിരിക്കെ തെറ്റായ പ്രചാരവേലകളാണ്

നടത്തിക്കൊണ്ടിരിക്കുന്നത്. മുഗൾ കാലഘട്ടമായിരുന്ന ഇന്ത്യയിലെ ഏറ്റവും വലിയ കുതിപ്പിന്റെ കാലമെന്നും ചരിത്രം രേഖപ്പെടുത്തുന്നുണ്ട്. അക്ബറിനെപ്പോലുള്ളരാജാക്കന്മാർ മതസൌഹാർദത്തിന്റെ നിറകു ടങ്ങളായിരുന്ന. മാർക്സ് ഇന്ത്യ ചരിത്രക്കുറിപ്പിൽ മുഗൾ വംശത്തിന്റെ ഈ സവിശേഷത എടുത്ത് പറയുന്നുണ്ട്. മുഗൾ രാജവംശത്തിന്റെ തകർച്ചക്ക് ശേഷം പരസ്പരം ഏറ്റമുട്ടുന്ന നാട്ടുരാജ്യങ്ങളുടെ നാടായി ഇന്ത്യ മാറുകയായിരുന്ന. 'മാർക്സ് സൂചിപ്പിച്ചതുപോലെ' ഇത്തരമൊരു ഘട്ടത്തിലാണ് ബ്രിട്ടീഷുകാർ ആധിപത്യം സ്ഥാപിച്ചത്. മുഗൾ രാജവം ശത്തിന്റെ തകർച്ച ബ്രിട്ടീഷ് ആധിപത്യത്തിന് വഴി ഒരുക്കുകയാണ് ചെയ്തത്.

ബ്രിട്ടീഷുകാർക്കെതിരായി വലിയ തോതിലുള്ള ജനകീയ ചെറുത്ത് നിൽപ്പുകൾ ഉയർന്നുവരാൻ തുടങ്ങി. ആദിവാസികളും കൈത്തൊ ഴിലുകളിൽ ഏർപ്പെട്ടിരുന്നവരും ഇതിന് നേതൃത്വം നൽകി. തുടർന്ന് നിലവിലില്ലുള്ള നാട്ടുരാജാക്കന്മാരുടേയും, ഫ്യൂഡൽ പ്രഭുക്കന്മാരുടേയും നേതൃത്വത്തിലായിരുന്ന കലാപം നടന്നത്. 'ആധുനിക വിദ്യാഭ്യാസ ത്തിന്റെ വളർച്ചയോടെ വിവിധ ജനവിഭാഗങ്ങളുടെ ചെറുത്തുനിൽപ്പം ഇന്ത്യയിലെ ഇടത്തരം വിഭാഗങ്ങളുടെ ഉയർത്തെഴുന്നേൽപ്പും യോജിച്ച മുന്നേറുന്നത് ബ്രിട്ടീഷുകാരെ ഭയപ്പെടുത്തിയിരുന്ന.' ഈ ഘട്ടത്തിലാണ് രാജ്യത്തിന്റെ ജനങ്ങളെ ഭിന്നിപ്പിക്കുകയെന്ന ലക്ഷ്യത്തോടെ വർഗ്ഗീ യമായ ധ്രുവീകരണത്തിനുവേണ്ടിയുള്ള പരിശ്രമങ്ങൾആരംഭിക്കുന്ന. അതിനായി ചരിത്രത്തേയും, സംസ്കാരത്തേയും തെറ്റായ രീതിയിൽ വായിക്കാനും, വർഗ്ഗീയമായ ധ്രുവീകരണങ്ങൾ സൃഷ്ടിക്കുന്നതിനുള്ള പരി ശ്രമങ്ങൾ ആരംഭിക്കുകയും ചെയ്തു. അതിന്റെ അടിസ്ഥാനത്തിലാണ് ഇന്ത്യൻ മതേതരത്വത്തിന്റെ അടിത്തറയിളക്കിയ ബാബരി മസ്ജിദ് പൊളിച്ച് നീക്കാനുള്ള ആശയങ്ങൾ ഉൾപ്പെടെ രൂപപ്പെടുന്നത്.

മുഗൾ രാജവംശത്തിന്റെ സ്ഥാപകനായിരുന്ന ബാബറിന്റെ ആത്മ കഥയാണ് ബാബർ നാമ. ആ ബാബർ നാമയിലെ കുറെ പേജുകൾ കണ്ടെത്തുവാൻ വേണ്ടി കഴിഞ്ഞിരുന്നില്ല. 1813-ലെ വിവർത്തനത്തിൽ ജോൺ ലെയ്ഡൻ എന്ന ബ്രിട്ടീഷ് ചരിത്രകാരൻ ഇങ്ങനെ പ്രസ്താവി ക്കുകയുണ്ടായി. 1528 ഏപ്രിൽ 2 മുതൽ സെപ്റ്റംബർ 8 വരെയുള്ള പ്രവർ ത്തനങ്ങളെ കുറിച്ച് ഉള്ള പേജുകൾ കാണാത്തതുകൊണ്ട് അയോധ്യ യിൽ നടത്തിയ പ്രവർത്തനങ്ങൾ അജ്ഞാതമാണ്. 1834-ൽ മാർട്ടിൻ ബാബറി മസ്ജിദിൽ പോയപ്പോൾ കറുത്ത ശിലാസ്തംഭങ്ങൾ കണ്ടെന്നും അത് ഇസ്ലാമിന് വിരുദ്ധമാണെന്നും അതുകൊണ്ട് ഹിന്ദുക്ഷേത്രത്തിൽ

നിന്ന് എടുത്തതാകാം എന്നുമുള്ള ആശയവും മുന്നോട്ട് വെച്ചു.

1854-ൽ വില്യം എർസ്ക്ലിൻ ബാബറിന്റെ ഓർമ്മക്കുറിപ്പുകളുടെ മറ്റൊരു വിവർത്തനം പ്രസിദ്ധീകരിച്ചു. അതിലും 1828 മാർച്ച് 28-ന് ബാബർ അയോധ്യയിൽ ഉണ്ടായിരുന്നുവെന്ന് വാദിച്ചു. 1873-ൽ എച്ച്. എം. എലിയട്ട് ഇതേവാദം അംഗീകരിക്കുന്ന നിലയുണ്ടായി. 1860-ൽ കാർണിഗി ബാബർ രാമജന്മഭ്രമി ക്ഷേത്രം നശിപ്പിച്ചു എന്ന് സൂചിപ്പിക്ക കയുണ്ടായി. 1877-ൽ ഡബ്ല്യു.സി ബെന്നറ്റ് കാർണിഗിയുടെ വാദങ്ങൾ ശരിയാണെന്ന് സൂചിപ്പിച്ചു. ക്ഷേത്രം തകർത്തസ്ഥലത്താണ് പള്ളി ഉണ്ടായതെന്നും വാദിച്ചു. 1865-ൽ കണ്ണിങ്ഹാമും, 1891-ൽ ഫ്യൂറ്റ ഇതേ കാഴ്ചപ്പാടുകളെ പിന്തുടരുകയായിരുന്നു. ഇത്തരത്തിലാണ് രാമക്ഷേത്രം തകർത്ത് പള്ളി ഉണ്ടാക്കിയതാണ് എന്ന കഥ ബ്രിട്ടീഷുകാർ പ്രചരി പ്പിച്ചത്.

യാഥാർത്ഥ്യമെന്ത്

ബാബറിന്റെ ഓർമ്മക്കുറിപ്പുകളിൽ എവിടെയും അയോധ്യ സന്ദർ ശിച്ചതായി യഥാർത്ഥത്തിൽ രേഖപ്പെടുത്തിയിട്ടില്ല. അവധിൽ ഘാഗ്രാ നദിക്കട്ടത്തായി താമസിച്ചതായി പറയുന്നുണ്ട്. 1528 മാർച്ച് 28-ന് രണ്ട് നദികളുടെ സംഗമ സ്ഥാനത്ത് അവധിന്റെ വടക്കായി താമസിച്ചുവെന്ന് അദ്ദേഹം പറയുന്നുണ്ട്. അതിന് ശേഷം ഏപ്രിൽ 2-ാം തീയതി മുതൽ സെപ്റ്റംബർ 8-ാം തീയതി വരെ ബാബർ എന്തു ചെയ്തു വെന്ന കാര്യം അജ്ഞാതമാണ്. ഈ കണ്ടെടുക്കപ്പെടാത്ത ഭാഗത്തെ കുറിച്ചാണ് മേൽ സൂചിപ്പിച്ച കഥകൾ യഥാർത്ഥത്തിൽ ബ്രിട്ടീഷുകാർ പ്രചരിപ്പി ച്ചത്. അങ്ങനെ ഒരു കഥ മെനയുകയായിരുന്നു ബ്രിട്ടീഷുകാർ.

ജനങ്ങൾ നടത്തിയ പ്രതിരോധം

ബ്രിട്ടീഷുകാർ ബാബരി മസ്ജിദ് സ്ഥിതിചെയ്യുന്ന സ്ഥലത്ത് രാമ ക്ഷേത്രമാണെന്ന സിദ്ധാന്തം പ്രചരിപ്പിച്ച് ജനങ്ങളെ ഭിന്നിപ്പിക്കാനുള്ള പരിശ്രമങ്ങൾ തുടർന്ന് നടത്തി. എന്നാൽ ഇതിനെ അവിടത്തെ ഹിന്ദു ക്കളും, മുസ്ലീങ്ങളും ചേർന്ന് പ്രതിരോധിക്കുന്ന നിലയുണ്ടായി. അവർ ഹിന്ദുക്കളുടേയും, മുസ്ലീങ്ങളുടേയും വലിയ യോഗം വിളിച്ച് ചേർത്ത് ഇതിനെതിരായുള്ള പ്രതിരോധ പ്രവർത്തനങ്ങൾ സംഘടിപ്പിക്കക യുണ്ടായി. മതസൗഹാർദത്തിന്റെ ഈ അന്തരീക്ഷത്തിൽ ബ്രിട്ടീഷ് പ്രചാരവേല ഇന്ത്യയിൽ ഏശിയില്ല.

ബ്രിട്ടീഷ് ഭരണകാലത്ത് പോലും ചെയ്യാൻ സാധിക്കാതിരുന്ന ബാബരി മസ്ജിദിനെ തകർക്കുകയെന്ന സമീപനം ആധുനിക

കാലത്താണ് പ്രാവർത്തികമായത്. എന്തുകൊണ്ട് ഇത് സംഭവിച്ചു വെന്ന് ചോദിച്ചാൽ അക്കാലത്ത് മതത്തെ കൈകാര്യം ചെയ്തത് മതവിശ്വാസികളായിരുന്നു. എന്നാൽ ആധുനിക ഘട്ടമാകുമ്പോഴേ ക്കും മതത്തെ രാഷ്ട്രീയവൽക്കരിക്കുന്ന വർഗ്ഗീയ ശക്തികൾ രാജ്യത്ത് രൂപപ്പെട്ടുകഴിഞ്ഞിരുന്നു. അതുകൊണ്ടാണ് ആധുനിക കാലത്ത് പള്ളി തകർക്കുന്ന അവസ്ഥ ഉണ്ടായതും, ആയിരങ്ങൾ അതിന്റെ പേരിൽ മരിച്ചുവീണതും, രാഷ്ട്രീയ അധികാരം പിടിക്കാൻ ഹിന്ദുത്വവാദികൾക്ക് കഴിയുന്ന സാഹചര്യം സൃഷ്ടിച്ചതും തുടർന്ന് കോടതി വിധിയും രാമക്ഷേ ത്ര നിർമാണവും അതിനെ തുടർന്നുള്ള സംഭവങ്ങളും രൂപപ്പെടുന്നത്. ബ്രിട്ടീഷുകാർ വർഗ്ഗീയതയെ ജനങ്ങളെ ഭിന്നിപ്പിച്ച് രാഷ്ട്രീയാധികാരം നിലനിർത്താനാണ് ഉപയോഗപ്പെടുത്തിയത്. സ്വാതന്ത്ര്യാനന്തര ഇന്ത്യയിൽ വർഗ്ഗീയ ശക്തികളെ പ്രീണിപ്പിച്ച് രാഷ്ട്രീയ പിന്തുണ നേടാനുള്ള ഇടപെടലുകളാണ് കോൺഗ്രസ്സിന്റെ നേതൃത്വത്തിൽ ഉണ്ടായത്. ഹിന്ദുത്വ ശക്തികളാവട്ടെ വർഗ്ഗീയ ധ്രുവീകരണം സൃഷ്ടിച്ച് കോർപോറെറ്റ് നയങ്ങൾക്ക് ജനപിന്തുണ ഒരുക്കാനുള്ള ഇടപെടലാണ് നടത്തിയത്.

വർഗ്ഗീയതയുടെ വേരുകൾ

ഭരിക്കുന്ന ആളുടെ മതത്തെ നോക്കിയല്ല മതപരമായ ഭരണം എന്നത് പരിശോധിക്കേണ്ടത്; അത് ജനജീവിതത്തിൽ മതപരമായ രീതികളെ അടിച്ചേൽപ്പിക്കാൻ ശ്രമിക്കുന്നുണ്ടോ എന്നതിന്റെ അടിസ്ഥാ നത്തിലാണ്. ബ്രിട്ടീഷ് ചരിത്രകാരന്മാർ ചെയ്തത് ഭരിക്കുന്ന ആളുടെ മതവിശ്വാസങ്ങൾക്കനുസരിച്ച് ആ മതപരമായ ഭരണമാണ് ഉണ്ടായത് എന്ന് സ്ഥാപിക്കാനാണ്. അതോടൊപ്പം തന്നെ കൊളോണിയൽ നയങ്ങളുടെ ഭാഗമായി രൂപപ്പെട്ടുവന്ന സംഘർഷങ്ങളെപ്പോലും വർഗ്ഗീയ ധ്രുവീകരണത്തിന്റെ പട്ടികയിൽ ചേർത്തുവെക്കുകയും ചെയ്തു.

ബ്രിട്ടീഷുകാർ രേഖപ്പെടുത്തിയ ആദ്യത്തെ വർഗ്ഗീയ ലഹള 1809-ൽ ബനാറസിലാണ് നടക്കുന്നത്. ബനാറസിലെ നെയ്ത്തുകാർ മുസ്ലീം മതവി ശ്വാസികളായിരുന്നു. അവർ സവർണ ഹിന്ദുക്കളിൽ നിന്ന് പണം കടമെ ടുത്ത് നെയ്ത്ത് നടത്തുകയും, പിന്നീട് അവ വിറ്റഴിക്കുമ്പോൾ തുക തിരിച്ച് നൽകുകയും ചെയ്യുകയായിരുന്നു. എന്നാൽ ബ്രിട്ടീഷ് തുണിത്തരങ്ങൾ വന്നതോടെ തുണി വിറ്റഴിക്കാനോ, അതുവഴി പണം തിരിച്ചടക്കാനോ കഴിഞ്ഞില്ല. സ്വാഭാവികമായും ഇത് സംഘർഷത്തിലേക്ക് നയിച്ചു.

ബീഹാറിലെ ജനവിഭാഗമാണ് ഗ്വാലകൾ. ഇവർ കന്നുകാലികളെ

മേച്ച് ഉപജീവനം കഴിച്ചിരുന്നവരാണ്. ഗ്രാമങ്ങളിലെ പൊതുവായ പുൽമേടുകളാണ് തങ്ങളുടെ കന്നുകാലികളെ വളർത്തുന്നതിന് ഇവർ ഉപയോഗിച്ചിരുന്നത്. ഗ്രാമങ്ങളിലെ ഭൂമി ഭൂപ്രഭുക്കൾക്ക് ബ്രിട്ടീഷുകാർ വിട്ടുകൊടുത്തപ്പോൾ അതിൽ ചിലർ മുസ്ലീങ്ങളായിരുന്നു. തങ്ങളുപ യോഗിച്ച പുൽമേടുകളിൽ മേയുന്നതിന് വീണ്ടും ഗ്വാലകൾ വന്നപ്പോൾ അവരെ ഭൂമിയുടെ ഉടമസ്ഥർ നേരിട്ടു. ഇത് സംഘർഷത്തിലേക്ക് നയിച്ചു.

വർഗ്ഗീയ സംഘർഷങ്ങളെന്ന് മുദ്രകുത്തിയ ഇത്തരം പ്രശ്നങ്ങ ൾക്കെല്ലാം അടിസ്ഥാനം കൊളോണിയൽ ഭരണ നയങ്ങളായിരുന്നു. എന്നാൽ ഇത് മറച്ചുവെച്ച് വർഗ്ഗീയ ധ്രുവീകരണത്തിനായി പദ്ധതി തയ്യാറാക്കുകയാണ് അവർ ചെയ്തത്. ബ്രിട്ടീഷ് ചരിത്രകാരന്മാരും ഇക്കാര്യത്തിൽ വലിയ പങ്കുവഹിച്ചു.

ജെയിംസ് മില്ലിനെപ്പോലുള്ള ചരിത്രകാരന്മാർ ഹിസ്റ്ററി ഓഫ് ബ്രിട്ടീഷ് ഇന്ത്യ പോലുള്ള പുസ്തകങ്ങളിലൂടെ വർഗ്ഗീയമായ ചരിത്ര വിഭജനം മുന്നോട്ട് വെയ്ക്കുകയും ചെയ്തു. പ്രാചീന ഹിന്ദു കാലഘട്ടം, ഇസ്ലാമികമായ മധ്യകാലഘട്ടം, ബ്രിട്ടീഷ് കാലഘട്ടം എന്നിങ്ങനേയു ള്ള ചരിത്ര വിഭജനം ഈ പശ്ചാത്തലത്തിലാണ് ഉണ്ടായത്. ഇതിന്റെ ചുവട് പിടിച്ചുകൊണ്ട് വർഗ്ഗീയമായ ചിന്താഗതികളേയും അവർ വികസി പ്പിച്ചെടുത്തു. വർഗ്ഗീയമായ ചിന്താരീതികൾ ഇന്ത്യയിൽ പ്രചരിപ്പിക്കാൻ ബ്രിട്ടീഷുകാർക്ക് കഴിഞ്ഞത് ഇന്ത്യൻ സമൂഹത്തിന്റെ പിന്നോക്കാവസ്ഥ കൊണ്ടുകൂടിയാണ്.

മാർക്സ് മുള്ളറെ പോലെ ഉള്ള ഇന്തോളജിസ്റ്റുകൾ ഈ പഠനത്തിൽ എടുത്ത രീതിയും ബ്രിട്ടീഷ് കൊളോണയിൽ താൽപര്യത്തിന് അനുഗുണ മായ വിധത്തിൽ ആയിരുന്നു. ഇന്ത്യയുടെ പാരമ്പര്യം എന്നത് ആത്മീ യമായ ഒന്നാണ് എന്നതാണ് അവർ വിലയിരുത്തിയത്. അതിലൂടെ രാജ്യത്തിൻറെ ഭൗതികമായ പുരോഗതിക്ക് ബ്രിട്ടീഷ് ആധിപത്യമാണ് അനുയോജ്യം എന്ന ആശയം കൂടിയാണ് ഇതിലൂടെ പ്രചരിപ്പിക്കപ്പെ ട്ടത്. അതുവഴി പുരോഗതിക്ക് ബ്രിട്ടീഷ് ആധിപത്യം അനിവാര്യമാണ് എന്ന സന്ദേശം അത് മുന്നോട്ടുവെച്ചു. അർത്ഥശാസ്ത്രവും കാമശാസ്ത്ര വും പാരമ്പര്യ ആയുർവേദവും എല്ലാം ഉണ്ടായ ഭൗതികവാദപരമായ ഇന്ത്യൻ പാരമ്പര്യത്തെ മറച്ചുവെയ്ക്കുകയും ചെയ്തു. അങ്ങനെ ഇന്ത്യ യെക്കുറിച്ചുള്ള തെറ്റായ പാഠം രൂപപ്പെടുത്തിക്കൊണ്ട് സാമ്രാജ്യത്വ ആധിപത്യത്തിന് സഹായകമായ മണ്ണ് ഒരുക്കുക കൂടിയാണ് ഇവർ ചെയ്തത്. ഹിന്ദുത്വവാദികളുടെ പ്രത്യയശാസ്ത്രവും ഇത്തരത്തിൽ ബ്രിട്ടീഷ് സംഭാവനയാണെന്ന് കാണാം.

 ബഹുസ്വരതയും മതരാഷ്ട്ര വാദങ്ങളും

ആധുനിക ജീവിത മൂല്യങ്ങൾ രാജ്യത്ത് കടന്നുവന്നതോടെ സോഷ്യലിസത്തിന്റേയും, സമത്വത്തിന്റേയും, സാമൂഹ്യ നീതിയുടേയും മുദ്രാവാക്യങ്ങൾ കടന്നുവരാൻ തുടങ്ങി. നവോത്ഥാന ചിന്തകളുടെ ആശയങ്ങളും ശക്തിപ്പെടാൻ തുടങ്ങി. ഹിന്ദുമതം ഉൾപ്പെടേയുള്ള വിഭാഗങ്ങൾക്കിടയിൽ ഇത്തരം ആശയങ്ങൾ ശക്തമായി. മതനിര പേക്ഷതയുടെ ആശയങ്ങൾ അതിശക്തമായി വളർന്നുവന്നു. ബ്രിട്ടീഷ് സാമ്രാജ്യത്വത്തിനെതിരേയുള്ള വലിയ പോരാട്ടങ്ങളും ഇതിന് സമാ ന്തരമായി ഉയർന്നുവന്നു.

സാമ്രാജ്യത്വ വിരുദ്ധ പോരാട്ടങ്ങളെ ദുർബലപ്പെടുത്താൻ മതപ രമായ ധ്രുവീകരണത്തെ മുന്നോട്ടുവെച്ച ബ്രിട്ടീഷുകാർ ഇരു വർഗ്ഗീയ തയേയും രൂപപ്പെടുത്താനും ശക്തിപ്പെടുത്താനുമുള്ള നടപടി സ്വീക രിച്ചു. ബംഗാൾ വിഭജനം ഉണ്ടാകുന്നത് ഈ പശ്ചാത്തലത്തിലാണ്. പഞ്ചാബിലെ കാർഷിക മേഖലയിൽ ബ്രിട്ടീഷ് നയങ്ങൾ പ്രതിസന്ധി സൃഷ്ടിച്ചു. ഇതിനെതിരെ ബഹുജനങ്ങൾ കലാപ രംഗത്തേക്കിറങ്ങി. ഈ ഘട്ടത്തിലാണ് യഥാർത്ഥ പ്രശ്നങ്ങളിൽ നിന്ന് ശ്രദ്ധ മാറ്റുന്നവിധം കർഷകരുടെ ദുരിതങ്ങൾക്ക് കാരണം വേണ്ടത്ര മൃഗങ്ങൾ ഇല്ലാത്ത താണെന്നും, അതുകൊണ്ട് ഗോവധം ഇല്ലാതാക്കണം എന്നുമുള്ള മുദ്രാ വാക്യങ്ങൾ ഉയർത്തിക്കൊണ്ടുവന്നത്. ഹിന്ദു മഹാസഭയുടെ ഗോവധ നിരോധന മുദ്രാവാക്യങ്ങൾക്ക് പിന്നിൽ ഇത്തരത്തിലുള്ള നിലപാടുകൾ ഉണ്ടായിരുന്നു.

സാമ്രാജ്യത്വ വിരുദ്ധ പ്രക്ഷോഭം ഇതിനെയെല്ലാം മറികടന്ന് ശക്തി പ്രാപിച്ചു. ഇതിനെ ദുർബലപ്പെടുത്തുകയെന്ന ലക്ഷ്യത്തോടെയാണ് വർഗ്ഗീയ അജണ്ടകൾ ബ്രിട്ടീഷ് കാലഘട്ടത്തിൽ ഉയർന്നുവന്നത്. സ്വാതന്ത്ര്യാനന്തര കാലഘട്ടത്തിൽ കോർപ്പറേറ്റ് താൽപര്യങ്ങൾക്ക് അനുസൃതമായ വിധത്തിൽ ഹിന്ദുത്വ അജണ്ടയും വികസിച്ചു. ഇന്ന് ഇന്ത്യാ രാജ്യത്ത് ഹിന്ദുത്വ രാഷ്ട്രീയമെന്നത് കോർപ്പറേറ്റ് താൽപര്യ ങ്ങൾ സംരക്ഷിക്കുന്നതിനുള്ള ഉപാധിയായി മാറിയിരിക്കുകയാണ്. ജനകീയ പ്രതിരോധങ്ങളെ തമസ്കരിച്ചും, അവരുടെ പ്രശ്നങ്ങൾ കണ്ടില്ലെന്ന് നടിച്ചും കോർപ്പറേറ്റ് മാധ്യമങ്ങൾ ഇവരെ പിന്തുണയ്ക്ക യാണ്. ഇത്തരം നയങ്ങളെ തുറന്നുകാട്ടുന്ന മാധ്യമങ്ങളെ തകർക്കുന്ന നടപടിയും ഹിന്ദുത്വ ശക്തികൾ രാജ്യത്ത് നടപ്പിലാക്കി. ന്യൂസ് ക്ലിക്ക് ഉൾപ്പെടെയുള്ള മാധ്യമങ്ങളോട് കാണിച്ച സമീപനം ഇതിന്റെ ഉദാ ഹരണങ്ങളാണ്.

കോർപ്പറേറ്റ്   നയങ്ങൾക്കെതിരായി   ഉയർന്നുവരുന്ന

പ്രതിരോധങ്ങളെ ദുർബലപ്പെടുത്തുന്നതിനാണ് ഹിന്ദുത്വ ആശയങ്ങൾ ശക്തിപ്പെടുത്തുന്നത്. അതാവട്ടെ ചരിത്ര വിരുദ്ധവുമാണ്. ജൈന മതവും, ബുദ്ധമതവും, സിഖ് മതവും പോലുള്ള മൂന്ന് മതങ്ങൾക്ക് ജന്മം നൽകിയ നാടാണ് ഇന്ത്യ. ഈ മതങ്ങൾ തന്നെ വൈവിദ്ധ്യങ്ങളുടെ സമാഹാരം കൂടിയാണ്. തീർന്ഥങ്കരന്മാരെ ആരാധിക്കുന്നതാണ് ജൈന മതം. ദൈവമുണ്ട് എന്ന കാഴ്ചപ്പാട് ബുദ്ധനുണ്ടായിരുന്നില്ല. ദൈവമുണ്ടോ, ഇല്ലയോ എന്നതല്ല പ്രശ്നം; നമ്മുടെ മുമ്പിൽ നിരവധി ദുരിതങ്ങളുണ്ട്, അവ പരിഹരിക്കുകയാണ് നമ്മുടെ ലക്ഷ്യമെന്ന് പറഞ്ഞ് ജീവിത വ്യഥകളെ മാറ്റാനുള്ള ഇടപെടലാണ് അത് മുന്നോട്ടുവെച്ചത്. സിഖ് മതമാകട്ടെ പുസ്തകത്തെ ആരാധിക്കുന്ന മതമെന്ന നിലയിലാണ് ഉള്ളത്. ക്രിസ്തുമതം, ഇസ്ലാം മതം, പാഴ്സി മതം തുടങ്ങിയ മൂന്ന് മതങ്ങളെ ഇതിന് പുറമെ ഇന്ത്യ സ്വീകരിച്ചു. ഈ മതങ്ങൾക്കെല്ലാം സ്ഥാപകനും, നിയതമായ ഗ്രന്ഥങ്ങളും ഉള്ളവയായിരുന്നു. അവയ്ക്ക് വ്യത്യസ്ഥമായ വ്യാഖ്യാനങ്ങളും അതിൽ നിന്ന് രൂപപ്പെട്ട വിശ്വാസ ങ്ങളുമായി വൈവിദ്ധ്യങ്ങൾ അവയും ഉൾക്കൊണ്ടു.

ഹിന്ദുമതം എന്ന് വിശേഷിപ്പിക്കുന്ന മതം രൂപപ്പെട്ടുവന്നത് ചരിത്ര പരമായ നിരവധി പ്രക്രിയയിലൂടെയാണ്. സിന്ധുനദിയുടെ തീരത്ത് താമസിക്കുന്നവർ എന്ന അർത്ഥത്തിൽ ഉണ്ടായ പേരാണ് ഹിന്ദു. മലയാളത്തിൽ പഴം എന്ന് നാം ഉപയോഗിക്കുന്നിടത്ത് തമിഴിൽ പളം എന്നാണ് പറയാറുള്ളത്. അതുപോലെ പേർഷ്യൻ, ഗ്രീക്ക് ഭാഷകളിൽ 'സ' യ്ക്ക് പകരം 'ഹ' യാണ് ഉപയോഗിക്കുന്നത്. അങ്ങനെയാണ് സിന്ധു നദിയുടെ തീരത്ത് താമസിക്കുന്നവർ എന്ന അർത്ഥത്തിൽ ഹിന്ദു എന്ന പേര് ഒരു പ്രദേശത്തെ ജനതയെന്ന നിലയിൽ വന്നുചേരുന്നത്. ആര്യന്മാരുടെ വരവോടെ ചാതുർവർണ്യ സമ്പ്രദായം ഉൾപ്പെടേയ ള്ളവ മുന്നോട്ടുവെച്ചുകൊണ്ടുള്ള ഒരു ജീവിത ക്രമം തുടർന്ന് ഇന്ത്യയിൽ അവതരിപ്പിക്കപ്പെട്ടു. സനാതന മതമെന്ന പേരിൽ അത് വിളിക്കപ്പെട്ടു. ഇവർ മുന്നോട്ടുവെച്ച ആശയങ്ങളെ വെല്ലുവിളിച്ചുകൊണ്ടാണ് നമ്മുടെ രാജ്യത്ത് ജൈന-ബൗദ്ധ മതങ്ങൾ രൂപംകൊണ്ടത്. ചാതുർവർണ്യ സമ്പ്രദായത്തെ വെല്ലുവിളിച്ചുകൊണ്ട് നിലനിന്ന ഇത്തരം ചിന്താഗ തിക്കാരേയെല്ലാം ചേർത്തുകൊണ്ട് ഇവരെ ശ്രമണ മതക്കാരെന്നാ യിരുന്നു വിളിച്ചിരുന്നത്. 8-ാം നൂറ്റാണ്ടോടെ ഗുപ്തരാജാക്കന്മാരുടെ ഭരണം ഇന്ത്യയിൽ സ്ഥാപിതമായതോടെ ബ്രാഹ്മണമതത്തിന്റെ ആശയങ്ങളെ മുന്നോട്ടുവെക്കുന്ന രീതി നടപ്പിലാക്കപ്പെട്ടു. ബൗദ്ധമത മുൾപ്പെടേയുള്ളവ അടിച്ചമർത്തപ്പെട്ട് പോകുന്ന നില ഇന്ത്യയിലുണ്ടായി. ബ്രിട്ടീഷുകാരുടെ വരവോടെ അവരുടെ കണക്കുകളിൽ മറ്റ് മതങ്ങളിൽ

  ബഹുസ്വരതയും മതരാഷ്ട്ര വാദങ്ങളും

വിശ്വസിക്കാത്ത എല്ലാവരേയും ചേർത്ത് ഹിന്ദു എന്ന നിലയിൽ അവതരിപ്പിച്ചു. ലോകത്ത് രൂപപ്പെട്ട വൈവിധ്യങ്ങളായ ആശയങ്ങൾ ഇന്ത്യയിൽ കടന്നുവന്നതോടെ ഭക്തി പ്രസ്ഥാനം പോലുള്ള പ്രസ്ഥാന ങ്ങളും ഹിന്ദു മതത്തിനകത്ത് രൂപപ്പെട്ടുവന്നു. ഇത്തരം മാറ്റങ്ങളോടെ വൈവിധ്യമാർന്ന വിശ്വാസങ്ങളെ ഉൾക്കൊള്ളാനും, അംഗീകരിക്കാനും പറ്റാവുന്ന ധാരകൾ ഹിന്ദു മതത്തിനകത്ത് ശക്തിപ്രാപിച്ചു. സ്വാമി വിവേകാനന്ദനും, ഗാന്ധിജിയുമെല്ലാം ഹിന്ദു മത വിശ്വാസികളായി നിൽക്കുമ്പോൾ തന്നെ വൈവിധ്യങ്ങളെ ഉൾക്കൊള്ളാവുന്ന വിധം അത് വളർന്ന് വികസിക്കുകയുണ്ടായി. വൈവിധ്യമാർന്ന മതങ്ങളെ രൂപപ്പെടുത്തുകയും, സ്വീകരിക്കുകയും ചെയ്ത മണ്ണാണ് ഇന്ത്യയുടേത്. അത്തരമൊരു മണ്ണിനെ ഹിന്ദുക്കളുടെ മാത്രം എന്ന രീതിയിൽ ചിത്രീ കരിക്കുന്നത് തികച്ചും തെറ്റാണെന്ന് പറയുന്നതിന്റെ കാരണം ഇതുകൂടി യാണ്. ബ്രിട്ടീഷുകാർ രാഷ്ട്രീയ ലക്ഷ്യത്തോടെ രൂപപ്പെടുത്താൻ ശ്രമിച്ച വർഗീയതയെ പ്രതിരോധിക്കുന്നതിൽ ഇന്ത്യൻ ദേശീയ പ്രസ്ഥാനത്തി നുണ്ടായ ദൗർബല്യം വർഗീയതയുടെ വളർച്ചയ്ക്ക് കാരണമായി.

ബ്രിട്ടീഷുകാർക്കെതിരായ സമരത്തിൽ ഇന്ത്യൻ ജനതയെ ആത്മാ ഭിമാനം ഉള്ളവർ ആക്കാൻ വേണ്ടി പഴയ ഇന്ത്യ മികച്ചതാണ് എന്ന ആശയം മുന്നോട്ട് വെയ്ക്കപ്പെട്ടു. അതിന്റെ ഭാഗമായി ആ പൂർവ്വകാലം മധ്യകാലത്തെ മുസ്ലിം തകർത്തു എന്ന വായനയിലേക്ക് എത്തുകയും ചെയ്തു. ഇത്തരം ആശയം ദേശീയ പ്രസ്ഥാനത്തിന്റെ നേതാക്കൾ തന്നെ ഉപയോഗിക്കാൻ തുടങ്ങി. പ്രാചീന ഇന്ത്യയിൽ സ്ഥാനമില്ലാ തിരുന്ന മുസ്ലിം-ദളിത വിഭാഗങ്ങളെ ദേശീയ ധാരയിൽ നിന്ന് അകറ്റുന്ന തിന് ഇടയാക്കി. മാത്രമല്ല ഇതിന് സമാന്തരമായി മധ്യസ്വർണ്ണകാലം എന്ന ആശയവും മുന്നോട്ട് വെയ്ക്കപ്പെട്ടു. വർഗ്ഗീയമായ ധ്രുവീകരണം സൃഷ്ടിക്കുന്നതിന് ഇത്തരം നിലപാടും ഇടയായി.

ഇന്ത്യയിലെ ഈ പ്രശ്നത്തെ തിരിച്ചറിഞ്ഞ ഗാന്ധിജി അവസാന കാലത്ത് കൽക്കട്ടയിൽ നടത്തിയ പ്രസംഗത്തിൽ മതം രാഷ്ട്രീയത്തിൽ ഒരു കാരണവശാലും ഇടപെടരുതെന്ന് ഉറപ്പിച്ച് പറഞ്ഞത് ഇന്ത്യൻ അനുഭവത്തിന്റെ പശ്ചാത്തലങ്ങളിൽ കൂടിയാണ്. ഇക്കാര്യത്തിൽ വ്യ ക്തമായ ബദൽ കാഴ്ചപ്പാട് മുന്നോട്ട് വെച്ചത് കമ്യൂണിസ്റ്റ് പാർട്ടിയാണ് - സാമ്രാജ്യത്വ നയങ്ങൾ ജനജീവിതത്തിൽ സൃഷ്ടിക്കുന്ന പ്രതിസന്ധികൾ ഉയർത്തിപ്പിടിച്ച് ജനങ്ങളെ സംഘടിപ്പിക്കുക എന്ന നയം.

വൈവിധ്യമാർന്ന സംസ്കാരങ്ങളെ സ്വീകരിച്ചുകൊണ്ടാണ് ഇന്ത്യൻ സംസ്കാരം രൂപപ്പെട്ടുവന്നത്. ഇന്ത്യയിലെ ആദ്യത്തെ സംസ്കാരമെന്ന്

വിശേഷിപ്പിക്കപ്പെടുന്ന സിന്ധുനദീതട നാഗരീകത രൂപംകൊണ്ട തിനെ സംബന്ധിച്ച് ജനിതക പഠനങ്ങൾ കൂടി രംഗത്ത് വന്നിട്ടുണ്ട്. ആഫ്രിക്കയിൽ നിന്ന് പേർഷ്യ വഴി ഇന്ത്യയിലേക്ക് എത്തിയവർ ഇവിടത്തെ ആദിമ നിവാസികളുമായി ചേർന്നുകൊണ്ടാണ് സിന്ധുന ദീതട സംസ്കാരം രൂപപ്പെട്ടത്. മധ്യേഷ്യയിൽ നിന്നാണ് ആര്യൻ ജനത വന്നത്. ഇന്തോപാർത്ഥിയന്മാർ ഇന്ത്യയിലേക്ക് വന്നു. അഫ്ഗാൻകാ രും, അറബികളും, ധവളഫണന്മാരും, മുഗളന്മാരും എല്ലാം ഇന്ത്യയി ലേക്ക് വരികയും ഈ മണ്ണിന്റെ ഭാഗമായി ഇവിടെ ജനിച്ച് മരിക്കുകയും ചെയ്തു. ഇത്തരത്തിൽ വൈവിദ്ധ്യമാർന്ന നിരവധി സംസ്കാരത്തിന്റെ സമന്വയമാണ് ഇന്ത്യ. ആ നാനാത്വത്തിൽ ഏകത്വമെന്ന രീതീയെ സ്വീകരിച്ചുകൊണ്ടാണ് നമ്മുടെ ഭരണഘടനയൂൾപ്പെടെ രൂപീകരിക്ക പ്പെട്ടത്. ടിപ്പുവിന്റെയും അക്ബറിന്റെയും ഝാൻസി റാണിയുടെയും ചിത്രങ്ങൾ ഭരണഘടനയുടെ കൈപ്രതിയിൽ സ്ഥാനം പിടിച്ചതും അതുകൊണ്ടാണ്.

ഇന്ത്യയിലേക്ക് കടന്നുവന്ന വ്യത്യസ്ഥ ജനവിഭാഗങ്ങൾ ഇന്ത്യൻ സമൂഹത്തിന്റെ ഭാഗമായി ലയിച്ചു ചേർന്നപ്പോൾ അത്തരത്തിൽ മാറാതെ നിന്നത് ബ്രിട്ടീഷുകാരായിരുന്നു. അവർ നമ്മുടെ രാജ്യത്ത് കടന്നുവരികയും, ഈ നാടിനെ ചൂഷണം ചെയ്ത് മുന്നോട്ടുപോകുകയും ചെയ്തു. സ്വാതന്ത്ര്യ പ്രസ്ഥാനം കൊടുമ്പിരികൊണ്ട് രാജ്യത്ത് ചൂഷണം സാധ്യമാകില്ല എന്ന ഘട്ടം വന്നപ്പോൾ അവർ നാട് വിട്ടുകയാണ് ചെയ്തത്. യഥാർത്ഥത്തിൽ അക്രമകാരികളെന്ന് ഇന്ത്യയിലേക്ക് കടന്ന വന്ന ഏതെങ്കിലും ഒരു ജനവിഭാഗത്തെ വിശേഷിപ്പിക്കാൻ പറ്റുമെങ്കിൽ അത് ബ്രിട്ടീഷുകാരെയാണ്. ഈ ബ്രിട്ടീഷുകാരാണ് മറ്റുള്ളവരെ അക്ര മകാരികളെന്ന് പ്രഖ്യാപിക്കുന്ന ചരിത്രം രൂപപ്പെടുത്തിയത് എന്നത് മറ്റൊരു വിരോധാഭാസം. ആ ചരിത്രബോധമാണ് സംഘപരിവാർ ഇന്നും പിന്തുടരുന്നത് എന്ന് കാണേണ്ടതുണ്ട്.

ഭാഗം 1

ഹിന്ദുത്വ ആശയത്തിന്റെ വികാസ പരിണാമങ്ങൾ

ബ്രിട്ടീഷ് സാമ്രാജ്യത്വത്തിന്റെ ഘട്ടത്തിൽ ഹിന്ദുത്വവാദം സാമ്രാജ്യത്വത്തിനെതി രായ പോരാട്ടത്തെ ദുർബലപ്പെടുത്തുന്ന പ്രവർത്തനമാണ് നടത്തിയത്. സ്വാതന്ത്ര്യാ നന്തര കാലത്ത് ആ ശക്തികൾ കോർപ്പറേറ്റ് താൽപര്യങ്ങൾക്കവേണ്ടി ജനങ്ങളെ തമ്മിലടിപ്പിക്കുകയാണ് ചെയ്യുന്നത്. ഇത്തരത്തിലുള്ള ഹിന്ദുത്വ രാഷ്ട്രീയത്തിന്റെ ആശയ ധാരകൾ എന്താണെന്നും, അവ എങ്ങനെയാണ് രൂപപ്പെട്ടത് എന്നും, വളർന്ന് വികസിച്ചത് എന്ന് കൂടി പരിശോധിക്കുകയാണ് രണ്ടാം ഭാഗത്തിൽ.

കൊളോണിയൽ ചരിത്രബോധത്തിന്റെ അടിത്തറയിൽ രൂപം കൊണ്ട ഹിന്ദുത്വ രാഷ്ട്രീയത്തിന്റെ സൈദ്ധാന്തിക ധാരണകൾ രൂപപ്പെട്ടുന്നത് മൂന്ന പ്രധാനപ്പെട്ട കൃതികളിലൂടെയാണ്.

1.   1923-ൽ സവർക്കർ എഴുതിയ ആരാണ് ഹിന്ദു എന്ന പുസ്തകം.

2.   1938-ൽ ഗോൾവാൾക്കർ എഴുതിയ നാം നമ്മുടെ ദേശീയത നിർവ്വചിക്ക പ്പെടുന്നു എന്ന പുസ്തകം.

3.   1964-ൽ ഗോൾവാൾക്കർ എഴുതിയ വിചാരധാര എന്ന പുസ്തകം.

ഈ മൂന്ന് പുസ്തകങ്ങളിലൂടെ ഹിന്ദുത്വ രാഷ്ട്രീയത്തിന്റെ കാഴ്ചപ്പാടുകൾ എന്തെന്ന് വ്യക്തമാക്കുകയാണ് അടുത്ത ഭാഗത്ത്.

സവർക്കറും, ഹിന്ദുത്വ ആശയഗതികളും

ഇന്ത്യൻ രാഷ്ട്രീയത്തിൽ ഒരുകാലത്ത് ഏറെ മാറ്റി നിർത്തപ്പെട്ട സവർക്കർ ഇന്ന് പല രീതിയിൽ തിരിച്ചവരികയും, മഹത്വ വൽക്കരിക്കപ്പെട്ടുകയും ചെയ്യുകയാണ്. ഹിന്ദുത്വ സിദ്ധാന്തത്തെ മുന്നോട്ടുവെച്ച് വർഗ്ഗീയ ധ്രുവീകരണത്തിന് സൈദ്ധാന്തിക ഭാഷ്യം ചമച്ച സവർക്കർ ഇന്ന് പല രൂപങ്ങളിൽ പുനർജനിക്കുകയാണ്. 2002 മെയ് 4-ന് പോർട്ട് ബ്ലെയർ വിമാനത്താവളത്തിന് വി.ഡി സവർക്കറുടെ പേര് നൽകുകയുണ്ടായി. 2003 ഫെബ്രുവരി 26-ന് സവർക്കറിന്റെ ഛായാ ചിത്രം പാർലമെന്റിൽ അനാച്ഛാദനം ചെയ്യ പ്പെട്ടു. ഗാന്ധിജിക്കും, സ്വാതന്ത്ര്യ സമര സേനാനികൾക്കും ഇടയിൽ ഇദ്ദേഹത്തിന് സ്ഥാനം ലഭിക്കുകയും ചെയ്തു.

1966 ലാണ് സവർക്കർ മരണപ്പെട്ടത്. അപ്പോൾ അദ്ദേഹത്തിന് 83 വയസ്സായിരുന്നു. മഹാത്മാ ഗാന്ധിയുടെ ജീവൻ കവർന്ന സംഭവത്തിലെ ഗൂഢാലോചനയുടെ ഭാഗമായിരുന്നു ഇദ്ദേഹം. ഗാന്ധി വധക്കേസിലെ ഒന്നാം പ്രതി ഗോഡ്സെയും, രണ്ടാം പ്രതി നാരായണ അപ്തെയും ഇദ്ദേഹത്തെ കാണുകയും അനുമതി വാങ്ങുകയും ചെയ്ത കാര്യങ്ങൾ ഗാന്ധി വധക്കേസിന്റെ രേഖകളിൽ വ്യക്തമായി നിലനിൽക്കുന്നുണ്ട്. നവോത്ഥാന ധാരകളാൽ പതം വന്ന ഹിന്ദുമത വിശ്വാസവും ഹിന്ദുത്വ യും തമ്മിലുള്ള വ്യത്യസ്തതയുടെ നേർസാക്ഷ്യപത്രമാണ് ഗാന്ധിജിയും സവർക്കറും തമ്മിലുള്ളത്. ഗാന്ധി ഹിന്ദുവിനേയും സവർക്കർ ഹിന്ദുത്വ യേയും പ്രതിനിധീകരിക്കുകയാണ്.

ഹിന്ദുമത വിശ്വാസവും സവർക്കറും

ഇന്ത്യയിൽ നടന്ന സവിശേഷമായ സാമൂഹ്യ വികാസത്തിനിടയിൽ പരുവപ്പെട്ടു വന്നതാണ് ഹിന്ദുമതം. നവോത്ഥാന മുന്നേറ്റങ്ങളുടെ സവിശേഷമായ ധാര ഹിന്ദുമതത്തിൽ സജീവമായി വളർന്നുവന്നു. ഇത് വ്യത്യസ്തമായ ആശയങ്ങളെ ഉൾക്കൊള്ളാൻ തയ്യാറാവുന്ന ഒരു ജീവിത അവസ്ഥ രാജ്യത്ത് രൂപംകൊട്ടു. മത സംഘർഷങ്ങളിൽ നിന്നും, ആധിപത്യങ്ങളിൽ നിന്നും വ്യത്യസ്ഥമായ ഒരു ധാര ഉയർ ന്നുവന്നു. സ്വാമി വിവേകാനന്ദനും, ഗാന്ധിജിയുമെല്ലാം മുന്നോട്ടുവെച്ച സവിശേഷമായ ധാര കൂടിയായിരുന്നു അത്. എല്ലാ മത വിശ്വാസങ്ങ ളേയും അംഗീകരിച്ചുകൊണ്ട് മുന്നോട്ടുപോകുന്ന ഒന്നായി അത് മാറി. ഗാന്ധിജിയുടെ പ്രാർത്ഥനാ യോഗങ്ങളിൽ ബൈബിളും, ഖുറാനും, ഗീതയുമെല്ലാം സ്ഥാനം പിടിക്കുന്ന നിലയിലേക്ക് അവ വളർന്നുവ ന്നു. ശൂദ്രന്മാരുടെ ഭരണത്തെക്കുറിച്ചുള്ള കാഴ്ചപ്പാട് വിവേകാനന്ദനും അവതരിപ്പിച്ചു. ഇന്നത്തെ നിലയിൽ വളർന്നുവന്ന മതേതര ഇന്ത്യ രൂപപ്പെട്ടുന്നതിന് ഇത്തരമൊരു കാഴ്ചപ്പാട് സഹായകമാകുകയും ചെയ്തു. ബ്രിട്ടീഷ് വിരുദ്ധ സമരത്തിൽ ഇത്തരം ആശയങ്ങളുടെ സജീവ പങ്കാളിത്തവും ഉയർന്നുവന്നു.

മതനിരപേക്ഷ ഇന്ത്യയെ രൂപപ്പെട്ടുന്നതിന് സഹായകമാകുന്ന വിധം ഹിന്ദുമത വിശ്വാസികളെ അണിനിരത്തുന്നതിന് ഇത്തരം ഇടപെ ടലുകൾ സഹായകരമായി. യാഥാസ്ഥിതമായ ഹിന്ദുമത ധാരണകളെ മുറുകെ പിടിച്ചുകൊണ്ട് ബ്രിട്ടീഷ് വിരുദ്ധ സമരത്തിൽ സജീവമായ ധാരയും ഇന്ത്യൻ സ്വാതന്ത്ര്യ സമരത്തിൽ ഉണ്ടായിരുന്നു. തിലകൻ ഉൾപ്പെടെ മുന്നോട്ട് വെച്ച ധാര അതായിരുന്നു. ഹിന്ദുമത വിശ്വാസിക ളിൽ നിന്ന് ഉയർന്നുവന്ന ഈ കാഴ്ചപ്പാടുകളിൽ നിന്ന് വ്യത്യസ്തമായ മറ്റൊരു ധാരയും ഇവിടെ രൂപപ്പെട്ടു. അതിന്റെ സവിശേഷത ഹിന്ദു മതത്തെ വംശീയമായ ഒന്നായി വികസിപ്പിച്ച് അന്യമത വിദ്വേഷം കേന്ദ്രമാക്കിവരുന്ന ധാരയായിരുന്നു. ബ്രിട്ടീഷ് സാമ്രാജ്യത്വവുമായി സന്ധി ചെയ്തുകൊണ്ട് മുന്നോട്ടുപോകുന്ന ഒന്നായി ഇത് മാറി. 1923-ൽ സവർക്കർ പ്രസിദ്ധീകരിച്ച ഹിന്ദുത്വ എന്ന പുസ്തകം ഈ കാഴ്ചപ്പാടിന് അടിസ്ഥാനമായിത്തീർന്നു. ഗോഡ്സെ ഉൾപ്പെടേയുള്ള ഗാന്ധി വധക്കേസിലെ പ്രതികൾക്ക് ഇത്തരം ആശയങ്ങൾ ഏറെ കരുത്ത് പകർന്നു.

ഹിന്ദുത്വ എന്ന ഈ പുസ്തകം ആദ്യ ഘട്ടത്തിൽ എഴുതിയത് എ മറാത്ത എന്ന തൂലികാനാമത്തിലായിരുന്നു. 1920 കളുടെ സവിശേഷത

 ബഹുസ്വരതയും മതരാഷ്ട്ര വാദങ്ങളും

ഇന്ത്യൻ സ്വാതന്ത്ര്യസമര പ്രസ്ഥാനം ജനകീയ പ്രസ്ഥാനമായി വളർന്ന വന്നുകൊണ്ടിരുന്നു എന്നതാണ്. ഗാന്ധിജി ഇന്ത്യൻ രാഷ്ട്രീയ രംഗത്ത് പ്രവേശിക്കുന്നത് ഈ ഘട്ടത്തിലാണ്. 1921 ൽ നടന്ന അഹമ്മദാബാദ് എ.ഐ.സി.സിയിൽ ഹസ്രത്ത് മൊഹാനി പൂർണ്ണ സ്വാതന്ത്ര്യ പ്രമേയ ത്തിൽ വാദിക്കുന്നതും ഇതേ കാലഘട്ടത്തിലാണ്. കൃഷി ഭൂമി കൃഷിക്കാ രന് എന്ന കാഴ്ചപ്പാട് മുന്നോട്ടുവെക്കപ്പെടുന്നതും ഈ സമയത്താണ്. മീറ്റ്ഗൂഢാലോചന കേസിലെ പ്രതികൾ സ്വാതന്ത്ര്യ പ്രസ്ഥാനത്തിന്റെ ഭാഗമായി കോടതി മുറികളെപ്പോലും ആശയം രംഗത്തിന് ഉപയോഗി ക്കുന്നതും ഈ ഘട്ടത്തിലാണ്. കോൺഗ്രസ്-ഖിലാഫത്ത് ഐക്യത്തി ന്റെ അടിസ്ഥാനത്തിൽ ബ്രിട്ടീഷ് വിരുദ്ധ പോരാട്ടം രാജ്യത്തെമ്പാടും ശക്തി പ്രാപിക്കുന്ന ഘട്ടം കൂടിയാണിത്. ഇന്ത്യൻ ദേശീയ പ്രസ്ഥാനം ഇത്തരത്തിൽ പുതുവഴികളിലൂടെ കുതിക്കുന്ന ഘട്ടം കൂടിയായിരുന്നു ഇത്.

രാജ്യം ബ്രിട്ടീഷ് വിരുദ്ധ സമരത്തിലേക്ക് നീങ്ങിക്കൊണ്ടിരിക്ക ന്ന ഈ സമയത്ത് തന്നെ വർഗ്ഗീയ ധ്രുവീകരണം സൃഷ്ടിച്ച് ബ്രിട്ടീഷ് സാമ്രാജ്യത്വത്തെ സഹായിക്കുന്ന നിലപാട് ഹിന്ദുത്വ വർഗ്ഗീയവാദികൾ ആരംഭിച്ച കഴിഞ്ഞിരുന്നു. 1921-ലെ മലബാർ കാർഷിക കലാപത്തെ ക്കുറിച്ചുള്ള ഒരു നോവൽ എന്തിന് നാം കരുതിയിരിക്കണമെന്ന പേരിൽ ഈ കാലത്ത് രംഗത്തുവരികയുണ്ടായി. ബാബു റാവുവിന്റെ പേരിലായിരുന്നു നോവൽ പ്രസിദ്ധീകരിച്ചിരുന്നത്. പിൽക്കാലത്ത് സവർക്കറുടെ പേരിലാണ് പുറത്തിറങ്ങിയത് എന്നുപറഞ്ഞാൽ ഇത് കള്ളപ്പേരിൽ സവർക്കർ തന്നെ എഴുതിയ പുസ്തകമായിരുന്നു എന്ന് വ്യക്തം.

1923-ൽ പ്രസിദ്ധീകരിക്കപ്പെട്ട ഹിന്ദുത്വ എന്ന പുസ്തകത്തിന്റെ സവിശേഷത ബ്രിട്ടീഷ് സാമ്രാജ്യത്വത്തിനെതിരായി അതിൽ ഒരക്ഷരം പറയുന്നില്ല എന്നതായിരുന്നു. അതായത് വർത്തമാനകാലത്തെ പൊള്ളുന്ന രാഷ്ട്രീയ ചിന്തകൾ ഇതിന് വിഷയമായില്ല എന്നതാണ്. പകരം ഇന്ത്യയിലെ ജനങ്ങളെ ഭിന്നിപ്പിക്കുന്ന വർഗ്ഗീയ ധ്രുവീകരണം സൃഷ്ടിക്കുന്ന പുസ്തകം അതിനുള്ള ആശയം രൂപപ്പെടുത്തുകയായിരുന്നു.

ഇന്ത്യയിലെ ബ്രാഹ്മണ മേധാവിത്വത്തിനെതിരെ ശക്തമായ ചെറുത്ത് നിൽപ്പ് രൂപപ്പെടുത്തിയെടുത്ത ബുദ്ധമതത്തിന്റെ തകർച്ച യക്കുറിച്ച് ഇങ്ങനെ വിശദീകരിക്കുന്നുണ്ട്. ബുദ്ധമതം മുന്നോട്ടുവെച്ച അഹിംസയുടെ സിദ്ധാന്തങ്ങളാണ് അവയെ തകർത്തതെന്ന് സവർ ക്കർ ഇതിൽ വിശേഷിപ്പിക്കുന്നുണ്ട്. അങ്ങനെ അക്രമാസക്തമായ ഒരു

ജനവിഭാഗത്തെ രൂപപ്പെടുത്തിക്കൊണ്ട് മാത്രമേ മുന്നോട്ടപോകാനാവൂ എന്ന കാഴ്ചപ്പാടാണ് ഇതിൽ മുന്നോട്ടവെക്കുന്നത് എന്ന് കാണാം. ബുദ്ധമതം മുന്നോട്ടവെച്ച സകല മനുഷ്യരേയും ജാതിയുടേയും, മതത്തി ന്റേയും അടിസ്ഥാനങ്ങൾക്കപ്പുറത്ത് പരസ്പരം ബന്ധിപ്പിക്കുന്ന സ്നേഹ ത്തിന്റേയും, കരുണയുടേയും സങ്കൽപ്പങ്ങളെ ചെറുതാക്കിക്കാണുന്ന സമീപനമാണ് സവർക്കർ ഹിന്ദുത്വയിൽ മുന്നോട്ടവെക്കുന്നത്.

ഹിന്ദുക്കൾ എല്ലാവരും ഒന്നാണെന്നും, ഏക രാഷ്ടമാണെന്നും ഉള്ള തലക്കെട്ടിൽ ചാതുർവർണ്യ വ്യവസ്ഥയെ പിന്തുണയ്ക്കുന്ന നിലപാട് മുന്നോട്ടവെക്കുന്നുണ്ട്. ചാതുർവർണ്യ വ്യവസ്ഥ സമൂഹത്തിനുവേണ്ടിയാ ണെന്നും, സമൂഹം അതിനുവേണ്ടിയല്ലെന്നുമുള്ള കാഴ്ചപ്പാട് മുന്നോട്ടവെ ക്കുന്നു. ഇത്തരത്തിൽ ചാതുർവർണ്യ വ്യവസ്ഥയെ പിന്തുണച്ചുകൊണ്ട് ബ്രാഹ്മണ മേധാവിത്വത്തെ സ്ഥാപിക്കുന്നതിനുവേണ്ടിയുള്ള ശ്രമങ്ങ ളാണ് മുന്നോട്ടവെക്കുന്നത്.

ഹിന്ദുത്വത്തിന്റെ അടിസ്ഥാന സംഗ്രഹങ്ങളെന്ന ശീർഷകത്തിൽ പൗരത്വത്തെക്കുറിച്ചുള്ള ആശയങ്ങളും മുന്നോട്ടവെക്കുന്നുണ്ട്. ഒരു അമേരിക്കൻ പൗരൻ ഇന്ത്യൻ പൗരനായാൽപ്പോലും ഒരിക്കലും നമ്മുടെ ചോരയിലൂടെ പകർന്ന സംസ്കാരത്തിന്റേയും, ചരിത്രത്തിന്റേയും ഭാഗമാകാൻ കഴിയില്ലെന്ന് അദ്ദേഹം നിരീക്ഷിക്കുന്നു. ഇത്തരത്തിൽ വംശീയവാദത്തിന്റെ തലത്തിലേക്ക് പൗരത്വത്തെ കൊണ്ടുപോകുന്ന കാഴ്ചപ്പാടും ഗോൾവാൾക്കർ ഹിന്ദുത്വയിൽ മുന്നോട്ടവെക്കുന്നുണ്ട്.

വർണ്ണ സങ്കൽപ്പത്തേയും ഹിന്ദുത്വ പുണരുന്നുണ്ട്. കറുത്ത നിറമു ള്ളവരെ ഹിന്ദുത്വത്തിന്റെ പരിധിയിൽ ഉൾപ്പെടുത്തുന്നില്ല. ഹിന്ദുത്വ യിൽ ഇങ്ങനെ പറയുന്നുണ്ട് "സെൻ അവസ്ഥയുടെ കാലഘട്ടത്തിൽ പുരാതന സപ്ത ഹിന്ദുക്കൾ അതായത് ഹിന്ദുക്കൾ ഇറാനികളെപ്പോലെ സുന്ദരരും (വെളത്തവരും) പ്രായോഗികമായി അവരോട് കൂടിക്കഴി ഞ്ഞവരുമാണ്. ക്രിസ്ത്യൻ യുഗത്തിന്റെ തുടക്കത്തിൽപ്പോലും നമ്മുടെ അതിർത്തി പ്രദേശത്തെ പാർത്ഥിയന്മാർ വിളിച്ചിരുന്നത് ശ്വേത ഭാരതം അഥവാ വെളുത്ത ഇന്ത്യ എന്നാണ്. അതിനാൽ മൗലികമായി ഹിന്ദു എന്നാൽ അക്ഷരാർത്ഥത്തിൽ കറുത്തവർ അല്ല എന്ന കാഴ്ചപ്പാട് മുന്നോട്ടവെക്കുന്നു." ഇതിലൂടെ വെള്ളക്കാരുടേയും, ആര്യന്മാരുടേയും രാഷ്ടീയത്തെ സ്ഥാപിക്കാനുള്ള ഇടപെടലാണ് ഇവിടെ നടത്തുന്നത്.

ഭാഷയുടേയും, സാഹിത്യത്തിന്റേയും മണ്ഡലത്തിൽ സംസ്കൃത ത്തെ സ്ഥാപിക്കുന്നതിനുള്ള പരിശ്രമങ്ങളും നടക്കുന്നുണ്ട്. ഹിന്ദുത്വ എന്ന പുസ്തകത്തിൽ ഇങ്ങനെ പറയുന്നുണ്ട്; "നമ്മുടെ വംശത്തിലെ

ബഹുസ്വരതയും മതരാഷ്ട്ര വാദങ്ങളും

മാതാക്കൾ സംസാരിച്ച ആ ഭാഷയാണ് വർത്തമാനകാല ഇന്ത്യയിലെ എല്ലാ ഭാഷകൾക്കും ജന്മം നൽകിയത്. നമ്മുടെ ദൈവങ്ങൾ സംസ്കൃത ത്തിൽ സംസാരിച്ചു. നമ്മുടെ മുനിമാർ സംസ്കൃതത്തിൽ ചിന്തിച്ചു. നമ്മുടെ കവികൾ സംസ്കൃതത്തിൽ എഴുതി. നമ്മിലെ ഏറ്റവും നല്ല എല്ലാം - നല്ല വിചാരം, നല്ല ആശയം, നല്ല വരി - പ്രേരണ കൂടാതെ തന്നെ സംസ്കൃ തത്തിന്റെ കുപ്പായമണിയാൻ ശ്രമിച്ചു. ലക്ഷക്കണക്കിന് പേർക്ക് ഇപ്പോഴും അത് അവരുടെ ദേവകളുടെ ഭാഷയാണ്. പൊതുവായ ഒരു പാരമ്പര്യമായി, പൊതുവായ നിധിയായി അത് നമ്മുടെ സഹോദരീ ഭാഷകളുടെ കുടുംബങ്ങളെ സമ്പന്നമാക്കി. നാം എല്ലാവരിലൂടേയും കൂടിപ്പായുന്ന പോഷക നാഡീ വ്യൂഹത്തെ നിർണ്ണയിച്ച ഗുജറാത്തിയും, ഗുരുമുഖിയും, സിന്ധിയും, ഹിന്ദിയും, തമിഴ്, തെലുങ്ക്, മറാത്തി, മലയാളം, ബംഗാളി, സിംഹളി നമ്മുടെ വികാരങ്ങളേയും, വാഞ്ഛരകളേയും ലയബ ദ്ധങ്ങളായ ഒരു ആകെ ഇകയിലേക്ക് സമ്പന്നമാക്കുകയും, ലയപ്പെ ടുത്തുകയും ചെയ്തു. അതൊരു ഭാഷ മാത്രമായിരുന്നില്ല. ഭൂരിപക്ഷം ഹിന്ദുക്കൾക്കും അതൊരു മന്ത്രമായിരുന്നു. എല്ലാവർക്കും അതൊരു സംഗീതമായിരുന്നു.''

യഥാർത്ഥത്തിൽ ജനകീയ ഭാഷയല്ലാത്ത സംസ്കൃതത്തെ ഉൽകൃഷ്ട മായി സ്ഥാപിക്കുകയെന്ന കാഴ്ചപ്പാടാണ് ഇതിന് പിന്നില്യുള്ളത്. തമിഴ് പോലെ സംസ്കൃതത്തിന് തണലില്ലാതെ നിൽക്കുന്ന ഭാഷകളെപ്പോലും ഇത്തരത്തിൽ അവതരിപ്പിക്കുന്ന രീതിയാണ് പിന്തുടരുന്നത്.

ബ്രാഹ്മണ മതത്തെ വിമർശിക്കുന്ന ബസവയുടേയും, അക്കാദേവി യുടേയും പാരമ്പര്യത്തെപ്പോലും തങ്ങൾക്കനുകൂലമായി വായിക്കുന്നതി നുള്ള ശ്രമമാണ് നടത്തിക്കൊണ്ടിരിക്കുന്നത്. ഇവിടെ പ്രധാനമായും ഉന്നയിക്കുന്നത് മുസ്ലീം വിരുദ്ധതയുടെ രാഷ്ട്രീയത്തെ മുന്നോട്ടുവെക്കാ നാണ്. മറ്റ് പാരമ്പര്യങ്ങളേയെല്ലാം ഹിന്ദുത്വത്തിന്റെ പരിധിയിലേക്ക് കൊണ്ടുവരാനാണ്.

ഏറ്റവും ആപൽക്കരമായ നിർവ്വചനം മുന്നോട്ടുവെക്കുന്നത് ഹിന്ദു വാകാനുള്ള പ്രാഥമിക യോഗ്യതയെ അടിസ്ഥാനപ്പെടുത്തിയാണ് "അവന് സിന്ധു (നദി) മുതൽ സിന്ധു (സമുദ്ര) വരെ നീണ്ടുകിടക്കുന്ന ഭൂമി പിതൃഭൂമിയാണ്, മാതൃഭൂമിയാണ്. അവന്റെ തലവന്മാരുടേയും, പിതൃ ക്കളുടേയും ഭൂമിയാണ്," മാത്രമല്ല അവന് ഈ ഭൂമി പുണ്യഭൂമിയാണെന്ന് കൂടി ചിത്രീകരിക്കപ്പെടുന്നുണ്ട്.

ഈ നിർവ്വചനമാണ് ഹിന്ദുത്വ രാഷ്ട്രീയത്തിന്റെ കാതലായിത്തീര ന്നത്. വിചാരധാരയില്യൾപ്പെടെ ഗോൾവാൾക്കർ മുന്നോട്ടുവെക്കുന്ന

ഹിന്ദുത്വ രാഷ്ട്രീയത്തിന്റെ അടിത്തറയാണ് ഇവിടെ സവർക്കർ അവത രിപ്പിക്കുന്നതെന്ന് കാണണം. വിചാരധാരയിൽ മൂന്ന് ശത്രുക്കളെ ഇവർ മുന്നോട്ടുവെക്കുന്നുണ്ട്. മെക്ക പുണ്യസ്ഥലമായ മുസ്ലീം പുറത്തുപോകുന്ന, ജെറുസ്വലേം പുണ്യഭൂമിയായി കരുതുന്ന ക്രിസ്ത്യാനികളുടെ സ്ഥിതിയും അത് തന്നെ, മാർക്സിന്റെ ചിന്തകളെ പിൻപറ്റുന്നവർ എന്ന നിലയിൽ കമ്മ്യൂണിസ്റ്റുകാരും ആന്തരിക ഭീഷണികളായി മാറുന്നു. മതനിരപേ ക്ഷത എന്നത് പാശ്ചാത്യ ആശയമാണെന്ന നിലയിൽ അതിനേയും വകഞ്ഞ് മാറ്റാനുള്ള സംഘപരിവാർ സിദ്ധാന്തത്തിന്റെ അടിസ്ഥാനം ഇതായിത്തീരുന്നു.

ഭക്തിയെ അനുകൂലിക്കുന്നതിന് സവർക്കർ തയ്യാറാകുന്നില്ല. യഥാർത്ഥ ഭക്തിക്ക് ഇതിനെയെല്ലാം മറികടക്കാനുള്ള ശേഷിയുണ്ട്. അതുകൊണ്ട് തന്നെയാണ് ഭക്തിപ്രസ്ഥാനം കീഴാള മുന്നേറ്റത്തിന് അടി സ്ഥാനമായിത്തീർന്നത്. ഭക്തിപ്രസ്ഥാന നായകരെല്ലാം പൊതുവെ ജാതി വ്യവസ്ഥയെ എതിർത്തവരായിരുന്നു. അതുകൊണ്ട് അത്തരം ചിന്താഗതികളെ സ്വീകരിക്കുന്നതിന് സവർക്കർ തയ്യാറായില്ല.

സ്വാതന്ത്ര്യ പ്രസ്ഥാനം കൊട്ടമ്പിരികൊള്ളുന്ന കാലത്ത് അവയെ ദുർബലപ്പെടുത്താനുള്ള കാഴ്ചപ്പാടുകൾക്ക് അടിത്തറ ഒരുക്കുകയാ യിരുന്നു സവർക്കർ ചെയ്തത്. അമ്പത് വർഷം തടവ് ശിക്ഷ ലഭിച്ച് ജയിലിലേക്ക് പോയ സവർക്കർ പതിനാല് വർഷത്തോളമാണ് ജയിലിൽ കിടന്നത്. അതിന് ശേഷം നിരവധി മാപ്പപേക്ഷകൾ ബ്രിട്ടീഷ് സർക്കാരിന് അദ്ദേഹം നൽകിയത്. ഈ മാപ്പപേക്ഷകളുടേയെല്ലാം ഉള്ളടക്കം തന്നെ നോക്കിയാൽ ബ്രിട്ടീഷുകാരുടെ സഹായിയായി നിലകൊള്ളാമെന്നും, തന്റെ അനുയായികളേയെല്ലാം അത്തരത്തിൽ രൂപപ്പെടുത്താമെന്നുമായിരുന്നു. മാപ്പപേക്ഷയിൽ പരാമർശിച്ച കാര്യ ങ്ങൾ അക്ഷരാർത്ഥത്തിൽ നിറവേറ്റുകയായിരുന്നു ഹിന്ദുത്വ എന്ന പുസ്തകത്തിൽ മുന്നോട്ടുവെച്ച മതരാഷ്ട്ര കാഴ്ചപ്പാടില്ലൂടേയും ചെയ്തത്.

മതവിശ്വാസത്തെ രാഷ്ട്രീയ ആവശ്യത്തിനും അധികാര താൽപ ര്യത്തിനും വേണ്ടി ഉപയോഗിക്കപ്പെടുമ്പോഴാണ് അത് വർഗീയവാ ദമായിത്തീരുന്നത്. മൗലാനാ അബ്ദുൾ കലാം ആസാദ് തികഞ്ഞ മതവിശ്വാസിയായിരുന്നെങ്കിലും മതേതര രാഷ്ട്രീയത്തിന്റെ ശക്തനായ വക്താവായിരുന്നു. എന്നാൽ മതവിശ്വാസം ജീവിതത്തിൽ സ്വീകരിക്കാ ത്ത മുഹമ്മദലി ജിന്നയാണ് പാകിസ്ഥാൻ വാദത്തിന്റെ നിലപാടുകൾ മുന്നോട്ടുവെച്ചത്.ഇവിടെ സവർക്കർ ഹിന്ദുത്വ ആശയങ്ങൾ അവതരി പ്പിച്ചത് മതരാഷ്ട്ര വാദത്തിന്റെ അടിത്തറയായിട്ടാണ്. മതവിശ്വാസി അല്ലാതിരുന്ന സവർക്കറാണ് ഹിന്ദുത്വ രാഷ്ട്രീയത്തിന്റെ സൈദ്ധാന്തിക

 ബഹുസ്വരതയും മതരാഷ്ട്ര വാദങ്ങളും

ധാരണകൾ മുന്നോട്ട് വെക്കുന്നത്. മതവും മതരാഷ്ട്ര വാദവും രൂപപ്പെ
ടുന്നത് വ്യത്യസ്ത സമീപനങ്ങളുടെ ഭാഗമായാണ്. മതത്തിൽ നിന്നുള്ള
സ്വാഭാവികമായ ഒരു പരിണാമമല്ല വർഗീയ ചിന്തകളും വംശീയ
കാഴ്ചപ്പാടുകളുമെന്ന് ഇത് വ്യക്തമാക്കുന്നു. അത് കൊണ്ട് അതിന്റെ
അടിസ്ഥാനം മനസ്സിലാകാണമെങ്കിൽ അതാത്കാലത്തെ സാമൂഹ്യ
രാഷ്ട്രീയ ചലനങ്ങളെയും മൂലധന താത്പര്യങ്ങളെയും തിരിച്ചറിഞ്ഞു
കൊണ്ട് മാത്രമേ ഇവയെ മാനസ്സിലാക്കാനാകൂ. സ്വത്വ വാദങ്ങളിൽ
നിന്നല്ല അവ രൂപപ്പെടാനിടയാക്കിയ സാമൂഹ്യ രാഷ്ട്രീയ ചലനങ്ങളെ
മനസ്സിലാക്കിക്കൊണ്ട് മാത്രമേ ഇവയെ നേരിടാനാകൂ .

നാം നമ്മുടെ ദേശീയത നിർവ്വചിക്കപ്പെടുന്നു: ഫാസിസ്റ്റ് ബന്ധത്തിന്റെ സാക്ഷ്യപത്രം

വൈദേശിക തത്വശാസ്ത്രമെന്ന പേര് പറഞ്ഞാണ് സവർക്കർ മുന്നോട്ടവെച്ച ഹിന്ദുത്വ ആശയം ന്യൂനപക്ഷ ജനവിഭാഗങ്ങളേയും, കമ്മ്യൂണിസ്റ്റുകാരേയും രാജ്യത്ത് നിന്ന് മാറ്റി നിർത്തേണ്ടതാണ് എന്ന കാഴ്ചപ്പാട് മുന്നോട്ടവെക്കുന്നത്. എന്നാൽ ഇത്തരമൊരു ആശയഗതി മുന്നോട്ടവെക്കുമ്പോൾ സംഘപരിവാർ മലർന്ന് കിടന്ന് തുപ്പുക തന്നെയാണ് ചെയ്യുന്നത് എന്ന് തിരിച്ചറിയേണ്ടതുണ്ട്. ഹിന്ദുത്വ രാഷ്ട്രീയത്തിന്റെ ആശയപരമായ അടിത്തറ രൂപപ്പെടുത്തിയത് ജർമ്മനിയിലും ഇറ്റലിയിലും വികസിച്ച ഫാസിസ്റ്റ് ധാരയുടെ ഭാഗമായാണ്. ഇത് തെളിയിക്കുന്ന പുസ്തകമാണ് 'നാം നമ്മുടെ ദേശീയത നിർവചിക്കപ്പെടുന്നു' എന്നത്.

സംഘപരിവാറിന്റെ വൈദേശിക ബന്ധം

ഏതൊരു പ്രസ്ഥാനത്തിനും അടിസ്ഥാനപരമായി രണ്ട് സംവിധാനങ്ങളാണ് ഉണ്ടാവുക. ഒന്ന് അതിന്റെ ആശയപരമായ അടിത്തറ, രണ്ടാമതായി അതിന്റെ സംഘടനാപരമായ കാഴ്ചപ്പാടുകൾ. ഇവ രണ്ടും ഏത് തരത്തിലാണ് സംഘപരിവാർ ഉൾക്കൊള്ളുന്നത് എന്ന് പരിശോധിച്ചാൽ ഈ വസ്തുത ശരിയായണെന്ന് കാണാം. ഇക്കാര്യത്തിൽ വെളിച്ചം വീശുന്ന പുസ്തകമാണ് 1938-ൽ ഗോൾവാൾക്കർ എഴുതിയ നാം നമ്മുടെ ദേശീയത നിർവ്വചിക്കപ്പെടുന്നു എന്ന പുസ്തകം.

ആർ.എസ്.എസിന്റെ രണ്ടാമത്തെ സർസംഘചാലക് ആണ് ഗോൾവാൾക്കർ. 1906-ൽ നാഗ്പൂരിലെ രാംടെകിലാണ് അദ്ദേഹം ജനിച്ചത്. 1933-ൽ ആർ.എസ്.എസിന്റെ അംഗത്വം സ്വീകരിച്ചു. കുറച്ച കാലം ആ സംഘടനയ്ക്കുവേണ്ടി പ്രവർത്തിച്ച ശേഷം ആത്മീയ ജീവിത ത്തിലേക്ക് മാറി. ഹിമാലയത്തിലെ രാമകൃഷ്ണ മിഷനിൽ അംഗമായി ചേർന്നു. പിന്നീട് സന്ന്യാസമുപേക്ഷിച്ച് 1937-ൽ ആർ.എസ്.എസിന്റെ സജീവ പ്രവർത്തകനായി മാറി.

1939-ലാണ് ഗോൾവാൾക്കർ ഹിന്ദുരാഷ്ട്രത്തിന്റേയും, ദേശീയതയ ടേയും കാഴ്ചപ്പാടുകൾ വ്യക്തമാക്കിക്കൊണ്ട് 'നാം നമ്മുടെ ദേശീയത നിർവ്വചിക്കപ്പെടുന്നു'വെന്ന പുസ്തകമെഴുതുന്നത്. സവർക്കർ മുന്നോട്ട് വെച്ച ഹിന്ദുത്വ എന്ന പുസ്തകത്തിന്റെ തുടർച്ചയെന്ന നിലയിലാണ് ഈ പുസ്തകം ഉണ്ടാകുന്നത്. ഇത് എഴുതിയതുമായി ബന്ധപ്പെട്ട തർക്കങ്ങളും ഇടക്കാലത്തുയർന്നുവന്നിരുന്നു. 1998 മാർച്ച് 28-ന് ലോകസഭയിൽ നടന്ന അവിശ്വാസ പ്രമേയത്തിന്റെ ചർച്ചയിൽ പങ്കെടുത്തുകൊണ്ട് ഈ പുസ്തകത്തിലെ ഫാസിസ്റ്റ് ആശയങ്ങളിലെ പ്രശ്നം മുൻ പ്രധാ നമന്ത്രി ചന്ദ്രശേഖർ ഉന്നയിക്കുകയുണ്ടായി. ഇതിലെ കാഴ്ചപ്പാടുകൾ കേന്ദ്ര സർക്കാർ പിൻപറ്റുന്നുവെന്ന പ്രശ്നമാണ് അദ്ദേഹം ഉന്നയിച്ചത്. ഈ പുസ്തകം രാജ്യത്തിന്റെ മതേതര-ജനാധിപത്യ രാഷ്ട്രീയഘടനയ്ക്ക് വിനാശകരമാണ് എന്നും അദ്ദേഹം പറയുകയുണ്ടായി. ന്യൂനപക്ഷങ്ങൾ ക്കെതിരെ വിദ്വേഷം പ്രചരിപ്പിക്കുന്നതായും അദ്ദേഹം വ്യക്തമാക്കി. ഇതിനുള്ള അദ്വാനിയുടെ മറുപടി ഗോൾവാൾക്കർ അതിൽ നിന്നെല്ലാം സ്വയം ഒഴിഞ്ഞുവെന്നായിരുന്നു.

നാം നമ്മുടെ ദേശീയത നിർവ്വചിക്കപ്പെടുന്നുവെന്ന ഈ പുസ്തകം ബാബ സവർക്കർ എന്ന പേരിൽ അറിയപ്പെടുന്ന ഗണേശ് ദാമോദർ സവർക്കർ ആണെന്ന പ്രചരണവും ഉയർത്തിക്കൊണ്ടുവരാൻ അക്കാല ത്ത് ശ്രമിച്ചിരുന്നു. യഥാർത്ഥത്തിൽ അദ്ദേഹം രചിച്ചത് 'രാഷ്ട്ര മീമാംസ അർത്ഥാത് ഹിന്ദുസ്ഥാനൻ കാ രാഷ്ട്രീയ സ്വരൂപ്' എന്ന പുസ്തകമായി രുന്നു. ഗോൾവാൾക്കർ തന്നെയാണ് നാം നമ്മുടെ ദേശീയത നിർവ്വചി ക്കപ്പെടുന്നുവെന്ന പുസ്തകമെഴുതിയത് എന്ന കാര്യം ആ പുസ്തകത്തിന്റെ ആമുഖത്തിൽ തന്നെ വ്യക്തമാകുന്നുണ്ട്. "ഈ കൃതി തയ്യാറാക്കുന്നതിന് അസംഖ്യം ആളുകളിൽ നിന്നും എനിക്ക് സഹായം ലഭിച്ചിട്ടുണ്ട്. അവരെ യെല്ലാം ഇവിടെ പരാമർശിക്കാനാവുകയില്ല. അവർക്കെല്ലാം ഞാൻ ആത്മാർത്ഥമായി നന്ദി പറയുന്നു. എന്നാൽ പ്രത്യേകമായി എനിക്കുള്ള കടപ്പാട് എടുത്തു പറയേണ്ട വ്യക്തിയാണ് ദേശഭക്ത ജി.ഡി സവർക്കർ.

എനിക്ക് പ്രചോദനവും, സാഹയകവുമായിരുന്ന ഒരു മുഖ്യ സ്രോതസ്സ് അദ്ദേഹത്തിന്റെ രചനയായ രാഷ്ട്ര മീമാംസയാണ്." ഇതുമാത്രമല്ല രചയിതാവിനെക്കുറിച്ച് ആദ്യ എഡിഷനുകളിൽ പറയുന്നിടത്തെല്ലാം ഇദ്ദേഹത്തിന്റെ പേര് തന്നെ രേഖപ്പെടുത്തിയിട്ടുണ്ട്. മാത്രമല്ല, ചരി ത്രാതീതകാലം മുതൽ ഇന്ത്യ ഒരു ഹിന്ദുരാഷ്ട്രമാണെന്ന ആശയത്തിന് ശാസ്ത്രീയ അടിത്തറയുണ്ടാക്കുന്നതിൽ ഈ പുസ്തകം രചിച്ചുവെന്ന കാര്യം വീണ്ടും വ്യക്തമാകുന്നുണ്ട്. നാഗ്പൂരിലെ ചാരിറ്റി കമ്മീഷണർക്ക് മുന്നിൽ ആർ.എസ്.എസിന്റെ ഉന്നതതല ഭാരവാഹിയായ ബാബു സാഹബ് ദിയോറാസ്, പിന്നീട് നേതാവായി തീർന്ന രാജേന്ദ്ര സിങ്ങും സത്യവാങ്മൂ ലത്തിൽ ഇക്കാര്യം രേഖപ്പെടുത്തിയിട്ടുണ്ട്. വസ്തുതകൾ ഇതായിരിക്കെ തെറ്റായ പ്രചാരവേല നടത്താനാണ് സംഘപരിവാർ ശ്രമിച്ചതെന്ന് ഇതിൽ നിന്ന് വ്യക്തമാകുന്നുണ്ട്.

ദേശീയത നിർവ്വചിക്കപ്പെട്ടുന്ന ഈ പുസ്തകത്തിന്റെ കർത്തൃത്വ ത്തിൽ നിന്ന് ഇവർ പിന്മാറാൻ ശ്രമിക്കുന്നതിന്റെ കാരണം പുസ്തകത്തി ന്റെ ഉള്ളടക്കം പരിശോധിക്കുമ്പോൾ വ്യക്തമാകുന്നുണ്ട്. രാജ്യത്തിന്റെ പൊതുവായ മുന്നേറ്റത്തിന് അടിസ്ഥാനമായി നിൽക്കുന്ന ഒന്നായാണ് ഗോൾവാൾക്കർ ഇതിൽ ജാതിയെ വിശേഷിപ്പിക്കുന്നത്. അതിൽ ഇങ്ങനെ പറയുന്നുണ്ട്:

"ഉൾക്കൊള്ളുന്ന വ്യക്തികളുടെ നശീകരണത്താലെ നിലനിൽപ്പി നായുള്ള തത്വം ഇല്ലായ്മ ചെയ്യുന്നതിനാണ് മാതൃജാതി നശിക്കാനിടയാ കുന്നപക്ഷം അതിന്റെ മതവും, സംസ്കാരവും, ആ രാഷ്ട്രം തന്നെ അതിന്റെ അന്ത്യത്തിലെത്തിച്ചേരും. രാഷ്ട്രത്തിന്റെ ഉടൽ ജാതിയാണ്. അതിന്റെ തകർച്ചയേടെ ജാതി ഇല്ലാതാകുന്നു."

ഭാഷയെ സംബന്ധിച്ചുള്ള കാര്യങ്ങളെക്കുറിച്ചും ഇങ്ങനെ പ്രതിപാ ദിക്കുന്നുണ്ട്:

"ഈ രാജ്യത്ത് ഹിന്ദുസ്ഥാനിൽ ഹിന്ദു ജാതി അതിന്റെ മതവും, ഹിന്ദു സംസ്കാരവും, ഹിന്ദു ഭാഷ (സംസ്കാരത്തിന്റെ സ്വാഭാവിക കുടുംബവും, അതിന്റെ സന്തതികളും) ചേർന്ന് രാഷ്ട്രമെന്ന ആശയം സമ്പൂർണ്ണമാക്ക ന്നുവെന്നതാണ്." ഇത്തരത്തിൽ സംസ്കൃതത്തെ ഹിന്ദു ഭാഷയാണെന്നും അദ്ദേഹം പറയുന്നു.

വംശീയതയെന്ന കാഴ്ചപ്പാടിൽ നിന്നും അദ്ദേഹം പിന്തുണയ്ക്കുന്നുണ്ട്.

"മാനസിക ചട്ടക്കൂടിനാൽ പരിപക്വമായിട്ടുള്ളതാണ് വംശ ത്തിന്റെ ഉന്നമനകാംക്ഷ. വംശീയ മനസ്സിനെ കുരുക്കിലേക്കെറിയു ന്നതുപോലെയാണ്. തീർച്ചയായും അതിന്റെ തലമുറകളായിട്ടുള്ള

 ബഹുസ്വരതയും മതരാഷ്ട്ര വാദങ്ങളും

പാരമ്പര്യങ്ങളമായയണ്, വാഞ്ചരകളമായാണ് അതിന്റെ ഉന്നമന കാഴ്ചകൾ. വംശീയമായ ബോധത്തിന്റെ ഉണർവ്വാണ് മുന്നേറാൻ സഹായിക്കുന്നത്. എന്നാൽ അത് പഴയ പരമ്പരാഗതമായ രീതിയിൽ അതിനെ നയിച്ച പാതയില്ലൂടെയായിരിക്കണം. എന്തായാലും അതിന് മുന്നിൽ ഇറന്നുകിട്ടിയിട്ടുള്ള പരമ്പരാഗതമായ പാതയില്ലൂടെയല്ലാതെ അതിന് മുന്നേറാൻ സാധിക്കുകയില്ല.''

ഇവിടെ വംശീയത എന്നതുകൊണ്ട് ഉദ്ദേശിക്കുന്നത് ഫാസിസ്റ്റുക ളടെ ഇറ്റലിയും, ജർമ്മനിയും തന്നെയാണ്. പുസ്തകത്തിൽ ഇങ്ങനെ പറയുന്നുണ്ട്:

"ഇറ്റലിയിലേക്ക് നോക്കൂ. പഴയ റോമൻ വംശീയ ബോധം മധ്യ ധരണ്യാഴിക്ക് ചുറ്റും ദീർഘകാലമായി സുഷുപ്താവസ്ഥയിലായിരുന്ന മുഴുവൻ പ്രദേശങ്ങളേയും കീഴടക്കുന്നതിൽ വിജയിച്ചു. അത് വംശീയ- ദേശീയ ഉന്നമനകാംക്ഷകളെ ഉദ്ദീപിപ്പിക്കുകയും തദനുസരണമായി രൂപപ്പെടുത്തുകയും ചെയ്തു. ആധുനിക ജർമ്മനിയിൽ ഉയർത്തെഴുന്നേറ്റ പ്രാചീനമായ വംശീയ ബോധം യൂറോപ്പിനെ മുഴുവൻ കീഴടക്കാൻ ജർമ്മൻ ഗോത്രങ്ങളെ പ്രേരിപ്പിച്ചു. അതിന് കാരണം, അതിന്റെ കൊള്ളക്കാരായ പൂർവ്വികർ അവശേഷിപ്പിച്ച പാരമ്പര്യങ്ങളാൽ രൂപ പ്പെട്ട മുൻ നിശ്ചിതമായ ഉന്നമനകാംക്ഷയെ രാഷ്ട്രം ആകാംക്ഷയോടെ പിന്തുടരുന്നതായിരുന്നു. നാം സൃഷ്ടിച്ച ആത്മീയ മഹാരഥന്മാർ തെളി യിച്ചിട്ടുള്ളതുപോലെ നമ്മുടെ വംശീയാഭിമാനം വീണ്ടുമൊരിക്കൽ കൂടി ഉദ്ദീപിപ്പിക്കപ്പെട്ടിരിക്കുന്നു. മാത്രമല്ല, പ്രശാന്തമായ മാഹാത്മ്യത്തിന്റെ വാക്കുകൾ മാത്രം കൊണ്ട് ഇന്ന് ആരാണ് തെളിഞ്ഞ് നടക്കുന്നത്.''

ന്യൂനപക്ഷങ്ങളുടെ ഉന്മൂലനത്തിന് നാസികൾ മുന്നോട്ടുവെച്ച കാഴ്ച പ്പാട്ടുകൾ തന്നെയാണ് ഈ പുസ്തകത്തിലും ഗോൾവാൾക്കർ രേഖപ്പെ ടുത്തുന്നത്. അതിൽ ഇങ്ങനെ പറയുന്നു:

"വിവേകവും പഴക്കവുമുള്ള രാഷ്ട്രങ്ങളുടെ അനുഭവങ്ങളുടെ വെളിച്ച ത്തിൽ, ഹിന്ദുസ്ഥാനിലെ വിദേശ വംശങ്ങൾ ഹിന്ദു സംസ്കാരവും, മതവും സ്വീകരിച്ച് ഹിന്ദുമതത്തെ ആദരിക്കാനും, ആരാധിക്കാനും പഠിച്ച് ഹിന്ദുവംശത്തേയും, സംസ്കാരത്തേയും അതായത് ഹിന്ദുരാഷ്ട്രത്തെ മഹത്വവൽക്കരിക്കുന്നതൊഴികെയുള്ള എല്ലാ ആശയങ്ങളുമുപേക്ഷി ച്ച്, ഹിന്ദു വംശത്തിൽ ലയിച്ച് ചേർന്ന് പ്രത്യേകമായ നിലനിൽപ്പപേ ക്ഷിക്കുകയയോ, അല്ലാത്ത പക്ഷം യാതൊന്നും അവകാശപ്പെടാതെ, യാതൊരു മുൻഗണനകളോ ഇല്ലാതെ പ്രത്യേക പരിചരണത്തിനോ, പൗരത്വത്തിനോപോലും അവകാശമില്ലാതെ പൂർണ്ണമായും

ഹിന്ദുരാഷ്ട്രത്തിന് കീഴ്പ്പെട്ട് രാജ്യത്ത് കഴിയണം. കുറഞ്ഞ പക്ഷം അവർക്ക് കൈക്കൊള്ളാവുന്ന മറ്റൊരു വഴിയുമില്ല. നാം പഴക്കമുള്ള രാഷ്ട്രമാണ്. അതുകൊണ്ട് പഴക്കമുള്ള രാഷ്ട്രങ്ങൾ ചെയ്യുന്നതുപോലെ ജീവിക്കാൻവേണ്ടി നമ്മുടെ രാജ്യം തെരഞ്ഞെടുത്ത വിദേശ വംശങ്ങളെ നമുക്ക് കൈകാര്യം ചെയ്യാം.'' ഇങ്ങനെ ഹിറ്റ്ലർ മാതൃകയിൽ ന്യൂന പക്ഷങ്ങളെ ഉന്മൂലനം ചെയ്യുകയെന്ന കാഴ്ചപ്പാടാണ് ഗോൾവാൾക്കർ ഇതിൽ മുന്നോട്ടുവെക്കുന്നത്. ഇതിനെ അടിസ്ഥാനപ്പെടുത്തിയുള്ള നിരവധി കാഴ്ചപ്പാടുകൾ തുടർന്നും അവതരിപ്പിക്കുന്നുണ്ട്.

ഹിറ്റ്ലറുമായുള്ള ബന്ധം

സംഘപരിവാറിന്റെ ആശയങ്ങൾ യഥാർത്ഥത്തിൽ സ്വീകരിക്ക ന്നത് ഹിറ്റ്ലർ മുന്നോട്ടുവെക്കുന്ന നാസിസത്തിൽ നിന്നാണ്. നാം നമ്മുടെ ദേശീയത നിർവ്വചിക്കപ്പെടുന്നു എന്ന പുസ്തകത്തിൽ ഗോൾ വാൾക്കർ ഇങ്ങനെ പറയുന്നുണ്ട്.

"ജർമ്മൻ വംശാഭിമാനം ഇന്നത്തെ ചിന്താവിഷയമായിത്തീർന്നി രിക്കുന്നു. വംശത്തിന്റെയും അതിന്റെ സംസ്കാരത്തിന്റെയും സംശുദ്ധി കാത്തുസൂക്ഷിക്കുന്നതിനായി ജർമ്മനി രാജ്യത്തിലെ സെമെറ്റിക് വംശങ്ങളെ - യഹൂദന്മാരെ - ഉന്മൂലനം ചെയ്തുകൊണ്ട് ലോകത്തെ ഞെട്ടിച്ചിരിക്കുന്നു. വംശാഭിമാനത്തിന്റെ ഉത്തുംഗമായ തലം ഇവിടെ പ്രകടമാക്കപ്പെട്ടിരിക്കുന്നു. വേരോളം വ്യത്യാസങ്ങളുള്ള വ്യത്യസ്ത വംശങ്ങൾക്ക് ഐക്യപ്പെട്ട് ഒന്നായിത്തീരാൻ എത്രമാത്രം അസാധ്യ മാണെന്ന് ജർമ്മനി കാണിച്ചുതന്നു. ഹിന്ദുസ്ഥാനിൽ നമുക്ക് പഠിക്കാനും നേട്ടമുണ്ടാക്കാനും പറ്റിയ നല്ലൊരു പാഠമാണിത്.''

ഗോൾവാൾക്കർ ഈ പുസ്തകത്തിൽ മുന്നോട്ടുവെക്കുന്ന ആശയഗതി വളരെ വ്യക്തമാണ്. ജർമ്മനിയിൽ ജ്യൂതരെ കൊലപ്പെടുത്തിക്കൊണ്ട് ന്യൂനപക്ഷങ്ങളെ ഉന്മൂലനം ചെയ്ത കാഴ്ചപ്പാടുകളെ സ്വീകരിച്ച് അവത രിപ്പിക്കുകയാണ് ഇവിടെ ചെയ്യുന്നത്. അതായത് സംഘപരിവാർ മുന്നോട്ടുവെക്കുന്ന ആശയഗതിയുടെ അടിസ്ഥാനം ജർമ്മൻ നാസിസ മാണെന്ന് ഇതിലൂടെ വ്യക്തമാകുന്നുണ്ട്.

ഹിന്ദുക്കളുടെ കരുത്ത് ഉണർന്നുവന്ന് വംശീയ ഉന്മൂലനത്തിന്റെ തലത്തിലേക്ക് വികസിക്കുമെന്ന് നാം നമ്മുടെ ദേശീയത നിർവ്വചിക്ക പ്പെടുന്നു എന്ന മേൽപ്പറഞ്ഞ പുസ്തകത്തിൽ ഇങ്ങനെ വിശദീകരിക്ക ന്നുണ്ട്.

"ഹിന്ദുക്കളുടെ വംശീയവികാരം ഉണർന്നുകൊണ്ടിരിക്കുക യാണ്. സിംഹം മരിച്ചിരുന്നില്ല. ഉറങ്ങുക മാത്രമായിരുന്നു. അത്

 ബഹുസ്വരതയും മതരാഷ്ട്ര വാദങ്ങളും

പുനർജീവിച്ചുകൊണ്ടിരിക്കുകയാണ്. പുനർജീവിക്കപ്പെട്ട ശക്തമായ ഹിന്ദുരാഷ്ട്രം അതിന്റെ ബലവത്തായ കരം കൊണ്ട് ശത്രു സൈന്യങ്ങളെ തകർക്കുന്നത് ലോകം കാണാൻ പോവുകയാണ്. അടുത്ത ദിവസങ്ങ ളിൽത്തന്നെ ലോകം കാണാം. ഭയം കൊണ്ട് കിടുകിടാ വിറയ്ക്കും.''

സവർക്കറുടെ നിലപാട്

1938 ഒക്ടോബർ 14-ന്റെ യഹൂദ കൂട്ടക്കൊലയെ പിന്തുണച്ചുകൊ ണ്ട് സവർക്കർ ഇന്ത്യയിലെ മുസ്ലീം പ്രശ്നം പരിഹരിക്കാനുള്ള വഴിയും ഇതാണെന്ന് വ്യക്തമാക്കിയിട്ടുണ്ട്. "ഒരിടത്ത് താമസിക്കുന്ന ഭൂരിപ ക്ഷമാണ് അവിടത്തെ രാഷ്ട്രം രൂപീകരിക്കുന്നത്. യഹൂദന്മാർ ജർമ്മ നിയിൽ എന്താണ് ചെയ്തത്? ഒരു ന്യൂനപക്ഷമായതിനാൽ അവരെ ജർമ്മനിയിൽ നിന്നും ഇരത്തിയോടിച്ചു.'' ഇത്തരത്തിൽ സവർക്കർ തന്നെ ഇറന്ന് ജർമ്മൻകാർക്ക് പിന്തുണ കൊടുക്കുകയാണ് ചെയ്യുന്നത്. ഇതിലൂടെ ജർമ്മൻ നാസിസത്തിന്റെ ഇന്ത്യൻ രൂപമാണ് ആർ.എസ്. എസ് എന്ന് വ്യക്തമാക്കുന്നു.

1940-ൽ മധുരയിൽ നടന്ന ഹിന്ദു മഹാസഭയുടെ 22-ാം സമ്മേളന ത്തിൽ അധ്യക്ഷപ്രസംഗം നടത്തവെ സവർക്കർ ഇങ്ങനെ പറഞ്ഞു: "ജർമ്മനിയുടെ പ്രത്യേക സാഹചര്യത്തിൽ നാസിസം ജർമ്മനിയുടെ രക്ഷകനാണെന്ന് നിഷേധിക്കാനാവാത്ത തരത്തിൽ തെളിയിച്ചിട്ടുണ്ട്.'' 1945-ൽ ഹിന്ദു മഹാസഭയുടെ പ്രസിഡന്റായിരുന്ന സവർക്കർ ഇങ്ങനെ യൊരു മുദ്രാവാക്യമുയർത്തി: "രാഷ്ട്രീയത്തെ ഹിന്ദുവൽക്കരിക്കുക, ഹിന്ദു രാജ്യത്തെ സൈനികവൽക്കരിക്കുക.'' ഇത്തരത്തിൽ നാസികളുടെ ആശയങ്ങളെ പിൻപറ്റി ഇന്ത്യയിൽ ന്യൂനപക്ഷ ജനവിഭാഗങ്ങളേയും, കമ്മ്യൂണിസ്റ്റുകാരേയും, മതനിരപേക്ഷ വാദികളേയും ഉന്മൂലനം ചെയ്യുന്ന ആശയങ്ങളെയാണ് ഇവർ പിൻപറ്റുന്നത്.

സംഘടനാപരമായ ബന്ധം

ആർ.എസ്.എസിന്റെ സംഘടനാ രൂപം മുന്നോട്ടുവെക്കുന്നത് ഇറ്റലി യിലെ മുസോളനിയിൽ നിന്നാണെന്ന വസ്തുതകളും പുറത്തുവന്നിട്ടുണ്ട്. ഈ ബന്ധത്തെ വെളിച്ചത്ത് കൊണ്ടുവരുന്ന ഗവേഷണപരമായ പ്രവർത്തനം ഇറ്റാലിയൻ ഗവേഷകനായ മാർക്ലിയ, കസോനാരി വെളിച്ചത്ത് കൊണ്ടുവന്ന.

ഇന്ത്യയിൽ ആർ.എസ്.എസിന്റെ രൂപീകരണത്തിന് നേതൃത്വം നൽകിയത് അഞ്ച് പേരായിരുന്നു. (1) ഹെഡ്ഗേവാർ (2) പി.എസ്. മുൻജെ (3) ബാബു റാവു സവർക്കർ (4) ഡോ. എൽ.വി. പരാഞ്ജപെ,

(5) ഡോ. ബി.ബി. ഥാൽക്കര്‍ എന്നിവര്‍. ഇതില്‍ ബി.എസ് മുന്‍ജെ മുസോളിനിയുമായി ബന്ധം സ്ഥാപിച്ച ഹിന്ദുവര്‍ഗ്ഗീയവാദി ആയിരുന്നു. ഹെഡ്ഗേവാറുടെ ഉറ്റ സുഹൃത്തും ബുദ്ധി ഉപദേശകനും കൂടി ആയിരുന്നു ഇദ്ദേഹം.

1931 ഫെബ്രുവരി-മാര്‍ച്ച് മാസങ്ങളില്‍ ഇറ്റലിയില്‍ നീണ്ട പര്യടനം ഇദ്ദേഹം നടത്തുകയുണ്ടായി. അവിടത്തെ സൈനികസ്കൂളുകള്‍ മാത്ര മല്ല മുസോളിനിയെത്തന്നെ അദ്ദേഹം സന്ദര്‍ശിക്കുകയുണ്ടായി. 1931 മാര്‍ച്ച് 19-ന് മിലിറ്ററി കോളേജും സെന്റര്‍ മിലിറ്ററി സ്കൂള്‍ ഓഫ് ഫിസിക്കല്‍ എഡ്യൂക്കേഷനും ഫാസിസ്റ്റ് അക്കാദമിയോ ഫിസിക്കല്‍ എഡ്യൂക്കേഷനും സന്ദര്‍ശിക്കുകയുണ്ടായി. ബലില്ലയും അവന്‍ഗ്വാ ഡിസ്റ്റി ഓര്‍ഗനൈസേഷനും സന്ദര്‍ശിച്ച. യുവാക്കളില്‍ ഫാസിസ്റ്റ് സംവിധാനം കൊണ്ടുവരാനുള്ള സംവിധാനമായിരുന്നു അത്. 6 മുതല്‍ 18 വയസ്സുവരെയുള്ള ആണ്‍കുട്ടികളെ റിക്രൂട്ട് ചെയ്യുന്ന സംഘമായിരു ന്നു അത്. യഥാര്‍ത്ഥത്തില്‍ ആര്‍.എസ്.എസിന്റെ രൂപീകരണത്തിന് മാതൃകയായി മാറ്റപ്പെടുന്നത് ഈ സംഘടനയും ഇറ്റലിയില്‍ മുസോളിനി സംഘടിപ്പിച്ച ഇത്തരം സംഘടനകളുമായിരുന്നു. 1931 മാര്‍ച്ച് 19-ന് 3 മണിക്ക് ഫാസിസ്റ്റ് ഭരണക്കൂടത്തിന്റെ ആസ്ഥാനമായ പാലസോ വെന്‍സിയയില്‍ വെച്ച് മുന്‍ജെ മുസോളിനിയുമായി കൂടിക്കാഴ്ച നടത്തി. ഇത്തരം അനുഭവങ്ങളുടെ പശ്ചാത്തലത്തില്‍ മുന്‍ജെ തന്റെ ഡയറിക്കു റിപ്പില്‍ ഇതു സംബന്ധിച്ച് ഇങ്ങനെ രേഖപ്പെടുത്തി:

"മുസോളിനി തന്റെ ആശയം സൈനിക സൃഷ്ടിക്കുവേണ്ടി ഉപയോ ഗിച്ചു. ഇന്ത്യക്കാരെപ്പോലെതന്നെ പ്രകൃതിദത്തമായി ഇറ്റലിക്കാരും ആയാസരാഹിത്യം ഇഷ്ടപ്പെടുന്നവരും സമരോത്സുകത ഇല്ലാത്ത വരുമായിട്ടാണ് കാണപ്പെടുന്നത്. തന്റെ രാജ്യത്തെ കണിശമായ ദൗര്‍ബല്യം കണ്ടറിഞ്ഞ മുസോളിനി ബലില്ല ഓര്‍ഗനൈസേഷന്റെ ആശയത്തിന് ജന്മം നല്‍കി. ഇറ്റലിയുടെ സൈനിക സംഘടനയ്ക്കുവേ ണ്ടി ഇതിലും മെച്ചപ്പെട്ട യാതൊന്നിനും രൂപം നല്‍കാനാകുമായിരു ന്നില്ല. ഇന്ത്യക്ക് പ്രത്യേകിച്ചും ഹിന്ദു ഇന്ത്യക്ക് ഹിന്ദുക്കളുടെ സൈനിക പുനഃസൃഷ്ടിക്കുവേണ്ടി ഇത്തരം ചില സ്ഥാപനങ്ങള്‍ ആവശ്യമാണ്. തികച്ചും സ്വതന്ത്രമായി ജന്മം നല്‍കിയിട്ടുള്ളതാണെങ്കിലും ഹെഡ്ഗേ വാര്‍ക്ക് കീഴിലുള്ള രാഷ്ട്രീയ സ്വയംസേവക് സംഘ് അത്തരത്തിലുള്ള നമ്മുടെയൊരു സംഘടനയാണ്. മഹാരാഷ്ട്രയിലും മറ്റെല്ലാ പ്രവിശ്യ കളിലും ഹെഡ്ഗേവാറുടെ ഈ സ്ഥാപനത്തെ വികസിപ്പിക്കാനും വ്യാപിപ്പിക്കാനും ഞാനെന്റെ ജീവിതത്തിലെ അവശേഷിച്ച കാലം

ചെലവഴിക്കും.''

ആർ.എസ്.എസിന്റെ സംഘടനാ സംവിധാനത്തിന് മാതൃകയായി ത്തീരുന്നത് ഇറ്റാലിയൻ ഫാസിസ്റ്റുകളാണ്. അങ്ങനെ വൈദേശിക സംഘടനാ സംവിധാനത്തെക്കൂടി ചേർത്തുവെച്ചാണ് ആർ.എസ്. എസ് ഉണ്ടാകുന്നതെന്ന് അർത്ഥം. ജർമ്മനിയിൽ നിന്ന് നാസികളുടെ ആശയവും ഇറ്റലിയിൽ നിന്ന് മുസോളിനിയുടെ സംഘടനാ രൂപവും സ്വീകരിച്ച് പ്രവർത്തിക്കുന്നവരാണ് സംഘപരിവാറുകാർ. ഇവരാണ് ഇപ്പോൾ വൈദേശിക ആശയങ്ങളെ തേടി നടക്കുന്നത് എന്നതാണ് ഏറ്റവും വലിയ വിരോധാഭാസം. ലോകത്ത് പരസ്പരം കൊണ്ടും കൊ ടുത്തുമാണ് ചിന്തകളും സംസ്കാരങ്ങളും വളർന്നു വികസിക്കുന്നത്. ഈ യാഥാർത്ഥ്യത്തെ നാം തിരിച്ചറിയേണ്ടതുണ്ട്. ഇവിടെ സംഘപരിവാറി ന്റെ പ്രത്യയശാസ്ത്രം സ്വീകരിച്ചതും ജർമ്മനിയിലെയും ഇറ്റലിയിലെയും ഫാസിസ്റ്റ് കളിൽ നിന്നാണെന്ന് ഈ പുസ്തകം നമ്മെ ഓർമ്മപ്പെട്ട ത്തുന്നു. സംഘപരിവാറിന്റെ ആശയരൂപികരണ ചരിത്രത്തിൽ ഈ പുസ്തകത്തിന്റെ സ്ഥാനം അതാണ്.

വിചാരധാരയുടെ നിലപാട് തറ

കമ്മ്യൂണിസ്റ്റ് പ്രസ്ഥാനത്തിന് അതിന്റെ പ്രവർത്തനപദ്ധതി ക്കും ചിന്താധാരയ്ക്കും എങ്ങനെയാണോ കമ്മ്യൂണിസ്റ്റ് മാനി ഫെസ്റ്റോ വെളിച്ചം നല്കുന്നത് അതുപോലെ ഇന്ത്യയിലെ ആർ.എസ്. എസ്. ന് വെളിച്ചമേകുന്നത് വിചാരധാരയാണ്(The Bunch of Thoughts). നേരത്തെ വിശദീകരിച്ച 'ഹിന്ദുത്വ'യും 'നാം നമ്മുടെ ദേശീയത നിർവചിക്കപ്പെട്ടന്ന' എന്ന പുസ്തകവും സ്വാതന്ത്ര്യത്തിന മുമ്പാണ് എഴുതിയത്. എന്നാൽ സ്വതന്ത്ര്യാനന്തര ഇന്ത്യയിൽ സംഘ പരിവാറിന്റെ രാഷ്ട്രീയം എന്തെന്ന് വ്യക്തമാകുന്നത് വിചാരധാരയി ലാണ്. ഈ ഗ്രന്ഥത്തിൽ വിശദീകരിക്കുന്ന വസ്തുതകളിലൂടെ RSS ന്റെ പരിപാടികൾ എന്ത് എന്ന പരിശോധിക്കുകയാണ് ഇവിടെ.

1966-ലാണ് ഗോൾവൽക്കറുടെ വിചാരധാര പ്രസിദ്ധീകരിച്ചത്. എന്നാൽ ഇതിലെ ആശയങ്ങൾ അക്കാലത്ത് രൂപം കൊണ്ടവയല്ല. 1923-ലെ ഹിന്ദുത്വയിലെയും 1938-ലെ നാം നമ്മുടെ ദേശിയത നിർവ ഹിക്കപ്പെട്ടന്നത് എന്ന പുസ്തകത്തിലെയും നിലപാടിൽ നിന്നുകൊണ്ട് സ്വാതന്ത്ര്യാനന്തര ഇന്ത്യയിലെ സംഘപരിവാർ നിലപാട് മുന്നോട്ടവെ യ്ക്കുന്നതാണ് അത്. അതോടൊപ്പം തന്നെ ഹിറ്റ്ലറുടെ ആത്മകഥയായ മെയ്ൻ കാംഫിലെ അടിസ്ഥാനാശയങ്ങളും, ഉദാഹരണങ്ങളും ഒക്കെ ത്തന്നെ ഇതിന്റെ ഭാഗമായി വരുന്നുണ്ട്

വിചാരധാരയിലെ വർഗപരമായ നിലപാടുകൾ

നാല് ഭാഗങ്ങളുള്ള വിചാരധാരയുടെ ആദ്യഭാഗം 'ദൗത്യം' എന്ന

തലക്കെട്ടിലാണ് എഴതപ്പെട്ടിട്ടുള്ളത്. ഇതിൽ ഏതു സമീപനത്തിൽ നിന്നുകൊണ്ടാണ് ചുറ്റുപാടുകളെ കാണേണ്ടത് എന്ന പറയുന്ന. അതിൽ വർഗപരമായി ഏതു പക്ഷത്താണ് തങ്ങൾ നിലയുറപ്പിച്ചിരിക്കുന്നത് എന്ന് തുടക്കത്തിൽ തന്നെ വിശദമാക്കുന്നുണ്ട്. സമത്വസുന്ദരമായ ലോകം കെട്ടിപ്പടുക്കുക എന്ന ആശയത്തെ ചോദ്യം ചെയ്തുകൊണ്ട് ദാരിദ്ര്യവും പട്ടിണിയും അടക്കമുള്ള സാമൂഹ്യദുരിതങ്ങൾ ഒരിക്കലും പരി ഹരിക്കാനാവാത്തതാണെന്ന് ഉറപ്പിച്ച് പറഞ്ഞ് ച്ഛഷിതവർഗത്തിന്റെ പ്രത്യയശാസ്ത്രത്തെ നിലപാടിനോട് ഐക്യദാർഢ്യം പ്രഖ്യാപിക്കുന്ന.

വിചാരധാര പറയുന്ന, 'അസാമ്യത, വിഷമാവസ്ഥ പ്രകൃതിയുടെ ഒഴിച്ചുകൂടാനാവത്ത സ്വഭാവമാണ്. നാമതോടൊപ്പം ജീവിച്ചേപറ്റ്' (പേജ് 28). ഉപരിപ്ലവമായ സമത്വത്തിന്റെ അടിസ്ഥാനത്തിൽ പ്ര കൃതിജന്യമായ വിഷമാവസ്ഥ പാടെ നീക്കം ചെയ്യവാൻ ശ്രമിക്കുന്ന ഏതൊരേർപ്പാട്ടും പരാജയപ്പെടുകയേ ചെയ്യ (പേജ് 28). സമത്വം സ്ഥാപിച്ചുകഴിഞ്ഞു എന്ന നാം വിചാരിച്ചാലും അത് വീണ്ടും അസമ ത്വത്തിലേക്ക് വഴിതെളിക്കും. സോഷ്യലിസ്റ്റ് ആശയം, സമത്വം എന്നിവ ലോകത്ത് ഒരിക്കലും നടക്കാത്തതാണെന്നും അതുവഴി മർദ്ദിതൻ തന്റെ അവസ്ഥ മാറ്റാൻ നടത്തുന്ന ഏതു പരിശ്രമവും അസ്ഥാനത്താണെന്നും ഉറപ്പിച്ച പറയുകയാണിവിടെ. ദാരിദ്രാവസ്ഥ ദൈവസൃഷ്ടിയാണെന്നും ദാരിദ്ര്യം ഉണ്ടാകുന്നത് അതില്ലാത്തവർക്ക് ദൈവത്തെ സേവിക്കാനുള്ള അവസരം നല്ലാൻ വേണ്ടിയാണെന്നുമുള്ള അഭിപ്രായം തുടർന്നുപറ യുന്ന.

'നമ്മുടെ ചുറ്റുപാടും, വിശക്കുന്നവരും നിരാലംബരുമായി ജീവിതത്തി ന്റെ പ്രാഥമികാവശ്യങ്ങൾ പോലും നിഷേധിക്കപ്പെട്ടവരായി കല്ലുപോ ലുള്ള ഹൃദയത്തെപ്പോലും അലിയിക്കുന്ന ദയനീയ കഥകളോട്ടക്കൂടിയ ലക്ഷോപലക്ഷം മനുഷ്യജീവികളുണ്ട്. ദരിദ്രരുടെയും അനാഥരുടെയും യാതനക്കാരുടെയും രൂപങ്ങൾ കൈക്കൊണ്ടിട്ടുള്ളത് യഥാർത്ഥത്തിൽ ദൈവം യാതനക്കാരുടെയും തന്നെയാണ്... അദ്ദേഹം ആ രൂപങ്ങളിൽ വരുന്നത് നമുക്ക് അദ്ദേഹത്തെ സേവിക്കാനുള്ള അവസരം പ്രദാനം ചെയ്യുന്നതിനാണ് (പേജ് 45)'

ഇവിടെ ദാരിദ്ര്യത്തെ ദൈവനിയോഗമായി അവതരിപ്പിക്കുകയും അത് മാറ്റാൻ കഴിയാത്തതാണെന്ന് ഉറപ്പിച്ച പറയുകയും ചെയ്യുമ്പോൾ ദരിദ്രജനതയുടെ പോരാട്ടങ്ങൾ വന്ധ്യംകരിക്കാനുള്ള പ്രത്യയശാസ്ത്ര അടിത്തറ ഒരുക്കുകയാണ് ഗോൾവാൽക്കർ. ഇതോടൊപ്പം തന്നെ ദരിദ്രരായ ജനതയുടെ പക്ഷത്തുനിന്നു കൊണ്ടല്ല സമ്പന്നന്റെ

കണ്ണില്ലൂടെയാണ് ഗോൾവാൽക്കര് കാര്യങ്ങൾ കാണുന്നത് എന്നും വ്യക്തമാണ്. ആര്.എസ്.എസ്. പ്രത്യയശാസ്ത്രം ഏതു വര്ഗനിലപാടു കളുമായി പൊരുത്തപ്പെട്ടുപോകുന്നുവെന്നതിന്റെ ഉദാഹരണമാണിത്.

ഇങ്ങനെ ദരിദ്രജനതയെ പ്രതിലോമ പ്രത്യയശാസ്ത്രങ്ങളിൽ കുരുക്കി നിര്ത്തിയശേഷം അവരിൽ അവകാശബോധം ഉയര്ത്താൻ ശ്രമിക്ക ന്നവരെ ശക്തമായി അധിക്ഷേപിക്കുകയാണ്. 'നമ്മുടെ എല്ലാ രാഷ്ട്രീയ കക്ഷികളും നമ്മുടെ ജനങ്ങളുടെ അവകാശങ്ങളെപ്പറ്റി എല്ലായ്പ്പോഴും പറഞ്ഞു പറഞ്ഞ് അവരുടെ അഹങ്കാരത്തെ ഉണര്ത്തുകയാണ്.' (പേജ് 46)

അവകാശബോധം വളര്ന്ന കഴിഞ്ഞാലുള്ള കുഴപ്പത്തെപ്പറ്റി ഗോൾ വാൽക്കര് പറയുന്നുണ്ട്. 'അവകാശങ്ങളെക്കുറിച്ചുള്ള ബോധത്തിന്റെ അന്തരീക്ഷത്തിൽ സമാജത്തിന്റെ ആത്മാവായ സഹകരണഭാവം ജീവിക്കുകയേ ഇല്ല (പേജ് 46). ഇങ്ങനെ ജനതയിൽ അവകാശബോധം വളരാതിരിക്കാനുള്ള സംഘടിതമായ പരിശ്രമവും പറഞ്ഞുവരുമ്പോൾ ചിത്രം വളരെ വ്യക്തമാണ്. അതുകൊണ്ടാണ് വര്ഗീയ ശക്തികൾ ഇന്ത്യയിലെ സമ്പന്ന വര്ഗത്തിന്റെ ഉറ്റതോഴരായി മാറുന്നതെന്ന് വളരെ വ്യക്തമാണല്ലോ. ജീവിത പ്രശ്നങ്ങൾ ഏറ്റെടുക്കാതിരിക്കുന്ന പൊതുസമീപനരീതിയും ഈ കാഴ്ചപ്പാടിന്റെ അടിത്തറയിൽ കെട്ടി പ്പൊക്കിയിട്ടുള്ളതാണ്.

പാർലമെന്റീ ജനാധിപത്യം വിചാരധാരയിൽ

ആധുനികമായ ജനാധിപത്യ സങ്കല്പങ്ങളെ പരമപുച്ഛത്തോടുകൂ ടിയാണ് വിചാരധാര സമീപിക്കുന്നത്. ജനാധിപത്യം ജനങ്ങളിൽ അഹങ്കാരമുണ്ടാക്കിയെന്നും അതുവഴി അതിന്റെ പാത പരാജയമട ഞ്ഞിരിക്കുകയാണെന്നും വിചാരധാര പറയുന്നുണ്ട്. ലോകത്തിലെ ജനാ ധിപത്യപരമായ മുന്നോട്ടപോക്കിന്റെ പരീക്ഷണങ്ങളെ വിശദീകരിച്ച ശേഷം ഇങ്ങനെ പറയുന്നു.

അനിയന്ത്രിതമായ അവസരസമത്വത്തിന്റെയും വ്യക്തി സ്വാതന്ത്ര്യ ത്തിന്റെയും ദുരന്തപരിണാമങ്ങൾ കണ്ടശേഷം പൊതുവായ സാമൂ ഹ്യനന്മയ്ക്കു വേണ്ടി ആ സൈദ്ധാന്തികസങ്കല്പങ്ങളെ പ്രയോഗത്തിൽ വെട്ടിക്കുറയ്ക്കാൻ അവര് നിര്ബന്ധിതരായി (പേജ് 25.)'

ഇവിടെ സൈദ്ധാന്തികനിലപാട് എന്നത് കൊണ്ട് ഉദ്ദേശിക്കുന്നത് ജനങ്ങൾക്ക് വേണ്ടി ജനങ്ങളാലെന്ന സങ്കല്പമാണ്. ഈ സങ്കല്പം പ്രാ യോഗികതലത്തിൽ ഒരിക്കലും നടക്കാത്തതാണെന്നും സങ്കല്പത്തിൽ

കൊണ്ടു നടക്കാൻ മാത്രം പറ്റുന്നതാണെന്നും പറയുകയാണ് ഗോൾ വാൽക്കർ ചെയ്യുന്നത്.

'ജനാധിപത്യവ്യവസ്ഥ ആത്മപ്രശംസ, പരദൂഷണം എന്നീ രണ്ട് ദോഷങ്ങൾ വളർത്തുന്നു. അവ മനുഷ്യമനസ്സിന്റെ ശാന്തിയേയും പരിശ്രുദ്ധിയേയും വിഷമയമാക്കുകയും വ്യക്തിയും സമാജവും തമ്മിലുള്ള സ്വരചേർച്ച താറുമാറാക്കുകയും ചെയ്യുന്നു.' (പേജ് 31). ഇങ്ങനെ ജനാധി പത്യഘടനയെ ശക്തമായി ആക്രമിച്ചതിന് ശേഷം പകരം രാജവാഴ്ചയും ചാതുർവർണ്യ വ്യവസ്ഥയും ആണ് ഉജ്ജ്വലമെന്ന് പറയുന്നു.

'പാശ്ചാത്യരാജ്യങ്ങളിൽ ഏകാധിപത്യത്തെ സൃഷ്ടിക്കുകയും രക്ത പങ്കിലമായ വിപ്ലവങ്ങൾക്ക് വഴി തെളിയിക്കുകയും ചെയ്ത രാജവാഴ്ച ഇവിടെ ജീവിതത്തിന്റെ എല്ലാ മണ്ഡലങ്ങളിലും സ്വാതന്ത്ര്യത്തിന്റെ ജീവൻ പകരുകയും നമ്മുടെ ജനതയ്ക്കാകമാനം സമാധാനവും സമൃദ്ധിയും അരുളുകയും ചെയ്തുകൊണ്ട് ആയിരമായിരം ആണ്ടുകളോളം ശ്രേയസ്കരമായ ഒരു വ്യവസ്ഥയായി നിലകൊണ്ടത് ശ്രദ്ധാർഹമാണ്.' (പേജ് 31)

ഇങ്ങനെ രാജാധിപത്യത്തെ ഉന്നതമായി കാണിക്കുകയും അതാണ് പാർലമെന്ററി ജനാധിപത്യത്തെക്കാൾ വിശിഷ്ടമെന്ന് സ്ഥാപിക്കുക യും ചെയ്യുമ്പോൾ ആർ.എസ്.എസിന്റെ ജനാധിപത്യ സങ്കല്പമെന്ത് എന്ന് വ്യക്തമാക്കപ്പെടുകയാണ്. ചാതുർവർണ്യഘടനയും,അവയുടെ പ്രാതിനിധ്യത്തോട് കൂടിയ ജനാധിപത്യരീതിയും അഭികാമ്യമാണെ ന്ന് പറയുന്നു. (പേജ് 34,35) അതോടൊപ്പം തന്നെ 'ജനാധിപത്യം ജനക്കൂട്ടത്തിന്റെ തോന്ന്യവാസമായി അധഃപതിക്കുമെന്ന്' (പേജ് 31) തുടർന്ന് എഴുതുന്നു. അങ്ങനെ ആവാതിരിക്കണം എങ്കിൽ കരുത്തരായ വ്യക്തികളുടെ കൈകളിലേക്കാണ് അധികാരം പോകേണ്ടതെന്നും ഇതേഭാഗത്ത് ഊന്നി പറയുന്നുണ്ട്. ഇതിൽ നിന്നും വ്യക്തമാകുന്നത് ആർ.എസ്.എസിന്റെ ജനാധിപത്യ കാഴ്ചപ്പാടാണ്. അവർ പാർലമെ ന്ററി ജനാധിപത്യത്തെക്കാൾ വിശിഷ്ടമായി പ്രഖ്യാപിക്കുന്ന രീതികൾ മൂന്നാണ്.

1. രാജാധിപത്യം

2. ചാതുർവർണ്യത്തിലൂന്നിയ ജനാധിപത്യഘടന

3. വ്യക്തിയിൽ അധികാരം കേന്ദ്രീകരിക്കുന്ന ഫാസിസ്റ്റ് രീതി.

പാർലമെന്ററി ജനാധിപത്യഘടനയ്ക്കെതിരായി ഇപ്പോൾ ആർ.എസ്.എസ്. നടത്തുന്ന പ്രചാരണത്തിന്റെ ഉദ്ദേശ്യലക്ഷ്യങ്ങൾ

സ്പഷ്ടമാണല്ലോ. പ്രസിഡൻഷ്യൽ ഭരണരീതിയ്ക്ക് വേണ്ടിയുള്ള മുറവിളി യുടെ അടിത്തറയും ഇതുതന്നെ.

വിചാരധാരയും സാമ്രാജ്യത്വവും

അമേരിക്കൻ സാമ്രാജ്യത്വത്തിന് ബിജെപിയുടെ കേന്ദ്രസർക്കാർ പച്ചപ്പരവതാനി വിരിക്കുന്നതു കണ്ട് ചിലരെങ്കിലും അത്ഭുതപ്പെട്ടിട്ടു ണ്ടായിരിക്കും. എന്നാൽ ഇക്കാര്യത്തിൽ അത്ഭുതപ്പെടേണ്ട യാതൊരു കാര്യവുമില്ലെന്ന വിചാരധാര പരിശോധിക്കുമ്പോൾ വ്യക്തമാകും. കമ്മ്യൂണിസത്തിന്റെ വികാസത്തെ തടസ്സപ്പെടുത്താൻ, സോഷ്യലിസ്റ്റ് വികാസത്തിനു തടസ്സം നിൽക്കുവാൻ അമേരിക്കൻ സാമ്രാജ്യത്വവും ഹിന്ദു വർഗീയവാദവും തമ്മിലുള്ള കൂട്ടുകെട്ട് അനിവാര്യമാണെന്ന് ഗോൾവാൽക്കർ ഊന്നിപ്പറയുന്നുണ്ട്.

'കമ്മ്യൂണിസ്റ്റ് വ്യാധിയുടെ നേരെ പാശ്ചാത്യരാജ്യങ്ങളുടെ സമീപനരീ തിയും, ഇവിടെ കമ്മ്യൂണിസത്തിന്റെ വളർച്ചയെ ത്വരിതപ്പെടുത്തുന്നതിൽ അതിന്റേതായ പങ്കുവഹിക്കുന്നുണ്ട്. വെറും ഡോളർസഹായം കമ്മ്യൂ ണിസത്തിന്റെ പ്രശ്നം പരിഹരിക്കുമെന്ന് അമേരിക്ക വിശ്വസിക്കുന്നു. എന്നാൽ ഒപ്പം തന്നെ ദേശീയ ചരിത്രവും ആത്മവീര്യവും സൃഷ്ടിക്കപ്പെ ട്ടുന്നില്ല എങ്കിൽ അത്തരം സഹായം തീരെ വിഫലമായിപ്പോകുമെന്ന് ചൈനയിലേയും ഇപ്പോൾ വിയറ്റ്നാമിലേയും അനുഭവം കാണിച്ചുത രുന്നു (പേജ് 230). ഇവിടെ ദേശീയചരിത്രമെന്നും ആത്മവീര്യമെന്നും ഉദ്ദേശിക്കുന്നത് ആർ.എസ്.എസിന്റെ പ്രവർത്തനമാണ്.'

വിശ്വാസം തകർക്കപ്പെട്ടിടത്തു മാത്രമേ കമ്മ്യൂണിസം വേരുപിടി ക്കുകയും ചെയ്യുന്നുള്ളൂ. ഇതാണ് കമ്മ്യൂണിസത്തിന്റെ വളർച്ചയിലെ മുഖ്യമായ, മനശ്ശാസ്ത്രപരമായ ഒരു ഘടകം' (പേജ് 231) എന്നു വിശദീക രിക്കുന്ന ഗോൾവാൽക്കർ സമൂഹത്തിൽ നിലനിൽക്കുന്ന പ്രാചീനമായ വിശ്വാസങ്ങളെ നിലനിർത്തേണ്ടതിന്റെ അനിവാര്യതയിലേക്ക് ശ്രദ്ധ ക്ഷണിക്കുകയാണ്. കമ്മ്യൂണിസ്റ്റ് വിരോധികൾ എന്ന നിലയ്ക്ക് സാമ്രാ ജ്യത്വശക്തികൾക്ക് കർമ്മപദ്ധതി ഒരുക്കുകയാണ് ഗോൾവാൽക്കർ. ശരിയും, ഭാവാത്മകവുമായ ഒരു വിശ്വാസം വളർത്തിക്കൊണ്ടു വരുന്ന തുകൊണ്ടു മാത്രമേ ബഹുജനങ്ങളെ കമ്മ്യൂണിസത്തിന്റെ താണതരം സ്വാധീനതയിൽ നിന്നും മോചിപ്പിക്കുവാൻ കഴിയൂ (പേജ് 232) എന്ന് വീണ്ടും അമേരിക്കയെ പരസ്യമായി വിചാരധാരയിൽ ഉപദേശിക്കാനും തയ്യാറാകുന്നുണ്ട്.

ഹിന്ദു വർഗീയവാദികളും അമേരിക്കൻ സാമ്രാജ്യത്വവും തമ്മിലുള്ള കൂട്ടുകെട്ടിന്റെ വ്യക്തവും കൃത്യവുമായ ഉദാഹരണം ആധുനികകാലത്തും

ബഹുസ്വരതയും മതരാഷ്ട്ര വാദങ്ങളും

ദൃശ്യമാണ്. ബാബറി മസ്ജിദ് തകർക്കപ്പെട്ട കാലത്ത് അമേരിക്കൻ പ്രസിഡന്റിന് ഹിന്ദു വർഗീയവാദികൾ അയച്ച കത്ത് ഇങ്ങനെയാണ്; രാമജന്മഭൂമി ന്യാസിന്റെ പ്രസിഡന്റ് രാമചന്ദ്ര പരമഹാൻസും രാമജ ന്മഭൂമിമുക്തിയജ്ഞസമിതി വൈസ് പ്രസിഡന്റ് റ്റത്യഗോപാൽദാസും അമേരിക്കൻ പ്രസിഡന്റ് ക്ലിന്റനയച്ച കത്തും ഇവിടെ പ്രസക്തമാണ്. അതിലെ പ്രസക്ത ഭാഗങ്ങൾ ചുവടെ. 'നൂറ്റാണ്ടുകളായി അമേരിക്കയു മായി ഞങ്ങൾക്ക് ബന്ധമുണ്ട്. മലയസംസ്കാരവും മായൻസംസ്കാരവും പ്രാചീനഇന്ത്യൻ സംസ്കാരവുമായി ആഴത്തിൽ ബന്ധമുള്ളതായിരുന്നു.' ഇവിടെ ആർഷഭാരതസംസ്കാരവും അമേരിക്കൻ സംസ്കാരവും ഒന്നാ ണെന്ന് കാണിച്ച് ഒരു പൊതു പൈതൃകം നിർമ്മിക്കാനുള്ള ശ്രമം ശ്രദ്ധിക്കുക.

ഇതിനുശേഷം അയോദ്ധ്യയിലെ സംഭവങ്ങൾ ആ കത്തിൽ വിശദീ കരിക്കുകയാണ്. തുടർന്നെഴുതുന്നു. 'ഇപ്പോൾ ഞങ്ങൾക്ക് പുതിയൊരു പ്രതീക്ഷ ഉണർന്നിരിക്കുന്നു. ലോകരംഗത്ത് ഏറ്റവും മഹാനായ വ്യക്തി യായി താങ്കൾ പ്രത്യക്ഷപ്പെട്ടത് ഞങ്ങളെ ആശ്വസിപ്പിക്കുന്നു. നന്മയു ടേയും നീതിയുടേയും സത്യത്തിന്റേയും സഹിഷ്ണതയുടേയും സാഹോദര്യ ത്തിന്റേയും പക്ഷത്തു നിന്ന നിശ്ചയദാർഢ്യത്തോടെ പൊരുതാനുള്ള താങ്കളുടെ ഇച്ഛാ ശക്തി ഞങ്ങളെ ഭഗവദ്ഗീതയുടെ വാക്യങ്ങളാണ് ഓർമ്മിപ്പിക്കുന്നത്. യദാ യദാഹി ധർമ്മസ്യ..... താങ്കളുടെ പോരാട്ടം അമേരിക്കൽ ഉപഭ്രഖണ്ഡത്തിന്റെ അതിർത്തിക്കുള്ളിൽ മാത്രം ഒതു ങ്ങില്ലെന്നും വസുധൈവകുടുംബകമെന്നും ഇന്ത്യൻ തത്വമനുസരിച്ച് ലോകം മുഴുവൻ വ്യാപിക്കുമെന്നും ഞങ്ങൾ പ്രത്യാശിക്കുന്നു. ഇങ്ങനെ അമേരിക്കയുടെ വെട്ടിപ്പിടിത്തങ്ങളേയും സാമ്രാജ്യത്വമോഹങ്ങളേയും നഗ്നമായി പിൻതുണയ്ക്കുന്ന ഹിന്ദുവർഗീയവാദത്തിന്റെ ബീഭത്സമായ മുഖം തുറന്നുകാട്ടപ്പെടുകയാണ്. തുടർന്നെഴുതുന്നു. 'സർവശക്തനായ ഈശ്വരൻ അവസരം നൽകിയാൽ താങ്കളെ നേരിൽകാണുവാനും ദീർഘവും വിജയംനിറഞ്ഞതുമായ ജീവിതത്തിന് അനുഗ്രഹമേകാനും അമേരിക്കയും ഇന്ത്യയും തമ്മിലുള്ള ആത്മീയബന്ധം സ്ഥാപിക്കുന്ന തിനും ഞങ്ങളൊരുക്കമാണ്.' ഇങ്ങനെ അമേരിക്കൻ പ്രസിഡന്റിനെ ഇന്ത്യൻ സന്ദർശനത്തിന് ക്ഷണിക്കുന്ന വർഗീയവാദത്തിന്റെ താത്പര്യം യാഥാർത്ഥ്യമായത് നാം കണ്ടതാണല്ലോ. ഭഗവാൻ രാമനും കൃഷ്ണനും ലഭിച്ചതുപോലുള്ള ഉജ്ജലമായ സ്ഥാനം ലോകരാഷ്ട്രീയത്തിൽ ക്ലിന്റന് ലഭിക്കും. ഇങ്ങനെയാണ് കത്തവസാനിക്കുന്നത്. (കത്തിന്റെ തർജമ എടുത്തിട്ടുള്ളത് ഹിന്ദുത്വത്തിന്റെ രാഷ്ട്രീയ പരിണാമം എന്ന ഗ്രന്ഥത്തിൽ നിന്നാണ്.)

ഹിന്ദുമത വിശ്വാസികളുടെ കാഴ്ചപ്പാടുപ്രകാരം രാമനും കൃഷ്ണനും ദൈവങ്ങളാണ്. ധർമ്മത്തിനു വേണ്ടി യുദ്ധം ചെയ്തവരും. ഇവരും ക്ലിന്റന് തുല്യരാണ് എന്നു പറയുമ്പോൾ അമേരിക്കയെ ദൈവത്തിന്റെ തന്നെ പ്രതിപുരുഷനാക്കി സാമ്രാജ്യത്വത്തെ പുതിയ ദൈവമാക്കുന്ന വർഗീയവാദത്തിന്റെ ആധുനിക മുഖത്തേയും വർഗതാല്പര്യങ്ങളേയും തിരിച്ചറിയേണ്ടതുണ്ട്. ഈ പശ്ചാത്തലത്തിൽവേണം ക്ലിന്റന്റെ ഇന്ത്യാ സന്ദർശനത്തെയും അമേരിക്കൻ പക്ഷപാതിത്വത്തെയും തിരിച്ചറി യാൻ.

ദേശസാൽക്കരണം, പൊതുമേഖല തുടങ്ങിയ പേരുകൾ ഇന്ന് ഹിന്ദു വർഗീയവാദികൾക്ക് താൽപര്യമില്ലാത്തവയാണ്. അതിന്റെ അടിത്തറ വിചാരധാരയാണ്. അതിൽ ഇങ്ങനെ പറയുന്നു:

"അവശ്യസാധനങ്ങളെ ദേശസാൽക്കരിക്കണമെന്നുള്ള ആവശ്യം ഇന്ന് കൂടുതൽ ശബ്ദായമാനമായിവരികയാണ്. നാഗപുരിയിലെ മുളക് കച്ചവടക്കാർ മുളക് കച്ചവടത്തെയും ദേശസാൽക്കരിക്കണമെന്ന ആവശ്യവും ഇന്ന് ഉന്നയിച്ചിരിക്കുകയാണ്. ഭക്ഷ്യധാന്യങ്ങളെ മാത്രം ദേശസാൽക്കരിച്ചാൽ പോരെന്നും അത് മറ്റ് സാധനങ്ങളിലേക്ക് വ്യാപിപ്പിക്കണെന്നും അടുത്തകാലത്ത് ഒരു കോൺഗ്രസ് നേതാവ് തന്നെ പറഞ്ഞിരിക്കുന്നു. ജനാധിപത്യത്തിന്റെ മുഖ്യമുദ്രയായ മനുഷ്യ മഹത്വത്തെപ്പറ്റിയുള്ള ബോധം ഇന്നെവിടെയാണുള്ളത്."

ഇത്തരത്തിൽ പൊതുമേഖല എന്ന ആശയത്തെ തന്നെ എതിർക്കു ന്ന സമീപനമാണ് ആർ.എസ്.എസ്സിന്റെ താത്വിക വക്താവ് എടുക്കു ന്നത്. സാമ്രാജ്യത്തിന്റെ നിലപാടും ഇതുതന്നെയാണണല്ലോ.

സവർണ്ണമേധാവിത്വത്തിനായുള്ള കുഴലൂത്ത്

വിചാരധാരക്കാരന്റെ സ്വപ്നം പ്രധാനമായും ഊന്നിനിൽക്കുന്നത് ഇന്ത്യയിലെ ഫ്യൂഡലിസ്റ്റസമൂഹത്തിലാണ്, അതിന്റെ സാംസ്കാരി അവബോധം ഉണ്ടാക്കിയെടുക്കുക എന്നതിനുകൂടിയാണ് അവരുടെ പ്രയത്നം. സാംസ്കാരികതലത്തിൽ ജന്മിത്വത്തെ പിൻതുണയ്ക്കുന്നതി നായി ജാതിമേധാവിത്വത്തെ ഊട്ടിയുറപ്പിക്കാൻ ഇവർ ഏറെ പാടു പെടുന്നുണ്ട്. അതിനായി മനുസ്മൃതിയെ പിൻതുണച്ചുകൊണ്ട് അതിലെ ആശയങ്ങൾ നിർലോഭം എടുത്തുപയോഗിക്കുന്നുണ്ട്. അതിന്റെ എത്രയോ ഉദാഹരണങ്ങൾ വിചാരധാരയിൽ കാണാം. ഇന്ത്യയിൽ ജനവിഭാഗങ്ങളെ ചാതുർവർണ്യത്തിന്റെ അടിത്തറയിൽ കണ്ടുകൊ ണ്ടാണ് വിചാരധാര നീങ്ങുന്നത്. 'ബ്രാഹ്മണോ സ്യ മുഖമാസീദ് ബാഹു

രാജന്യ്യകൃതഃ ഊരുതദസ്യയദ് വൈശ്യഃ പദ്ഭ്യാംശ്രൂദ്രോ അജായത. ബ്രാഹ്മണൻ തലയാണ് രാജാവ് ബാഹുക്കളും, വൈശ്യൻ ഊരുക്കളും ശൂദ്രൻ പാദങ്ങളുമാണ്.)' (പേജ് 44) എന്ന് പറയുന്നുണ്ട്. ഈ ആശയ മാണിന്ത്യയിലെ ബ്രാഹ്മണ മേധാവിത്വത്തിന് അടിത്തറയായി പ്രാചീനകാലത്ത് നിലകൊണ്ടത്. ബ്രാഹ്മണൻ തലയാണ് എന്ന പ്രഖ്യാപിക്കുമ്പോൾ ബുദ്ധിയുടെ കേന്ദ്രം ബ്രാഹ്മണനെന്നും, ശൂദ്രൻ പാദ മാണെന്ന് പറയുമ്പോൾ ശൂദ്രജനവിഭാഗം ബ്രാഹ്മണന്റെ പാദസേവ ചെയ്യേണ്ടവരാണെന്നും പ്രഖ്യാപിക്കുകയാണ്. ഈ സിദ്ധാന്തത്തിന്റെ അടിത്തറയിൽനിന്നുകൊണ്ടാണ് മനുസ്മൃതി കെട്ടിപ്പൊക്കിയത്. അതുവ ഴിയാണ് ബ്രാഹ്മണനെന്തു കുറ്റം ചെയ്താലും പിഴയിലൊതുക്കണമെന്നും, അതേകുറ്റം ശൂദ്രൻ ചെയ്താൽ വധശിക്ഷ നൽകണമെന്നുമുള്ള നീതി ഇവിടെ പുലർന്നത്.

ഇവിടെ ശ്രദ്ധിക്കേണ്ട മറ്റൊരു പ്രധാനകാര്യം ഈ നാല്വർണ്ണങ്ങൾ ക്കും പുറത്തുള്ള ദളിതുകൾ ഉൾപ്പെടെയുള്ള ജനവിഭാഗം ആർ.എസ്. എസിന്റെ ഹിന്ദുത്വപരിധിയിൽഉൾപ്പെടുന്നില്ല എന്നതാണ്. അങ്ങനെ ദളിതുകളെ മനുഷ്യരായിപ്പോലും അംഗീകരിക്കാത്ത ഒരു പ്രത്യയശാസ്ത്ര അടിത്തറയിലാണ് വിചാരധാര കെട്ടിപ്പൊക്കിയത്.

ഇത്തരത്തിലുള്ള ജാതിഘടനയെ നിലനിർത്തുന്നതാണ് അനിവാ ര്യമായിട്ടുള്ളതെന്നും അതിന്റെ തകർച്ചയാണ് നമ്മുടെ ദുരിതങ്ങൾക്ക് കാരണമെന്നും തുടർന്നു വിവരിക്കുന്നു.

'നമ്മുടെ സമാജത്തിന്റെ മറ്റൊരു സവിശേഷമേന്മ വർണവ്യവസ്ഥ യാണ്. എന്നാലിതിനെ ജാതീയത എന്ന മുദ്രകുത്തി പുച്ഛിച്ച തള്ളുക യാണ്. വർണവ്യവസ്ഥ എന്നു പരാമർശിക്കുന്നതുതന്നെ അപഹസി ക്കേണ്ട ഒന്നാണെന്നു നമ്മുടെ ആളുകൾക്കു തോന്നിത്തുടങ്ങിയിട്ടുണ്ട്. അതിലടങ്ങിയിട്ടുള്ള സാമൂഹ്യവ്യവസ്ഥയെ സാമൂഹ്യവിവേചനമായി അവർ പലപ്പോഴും തെറ്റിധരിക്കുന്നു (പേജ് 127).'

ഇങ്ങനെ ജാതീയതയെ അതിശക്തമായി ന്യായീകരിച്ച് ഹെഡ്ഗേവാർ വീണ്ടും അതിനെ അരക്കിട്ടുറപ്പിക്കാൻ പാട്ടുപെട്ട നതുകാണാം. ജാതികൾ പ്രാചീനകാലത്തും നൂറ്റാണ്ടുകാലത്തെ തുടർച്ചയായി സമുജ്വല രാഷ്ട്രീയ ജീവിതത്തിലും നിലവില്ലുണ്ടായിര ന്നു. സമാജത്തിന്റെ പുരോഗതിയെ അത് തടസ്സപ്പെടുത്തിയെന്നോ ഐക്യത്തെ ശിഥിലമാക്കിയെന്നോ ഒരൊറ്റ ഉദാഹരണവും കാണില്ല. മറച്ച് സാമൂഹ്യകെട്ടുറപ്പിന് ഒരുറച്ച കണ്ണിയായി അത് വാസ്തവത്തിൽ സഹായിക്കുകയാണ് ചെയ്തത് (പേജ് 128)

ജാതീയത സമൂഹത്തിന്റെ കെട്ടുറപ്പിനുതന്നെ അനിവാര്യമാണെന്ന് ഊന്നിപ്പറയുന്ന ഗോൽവൽക്കർ തുടർന്ന് അതിന്റെ ന്യായീകരണങ്ങൾ കണ്ടെത്തി തന്റെ വാദത്തെ ഉറപ്പിക്കുവാൻ പാട്ടപെടുകയാണ്. 'നമ്മുടെ ദൗർബല്യത്തിന്റെ മൂലകാരണം ജാതിവ്യവസ്ഥായായിരുന്നുവെങ്കിൽ ജാതികളില്ലാതിരുന്ന ജനതകളെക്കാൾ എത്രയോ എളുപ്പത്തിൽ വിദേശീയാക്രമണത്തിനു വിധേയരായിത്തീരുമായിരുന്നു (പേജ് 128). ബുദ്ധമതത്തിന്റെ സ്വാധീനശക്തി നമ്മുടെ വർണവ്യവസ്ഥയെ ശിഥി ലമാക്കിത്തീർത്തിരുന്ന വടക്ക പടിഞ്ഞാറും വടക്കുകിഴക്കും ഭാഗങ്ങൾ മുസ്ലീംകളുടെ കുതിച്ചുകയറ്റത്തിനു എളുപ്പത്തിലിരയായിത്തീർന്നുവെന്ന ചരിത്രവസ്തുത നമുക്കറിയാം.... എന്നാൽ ജാതിനിയന്ത്രണങ്ങളുടെ കാര്യ ത്തിൽ കർശനത്വവും, യാഥാസ്ഥിതികത്വവും പുലർത്തിയെന്നു കരുതുന്ന ദൽഹിയിലേയും ഉത്തരപ്രദേശത്തിലേയും പ്രദേശങ്ങൾ വളരെ നൂറ്റാ ണ്ടുകളായി മുസ്ലീംകളുടെ അധികാരത്തിന്റെയും മതഭ്രാന്തിന്റെയും ശക്തിദുർഗമായിരുന്നിട്ടും പ്രധാനമായും ഹിന്ദുക്കളുടേതായി തന്നെ നിലനിന്നു (പേജ് 129). ഇത്ര നഗ്നമായി തൊട്ടുകൂടായ്മയും തീണ്ടിക്കൂടാ യ്മയും നിലനിന്ന ജാതിവ്യവസ്ഥയെ തുറന്ന് ന്യായീകരിക്കുകയാണ്. ഈവിധം ഹിന്ദുത്വത്തെ ന്യായീകരിച്ച വിചാരധാരയിൽ ബ്രാഹ്മണന്റെ കാൽക്കീഴിൽ കുമ്പിട്ടുന്നതാണ് ഹിന്ദുത്വത്തിന്റെ അടിസ്ഥാനമെന്ന കാണിക്കാൻ അഭിമാനപൂർവം ഒരു സംഭവവും അവതരിപ്പിക്കുന്നുണ്ട്.

'നമ്മുടെ മഹാവിപ്ലവകാരികളിലൊരാളായ ലാല ഹർദയാൽ പ്രസ്താവിച്ച ഒരു സംഭവമുണ്ട്. തെക്ക് ഒരു ഇംഗ്ലീഷ് ഓഫീസറുണ്ടായി രുന്നു. അയാളുടെ അസിസ്റ്റന്റ് ഒരു നായിഡുവോ മറ്റോ ആയിരുന്നു. ആ ഇംഗ്ലീഷുകാരന്റെ ശിപായി ഒരു ബ്രാഹ്മണനായിരുന്നു. ഒരു ദിവസം മുൻപിൽ ആ ഇംഗ്ലീഷുകാരനും പിന്നിൽ ശിപായിയുമായി ഒരു നിരത്തി ലൂടെ നടന്നുപോകുമ്പോൾ എതിർഭാഗത്തുനിന്നു തന്റെ അസിസ്റ്റന്റും വന്നു. രണ്ടാഫീസർമാരും പരസ്പരം അഭിവാദ്യം ചെയ്യ് കൈകൊടുത്തു. എന്നാൽ അസിസ്റ്റന്റ് പിന്നിലുള്ള ശിപായിയെക്കണ്ടപ്പോൾ തലപ്പാ വൂരുകയും കാൽതൊട്ട് വന്ദിക്കുകയും ചെയ്തു. ഇംഗ്ലീഷുകാരൻ അമ്പ തപ്പെട്ടു. അയാൾ ചോദിച്ചു. 'ഞാൻ നിങ്ങളുടെ മേലുദ്യോഗസ്ഥനായി രുന്നിട്ടും നിങ്ങൾ നിവർന്നുനിന്നു എനിക്ക് കൈതരികമാത്രം ചെയ്തു. ഇയാളാകട്ടെ എന്റെ ശിപായിയാണ്. എന്നിട്ടും നിങ്ങളിയാളെ ഈ ജനനിബിഡമായ നിരത്തിൽവച്ച് നമസ്കരിക്കുന്നു. എന്താണിത്? അസി സ്റ്റന്റ് ഓഫീസർ മറുപടി നൽകി. നിങ്ങളെന്റെ ഓഫീസറാണെങ്കിലും ഒരു മ്ലേച്ഛനാണ്. ഇയാളാകട്ടെ നിങ്ങളുടെ ശിപായിയാണെങ്കിലും

നൂറ്റാണ്ടുകളായി എന്റെ നാട്ടുകാർ വലിയ ആദരവോട്ടുകൂടി പരിഗണി ക്കുന്ന വിഭാഗത്തിൽപ്പെട്ട ആളായതിനാൽ അയാളുടെ മുൻപാകെ തലകുനിക്കേണ്ടത് എന്റെ കടമയാണ്' (പേജ് 158)

ഈ സംഭവം ചൂണ്ടി ഇന്ത്യയുടെ മഹത്തായ പാരമ്പര്യത്തിൽ അഭി മാനിക്കുകയാണ് ഗോൾവാൽക്കർ. ഇന്ത്യയുടെ ഇത്തരം മഹത്തായ ഒരു സംസ്ക്കാരത്തെയാണ് ആധുനികത നശിപ്പിച്ചതെന്ന് വിലയിരുത്തു കയുമാണ് വിചാരധാരയിൽ

ദളിതരോട്ടുള്ള സമീപനം

ജാതിവ്യവസ്ഥയെ പിൻതുണയ്ക്കുകയും അതിനെ ദൈവമായി ആരാധിക്കണമെന്നും നിലപാടെടുത്ത ഗോൾവാൽക്കർ അതിന്റെ അടിസ്ഥാനത്തിൽ മനുഷ്യനെ വിഭജിച്ചപ്പോൾ ദളിതരെ മനുഷ്യരായി അംഗീകരിക്കാൻപോലും തയ്യാറായിരുന്നില്ല എന്ന യാഥാർഥ്യം നേരത്തെ വ്യക്തമായിരുന്നല്ലോ. തുടർന്ന് ജാതി ഘടന ശിഥിലമായ തിലും അയിത്തവും അനാചാരങ്ങളും ഇല്ലാത്ത രീതിയിൽ അത് ദുർബ ലപ്പെട്ടതിലും ഗോൾവാൽക്കർ ദുഃഖിക്കുന്നുണ്ട്. 'ഇന്ന് ജാതി വ്യവസ്ഥ തിരിച്ചറിയാൻ കഴിയാത്ത വിധം അധഃപതിച്ചപോയിരിക്കുന്നു' (പേജ് 130). ഇങ്ങനെ ശിഥിലമായതിൽ വേദനിക്കുന്ന ഗ്രന്ഥകാരൻ ദളിത കൾക്കും മറ്റും നൽകുന്ന ആനുകൂല്യങ്ങളെ അതിശക്തമായ രീതിയിൽ വിമർശിക്കുന്നു. അവരുടെ അസ്തിത്വം അംഗീകരിക്കപ്പെടുന്നതിൽ വിളറികൊള്ളുകയാണ് ഗ്രന്ഥകാരൻ. 'നമ്മുടെ ജനവിഭാഗങ്ങൾക്ക് ഹരിജനങ്ങൾ, പട്ടികജാതികൾ, പട്ടികവർഗങ്ങൾ എന്നൊക്കെ പേര് നൽകി പരസ്പരം അസൂയയും കലഹവും വളർത്തപ്പെടുന്നു. പ്രത്യേക ആനുകൂല്യങ്ങളുടെ പേരിൽ പണം കൊണ്ട് പ്രലോഭിപ്പിച്ച അവരെ യെല്ലാം അടിമകളാക്കാൻ ശ്രമം നടക്കുന്നു (പേജ് 130)'. ഇങ്ങനെ ദുർബലവിഭാഗങ്ങൾക്കുനല്ലുന്ന ആശ്വാസങ്ങളെയും സംവരണത്തേയും ഗോൾവാൽക്കർക്ക് സഹിക്കാൻ പറ്റുന്നില്ല. അവരെ മനുഷ്യരായി അംഗീകരിക്കാൻപറ്റാത്ത പ്രത്യയശാസ്ത്രകാരന് അങ്ങനെതോന്നിയി ല്ലെങ്കിലേ അത്ഭുതപ്പെടേണ്ടതുള്ളൂ.

വിചാരധാരയുടെ 36-മത് അധ്യായത്തിന്റെ പേര് 'അസ്പൃശ്യത - ശാപവും മോക്ഷവും' എന്നാണ്. ഇതിൽ അയിത്തവുമായി ബന്ധപ്പെട്ട പ്രശ്നമാണ് ഗോൾവാൽക്കർ അവതരിപ്പിക്കുന്നത്. ഇത് ഒരു പോരാ ട്ടത്തിലൂടെ അവസാനിപ്പിക്കാൻ ശ്രമിക്കുന്നത് ആപത്താണ് എന്ന് വിചാരധാരക്കാരൻ മുന്നറിയിപ്പ് നൽകുന്നുണ്ട്.

ഇത്തരത്തിലൊരു പ്രമേയത്തെ ബലം പ്രയോഗിച്ച നടപ്പിലാക്കാൻ

ശ്രമിക്കുന്നതു പൂർണ്ണമായും തിരിച്ചടിക്കുക തന്നെ ചെയ്യും. ഭാവാത്മകവും പ്രേരണാപരവുമായ മാർഗങ്ങൾ മാത്രമേ ഫലം തരികയുള്ളൂഎന്നും പറയുന്നുണ്ട്.

'കുറച്ച വർഷങ്ങൾക്കുമുമ്പ് കാശിവിശ്വനാഥക്ഷേത്രത്തിലേയ്ക്ക് അസ്പൃശ്യരുടെയും അഹിന്ദുക്കളുടെയും ഒരു സംഘത്തോടുകൂടി ഒരു പ്രമുഖ സാമൂഹ്യനേതാവ് ബലമായി പ്രവേശിക്കാൻ ശ്രമിച്ചതായി ഒരു വാർത്ത പത്രങ്ങളിൽ വന്നിരുന്നു. ക്ഷേത്രത്തിലെ പുരോഹിതന്മാർ ആ ശ്രമത്തെ എതിർത്തു പരാജയപ്പെടുത്തിയെന്നും പത്രങ്ങൾ റിപ്പോർട്ടു ചെയ്തിരുന്നു. ഈ സംഭവം നടന്ന കുറച്ചദിവസങ്ങൾക്കു ശേഷം ഞാൻ കാശി സന്ദർശിക്കുകയുണ്ടായി. ഞാൻ പുരോഹിതന്മാരെക്കണ്ട് എന്തുകൊണ്ടാണ് ഇങ്ങനെ എതിർത്തതെന്നു ചോദിച്ചു. അവർ മറുപടി പറഞ്ഞു. 'ആയിരക്കണക്കിനു ഭക്തന്മാർ നിത്യവും ദേവനെ ആരാധിക്കാനായി തടിച്ച കൂടുന്നുണ്ട്. ഗർഭഗൃഹത്തിൽത്തന്നെ കടന്നുവന്ന്, അവർ പവിത്രമായ ശിവലിംഗം സ്പർശിക്കുകയും ആരാധന നടത്തുകയും ചെയ്യാറുണ്ട്. ഏതു ജാതിയിൽ അഥവാ സമ്പ്രദായത്തിൽപ്പെട്ടവരാണെന്ന് ആരുംതന്നെ ഇതുവരെ അന്വേഷിച്ചിട്ടില്ല. പക്ഷേ ആ നേതാവ് പ്രചരണങ്ങളുടെ കാഹളവിളിയോടെ അധഃകൃതരെ ഉദ്ധരിക്കാൻ വന്ന, സാർവലൗകിക മനോവൃത്തിയുള്ള ഒരു പ്രവാചകനാണെന്നും ഞങ്ങളാണ് തെറ്റുകാരെന്നും ലോകത്തെ ധരിപ്പിച്ചുകൊണ്ട് മുന്നോട്ട് വന്നപ്പോൾ സ്വാഭാവികമായും ഞങ്ങൾ അപമാനിതരായിത്തീർന്നു. ആ മനുഷ്യനെ സ്വന്തം നാണയത്തിൽ തന്നെ തിരിച്ചടിക്കാൻ ഞങ്ങൾ തീരുമാനിച്ചു.' (പേജ് 420-421)

ദളിതുകൾ എന്ന നിലയിൽ പ്രവേശനം ഇല്ലാത്ത ഒരു ക്ഷേത്രത്തിൽ പ്രവേശനം ആവശ്യപ്പെട്ടുകൊണ്ട് വന്നവരെ മറ്റുള്ളവർ തല്ലിച്ചതച്ച സംഭവത്തെയാണ് ഇവിടെ ഗോൾവാൾക്കർ ന്യായീകരിക്കുന്നത്. ഈ പ്രശ്നത്തിൽ ക്ഷേത്രപ്രവേശനത്തിന് ദളിതുകൾ എന്ന നിലയിൽ തന്നെ അവർക്ക് അവകാശമുണ്ട് എന്നത് അംഗീകരിച്ച് സമരക്കാരോട് ഒപ്പം ചേരുന്നതിന് പകരം അവരെ മർദ്ദിച്ചവരെ ന്യായീകരിക്കുക യാണ്. എന്നിട്ട് അത്തരം ചെറുത്തുനില്പ് നടത്തുന്നവർക്ക് ഉപദേശവും നല്കുന്നുണ്ട്. 'നമ്മുടെ ക്ഷമയറ്റ പരിഷ്ക്കരണവാദികളിൽ പലർക്കും തെറ്റ പറ്റുന്നതിവിടെയാണ്. ബലം, ഒരു വിഭാഗം ജനങ്ങളെ താറടിക്കൽ, പ്രചരണം, പ്രസിദ്ധീകരണം തുടങ്ങിയ എല്ലാ മാർഗങ്ങളും തിരിച്ചടിക്ക കയും രോഗത്തെക്കാൾ മാരകമായ ചികിത്സയായി പരിണമിക്കുകയും ചെയ്യും.' (പേജ് 388)

ഈ നിലപാട് ഉയർത്തിപ്പിടിക്കുന്നവർ ദളിതകളുടെ ക്ഷേത്രപ്രവേ ശനത്തോട് ഉള്ള സമീപനം എന്താണ് എന്ന് വ്യക്തമാക്കുന്നു. ഉത്ത രേന്ത്യയിൽ പലയിടത്തും ദളിതകൾക്ക് ക്ഷേത്രപ്രവേശനം ഇല്ലാതെ പോകുന്നതിന്റെ കാരണവും ഇവിടെ വ്യക്തമാകുന്നുണ്ട്. അവിടെ നടക്കുന്ന ദളിത് പീഡനങ്ങളെക്കുറിച്ച് വിചാരധാരക്കാരൻ പറയുന്നത് നോക്കുക.

'ഈ പ്രശ്നം ദുരുദ്ദേശ്യത്തോടെ ഇനിയൊരു വശത്തേക്കു കൂടി വലിച്ചിഴക്കിന്നില്ലേ എന്ന സംശയിക്കേണ്ടിയിരിക്കുന്നു. കഴിഞ്ഞ കുറച്ച വർഷങ്ങൾക്കിടയിൽ ഹരിജനങ്ങളുടെ മേൽ ജാതിഹിന്ദുക്കൾ നടത്തിയ അക്രമങ്ങളുടെ റിപ്പോർട്ടുകളുടെ പ്രളയം തന്നെ പത്രങ്ങളിൽ വരാറുണ്ട്. ഇത്തരം റിപ്പോർട്ടുകളെല്ലാം ദുരുപദിഷ്ടങ്ങളാണെന്നാണ് ഞാൻ കരുതുന്നത്. പലപ്പോഴും വാർത്തകൾ തന്നെ ശരിയാകാറില്ല. (പേജ് 389) തുടർന്ന് പല പത്രവാർത്തകളും തെറ്റാണ് എന്ന് സ്ഥാപിച്ച് ദളിത്പീഡകരെ രക്ഷപ്പെടുത്തിയെടുക്കുന്ന നിലപാട് ആണ് വിചാര ധാരക്കാരൻ ഉയർത്തിപ്പിടിക്കുന്നത് എന്ന് വ്യക്തം. ദളിത്പീഡനം എന്നത് ബ്രിട്ടീഷുകാരുടെ സൃഷ്ടിയാണെന്നും തുടർന്ന് ഗോൾവാൽക്കർ പറയുന്നു.' (പേജ് 390)

അടുത്ത ഭാഗത്ത് ദളിതകൾക്ക് ഉണ്ടാക്കിയ സംവരണം എന്ന ആശയം തെറ്റാണ് എന്ന് ഗോൾവാൾക്കർ പറയുന്നുണ്ട്.

'1950-ൽ നാം റിപ്പബ്ലിക്ക് ആയ ദിവസം മുതൽ 10 വർഷത്തേ ക്കുമാത്രമേ ഡോക്ടർ അംബേദ്കർ പട്ടികജാതിക്കാർക്ക പ്രത്യേ കാനുകൂല്യങ്ങൾ വേണമെന്ന പരിഗണിക്കുകയുണ്ടായുള്ളൂ. പക്ഷേ അതു തുടർന്നുകൊണ്ടങ്ങിനെ പോകുകയാണ്. ജാതിയിൽ മാത്രം അടിസ്ഥാനപ്പെടുത്തിയ പ്രത്യേകാനുകൂല്യങ്ങൾ ഒരു പ്രത്യേക വിഭാഗ ത്തിൽ തുടരുവാനുള്ള സ്ഥാപിതാൽപര്യങ്ങൾ വളർത്തുകയും ചെയ്യും. സമുദായത്തിലെ ഇതരഘടകങ്ങളോടുകൂടി അവർ ഇഴുകിച്ചേരുന്നതിന് ഇതു തടസ്സമാണ്.' (പേജ് 391)

ഇവിടെ ദളിതകൾക്ക് ഏർപ്പെടുത്തിയ സംവരണം ആണ് വിമർ ശനത്തിന് ഇരയാകുന്നത്. ദളിതകൾക്ക് ഉള്ള സംവരണത്തെ പരി ഷ്കൃതസമൂഹത്തിലെ ആരും തന്നെ ചോദ്യം ചെയ്യില്ലെന്നിരിക്കെയാണ് ഇത്തരം ഒരു വാദഗതി ഉയർന്നുവരുന്നതെന്ന് അറിയുമ്പോഴാണ് ആർ.എസ്.എസ്സിന്റെ ദളിത് പ്രേമത്തിന്റെ യഥാർത്ഥ വശം നമുക്ക് ബോധ്യമാകുന്നത്.

സ്ത്രീ-പുരുഷബന്ധവും വിചാരധാരയും

നഃസ്ത്രീ സ്വാതന്ത്ര്യമർഹതി എന്ന മനുവിന്റെ ആശയത്തെ ശക്തമായി പിന്തുണക്കുന്ന സമീപനം തന്നെയാണ് വിചാരധാരയിൽ ഉടനീളം ദൃശ്യമാകുന്നത്. സ്ത്രീസമത്വം എന്ന വാക്കുതന്നെ അരോചക മായാണ് ഇവർക്കുതോന്നുന്നത്. അതുകൊണ്ടുതന്നെ സ്ത്രീസംവരണ ത്തെക്കുറിച്ചുള്ള കാഴ്ചപ്പാടിനെയും നിശിതമായ രീതിയിൽ വിമർശി ക്കുന്നുണ്ട്. ഭാഷാവിദ്വേഷം പോലെ ഉള്ള ഒന്നാണ് സ്ത്രീസമത്വം എന്ന പ്രഖ്യാപനവും ഗോൽവൽക്കർ നടത്തുന്നുണ്ട്. 'ഇന്ന് സ്ത്രീസമത്വത്തെ ക്കുറിച്ചും പുരുഷാധിപത്യത്തിൽ നിന്നുള്ള വിമോചനത്തെ കുറിച്ചുമുള്ള മുറവിളിയുണ്ട്. അധികാരസ്ഥാനങ്ങളിൽ സ്ത്രീകൾക്ക് സീറ്റ് സംവരണം വേണമെന്നു പറഞ്ഞുകൊണ്ട് ജാതീയത, വർഗീയത, ഭാഷാവിദ്വേഷം എന്നിവയുടെ കൂട്ടത്തിൽ സ്ത്രീപുരുഷമത്സരവും ഉൾക്കൊള്ളിച്ചിരി ക്കുകയാണ് (പേജ് 137) ഇവിടെ സ്ത്രീയുടെ സ്വാതന്ത്ര്യമെന്നത് ഒരു തരത്തിലും അംഗീകരിക്കാത്ത ചിന്താഗതി പകൽവെളിച്ചം പോലെ വ്യക്തമാവുകയാണ്. മനുഷ്യനെ എല്ലാ അതിർവരമ്പുകൾക്കുമപ്പുറത്ത് ഒന്നായിക്കാണുക എന്ന സാമാന്യധാരണപോലും വച്ചുപുലർത്താൻ ഗോൽവൽക്കർ തയ്യാറല്ല. വ്യത്യസ്തമായ മനുഷ്യവംശങ്ങളുടെ കൂടിച്ചേ രലുകളും വൈവാഹിക ബന്ധങ്ങളും അശാസ്ത്രീയമാണെന്നും ഇദ്ദേഹം എടുത്തുപറയുന്നുണ്ട്. വിവിധ ജാതികളിലും മതങ്ങളിലുംപെട്ട ആളുകൾ തമ്മിലുള്ള വൈവാഹിക ബന്ധങ്ങളെ തടഞ്ഞുനിർത്തുന്നതിലൂടെ, വംശവിശുദ്ധി സൂക്ഷിക്കുക എന്ന ഹിറ്റ്ലേറിയൻ തത്വങ്ങളുടെ മറ്റൊരു മുഖമാണ് ഇവിടെ തെളിയുന്നത്. 'മനുഷ്യവംശങ്ങളുടെ സങ്കരം എല്ലാ മാനുഷിക അനർത്ഥങ്ങൾക്കും പ്രതിവിധിയാണെന്ന് ഇന്നലെവരെ അവർ ധരിച്ചിരുന്നു. പക്ഷേ ഇന്നവർ ഈ ധാരണ തിരുത്താൻ തുട ങ്ങിയിരിക്കുകയാണ്. വംശത്തിന് പുറത്തു നടത്തുന്ന ഇണചേരൽ അപകടകാരിയാണെന്നും വംശത്തിനകത്തു തന്നെ ഉണ്ടാകുന്ന ഇണചേരൽ അപകടകാരിയാകേണ്ടതില്ലെന്നും പരീക്ഷണങ്ങൾ തെളി യിക്കുന്നുണ്ട്. ഇവപോലും നിഷേധാത്മക നിഗമനങ്ങൾ മാത്രമാണ്. വർഗസങ്കരങ്ങൾ (ക്രോസ് ബ്രീഡുകൾ) കുറച്ച തലമുറകൾക്കു ശേഷം മാതൃവർഗങ്ങളേക്കാൾ തരംതാഴ്ന്നുപോകുന്നുണ്ട് എന്ന് ഇന്നു കണ്ടുപിടി ക്കപ്പെട്ടിട്ടുണ്ട്.' (പേജ് 594)

ഇങ്ങനെ വംശങ്ങളെ പ്രത്യേകമായി നിലനിർത്തി അതിന്റെ അസ്തിത്വങ്ങളെ ഉറപ്പിച്ചു നിർത്തുകയും എന്നിട്ട് ചില വംശങ്ങൾ ഉന്ന തമാണെന്നു ചിത്രീകരിക്കുകയും ചെയ്യുന്നതിനു പിന്നിലുള്ള രാഷ്ട്രീയ

ലക്ഷ്യം വംശീയാധിപത്യത്തിന്റെ താല്പര്യങ്ങളാണ്. ആര്യൻ രക്തം മിക ച്ചതാണെന്നും മറ്റള്ളത് രണ്ടാംകിട എന്നും പ്രഖ്യാപിച്ച ഹിറ്റ്ലേറിയൻ സിദ്ധാന്തത്തിന്റെ ഇന്ത്യൻ മുഖമാണ് ഗോൾവൽക്കറിസമെന്നും, സംഘപരിവാറയർത്തിപ്പിടിക്കുന്നതെന്നും ഇതിലൂടെ വ്യക്തമാണല്ലോ.

ആധുനികസമൂഹം അംഗീകരിച്ചിട്ടുള്ള കുടുംബാസൂത്രണത്തെ ഗോൾ വൽക്കർ ശക്തമായി വിമർശിക്കുന്നുണ്ട്. അതിനെ വിമർശിക്കുമ്പോൾ പകരം കേൾക്കുന്ന വാദമുഖം കേട്ടാൽ സാമാന്യബുദ്ധിയുള്ള ആളകൾ അദ്ഭുതപ്പെട്ട് മൂക്കത്ത് വിരൽ വച്ചപോവും. ആർ.എസ്.എസ്. കാർ ഇതു വായിക്കാത്തതു കൊണ്ടായിരിക്കാം. കുടുംബാസൂത്രണ രീതി സ്വീകരിക്ക ന്നത്. 'ജനസംഖ്യ സ്വയം നിയന്ത്രിക്കപ്പെട്ടുകൊള്ളം. പ്രകൃതി അതിന്റെ വഴിക്കു പ്രവർത്തിക്കും. ഒരു യുദ്ധത്തിനു മുമ്പും പിമ്പും ജനനനിരക്കിൽ ഒരു കുതിച്ചചാട്ടമുണ്ടെന്ന് കണ്ടിട്ടുണ്ട്. വംശവിച്ഛേദത്തിന്റെ അപകട ത്തോടുള്ള മനുഷ്യന്റെ അബോധപ്രേരണയുടെ തിരിച്ചടിയാണത്.' (പേജ് 595)

ഇവിടെ കുടുംബാസൂത്രണത്തിന്റെ ആവശ്യമില്ലെന്ന് പ്രഖ്യാപിക്ക കമാത്രമല്ല, യുദ്ധമുണ്ടാവുന്നത് ജനസംഖ്യാനിയന്ത്രണത്തിനാണെന്ന പറയുന്നതിലൂടെ തല തിരിഞ്ഞ മറ്റൊരു വാദത്തിലേക്ക് വിചാരധാര ക്കാരൻ എത്തിച്ചേരുകയാണ്. ഈ സിദ്ധാന്തമുപയോഗിച്ച് പ്രശ്നങ്ങളെ ഒന്നുവിലയിരുത്തിനോക്കൂ. ഇസ്രയേൽ ഗാസയെ ആക്രമിക്കുമ്പോൾ അത് ജനസംഖ്യ നിയന്ത്രിക്കാനാണെന്ന നിരീക്ഷണത്തിലേക്കായി രിക്കും, ഈ വാദം എത്തിച്ചേരുക. എല്ലാ മനുഷ്യക്കുരുതികളേയും ന്യായീകരിച്ച് മനുഷ്യക്കശാപ്പുകൾ പ്രകൃതിയുടെ അനിവാര്യതയാണെ ന്ന് സ്ഥാപിച്ച് സാമ്രാജ്യത്വയുദ്ധക്കൊതിയന്മാർക്ക് അനുകൂലമായ പ്രത്യയശാസ്ത്ര അടിത്തറ ഒരുക്കുകയാണ് ഗോൾവാൽക്കർ ചെയ്യുന്നത്.

39-ാമത് അധ്യായത്തിന്റെ പേര് 'അമ്മമാരോട്' എന്നാണ്. ഇതിൽ സ്ത്രീയുടെ ഉത്തരവാദിത്തവും കടമയും വിശദീകരിക്കുന്നുണ്ട്. 'സമൂഹത്തിലെ വിടർന്നുവിരിയുന്ന തലമുറകളെ പോറ്റിവളർത്തേ ണ്ട പ്രത്യേക ഉത്തരവാദിത്തവും കടമയും വിശദീകരിക്കുന്നുണ്ട്. സമൂഹത്തിലെ വിടർന്നുവിരിയുന്ന തലമുറകളെ പോറ്റിവളർത്തേണ്ട പ്രത്യേക ഉത്തരവാദിത്തം അമ്മമാർക്കാണുള്ളത്.' പേജ് (440) ഇങ്ങനെ കുട്ടികളെ വളർത്തുക എന്നതാണ് സ്ത്രീയുടെ കടമ എന്ന പരമ്പരാഗതമായ ധാരണകളിൽ തന്നെയാണ് വിചാരധാരക്കാരൻ. ഒപ്പം കുട്ടികളുടെ ചെറിയ ചോദ്യങ്ങളെപ്പോലും ഇവർ ഭയപ്പെടുകയും ചെയ്യുന്നു. 'കൃഷ്ണജന്മാഷ്ടമി ദിവസം വ്രതമാചരിക്കാൻ പറഞ്ഞപ്പോൾ

കുട്ടി മാതാപിതാക്കന്മാരോട് പറഞ്ഞുവത്രേ ഇത്രയും വൃഭിചാരിയായ ഒരാളടെ ജന്മദിനം എന്തിനാണ് നിങ്ങൾ ആഘോഷിക്കുന്നത്. എന്തു കൊണ്ട് ക്രിസ്തവിന്റെ ജന്മദിനമാഘോഷിക്കുന്നില്ല. ഇത്ര കുഴപ്പം പിടിച്ച ചോദ്യങ്ങൾ 8,9 വയസ്സായ ഒരു കുട്ടി മാതാപിതാക്കളോട്ട ചോദിക്കുമെ ന്നു നമുക്ക് ചിന്തിക്കാൻകഴിയുമോ. അതികാലത്ത് കുട്ടികളെ അമ്മമാർ ഉണർത്തട്ടെ. അവർ കുടുംബത്തിലെ കാരണവന്മാരെ നമസ്കരിക്കക യും കുടുംബപരദേവതയെ ആരാധിക്കുകയും ചെയ്യട്ടെ. മാതൃഭക്തിയും ദേശഭക്തിയും ദൈവഭക്തിയും ഓരോ ഹിന്ദുബാലനിലും ബാലികയിലും ഉളവാക്കിയെടുക്കുന്ന പാവനമായ കർത്തവ്യം നമ്മുടെ അമ്മമാരിലാ ണുള്ളത്.' (പേജ് 441). ഇങ്ങനെ കുടുംബങ്ങളിൽ കുരുക്കിനിർത്താൻ പറയുന്ന ഇവർ. അതിൽ കൂടുതലായി ചെയ്യാവുന്നതെന്താണെന്ന് പിന്നീട് പറയുന്നുണ്ട്. അടുത്ത വീട്ടിലെ അമ്മമാരും കുട്ടികളും ആയി ഇടപഴകുന്നതുവരെയുള്ള സ്വാതന്ത്ര്യമാണ് ഇവർ അനുവദിക്കുന്നത്.

വർഗ്ഗീയവിഷം ചീറ്റുന്ന വിചാരധാര

വിചാരധാരയുടെ 19,20,21 അദ്ധ്യായങ്ങൾ രാജ്യത്തിനകത്തെ ശത്രുക്കളെക്കുറിച്ചാണ് വിശദീകരിക്കുന്നത്. 'ആന്തരികഭീഷണികൾ' എന്നാണ്, ഈ അദ്ധ്യായങ്ങളുടെ പേര്. അതിൽ ഒന്നാം ഭാഗത്ത് മുസ്ലിങ്ങളെയും രണ്ടാം ഭാഗത്ത് ക്രിസ്ത്യാനികളെയും മൂന്നാം ഭാഗത്ത് കമ്മ്യൂണിസ്റ്റുകാരെയും കുറിച്ചാണ് പരാമർശിക്കുന്നത്. പുസ്തകത്തിൽ ഉടനീളം ചിതറിക്കിടക്കുന്ന ന്യൂനപക്ഷവിരുദ്ധ നിലപാടുകൾ ക്രോഡീ കരിച്ചുകൊണ്ടാണ് ഈ ഭാഗത്ത് അവതരിപ്പിക്കുന്നത്. ഈ ആന്തരിക ഭീഷണിയാണ് പുറത്തുള്ളവരെക്കാൾ രാജ്യത്തിന് ആപത്ക്കരമെന്ന് പറഞ്ഞുവയ്ക്കാനും ഗോൾവാൽക്കർ മടിക്കുന്നില്ല. 'പുറമേനിന്നുള്ള ശത്രുക്കളെക്കാൾ ദേശീയ ഭദ്രതയ്ക്ക് കൂടുതൽ അപകടകാരികൾ രാജ്യ ത്തിനകത്തുള്ള ശത്രുഘടകങ്ങളാണെന്നാണ്, പല രാജ്യങ്ങളുടെയും ചരിത്രത്തിൽ നിന്നുമുള്ള ദുരന്തപാഠം' (പേജ് 208).

ഇവിടെ സാമ്രാജ്യത്വശക്തികളേക്കാൾ രാജ്യത്തിന് ആപത്ക്കാ രികളായിട്ടുള്ളവർ ന്യൂനപക്ഷങ്ങളും കമ്മ്യൂണിസ്റ്റുകളുമാണ്, എന്ന് പറയുകയാണ്. അതിലൂടെ അമേരിക്കയുൾപ്പെടെയുള്ള സാമ്രാജ്യത്വ ശക്തികൾ നടത്തുന്ന ചൂഷണത്തേയും കടന്നുകയറ്റത്തേയും പിന്തുണ യ്ക്കുന്ന നിലപാട് ഒരിക്കൽക്കൂടി ഗോൾവാൽക്കർ സ്വീകരിക്കുകയാണ്. ഇതിലൂടെ സാമ്രാജ്യത്വത്തിനെതിരായുള്ള പോരാട്ടത്തെക്കാൾ കമ്മ്യൂ ണിസത്തെയും ഉന്മൂലനം ചെയ്യാനുള്ള ആഹ്വാനം എന്തെന്ന് പ്രത്യേകം വിശദമാക്കേണ്ടതില്ലല്ലോ. ഈ അദ്ധ്യായം അവസാനിക്കുന്നത്

 ബഹുസ്വരതയും മതരാഷ്ട്ര വാദങ്ങളും

ഇങ്ങനെയാണ്, 'നമുക്ക് പരിതഃസ്ഥിതിയുടെ പരുപരുത്ത യാഥാർ ത്ഥ്യങ്ങളെ ശരിക്കും നേരിടാം (പേജ് 220).' ഇത്തരമൊരു ഘട്ടത്തിൽ മുസ്ലീങ്ങൾക്കെതിരെ നീങ്ങാനുള്ള ആഹ്വാനമാണ് ഈ യാഥാർത്ഥ്യ ങ്ങളെ നേരിടാമെന്നതിലൂടെ ഗോൾവാൽക്കർ ലക്ഷ്യം വയ്ക്കുന്നതെന്ന വ്യക്തം. ആർ.എസ്.എസ്. ന്റെയും ബി.ജെ.പിയുടെയും മതേതരത്വ മുഖംമൂടി എത്രയേറെ വികൃതമാണെന്നതിന്, ഇതിലും വലിയ തെളിവ് ആവശ്യമില്ലല്ലോ.

ക്രിസ്ത്യാനികൾക്കുനേരെ

ജീവകാരുണ്യത്തിന്റെ മുഖംമൂടിയണിഞ്ഞ് അധാർമ്മികതയും രാജനൈതികവുമായ തന്ത്രങ്ങൾ കൈമുതലായുള്ളവരാണ് ക്രിസ്ത്യാ നികളെന്ന് ഗോൾവൽക്കർ വിശദീകരിക്കുന്നു. ക്രിസ്ത്യാനികൾ ഈ നാടിനെ ക്രിസ്തുരാജ്യമാക്കി മാറ്റുന്നതിനായി പ്രയത്നിക്കുന്നതായി ആരോപിക്കുന്നു. അവർ ചെയ്യുന്ന പ്രവർത്തനങ്ങൾ എന്തെന്ന് വിശ ദീകരിക്കുന്നത് ഇങ്ങനെയാണ്. 'നമ്മുടെ ജീവിതത്തിന്റെ സാമൂഹ്യവും മതപരവുമായ ഘടന തകർക്കുവാൻ മാത്രമല്ല വിവിധ കേന്ദ്രങ്ങളിലും കഴിയുമെങ്കിൽ നാട്ടിലാകമാനവും രാഷ്ട്രീയാധിപത്യം സ്ഥാപിക്കുന്നതി നും കൂടി ശ്രമിക്കുകയാണ് നമ്മുടെ നാട്ടിലിന്നു താമസിക്കുന്ന ക്രൈസ്ത വമാന്യന്മാർ ചെയ്യുന്നത്. യേശുക്രിസ്തുവിന്റെ ദിവ്യപക്ഷങ്ങൾക്ക് കീഴിൽ മനുഷ്യവർഗത്തിന് ശാന്തിയും സാഹോദര്യവും കൈവരുത്തുകയെന്ന ആകർഷകമായ മുഖംമൂടിയോട്ടുകൂടി അവർ കാലുകുത്തിയിടത്തെല്ലാം അവർ വഹിച്ചിട്ടുള്ള പങ്ക് ഇതുതന്നെയാണ്.' (പേജ് 227)

ഇങ്ങിനെ ക്രൈസ്തവമിഷനറിയെയും അതിന്റെ പ്രവർത്തനത്തെയും വർഗീയമായി മുദ്രകുത്തി അവരെ ആക്രമിക്കാനുള്ള അടിത്തറ ഒരുക്ക കയാണ് ഇത്തരം പ്രസ്താവങ്ങളിലൂടെ ഗോൾവാൽക്കർ ചെയ്യുന്നത്. 'യഥാർത്ഥ ക്രിസ്ത്യാനി ഒന്നേ ഉണ്ടായിരുന്നുള്ളൂ. അദ്ദേഹം കുരിശിൽ മരിക്കുകയും ചെയ്തു' (പേജ് 223). ഇത്തരത്തിൽ സൂചിപ്പിച്ചതിനുശേഷം ചില പ്രത്യേക പ്രദേശങ്ങളിലെ ക്രിസ്ത്യൻ മിഷനറി പ്രവർത്തനങ്ങളെ ശകാരിക്കുന്നുമുണ്ട് ഗോൾവൽക്കർ.

കേരളത്തിലെ ക്രിസ്തുമത വിശ്വാസികൾക്കുനേരെ ഒരാരോപണം ഉയർത്തുന്നുണ്ട്. കേരളത്തിലെ നൂറുകണക്കിന് പ്രാചീന ഹൈന്ദവക്ഷേ ത്രങ്ങൾ ക്രൈസ്തവരാൽ നശിപ്പിക്കപ്പെട്ടതായി പറയുന്നുണ്ട്. അതിൽ ശബരിമലയിലും ഉൾപ്പെട്ടുമെന്നു പറയുന്നു.

'കേരളത്തിൽ വിഖ്യാതമായ ശബരിമലക്ഷേത്രമടക്കം

ആറുകണക്കിൽ പ്രാചീനഹൈന്ദവക്ഷേത്രങ്ങൾ ക്രിസ്ത്യൻ തെമ്മാടിക ളാൽ നശിപ്പിക്കപ്പെട്ട് അവിടത്തെ വിഗ്രഹങ്ങൾ തച്ചുടയ്ക്കപ്പെടുകയു ണ്ടായി... മനുഷ്യവർഗത്തിന്റെ മേൽ ക്രിസ്തുമതം ശാന്തിയും അനുഗ്രഹവും ജീവകാരുണ്യത്തിന്റെ അമൃതവും വർഷിക്കുമെന്ന് പ്രചരിപ്പിക്കുവാൻ നമ്മുടെ അടുക്കൽ വരുന്ന ആളുകൾ ഈ മട്ടിലുള്ളവരാണ്.' (പേജ് 227-228)

കേരളത്തിൽ ജീവിക്കുന്ന നമുക്കറിയാം ശബരിമലയോ മറ്റ ക്ഷേത്ര ങ്ങളോ ഇവിടെ അടുത്ത കാലത്തെങ്ങും തകർക്കുകയോ നശിപ്പിക്ക കയോ ചെയ്തിട്ടില്ലെന്ന്. എന്നിട്ടും ഈ പെരുംനുണയാണ് ആർ.എസ്. എസിന്റെ താത്വികഗുരു പ്രചരിപ്പിക്കുന്നത്. ഒരു നുണ ആയിരം വട്ടം ആവർത്തിച്ചാൽ ശരിയായ തീരുമെന്ന ഫാസിസ്റ്റുകളുടെ പ്രചാരണമ ന്ത്രി ഗീബൽസിന്റെ വാക്കുകൾ ഇവിടെ ചേർത്തു വായിക്കാവുന്നതാണ്. ഇത്തരം അടിസ്ഥാനരഹിതമായ നിരവധി ആരോപണങ്ങൾ വിചാര ധാരയിൽ ഉടനീളം ദൃശ്യമാണ്.

മറ്റമതങ്ങളെ ശകാരവർഷംകൊണ്ട് മൂടുമ്പോഴും അവരുടെ ഏതെങ്കിലും മതഗ്രന്ഥങ്ങളെയോ ആചാരങ്ങളെയോ അല്ല ഗോൾ വാൽക്കർ എടുക്കുന്നത്. പകരം ഏതോ ഒരാൾ ഇങ്ങനെ പറഞ്ഞു എന്നു പറഞ്ഞുകൊണ്ടാണ്.

1. നമ്മുടെ കേന്ദ്രമന്ത്രികളിലൊരാൾ (പേജ് 216)

2. കുറെ വർഷങ്ങൾക്കുമുമ്പ് അറബിയായ ഒരു മുസ്ലീം മൗലവി (പേജ് 216)

3. അവിടെ ഉന്നതസ്ഥാനത്തുള്ള ഒരു പ്രധാന വ്യക്തിയെ കണ്ട പ്പോൾ പറഞ്ഞു (പേജ് 217)

4. സൂഫി വർഗക്കാരിൽപ്പെട്ട ഒരു വലിയ പണ്ഡിതനോട് സംസാ രിച്ചപ്പോൾ അദ്ദേഹം എന്നോടു പറഞ്ഞു. (പേജ് 219)

ആന്തരികഭീഷണികൾ എന്നതിൽ മുസ്ലീമങ്ങളെപ്പറ്റി 10 പേജുകൾ വിവരിക്കുമ്പോഴാണ് ഇത്രയും തവണ വ്യക്തമായ പേര് പറയാത്ത ഉദ്ധരണികൾ പറഞ്ഞ് ഇസ്ലാം ഇന്നതാണെന്ന് സ്വയം പ്രഖ്യാപിച്ച് നിഴൽയുദ്ധം നടത്തുന്നത്. ഗീബൽസിന്റെ ഇന്ത്യൻ പതിപ്പാണ് ഗോൾ വാൽക്കർ എന്നതാണ് ഇത് ഓർമ്മിപ്പിക്കുന്നത്. ക്രൈസ്തവരെക്കുറിച്ച് പറയുമ്പോഴും ഈ രീതി തന്നെയാണ് ഗോൾവാൽക്കർ അവലംബി ക്കുന്നത്. ക്രിസ്ത്യാനികളെക്കുറിച്ച പറയുന്ന അധ്യായം അവസാനിപ്പി ക്കുന്നത് അവരെ ആക്രമിക്കണം എന്ന ആഹ്വാനത്തോടെയാണ്.

ഇന്ത്യയിൽ ഇന്ന് ക്രൈസ്തവർക്കെതിരെ നടക്കുന്ന ആക്രമണങ്ങളെ ഈ പശ്ചാത്തലത്തിൽ വേണം കാണാൻ

കമ്മ്യൂണിസ്റ്റുകാർക്കെതിരെ കശാപ്പചിന്തയുമായി

ആന്തരിക ഭീഷണിയായി ഗോൾവാൽക്കർ മൂന്നമതായി പറയുന്നത് കമ്മ്യൂണിസ്റ്റുകാരെയാണ്. ഇക്കാര്യത്തിലുള്ള വിചാരധാരയുടെ നിലപാട് നേരത്തേയുള്ള ഭാഗങ്ങളിൽ കുറച്ച് വ്യക്തമാക്കിയിട്ടുണ്ട്.

കമ്മ്യൂണിസ്റ്റുകാരെ നശിപ്പിക്കാൻ മതവികാരം ജ്വലിപ്പിക്കുക അഥവാ ആർ.എസ്.എസിനെ ശക്തിപ്പെടുത്തുക മാത്രമാണ് പോംവഴി. ഈ കാഴ്ചപ്പാടിലേക്ക് അമേരിക്ക ഉൾപ്പെടെ കടന്നുവരണമെന്ന് ഗോൾ വാൽക്കർ ആവശ്യപ്പെടുന്നുണ്ട്. സോഷ്യലിസം എന്ന ആശയത്തെ സഹിഷ്ണതയോടെ കാണവാൻ ഗോൾവാൽക്കർക്ക കഴിയുന്നില്ല. 'ഇതിനും പുറമെ സോഷ്യലിസം ഈ മണ്ണിന്റെ സന്തതിയല്ല. അത്ന നമ്മുടെ രക്തത്തിലും പാരമ്പര്യത്തിലുമില്ല. സഹസ്രാബ്ദങ്ങളായുള്ള നമ്മുടെ ദേശീയ ജീവിതത്തിന്റെ ആദർശങ്ങളും പാരമ്പര്യങ്ങളമായി അതിന്‌യാതൊരു ബന്ധവുമില്ല. ഇവിടത്തെ നമ്മുടെ ജനകോടികൾക്ക് വൈദേശികമായൊരു ചിന്തയാണത്. ആ നിലയ്ക്ക് നമ്മുടെ ഹൃദയത്തെ കോരിത്തരിപ്പിക്കുവാനോ സമ്പൂർണ്ണസമർപ്പണത്തിന്റേയും ചാരിത്ര ശുദ്ധിയുടേതുമായ ഒരു ജീവിതത്തിന് പ്രചോദനമാകാനോ അതിന കഴിവില്ല. ഇപ്രകാരം നമ്മുടെ ദേശീയ ജീവിതാദർശമായിരിക്കാനുള്ള പ്രാഥമിക യോഗ്യതപോലും അതിനില്ലെന്ന് നാം കാണുന്നു.' (പേജ് 235), എന്നുകൂടി എഴുതിയിട്ടുമുണ്ട്.

ഇത്തരത്തിൽ സമത്വത്തെപ്പോലും വിളറിപിടിച്ച സമീപിക്കുന്ന ഒരാശയത്തിന് കമ്മ്യൂണിസത്തോട്ടുള്ള സമീപനമെന്തായിരിക്കുമെന്ന് എടുത്തുപറയേണ്ടതില്ലല്ലോ. ഒരു സമൂഹത്തിൽ പുരോഗതിയുടെ അടിസ്ഥാനമായി നിൽക്കുന്ന കാർഷികപരിഷ്കരണത്തെ എത്ര പുച്ഛ ത്തോടെയാണ് അവർ കാണുന്നതെന്ന് അറിയുമ്പോഴാണ് ഇവരുടെ ജന്മിത്വപക്ഷപാതിത്വം വ്യക്തമാകുന്നത്. കേരളത്തിലെ കമ്മ്യൂണിസ്റ്റ് സർക്കാർ നടപ്പിലാക്കിയ ഭൂപരിഷ്കരണത്തെക്കുറിച്ച് ഗോൾവാൽക്കർ പറയുന്നതെന്തെന്ന് നോക്കുക.

'ഇന്നത്തെ കമ്മ്യൂണിസ്റ്റ് ഗവൺമെന്റ് ആദ്യം അധികാരത്തിൽവ ന്നപ്പോൾ തങ്ങളുടെ പരമാധികാരത്തിനുനേരെ യാതൊരു വെല്ലുവി ളിയും വേണമെന്നാഗ്രഹിച്ചില്ല. അതിനാലവർ പഴയ പ്രഭുക്കന്മാരേയും

നാട്ടുവാഴികളേയും വ്യവസായികളേയുമെല്ലാം തുടച്ചനീക്കി, എല്ലാ വ്യവസായങ്ങളും ദേശസാൽക്കരിച്ചു. വലിയ ഭൂവടമകളേയും ഒടുവിൽ ചെറിയ ചെറിയ സെമിന്ദാർമാരേയും കർഷകരേയുമെല്ലാംതന്നെയും അവർ ഇല്ലാതാക്കി. ഇവിടെയും ജന്മിമാരെ ഇല്ലാതാക്കി. ഇപ്പോൾ 17-ാം ഭേദഗതിമൂലം അര ഏക്കർ ഭൂമി മാത്രമുള്ള ചെറിയ കർഷകനെ പ്പോലും എസ്റ്റേറ്റ് ഉടമയായി കണക്കാക്കി അവന്റെ സ്വത്ത്, ഫലത്തിൽ യാതൊരു നഷ്ടപരിഹാരവും നൽകാതെ കണ്ടുകെട്ടാനുള്ള അധികാരം ഗവൺമെന്റിനുണ്ടാക്കിയിരിക്കുന്നു.' (പേജ് 234-235)

സെമീന്ദാരിയേയും ജന്മിത്വത്തെയും പിന്തുണയ്ക്കുന്ന ആളുകൾ സോഷ്യലിസ്റ്റ് മൂല്യങ്ങളേയും അതിന്റെ ഘടനകളെയും പച്ചത്തോടെ കാണുന്നു. പൊതുമേഖല പൊളിച്ചവിൽക്കുകയും സഹകരണമനോഭാ വത്തെ ഇല്ലാതാക്കി കമ്പോള മത്സരത്തിന് അനുകൂലമായ സാമ്പത്തി കനയം നടപ്പിലാക്കുന്നതിന്റെയും കാര്യങ്ങൾ വിചാരധാരയിൽനിന്ന് നമുക്ക് കണ്ടെത്താൻ കഴിയും 'സഹകരണകൃഷി, കൂട്ടുകൃഷി, ബാങ്ക് ദേശസാൽകരണം, വ്യവസായദേശസാൽകരണം തുടങ്ങിയ സോഷ്യ ലിസ്റ്റ് സിദ്ധാന്തങ്ങളെല്ലാം അന്തരീക്ഷത്തിൽ നിറഞ്ഞുനിൽക്കുന്നു. ഇതെല്ലാംതന്നെ ഒരു വിധത്തിൽ പടിപടിയായി ചൈനീസ് രീതി പിൻതുടരലാണ്. ഈ അട്ടപ്പം കാണാനും ചമരെഴുത്തുവായിക്കാനും നമുക്കു പരിശ്രമിക്കാം. വെറും അടികളും ഉപകരണങ്ങളും മാത്രമാ യിത്തീരാതിരിക്കാൻ നല്ലപോലെ കരുതിയിരിക്കുക. (പേജ് 235) ബി.ജെ.പി. തുടർന്നുവരുന്ന സാമ്പത്തികനയത്തിന്റെ അടിത്തറയും കമ്മ്യൂണിസ്റ്റുകാരോടുള്ള വിരോധത്തിന്റെ കാരണവും ഇവിടെ വ്യക്തമാ കുന്നു. വർഗീയശക്തികളുടെ വർഗതാല്പര്യങ്ങളായ ജന്മിത്വത്തിന്റെയും മുതലാളിത്തത്തിന്റെയും സമീപനത്തിനുപകരം ജനകീയതാൽപര്യം ഉയർത്തിപ്പിടിക്കുന്നുവെന്നതുകൊണ്ടാണ് കമ്മ്യൂണിസ്റ്റുകാർ ആർ.എസ്. എസുകാരുടെ ആന്തരികഭീഷണിയുടെ പട്ടികയിൽപെടുന്നത്. അതുകൊണ്ട് കമ്മ്യൂണിസ്റ്റുകാരും ആർ.എസ്.എസുകാരും തമ്മില്ലുള്ള സംഘർഷം വർഗ വൈരുദ്ധ്യത്തിന്റേയു കൂടിയാണ്.

കമ്മ്യൂണിസ്റ്റ് പാർട്ടി ഭരിക്കുന്ന എന്നതുകൊണ്ട് ചൈനക്കെതിരെ വിഷം ചീറ്റിക്കൊണ്ടാണ് ഗോൾവാൽക്കർ പ്രത്യക്ഷപ്പെടുന്നത്. എന്നാൽ അത്തരം ഒരു വിരോധം അമേരിക്ക ഉൾപ്പെടെയുള്ള സാമ്രാ ജ്യത്വശക്തികളോട് ഇല്ല എന്ന് വിചാരധാര വായിക്കുന്ന ഒരാൾക്ക് എളുപ്പം കണ്ടെത്താം.

'സാധാരണ നിലയിൽ നിയമശാസനം പാലിച്ചിരുന്ന ഒരു

 ബഹുസ്വരതയും മതരാഷ്ട്ര വാദങ്ങളും

നാഗരികജനതയാണ് ബ്രിട്ടീഷുകാർ. എന്നാൽ ചീന തികച്ചും ഭിന്നമായ സത്യമാണ്. സർവസാധാരണ മാനുഷികഗുണങ്ങളായ ദയ, സഹതാപം, മനുഷ്യജീവനോടുള്ള ബഹുമാനം ഇതൊന്നും തൊട്ടുതെറി ച്ചിട്ടില്ലാത്ത ഒരു കൂട്ടരാണ് ചൈനക്കാർ.' (പേജ് 346)

ഇന്ത്യ-ചൈന അതിർത്തിത്തർക്കവും ഇന്ത്യയിലെ കമ്മ്യൂണിസ്റ്റ് പാർട്ടിയുടെ പിളർപ്പും ചൈനയ്ക്ക് ഇന്ത്യയെ കീഴടക്കാനുള്ള പദ്ധതി യാണ് എന്ന് ദീർഘവിചിന്തനം നടത്തുന്ന വിചാരധാരക്കാരന്റെ വരികൾ ഇന്ന് വായിക്കുമ്പോൾ നാം ഊറിച്ചിരിക്കും.

'നാട്ടുകാരുടെ കണ്ണിൽ പൊടിയിടാൻ മാത്രമാണ് ഇപ്പറയുന്ന പിളർപ്പ് (സി.പി.ഐ.- സി.പി.എം. ഭിന്നത). ശരിയായ പദ്ധതി മറ്റൊ ന്നാണ്. ഒരു ചേരി പ്രധാനമന്ത്രിയേയും അദ്ദേഹത്തിന്റെ നയങ്ങളേയും പൊക്കിത്താങ്ങുക, അങ്ങനെ നാട്ടുകാരുടെ വിശ്വാസത്തിലേയ്ക്കരിച്ച കയറുക, ആ മറയ്ക്ക് പിന്നിൽ മറുചേരി ആയുധശേഖരം നടത്തി ഒളി പ്പോരഭ്യസിച്ച് ഏതാനും മാസങ്ങൾക്കകം നാടൊട്ടുക്ക്, വിശേഷിച്ചും ആസാമിലും ബംഗാളിലും കലാപത്തിനു കളമൊരുക്കുക. തുടർന്ന് ചീനക്കടിച്ച കയറാൻ വഴി എളുപ്പമാക്കുക ഇതാണ് പദ്ധതി. ഇത് ശരിയ്ക്കും നടന്നുകൊണ്ടിരിക്കുന്നുണ്ട്. ഒളിപ്പോരിനു പരിശീലനം നൽകി പ്പോരുന്നുണ്ട്.' (പേജ് 354)

ഇത്തരത്തിൽ കമ്മ്യൂണിസ്റ്റുകാരെ അട്ടിമറിക്കാർ എന്നു മുദ്രകുത്തി യശേഷം പറയുന്നതു നോക്കുക.

'ഇത്തരം അട്ടിമറിക്കാരെ നേരിട്ടുമ്പോൾ നമുക്കൊരു കാര്യം ഓർമ്മ വേണം. അവരെ ശത്രുക്കളെപ്പോലെത്തന്നെ വീക്ഷിക്കണം. അവരെ ദാക്ഷിണ്യമില്ലാത്ത ഉരുക്ക് കൈകൾകൊണ്ടടിച്ച് ഒതുക്കുകയും വേണം,' (പേജ് 357)

ഇങ്ങനെ ഇന്ത്യാ-ചൈനാ യുദ്ധത്തിന്റെ പശ്ചാത്തലമുപയോഗിച്ച് ഇല്ലാത്ത കഥകൾ ഉണ്ടാക്കി കമ്മ്യൂണിസ്റ്റുകാർക്കെതിരെ പ്രചാരണം നടത്തുകയാണ് ഗോൾവാൽക്കർ. ഹിറ്റ്ലർ ജർമ്മനിയിൽ കമ്മ്യൂണി സ്റ്റുകാരെ കശാപ്പ് ചെയ്യാൻ ഉപയോഗിച്ച രീതി മറ്റൊരു തരത്തിൽ പ്രയോഗിക്കാൻ ശ്രമിക്കുകയായിരുന്നു. ഇതിന്റെ തുടർച്ചയാണ് ഇന്ന് കേൾക്കുന്ന ചൈനാവിരുദ്ധ പ്രചാരണങ്ങൾ. അമേരിക്ക ജനാധിപത്യ ചേരിയുടെ വക്താവ് ആണെന്ന അടുത്ത അദ്ധ്യായത്തിൽ പറയുന്നുണ്ട്.

'ജനാധിപത്യത്തെ സംരക്ഷിക്കാൻ അമേരിക്ക ആവുന്നതൊക്കെ ചെയ്യനോക്കി. കമ്മ്യൂണിസ്റ്റ് കലാപത്തെ ഫലപ്രദമായി നേരിടുന്നതിനു ചീനയിലെ ജനാധിപത്യശക്തികൾക്കു കഴിവേകുന്നതിനും വേണ്ടി

അമേരിക്ക കോടിക്കണക്കിന ഡോളർ നല്ലി. അത്യാധുനികങ്ങളായ പടക്കോപ്പുകളും വെടിക്കോപ്പുകളും കണക്കില്ലാതെ നല്ലി.' (പേജ് 362)

ഇത്തരത്തിൽ സാമ്രാജ്യത്വാനുകൂലമായ നിലപാട് കൃത്യമായും ഉയർത്തിപ്പിടിക്കുകയാണ് ഇവിടെ. ചൈനീസ് വിരുദ്ധപ്രചാരണത്തിലൂടെ ഇന്ത്യൻ കമ്മ്യൂണിസ്റ്റുകളെ ഒറ്റപ്പെടുത്തുവാനുള്ള വഴി കണ്ടെത്തുകയാണ് ഇതിന് ആവശ്യമായ സൈദ്ധാന്തിക അടിത്തറ ഒരുക്കുകയാണ് വിചാരധാരക്കാരൻ. ബി.ജെ.പി. സർക്കാരിന്റെ ചൈനാവിരുദ്ധ പ്രസംഗങ്ങളുടെ ലക്ഷ്യം കണ്ടെത്തണമെങ്കിൽ വിചാരധാരയുടെ ഈ ഭാഗം വായിക്കണം. അമേരിക്കയുടെ ജൂനിയർ പങ്കാളിയായും ചൈനക്കെതിരായി നിലകൊള്ളുമെന്ന കേന്ദ്രസർക്കാരിന്റെ നയത്തിന്റെ അടിത്തറ ഇവിടെ കാണാം.

ചൂഷകൻ, ചൂഷിതൻ എന്ന തരത്തിൽ ഉള്ള വിഭജനം ശരിയല്ലെന്ന് ഗോൾവാൽക്കർ പറയുന്നുണ്ട്. 'ചൂഷകൻ, ചൂഷിതൻ എന്ന വിഭജനത്തിന്റെ സിദ്ധാന്തവും തെറ്റാണ്. ചിലപ്പോൾ ഉടമസ്ഥന്മാരും മറ്റ ചില അവസരങ്ങളിൽ തൊഴിലാളികളും പണിമുടക്കാറുണ്ട്. തൊഴിലാളികളുടെ ആവശ്യങ്ങളും ഉടമസ്ഥരുടെ നഷ്ടങ്ങളും എല്ലാം അവസാനം വഹിക്കേണ്ടിവരുന്നത് ഉപഭോക്താവാണ്.അവനാണ് വാസ്തവത്തിൽ ചൂഷണം ചെയ്യപ്പെടുന്നത്.' (പേജ് 543)

ഇവിടെ സാമ്പത്തികമായ എല്ലാവിധ ഉച്ചനീചത്വങ്ങളെയും ന്യായീകരിക്കയും അത്തരം പ്രശ്നങ്ങൾ സമൂഹത്തിൽ ഇല്ലെന്ന് സ്ഥാപിക്കുകയും ചെയ്യുകയാണ് വിചാരധാരക്കാരൻ. പിന്നെ എന്താണ് ഇവിടെയുള്ള അന്തരം. അത് മതപരം മാത്രമാണ്. ഉച്ചനീചത്വങ്ങൾ ഇല്ലെന്ന് സ്ഥാപിക്കുന്നതിലൂടെ ഇന്ത്യൻ കുത്തകകളെയും സാമ്രാജ്യത്വശക്തികളെയും ഫ്യൂഡൽ ശക്തികളെയും രക്ഷപ്പെടുത്തുകയാണ്. പകരം വൈരുദ്ധ്യം മതപരം എന്ന് പറയുന്നതിലൂടെ ജനങ്ങളുടെ പ്രശ്നങ്ങളുടെ അടിസ്ഥാനത്തിൽ വരേണ്ട ജനമുന്നേറ്റങ്ങളെ ഇരുങ്കം വെച്ച് വരേണ്യവർഗത്തിൽ ഹിന്ദുത്വ നയം നടപ്പാക്കാൻ പാതതെളിയിക്കുകയാണ് ഗോൾവാൽക്കർ. ഈ നയം തുടരുന്ന സംഘപരിവാരിന്റെ വർഗസ്വഭാവം ഇതു തന്നെയാണെന്ന നിഗമനത്തിൽ വിചാരധാരയിലൂടെ കടന്ന് പോകുമ്പോൾ നാം എത്തിച്ചേരുന്ന. അതുകൊണ്ട് ഇന്ത്യൻ ജനതയുടെ മുന്നോട്ടുപോക്കിന് ഇതിനെ പ്രതിരോധിക്കേണ്ടത് അത്യാവശ്യമായിത്തീരുന്ന.

ദേശീയസങ്കല്പം ഗോൾവൽക്കറുടെ കാഴ്ചപ്പാടിൽ

വിചാരധാരയുടെ പന്ത്രണ്ടാമത് അദ്ധ്യായത്തിന്റെ പേര് 'ദേശീയതയുടെ അടിത്തറ' എന്നാണ്. ഇവിടെ ഇന്ത്യൻദേശീയതയുടെ

 ബഹുസ്വരതയും മതരാഷ്ട്ര വാദങ്ങളും

സങ്കല്പമെന്തെന്ന് വിശദീകരിക്കുകയാണ്. 'ഒരു രാഷ്ട്രത്തിന് ഒന്നാമ തായി ആവശ്യമുള്ളത് ജീവിക്കാനും വളരാനും അഭിവൃദ്ധിപ്പെടാനും കഴിയുന്നിടത്തോളം പ്രകൃത്യായുള്ള അതിർത്തികളിൽ വേർതിരിക്ക പ്പെട്ട ഇടർച്ചയായുള്ളൊരു ഭൂവിഭാഗമാണ്. രണ്ടാമത്തെ ആവശ്യം ആ പ്രത്യേക ഭൂവിഭാഗത്തിൽ താമസിക്കുന്ന ജനങ്ങൾ അതിനോട് തങ്ങളുടെ മാതൃഭൂമിയെന്ന നിലയിൽ തങ്ങളുടെ നിലനിൽപിനും വളർ ച്ചയ്ക്കും രക്ഷയ്ക്കും ഐശ്വര്യത്തിനുമുള്ള സ്ഥലമെന്ന നിലയിൽ സ്നേഹവും ഭക്തിയും വളർത്തിക്കൊണ്ട് വരണമെന്നതാണ്. ചുരുക്കിപ്പറഞ്ഞാൽ അവർ മണ്ണിന്റെ മക്കളാണെന്ന് അവർക്ക് തോന്നണം.' (പേജ് 142)

ഇങ്ങനെ ദേശീയതയെ നിർവചിച്ച ശേഷം ഈ ബോധം ഹിന്ദുക്കൾ ക്ക് മാത്രമാണ് ഉള്ളതെന്ന് തുടർന്ന് പറയുകയാണ് ഗോൾവാൽക്കർ. 'നമ്മുടെ പൂർണ്ണവികസിതമായ സമാജം ആയിരക്കണക്കിന് വർഷ ങ്ങളായി ഇവിടെ ഈ മണ്ണിന്റെ മക്കളായി നിവസിച്ച പോരുന്നു. ഈ സമാജം അറിയപ്പെട്ടുന്നതുതന്നെ, പ്രത്യേകിച്ച ആധുനിക കാലഘട്ട ത്തിൽ ഹിന്ദുസമാജം എന്ന പേരിലാണ്. കാരണം ഹിന്ദുക്കളുടെ പിതാ മഹന്മാരാണ്... മാതൃഭൂമിയുടെ സചേതനവും അഖണ്ഡവുമായ ചിത്രം ജനഹൃദയങ്ങളിൽ സദാനേരം സമുജ്ജ്വലിപ്പിക്കുന്നതിനും അതിന്റെ ദിവ്യ സത്തയുടെ നേർക്ക് ഭക്ത്യാദരങ്ങൾ ജാഗ്രത്താക്കുന്നതിനും വേണ്ടി പല ചടങ്ങുകളും കർമ്മങ്ങളും നിർദ്ദേശിച്ച. മാതൃഭൂമിയുടെ അഖണ്ഡതയും പവിത്രതയും സംരക്ഷിക്കുന്നതിന് സ്വന്തം ജീവരക്തം ചൊരിഞ്ഞതും അവരാണ്. ഇതെല്ലാം ചെയ്തത് ഹിന്ദുക്കൾ മാത്രമാണെന്ന സത്യത്തിന നമ്മുടെ ആയിരമായിരം വർഷങ്ങളുടെ ചരിത്രം വാചാലമായ സാക്ഷ്യം വഹിക്കുന്നു. ഹിന്ദു മാത്രമാണിവിടെ ഈ മണ്ണിന്റെ മകനായി ജീവിച്ച പോന്നതെന്നാണിതിന്റെ അർത്ഥം.' (പേജ് 143)

ഇവിടെ ദേശീയത എന്നു പറഞ്ഞാൽ ഹിന്ദുത്വമാണെന്നും അതല്ലാതെ ഉള്ളവരെല്ലാം ദേശവിരുദ്ധരാണെന്നുമുള്ള സിദ്ധാന്തം സ്ഥാപിക്കാനുള്ള ശ്രമമാണ് നടത്തുന്നത്. തുടർന്ന് ഇതിന്റെ വിശദീക രമാണ് നടത്തുന്നത്. ഹിന്ദുത്വത്തിന്റെ മഹത്വത്തെ വിശദീകരിച്ചശേഷം അദ്ദേഹം ഇങ്ങനെ പറയുന്നു 'ഈ മഹത്തായ ഹിന്ദുജനതയുടെ ജീവി തത്തിൽ ഒരു പൂർണ്ണവികസിത രാഷ്ട്രത്തിന് ആവശ്യമായതെല്ലാം ഉള്ളതായി കാണാം. അതുകൊണ്ട് നമ്മുടെ നാടായ ഈ ഭാരതത്തിൽ ദേശീയ ജീവിതം ഹിന്ദുജനതയുടേത് ആണെന്ന് നാം പറയുന്നു. ചുരുക്കി പറഞ്ഞാൽ ഇത് ഹിന്ദുരാഷ്ട്രമാണ്' (പേജ് 146) തുടർന്ന് മറ്റ മതങ്ങൾ ക്ക് നേരെയുള്ള ശക്തമായ വിമർശനമാണ് നടത്തുന്നത്. ഹിന്ദുമത

വിശ്വാസികൾ അല്ലാത്തവരെല്ലാം ദേശദ്രോഹികളാണെന്ന് പറയുന്നു. 'മതവിശ്വാസത്തിൽ മാറ്റം വരുത്തുന്നതോടൊപ്പം രാഷ്ട്രത്തോടുള്ള അവരുടെ സ്നേഹവും ഭക്തിഭാവവും വേറിട്ടു പോകുന്നു.' (പേജ് 147)

ദേശീയമായ കാഴ്ചപ്പാട് ഉണ്ടാവുന്നത് ജനനവുമായി ബന്ധപ്പെട്ട് കൊണ്ടാണെന്ന വംശീയവാദവും ഇതോടൊപ്പം അദ്ദേഹം ഉന്നയിക്കു ന്നുണ്ട്. 'കാട്ടിൽ അലയുന്ന ഒരു പെൺസിംഹം ഒരിക്കൽ ഒരു കുറുനരി ക്കുഞ്ഞിനെ കാണുകയും അതിനെ തന്റെ ഗൃഹയിലേക്ക് കൊണ്ടുവരിക യും ചെയ്തു. ആ പെൺസിംഹത്തിന് കുറെ സിംഹക്കുഞ്ഞുങ്ങൾ ഉണ്ടാ യിരുന്നു. അവയോടൊപ്പം തന്നെ ഈ കുറുനരിക്കുഞ്ഞിനെയും സിംഹം സ്വന്തം പാലൂട്ടി വളർത്തി. കുഞ്ഞുങ്ങൾ സഹോദരന്മാരെപ്പോലെ വളർന്നു. ഒരിക്കൽ അവർ കാട്ടിനുള്ളിൽവെച്ച് ഒരു ആന ആ വഴിക്ക് വരുന്നതുകണ്ടു. കുറുനരിക്കുഞ്ഞ് ഭീമാകാരനായ മൃഗത്തെ കണ്ടതോടെ ഭയപ്പെട്ട് സ്വന്തം സഹോദരന്മാരോട് ഓടി രക്ഷപ്പെടാമെന്ന് നിർദ്ദേ ശിച്ചു. സിംഹക്കുട്ടികൾ മറുപടി നൽകി 'നീ എന്തൊരു വിഡ്ഢിയാണ് വളരെ ദിവസങ്ങൾക്കുശേഷമാണ് ഞങ്ങൾക്കിത്തരം നല്ലൊരു ഇര കിട്ടുന്നത്. നിനക്ക് ഭയമാണെങ്കിൽ വീട്ടിലേക്ക് ഓടിപ്പോക്ക. ഞങ്ങൾ ഇതിനോട്മല്ലിടും. കുറുനരിക്കുഞ്ഞ് ഓടിക്കൊണ്ട് പെൺസിംഹത്തിന്റെ അടുത്തുവന്നു. തന്റെ ഉപദേശം ചെവിക്കൊള്ളാത്ത തന്റെ അനുജ ന്മാർക്ക് എന്തൊരു കൊടുംവിപത്താണ് വന്നുപെട്ടതെന്ന് പറഞ്ഞു. പെൺസിംഹം ഒന്നു പുഞ്ചിരി ഇകിക്കൊണ്ട് ഇപ്രകാരം കുട്ടിയോട പറഞ്ഞു: 'ഇവിടെ എന്റെ പാൽ കുടിച്ചാണ് നീ വളർന്നതെന്നതിനു സംശയമില്ല. പക്ഷെ നിന്റെ സഹജസ്വഭാവം എവിടെപ്പോകാനാണ്.'

'ശൂരോസി കൃതവിദ്യോസി ദശനീയോസി പുത്രക യസ്മിൻ

കുലേത്വമുൽപ്പന്നംഗജസ്തത്ര ന ഹത്യതേ' (പേജ് 148,149)

ഇവിടെ ദേശീയതയെ വംശീയതയുമായി ബന്ധിപ്പിക്കുന്ന കാഴ്ചപ്പാട് ഗോൾവാൽക്കർ കൊണ്ടുവരികയാണ്. ഈ കാഴ്ചപ്പാട് ആണ് ഹിറ്റ്ല റുടെ ആര്യവംശ സിദ്ധാന്തത്തിന്റെയും അടിത്തറ. ഈ കാഴ്ചപ്പാടും മേലെ വിവരിച്ച ഉദാഹരണവും ഹിറ്റ്ലറുടെ ആത്മകഥയായ മെയിൻ കാഫിലും കാണാം. ഇതുകൊണ്ടാണ് ഹിന്ദുവർഗീയതയും ഹിറ്റ്ലറുടെ ആര്യൻദേശീയവാദവും ഒന്നുതന്നെയെന്ന് പറയുന്നതിനു കാരണം. വംശീയതയാണ് ദേശീയതയുടെ അടിത്തറയെന്ന് സ്ഥാപിച്ച ശേഷം ഇന്ത്യൻദേശീയത ഹിന്ദുത്വമാണെന്നും ഹിന്ദുവിന്റെ രക്തത്തിൽ അലിഞ്ഞുചേർന്നതാണ് ദേശീയവികാരമെന്നും തുടർന്ന് എഴുതുന്നുണ്ട്.

'പരമമായ ആത്മാഭിമാനബോധവും സ്വാതന്ത്ര്യപ്രേമവും സംസ്കാര ത്തോട്ടും പാരമ്പര്യത്തോട്ടുള്ള ഭക്തിഭാവവും അവരുടെ (ഹിന്ദുക്കളുടെ) രക്തത്തിൽ കലർന്നിരുന്നു.' (പേജ് 158) ഇങ്ങനെ മതന്യൂനപക്ഷങ്ങളേ യും മറ്റ് ജനവിഭാഗങ്ങളേയും ദേശവിദ്രുദ്ധർ എന്ന് മുദ്ര കുത്തുന്നതിലൂടെ ഇന്ത്യൻ ദേശീയതയുടെ അടിത്തറയായ നാനാത്വത്തിൽ ഏകത്വമെന്ന കാഴ്ചപ്പാട് ഇവർ നിരാകരിക്കുന്നു. ഇന്ത്യൻ സ്വാതന്ത്ര്യസമരപോരാളിക ളുടെ സ്വപ്നങ്ങളേയും കടയ്ക്കലാണ് ഇതുവഴി ആർ.എസ്.എസ്. കത്തി വെക്കുന്നത്. ഈ സിദ്ധാന്തത്തിലൂടെ യഥാർത്ഥത്തിൽ ദേശദ്രോഹികൾ എന്ന് മുദ്രകുത്തേണ്ടത്, വിചാരധാരയെ പ്രാമാണിക ഗ്രന്ഥമായി കൊണ്ട് നടക്കുന്ന സംഘ പരിവാറിനെയുമാണ്.

ഇന്ത്യാചരിത്രവും വിചാരധാരയും

ചരിത്രത്തെ വളച്ചൊടിച്ചും തെറ്റായ രീതിയിൽ വ്യാഖ്യാനിച്ചുമാണ് ഹിന്ദുവർഗീയവാദികൾ തങ്ങളുടെ നിലപാട്തറ ഒരുക്കിയെടുക്കുന്നത്. വർത്തമാന ലോകത്തെ കണ്ണുതുറന്ന് നോക്കുന്ന ആർക്കും കാണാൻ പറ്റുന്നതാണ്.

ബ്രിട്ടീഷുകാർ ഇന്ത്യാചരിത്രത്തെ മൂന്നു കാലങ്ങളായി വിഭജിക്ക കയായിരുന്നു. അതിന് അവർ യഥാക്രമം ഹിന്ദു കാലഘട്ടം, ഇസ്ലാം കാലഘട്ടം, ആധുനികകാലഘട്ടം എന്നിങ്ങനെ പേര നല്ലി. ഈ വിഭജനം അശാസ്ത്രീയമാണെന്നും ഭിന്നിപ്പിച്ച് ഭരിക്കൽ തന്ത്രത്തിന്റെ ഫലമാണെന്നും ആധുനിക ചരിത്രകാരന്മാർ പൊതുവെ സമ്മതി ക്കുന്നതാണ്. ഹിന്ദു-മുസ്ലിം വിഭജനം എന്നത് വർഗീയചരിത്ര വീക്ഷ ണത്തിന്റെ അടിത്തറയുമാണ്. എന്നാൽ ഇത്തരം ഘട്ടവിഭജനത്തെ ഗോൾവാൽക്കർ സമീപിക്കുന്നത് നോക്കുക. 'ഭാരതത്തിന്റെ ചരിത്രം ഒരു കാലത്ത് സ്വതന്ത്രവും തേജസ്വവുമായ അവസ്ഥയില്ലും. മറ്റ ചിലപ്പോൾ രാഷ്ടീയ സ്വാതന്ത്ര്യത്തിനും സ്വാഭിമാനത്തിനും വേണ്ടി വിദേശീയ അക്രമികളോട് പടിപൊരുതികൊണ്ടുള്ള നിലയില്ലമായി ഒട്ടാകെ ഒരു ഹിന്ദുരാഷ്ട കാലഘട്ടമാണെന്നും ചരിത്രത്തിലെ കാലഘട്ട ങ്ങൾ അവിടത്തെ രാഷ്ട്രീയ ജനതയുടെ പേരിലല്ലാതെ വിദേശീയരായ കയ്യേറ്റക്കാരുടെയും രാജവേഷം ധരിക്കുന്ന സ്വേച്ഛാധിപതികളുടെയും പേരിലല്ല അറിയപ്പെട്ടുക എന്നമുള്ള സത്യം ഇന്നും അംഗീകരിക്കപ്പെ ട്ടിട്ടില്ല.' (പേജ് 160)

വർഗീയമായി ബ്രിട്ടീഷുകാർ വ്യത്യസ്തമായ ചരിത്ര കാലഘട്ടമായി തിരിച്ച് ജനങ്ങളെ തമ്മിലടിപ്പിക്കുന്നതിന് അടിത്തറയിട്ടതിൽ ഗോൾവാൽക്കർക്ക് പ്രതിഷേധമില്ല പകരം ചരിത്രത്തെ മുഴുവൻ

ഹിന്ദുകാലഘട്ടം എന്ന് വിളിക്കാത്തതിൽ മാത്രമാണ്. ഇങ്ങനെ ഫലത്തിൽ ബ്രിട്ടീഷുകാർ ചെയ്തതുപോലെ വർഗീയവത്കരണം ചരിത്രത്തിനകത്ത് കൊണ്ടുവരികയാണ് ഗോൾവാൽക്കർ ചെയ്യുന്നത്. ഈ ചരിത്രരീതിയെ ന്യായീകരിക്കുവാൻ അസത്യങ്ങളുടെ പരമ്പര എഴുന്നള്ളിക്കുകയാണ് ഇടർന്ന ചെയ്യുന്നത്.

'ഹിന്ദുക്കളുടെ പൂർണ്ണ വികസിതമായ ഒരു പ്രാചീനരാഷ്ട്രം ആദ്യം മുതലേ ഇവിടെ നിലവിലുണ്ടായിരുന്നുവെന്നും ഇവിടെ താമസിക്കുന്ന മറ്റ സമുദായങ്ങൾ ജൂതന്മാരേയും പാഴ്സികളേയും പോലെ അതിഥികളായി വന്നവരോ മുസ്ലീംകളേയും ക്രിസ്ത്യാനികളേയും പോലെ അക്രമികളായി വന്നവരോ ആണെന്നുമുള്ള സത്യം അവർ വിസ്മരിച്ചു. ഇപ്രകാരം വൈവിധ്യമാർന്ന ജനസമൂഹങ്ങൾ യാദൃശ്ചികമായ ഒരു പൊതുവിഭാഗത്തിൽ ഒരു പൊതുശത്രുവിന്റെ ഭരണത്തിൽപ്പെട്ടുപോയതിനാൽ മാത്രം അവരെ ഈ മണ്ണിന്റെ മക്കളെന്ന് എങ്ങിനെ വിളിക്കാൻ കഴിയുമെന്നുള്ള ചോദ്യത്തെ അവരൊരിക്കലും അഭിമുഖീകരിച്ചിട്ടില്ല.' (പേജ് 162)

ഇന്ത്യൻ ദേശീയത എന്നാൽ ഹിന്ദുത്വമാണെന്നും ഇന്ത്യൻചരിത്രമെന്നാൽ ഹിന്ദുചരിത്രമാണെന്നും ഗോൾവാൽക്കർ പറയുന്നു. ദേശീയതയ്ക്കും ചരിത്രത്തിനും വർഗീയവ്യാഖ്യാനം നല്കി മതേതര രാഷ്ട്ര സങ്കല്പത്തിന്റെ അടിത്തറയ്ക്ക് നേരെ ആക്രമണം നടത്താനൊരുങ്ങുകയാണ്. ആശയമണ്ഡലത്തിലെ ഈ വർഗീയവത്കരണസങ്കല്പങ്ങളെ പ്രതിരോധിച്ചുകൊണ്ടുമാത്രമേ വിശാലമായ മതേതര രാഷ്ട്രസങ്കല്പത്തെ വളർത്തിയെടുക്കാൻ പറ്റൂ.

ഇന്ത്യൻ സ്വാതന്ത്ര്യസമരവും വിചാരധാരയും

ഇന്ത്യയുടെ സ്വാതന്ത്ര്യസമരത്തിൽ യാതൊരു വിധത്തിലുമുള്ള പങ്കും നിർവഹിക്കാത്ത പ്രസ്ഥാനമാണ് ആർ.എസ്.എസ്. ഇന്ത്യൻ സ്വാതന്ത്ര്യസമരചരിത്രത്തെക്കുറിച്ച പഠിക്കുന്ന ആർക്കും വ്യക്തമാവുന്നതാണ്. മാത്രമല്ല, ഇന്ത്യൻ സ്വാതന്ത്ര്യ പ്രസ്ഥാനത്തെ നാട്ടുരാജാക്കന്മാർക്കും ബ്രിട്ടീഷുകാർക്കും വേണ്ടി ഒറ്റുകൊടുക്കുകയാണ് ഇവർ യഥാർത്ഥത്തിൽ ചെയ്തിരുന്നത്. തന്റെ സഹപാഠികളെ പോലീസിന്റെ കൈകളിലേയ്ക്കെത്തിച്ച് ജയിലിൽ നിന്നും രക്ഷനേടിയ വാജ്പേയിയുടെ ജീവിതം ഇതിന വ്യക്തമായ ഉദാഹരണങ്ങളിലൊന്നാണ്. ഇങ്ങനെ പ്രവർത്തിച്ച പ്രസ്ഥാനം ഇന്ത്യയിലെ സ്വാതന്ത്ര്യസമരത്തെ എങ്ങനെ കാണുന്നു എന്നത് ഇവരുടെ ഉള്ളിലിരുപ്പ് ഇറന്ന് കാണിക്കാൻ സഹായിക്കുന്നതാണ്. ഇന്ത്യൻസ്വാതന്ത്ര്യസമരത്തിന് രണ്ട കൈവഴികളുള്ളതായി ഗോൾവാൽക്കർ രേഖപ്പെടുത്തുന്നു.

'ഒന്നാമത്തേത് വിപ്ലവകാരികളുടെ സായുധവിപ്ലവവും രണ്ടാമ ത്തേത് ഇന്ത്യൻ നാഷണൽ കോൺഗ്രസിന്റെ സഹനസമരവുമാണ്. ബ്രിട്ടീഷ്‌വിരോധം അവ രണ്ടിലുമുളവാക്കിയ ഫലങ്ങൾ വെവ്വേറെയായി നമുക്ക് പരിശോധിക്കാം.' (പേജ് 164)

ഇങ്ങനെ ഇന്ത്യൻസ്വാതന്ത്ര്യസമരത്തെ രണ്ടായി തിരിച്ച് സമരത്തെ ഗോൾവാക്കർ വിശകലനം ചെയ്യുന്നു. അതിലൊന്നാമത്തെ ധാരയായി പ്രവർത്തിച്ച വിപ്ലവകാരികൾക്ക് എന്തു സംഭവിച്ചു എന്ന് വിചാരധാര യിൽ പറയുന്നത് നോക്കുക.

'നമ്മുടെ സ്വാതന്ത്ര്യത്തിന്റെ ഭക്തന്മാരായി ആരംഭിച്ചവർ കമ്മ്യൂണി സത്തിന്റെയും റഷ്യയുടെയു ചൈനയുടെയും ഭക്തന്മാരായി മാറിയെന്ന താണ് അതിന്റെ ഫലം. നമ്മുടെ രാജ്യത്തെ നമ്മിൽ നിന്നും വിമുക്ത മാക്കി റഷ്യയുടെയോ ചൈനയുടെയോ അടിമയാക്കിത്തീർക്കാനാണ് അവരിന്ന് സമരം ചെയ്യുന്നത്. അതുകൊണ്ട് നമ്മുടെ മാതൃഭൂമിയുടെ സ്വാതന്ത്ര്യത്തിനുവേണ്ടി സ്വന്തം ജീവൻ ബലി കഴിക്കാനിഷ്ടപ്പെട്ടിരു ന്നവർ ഇന്നു നമ്മുടെ മാതൃഭൂമിയെ റഷ്യയുടെയോ ചൈനയുടെയോ ഒരുപഗ്രഹമാക്കിത്തീർക്കുന്നതിനുവേണ്ടി ജീവൻ ബലികഴിക്കാനും അത്രതന്നെ ഇഷ്ടപ്പെടുന്നതയാണ് നാം കാണുന്നത്.' (പേജ്165)

ഇന്ത്യൻ സ്വാതന്ത്ര്യത്തിനുവേണ്ടി റഷ്യൻ വിപ്ലവത്തിൽ ആവേശം കൊണ്ട് ഭഗത്‌സിംഗ് ഉൾപ്പെടെയുള്ള സ്വാതന്ത്ര്യസമരപോരാളികളെ അന്യദേശത്തിനുവേണ്ടി ഇന്ത്യയെ അടിമയാക്കാൻ കൊതിച്ചവർ എന്നാണ് വിചാരധാര മുദ്രകുത്തുന്നത്. സ്വന്തം ജീവൻ രാഷ്ട്രത്തി നുവേണ്ടി നൽകിയവരെ ദേശദ്രോഹികളെന്നും ഗോൾവാൽക്കർ ആരോപിക്കുമ്പോൾ ഇവരുടെ ചരിത്രബോധം ആർക്കുവേണ്ടിയാണ് നിലകൊള്ളുന്നതെന്ന് വ്യക്തമാകുന്നു.

ഇന്ത്യൻ സ്വാതന്ത്ര്യസമരത്തിന്റെ മറ്റൊരു ധാരയായ ഇന്ത്യൻ നാഷണൽ കോൺഗ്രസ്സ് നേതൃത്വത്തിൽ നടന്ന സമരത്തെ ഗോൾ വാൽക്കർ വിശേഷിപ്പിക്കുന്നതു നോക്കുക.

'കോൺഗ്രസ്സ് നയിച്ച മറ്റേ പ്രസ്ഥാനം രാജ്യത്തിന് കൂടുതൽ വിനാശ കരവും തരംതാഴ്ന്നതുമായ ഫലങ്ങളാണ് കൈവരുത്തിയത്. കഴിഞ്ഞ കുറെ ദശകങ്ങളായി നമ്മുടെ രാജ്യത്തെ ബാധിച്ചതും, ഇന്ന് നമ്മുടെ ദേശീയജീവിതത്തെ കാർന്നു തിന്നുന്നതുമായ ദുരന്തങ്ങളും ദൃശ്യങ്ങള മെല്ലാം അതിന്റെ നേരിട്ടുള്ള ഫലങ്ങളാണ്.' (പേജ് 165)

തുടർന്ന് കോൺഗ്രസ്സ് വരുത്തിവച്ച ദൃശ്യങ്ങളെന്തെന്ന് ഇദ്ദേഹം വിശദീകരിക്കുന്നത് വായിക്കുമ്പോൾ ഇവരുടെ പിന്തിരിപ്പൻ വീക്ഷണം

വ്യക്തമാവുന്നു. കോൺഗ്രസ്സയർത്തിപ്പിടിച്ച സാമ്പത്തിക നയങ്ങ ളെയോ വിട്ടുവീഴ്ച നടത്തിയ സമരങ്ങളെയോ അല്ല ഗോൾവൽക്കർ വിമർശിക്കുന്നത്. മറിച്ച് അവരയർത്തിപ്പിടിച്ച സെക്കുലറിസത്തെ യാണ്. ഹിന്ദു-മുസ്ലിം ഐക്യമെന്ന ആശയത്തിന് ഊന്നൽ നൽകിയത് കൊടിയ അപരാധമാണെന്ന് തുടർന്ന് എഴുതുന്നുണ്ട്. കോൺഗ്രസിന്റെ പ്രവർത്തനങ്ങൾ മുഴുവൻ ഹിന്ദുത്വത്തിന് എതിരാണെന്ന വാദവും ഇവർ മുമ്പോട്ട വയ്ക്കുന്നു. ഹിന്ദു-മുസ്ലീം ഐക്യത്തിനുവേണ്ടി പ്രവർത്തിച്ച ഗാന്ധിജിയെ പുച്ഛത്തോടെയാണ് ഗോൾവൽക്കർ കാണുന്നത്.

'ഹിന്ദു-മുസ്ലീം ഐക്യമില്ലാതെ തനിക്ക സ്വരാജ് സ്വീകാര്യമല്ലെന്ന പോലും ഒരു പ്രമുഖനേതാവ് പറഞ്ഞുപോയി' (പേജ് 171)

ഇതിനെ തുടർന്ന് വ്യാഖ്യാനിക്കുന്നത് നോക്കുക. 'മറ്റൊരു വിധത്തിൽ പറഞ്ഞാൽ ഹിന്ദു ദുർബലനും ചണയില്ലാത്തവനും മാതൃഭൂമിയുടെ സ്വാതന്ത്ര്യത്തിനുവേണ്ടി സ്വന്തം കാലിൽ നിന്നു പട പൊരുതാൻ ശക്തിയില്ലാത്തവനുമാണെന്നും ഇവയെല്ലാം മുസ്ലീം രക്തത്തിന്റെ രൂപത്തിൽ അവനിൽ കുത്തിവയ്ക്കേണ്ടതുണ്ടെന്നുമാണ് അവനോട പറഞ്ഞത്. നമുക്ക് നമ്മളിൽ തന്നെയുള്ള പ്രാചീനവും അജയ്യവുമായ വിശ്വാസത്തെ തട്ടിത്തെറിപ്പിക്കുന്നതിനും ഏതൊരു ജനതയുടെയും ജീവവായുവായ ആത്മവിശ്വാസവും സ്വാവലംബബോധവും നശിപ്പിക്ക ന്നതിനും നമ്മുടെ സ്വന്തം നേതാക്കൾ തന്നെ മുന്നോട്ട വന്നത് എത്രമാ ത്രം ലജ്ജാകരവും നിർഭാഗ്യകരവുമാണ്. ഹിന്ദു-മുസ്ലീം ഐക്യമില്ലാതെ സ്വരാജില്ലായെന്ന പ്രഖ്യാപിച്ചവർ നമ്മുടെ സമാജത്തിനുനേരെ ഏറ്റവും വലിയ രാജ്യദ്രോഹമാണ പ്രവർത്തിച്ചത്. ഈ മഹത്തായ പ്രാചീന ജനതയുടെ ജീവചൈതന്യത്തെ നശിപ്പിക്കുക എന്ന ഏറ്റവും ഹീനമായ പാപകൃത്യമാണ് അവർ ചെയ്തത്..... വഞ്ചനയുടെ അളവു നോക്കുമ്പോൾ ലോകചരിത്രത്തിൽ തന്നെ ഇത്തരമൊന്നു കാണുകയില്ല.' (പേജി 171)

രാജ്യദ്രോഹി, ഹീനമായ പാപകൃത്യം ചെയ്യുന്ന ആൾ, ലോകചരി ത്രത്തിലെ ഏറ്റവും വലിയ വഞ്ചകൻ ഇങ്ങനെ ഗാന്ധിജിയെ വിളിച്ച് ആക്ഷേപിച്ചുകൊണ്ട് അദ്ദേഹത്തിനെതിരെ ഹൃദയത്തിൽ ഊന്നിയ ആശയതലം രൂപീകരിക്കകയായിരുന്നു. വിചാരധാരയിലെ വർഗീയ വാദത്തിന്റെ മകുടോദാഹരണങ്ങളാണ് ഈ ഭാഗങ്ങളിൽ വ്യക്തമാ വുന്നത്.

ബ്രിട്ടീഷ്ക്കാർക്കെതിരായി ജീവൻപണയം വച്ച പൊരാടിയ സ്വാ തന്ത്ര്യസമരനേതാക്കന്മാരെ ഗോൾവൽക്കർ വിശേഷിപ്പിക്കുന്നത് ശ്രദ്ധിക്കുക.

     ബഹുസ്വരതയും മതരാഷ്ട്ര വാദങ്ങളും

'വിവിധ ജനവിഭാഗങ്ങളുടെ നേതാക്കളെല്ലാം എല്ലായ്പ്പോഴും തങ്ങളുടെ ആളുകളിൽ ആത്മവിശ്വാസം കുത്തിച്ചെലുത്താനും തണുത്തു പൊയ്ക്കൊണ്ടിരിക്കുന്ന ആവേശം പുനരുദ്ദീപ്തമാക്കാനും ശത്രുക്കളുടെ മുമ്പാകെ അവരെ പൗരുഷശാലികളും വിജഗീഷുകളുമാക്കാനുമാണ് തങ്ങളുടെ കഴിവുകളുടെ പരമാവധി ഉപയോഗിച്ചിട്ടുള്ളത്. പക്ഷേ ഇവിടെ സ്വന്തം ജനതയിൽ നിന്ന് പൗരുഷം വലിച്ചെടുത്തുകളയാൻ ബദ്ധകങ്കണരായ നേതാക്കളായിരുന്നു, നമുക്കുണ്ടായിരുന്നത്.' (പേജ് 172, 173)

ഇവിടെ സ്വാതന്ത്ര്യസമര പോരാട്ടത്തിന് നേതൃത്വം കൊടുത്ത നേതാക്കന്മാരെ ഒരിക്കൽക്കൂടി രാജ്യദ്രോഹികളെന്ന് മുദ്രയടിക്കുക യാണ് ഗോൾവാൽക്കർ ചെയ്യുന്നത്. ഇന്ത്യൻ സ്വാതന്ത്ര്യ സമരത്തി നോടുള്ള ആർ.എസ്.എസിന്റെ നിലപാടിന് ഇതിലും വലിയ തെളിവ് ഇനി എന്താണ് വേണ്ടത്. സ്വാതന്ത്ര്യസമരം തന്നെ വൃഥാവിലാണെന്ന നിഗമനത്തിൽ എത്തുകയാണ് ഇവിടെ.

ഇന്ത്യൻ സ്വാതന്ത്ര്യസമരത്തിന്റെ പൈതൃകം മുഴുവനും ദേശദ്രോ ഹപരമെന്ന് മുദ്രകുത്തുകവഴി സ്വാതന്ത്ര്യസമരത്തിൽ പങ്കെടുക്കാത്ത ആർ.എസ്.എസിന്റെ നിലപാടിനെ പിന്തുണയ്ക്കുകയാണ് ചെയ്യുന്നത്. സ്വാതന്ത്ര്യ സമരത്തെ തെറ്റാണെന്ന പറയുന്നതിലൂടെ ബ്രിട്ടീഷ് വാഴ്ച യും സാമ്രാജ്യത്വ അധിനിവേശത്തിനും ഒപ്പം പിന്തുണ പ്രഖ്യാപിക്കുക കൂടിയാണ് വിചാരധാരയിൽ. വർഗീയത സാമ്രാജ്യത്വവുമായി ഉണ്ടാക്കു ന്ന സന്ധിയുടെ ആശയ അടിത്തറ ഒരുക്കിയെടുക്കുകയാണ് ഇവിടെ ഗോൾവാൽക്കർ ചെയ്യുന്നത്. അങ്ങനെ ദേശീയതയിലും ചരിത്രത്തിലും വർഗീയത പുരട്ടി ശരിയായ സാമ്രാജ്യത്വ വിരുദ്ധ നിലപാട് എടുക്കുന്ന വർക്കെതിരെ പദ്ധതിയൊരുക്കുകയാണ് വിചാരധാരയിൽ. പുത്തൻ സാമ്പത്തികനയം തുടരുകയും വർഗീയത ഇളക്കിവിട്ട് സാമ്രാജ്യത്വ പ്രതിരോധ പ്രസ്ഥാനങ്ങളെ തകർക്കുകയും ചെയ്യുന്ന വർത്തമാനകാല ത്തെ ബി.ജെ.പിയുടെ നിലപാട് ഇവിടെ ചേർത്തു വായിക്കാവുന്നതാണ്.

ഹിന്ദുരാഷ്ടമെന്ന സ്വപ്നം കൈയൊഴിഞ്ഞതാണ് 1857-ലെ ഒന്നാം സ്വാതന്ത്ര്യസമരം പരാജയപ്പെടാൻ കാരണമെന്ന തലതിരിഞ്ഞ വർഗീയചരിത്ര ബോധം പ്രചരിപ്പിക്കാൻവേണ്ടി ഏറെ പേജുകൾ ഗോൾവാൽക്കർ നീക്കിവയ്ക്കുന്നുണ്ട്. 1857-ലെ സ്വാതന്ത്ര്യസമര ത്തിന്റെ പാഠം നമ്മുടെ മുന്നിലുണ്ട്. ആ വിപ്ലവത്തിലെ ഉന്നതരായ നേതാക്കന്മാർ ആദ്യത്തെ അടിക്കുതന്നെ ദില്ലി കീഴടക്കുകയും ബ്രി ട്ടീഷുകാരുടെ ആജ്ഞാനുവർത്തിയായിക്കഴിഞ്ഞ മുഗൾ ബാദുഷയെ

സ്വതന്ത്രനാക്കുകയും ചെയ്തു. മാത്രമല്ല മുഗൾചക്രവർത്തിയോട്കൂറുപുലർ ത്തിയിരുന്ന വിഭാഗത്തിന്റെ ആനുകൂല്യവും കൂടി സ്വാതന്ത്ര്യസമരത്തിന് ലഭിക്കട്ടെയെന്ന കരുത് ബാദുഷായെ സ്വതന്ത്രചക്രവർത്തിയായി സിംഹാസനത്തിൽ പുനഃപ്രതിഷ്ഠിക്കുകയും അദ്ദേഹത്തെ സ്വാതന്ത്ര്യ സമരത്തിന്റെ നേതാവായി പ്രഖ്യാപിക്കുകയും ചെയ്തു. എന്നാൽ ഈ നടപടി മൂലം ഗുരുഗോവിന്ദന്റെയും ഛത്രസാലിന്റെയും ശിവജിയുടെയും മറ്റും വീരപരാക്രമങ്ങളുടെയും ത്യാഗങ്ങളുടെയും ഫലമായി തകർന്ന വീണ ഭീകരമായ മുഗളാധിപത്യം വീണ്ടും തങ്ങളുടെ മേൽവെച്ചുകെട്ട പ്പെട്ടുമെന്ന ഹിന്ദുജനത സംശയിച്ചു. ആയതു ബ്രിട്ടീഷ് ഭരണത്തേക്കാൾ വല്ലതായ ദുരന്തമായിരിക്കുമെന്നും അവർ മനസ്സിലാക്കി. ഹിന്ദുസ്വരാജ് എന്ന ലക്ഷ്യത്താൽ ആവേശഭരിതരായ നാനാസഹേബ്, പേഷ്വാ, താന്തിയ തോപ്പി, റാണി ലക്ഷ്മീബായ്, റാണാ കൺവാർസിംഗ് എന്നീ വീര ഛന്ദുസേനാനികളെ ആവേശപൂർവ്വം ഉറ്റനോക്കിയിരുന്ന ഹിന്ദുമ നഃസാക്ഷിക്ക് യുദ്ധം ചെയ്യാനുണ്ടായിരുന്ന ഉദ്വേഗമാകെ കെട്ടടങ്ങി. ഈ വിപ്ലവത്തിന്റെ അന്തിമ പരാജയത്തിന് നിർണായകമായ ഒരു ഘടകം ഇതായിരുന്നുവെന്നും ചരിത്രകാരന്മാർ പറയുന്നു' (പേജ് 368). ഒന്നാം സ്വാതന്ത്ര്യസമരം പരാജയപ്പെടാനുണ്ടായ കാരണം ഹിന്ദുത്വം മുദ്രാവാക്യം ഉയർത്തി പിടിക്കാത്തതാണ് എന്ന ഗോൾവൽക്കരുടെ വാദം കേൾക്കുമ്പോൾ സാമാന്യബുദ്ധിയുള്ള ആരും ഊറിച്ചിരിക്കാനെ ഇടയുള്ളൂ. ഹിന്ദുത്വ ആശയം മുന്നോട്ടുവെച്ച സവർക്കർ എഴുതിയ ഇന്ത്യ 1947 ൽ രാഷ്ട്രീയ സ്വാതന്ത്ര്യം നേടിയെടുക്കുന്നതിനുവേണ്ടി ഉയർത്തി പ്പിടിച്ച മുദ്രാവാക്യം മതേതരത്വമായിരുന്നുവെന്ന് തിരിച്ചറിയുമ്പോൾ ഈ വിഢ്ഢിത്തം പുലമ്പുന്ന ഇവരുടെ ആശയപാപ്പരത്തം വ്യക്തമാകും.

ഫെഡറൽ തത്ത്വങ്ങളുടെ നിരാകരണം

ഇന്ത്യയിൽ നിലനിൽക്കുന്ന എല്ലാ ഗുണപരമായ രീതികളെയും ഇല്ലായ്മ ചെയ്യുക എന്നത് ആർ.എസ്.എസിന്റെ മുഖ്യ അജണ്ടയാണ്. അതിൽ പ്രധാനപ്പെട്ടതാണ് നമ്മുടെ രാജ്യത്ത് നിലനിൽക്കുന്ന ഫെഡറൽ രീതികളെ തകിടംമറിക്കുക എന്നുള്ളത്. നാനാത്വത്തിലുള്ള ഏകത്വം എന്ന നമ്മുടെ ഭരണഘടനയുടെ അടിസ്ഥാനസങ്കല്പത്തെ തകർക്കുക എന്നതും ഇവരുടെ മുഖ്യലക്ഷ്യമാണ്. അതുകൊണ്ട് തന്നെ ഇതിനെ ശിഥിലമാക്കുന്ന അടിസ്ഥാനപരമായ നിലപാടുകളാണ് വിചാരധാര ഉയർത്തിപ്പിടിക്കുന്നത്. മഹത്തായ ഹിന്ദുസമാജത്തെ കെട്ടിപ്പടുക്കാൻ വേണ്ട ആവശ്യമായ നിലപാടുകൾ ഇവർ വിശദീക രിക്കുന്നുണ്ട്. 'നമുക്ക് നമ്മുടെ ഹിന്ദുസമാജത്തെ സംഘടിപ്പിക്കുകയും അതിന്റെ നേർക്ക് ലോകത്തിലെ ഏതുശക്തിക്കും ദുരുദ്ദേശ്യത്തോടെ

 ബഹുസ്വരതയും മതരാഷ്ട്ര വാദങ്ങളും

ഒരുനോക്ക നോക്കാൻ പോലും ധൈര്യമുണ്ടാകാത്ത വിധം ശക്തി പ്പെട്ടുത്തുകയും ചെയ്യേണ്ടതുണ്ട്. ഇത് നേടിയെടുക്കുക എന്നതാണ് മഹത്തായ ഈ സമാജത്തിന്റെ ഓരോ സന്താനത്തിന്റെയും മേൽവന്ന ചേർന്നിരിക്കുന്ന ഒന്നാമത്തെ ചുമതല.' (പേജ് 239) ആ ഒന്നാമത്തെ ചുമതല നിർവഹിക്കാനായി ചെയ്യേണ്ട കാര്യങ്ങളെന്തെന്ന് തുടർന്ന് വിശദീകരിക്കുന്നത്. അതിനുശേഷം എടുത്തു പറയുന്നത് ഇന്ത്യൻ ഭരണഘടനയിലെ ഫെഡറലിസത്തെ തർക്കാനാണ്. ഈ ലക്ഷ്യം സാധിക്കുന്നതിനുവേണ്ട പ്രധാനവും ഫലപ്രദവുമായ നടപടി 'നമ്മുടെ രാജ്യത്തിന്റെ ഭരണഘടനയിൽ ഫെഡറൽ സ്വഭാവത്തെപ്പറ്റിയുള്ള എല്ലാ പരാമർശങ്ങളും കുഴിച്ചുമൂടുകയും ഭാരതമാകുന്ന ഒരേ ഒരു സ്റ്റേറ്റി നകത്ത് സ്വയം ഭരണാവകാശമോ അർദ്ധ സ്വയം ഭരണാവകാശമോ ഉള്ള സ്റ്റേറ്റുകളുടെ അസ്ഥിത്വത്തെത്തന്നെ രൂത്തുവാരിക്കളയുകയും ശിഥിലീകരണത്തിന്റെയും പ്രാദേശികതയുടെയും വിഭാഗീയതയുടെയും ഭാഷാവൈവിധ്യത്തിന്റെയും അങ്ങനെ മറ്റേതു തരത്തിലുള്ളതുമായ ശക്തികളുടെ കണികകളെ പോലും നമ്മുടെ ഏകാത്മകമായ സാമ ഞ്ജസ്യത്തെ തകിടംമറിക്കുവാൻ അവസരം കൊടുക്കാത്ത തരത്തിൽ ഒരു രാജ്യം ഒരു നിയമസഭ, ഒരു എക്സിക്യൂട്ടീവ് എന്നത് ഉറന്ന പ്രഖ്യാപിക്കുകയുമാണ്. ഈ ഏകഘടകഭരണക്കൂടം സ്ഥാപിക്കുവാൻ തക്കവണ്ണം ഭരണഘടനയെ വീണ്ടുമൊന്ന് പരിശോധനാവിധേയമാക്കി പുതുക്കിയെഴുതട്ടെ. (പേജ് 266-267) ഇന്ത്യയെ സംസ്ഥാനങ്ങളായി വിഭ ജിച്ചതുപോലും അംഗീകരിക്കാൻ ഇവർക്കാവുന്നില്ല. അതിന് ഇതിലും വലിയ തെളിവിന്റെ ആവശ്യമില്ലല്ലോ. ഇങ്ങനെ വൈവിധ്യങ്ങളെ അംഗീകരിക്കാനോ പ്രാദേശികസ്വത്വങ്ങളെ ഉൾക്കൊള്ളാനോ തയ്യാ റല്ലാത്ത നിലപാടാണ് വിചാരധാരയിൽ കാണുന്നത്.

ഫെഡറൽ ഘടന കൊണ്ടുവന്നതിന് ദേശീയ പ്രസ്ഥാനത്തിന്റെ നേതാക്കളാണ് കാരണക്കാരെന്നും, അത് അന്നത്തെ സാർവദേശീയ സാഹചര്യങ്ങൾക്ക് വിരുദ്ധമായിട്ടാണ് രൂപീകരിക്കപ്പെട്ടിട്ടുള്ളതെന്നും ഗോൾവാൽക്കർ പറയുന്നുണ്ട്. ഇവിടെ അമേരിക്കയേയും ഹിറ്റ്ലറുടെ ജർമ്മനിയേയുമാണ് ഗോൾവാൽക്കർ മാതൃകയാക്കുന്നത്. ഈ ഭരണ ഘടന നിർമ്മിക്കുന്ന കാലത്ത് അതിന്റെ നിർമ്മാതാക്കൾ ജീവിച്ചിരി ക്കുന്ന പരിതഃസ്ഥിതിയെപ്പറ്റി ആലോചിച്ച നോക്കുകയാണെങ്കിൽ അന്നത്തെ അന്തരീക്ഷം ഒരു ഏകഘടകസ്റ്റേറ്റ് ആണ്. അതായത് ഒരു രാജ്യം, ഒരു നിയമസഭ, ഒരു രാജ്യത്തിന്റെ മുഴുവൻ ഭരണം നടത്തുന്ന ഒരു എക്സിക്യൂട്ടീവ് കേന്ദ്രം എന്ന വ്യവസ്ഥ ഭാരതത്തിലോ അതിന്റെ

അവശേഷിച്ച ഭൂവിഭാഗത്തിലോ ഉള്ള ഘനീഭൂതമായ ഏകാത്മകത ലത്തിന്റെ പ്രതീകമായി, സൃഷ്ടിക്കുന്നതിനേറ്റവും അനുകൂലമായിരു ന്നുവെന്നു കാണാൻ കഴിയും. പക്ഷെ ഓരോ ഭാഷാവിഭാഗത്തിനും ഒരു പ്രത്യേകഭാഷയുടെയും സംസ്കാരത്തിന്റെയും അടിസ്ഥാനത്തിൽ വിശാലമായ സ്വയംഭരണാവകാശം അനുഭവിക്കാവുന്ന സ്റ്റേറ്റുകളുടെ ഫെഡറേഷൻ എന്ന ആശയത്തിൽ നമ്മുടെ നേതാക്കന്മാരുടെ മനസ്സും ബുദ്ധിയും കുരുങ്ങികിടക്കുകയായിരുന്നു.

ഇങ്ങനെ ഇന്ത്യൻ ഭരണഘടന രൂപീകരിച്ച വ്യക്തികളെ ഫെഡറൽ രീതി കൊണ്ടുവന്നു എന്നതിന്റെ പേരിൽ അധിക്ഷേപിക്കുന്നതിന് മുതിരുന്നു. ഫെഡറലിസം കൊണ്ടുവന്നതിന് ഭരണഘടനാശിൽപി കളെ വിമർശിക്കുന്ന ഗോൾവാൽക്കർ ചിലരെ പുകഴ്ത്തുന്നുണ്ട് എന്ന വസ്തുത എടുത്തുപറയേണ്ടതാണ്. പഴയ കാലത്ത് ഇന്ത്യയിൽ നടന്ന യാഗങ്ങളും യാഗസംസ്കാരത്തിന് നേതൃത്വം കൊടുത്തവരും ഇവരെ ക്കാൾ വിശാലകാഴ്ചപ്പാടുള്ളവരാണെന്നും പറയുന്നുണ്ട്. 'രാജസൂയം, അശ്വമേധം എന്നീ യജ്ഞങ്ങൾക്ക് ഒരേ ഒരു ഉദ്ദേശ്യമേ ഉണ്ടായിരു ന്നുള്ളൂ. ഒരു ചക്രവർത്തിയുടെ രാഷ്ട്രീയ പരമാധികാരത്തിൻകീഴിൽ ഭാരതത്തെയാകെ കൊണ്ടുവരികയെന്നതായിരുന്നു ആ ഉദ്ദേശ്യം. മറ്റ രാജ്യങ്ങളിലെ ജനങ്ങളെ ചൂഷണം ചെയ്യുക, മർദ്ദിക്കുക, ഇതൊന്നും തന്നെ യജ്ഞകർത്താക്കളുടെ ലക്ഷ്യമായിരുന്നില്ല.'(പേജ് 255) ഇങ്ങനെ രാജ്യങ്ങൾ വെട്ടിപ്പിടിക്കാൻ വെമ്പൽകൊണ്ട രാജഭരണ ത്തെ ഉന്നതമായി കാണുന്ന രീതി വിചാരധാരയുടെ മറ്റ പലഭാഗങ്ങ ളിലെന്നപോലെ ഇവിടെയും പ്രത്യക്ഷപ്പെടുന്നു. ഫെഡറൽ ഘടനയെ എതിർക്കുന്ന ഗോൾവാൽക്കർ ഇടർന്ന് പറയുന്നത് നോക്കുക. 'സ്ഥിതിഗതികളെക്കുറിച്ച് യാഥാർത്ഥ്യബോധത്തോടെ നമ്മെ ഇറിച്ച നോക്കികൊണ്ടിരിക്കുന്ന ശിഥിലീകരണത്തിന്റെ അപകടങ്ങൾ കണ്ട മനസിലാക്കട്ടെ. അബദ്ധവിവരങ്ങൾ ഉൾക്കൊണ്ടവരുടെ വഴിപിഴച്ച എതിർപ്പ് നേരിടട്ടെ. ഉറച്ച കയ്യോടെ വികൃതമായി സങ്കല്പിച്ച ഫെഡറൽ ഘടനമാറ്റി ഏകഘടനാഭരണമെന്ന ശരിയായ ഘടന സ്വീകരിക്കട്ടെ.' (പേജ്267) ഫെഡറൽ ഘടനയെ മാറ്റുക എന്നത് ആർ.എസ്.എസിന്റെ രാഷ്ട്രീയ അജണ്ടയായി പ്രഖ്യാപിക്കുകയാണ് ഗോൾവാൽക്കർ. സംഘ പരിവാരിന്റെ ഈ കാഴ്ചപ്പാടാണ് ഇന്ത്യൻ പാർലമെന്റിന്റെ അധികാരം ഇല്ലായ്മചെയ്ത് പ്രസിഡൻഷ്യൽ ഭരണരീതികൊണ്ട് വരണമെന്ന ബി.ജെ.പിയുടെ കാഴ്ചപ്പാടിന്റെ അടിത്തറ.

   ബഹുസ്വരതയും മതരാഷ്ട്ര വാദങ്ങളും

വർഗീയധ്രുവീകരണത്തിലൂന്നുന്ന വിദ്യാഭ്യാസം

'ഹിന്ദുജനതയുടെ സുസംഘടിതവും ഏകീകൃതവുമായ ഒരു ജീവിതം കെട്ടിപ്പടുക്കണമെന്ന ഉദ്ദേശ്യത്തോടുകൂടിയാണ് രാഷ്ടീയ സ്വയം സേവ കസംഘത്തിന്റെ പ്രവർത്തനം ആരംഭിച്ചത്.' (പേജ് 294) ഇതാണ് ആർ.എസ്.എസിന്റെ രൂപീകരണത്തിന് നിദാനമായത് എന്ന കാര്യം വിചാരധാര ഓർമ്മിപ്പിക്കുന്നുണ്ട്. ഇത്തരമൊരു ജനതയെ രൂപപ്പെ ടുത്തിയെടുക്കുന്നതിന് വിദ്യാഭ്യാസത്തിനുള്ള സ്വാധീനമെന്തെന്ന് ആർ.എസ്.എസ്. മുമ്പേ തിരിച്ചറിഞ്ഞിട്ടുണ്ട്. അതിനായി വിദ്യാഭ്യാസ ത്തെ ഒരുക്കേണ്ടത് അത്യാവശ്യമാണെന്ന് ഗോൾവാൽക്കർ പറയുന്നു. വിചാരധാരയുടെ 25-ാമത് അധ്യായം അധ്യാപകരോടുള്ള ഗോൾവൽ ക്കറുടെ ആഹ്വാനമാണ്. നമ്മളിൽ ഒരു പരമസത്യം കുടികൊള്ളുന്ന ണ്ടെന്നു നാം പറയുന്നു. ഈ പരമമായ സത്യം സാക്ഷാത്കരിക്കുകയും പ്രകാശിപ്പിക്കുകയുമാണ് നമ്മുടെ വിദ്യാഭായസസമ്പ്രദായത്തിന്റെ അടിസ്ഥാനപരമായ ലക്ഷ്യം. (പേജ് 286)

ഈ ലക്ഷ്യം ഹിന്ദുത്വത്തിന്റേത് മാത്രമാണെന്നും അതുവഴി ഓരോ മനുഷ്യന്റെയും ഉള്ളിലെ ഹിന്ദുവിനെ ഉണർത്തുകയുമാണ് വിദ്യാഭ്യാസ ത്തിന്റെ ലക്ഷ്യമെന്നും ഇവിടെ ഊന്നിപ്പറയുന്നു. ഈ കാഴ്ചപ്പാടോടു കൂടി യായിരിക്കണം അധ്യാപകന്മാർ പ്രവർത്തിക്കേണ്ടതെന്ന് ആഹ്വാനം ചെയ്യുമ്പോൾ ഗോൾവൽക്കറുടെ ഉള്ളിൽലിരിപ്പ് പുറത്തു വരുന്നു. കാരണം ഗോൾവൽക്കറുടെ ഹിന്ദു എന്ന നിർവചനം ക്രൈസ്തവ-മുസ്ലീം- പിന്നോക്ക-ദലിത് താല്പര്യങ്ങൾക്ക്എതിരും കമ്മ്യൂണിസ്റ്റ് വിരുദ്ധവുമാ ണെന്ന് നാം കണ്ടതാണ്,ഇത്തരത്തിൽ ഗോൾവാൽക്കർ ഹിന്ദുത്വത്തെ ഉണർത്തുക എന്നു പറയുന്നതുകൊണ്ട് ലക്ഷ്യമാക്കുന്നത് അന്യമത വിദ്വേഷം കുരുന്നിലെ നിറയ്ക്കുക എന്നതാണ്. ആർ.എസ്.എസ്. ഇന്ന് വിദ്യാഭ്യാസ മണ്ഡലത്തിൽ ചെയ്തുകൊണ്ടിരിക്കുന്ന പ്രവർത്തനത്തിന്റെ അടിസ്ഥാനശില ഇവിടെയാണ് സ്ഥിതി ചെയ്യുന്നത്.

ഇത്തരത്തിൽ വിദ്യാഭ്യാസത്തിന്റെ മൗലികമായ അടിത്തറ വർഗീയതയിൽ ഊന്നിനിന്നുകൊണ്ട് രൂപപ്പെടുത്താൻ ശ്രമിക്കുന്ന വിചാരധാരക്കാരൻ ചരിത്രത്തെ എങ്ങനെ കാണണമെന്ന് പറയുന്ന ണ്ട്. (പഴയ കാലത്തെ ഏറ്റവും ഉന്നതമായ കാലമെന്ന പഠിപ്പിക്കാ ത്തതിനും, മതേതരമായ ഒരു വഴി സ്വീകരിച്ചതിനും നിലനിൽക്കുന്ന ചരിത്രത്തെ കടുത്ത ഭാഷയിൽ ആക്രമിക്കുന്നുണ്ട്.) നമ്മുടെ ചരിത്ര ത്തിന്റെ ഏറ്റവും ഉജ്ജ്വലമായ കാലഘട്ടങ്ങളെ ഇരുണ്ട കാലഘട്ടമാ ണെന്നാണ് പറഞ്ഞുവരുന്നത്. അടിമത്വത്തിന്റെ ഘട്ടങ്ങൾ ഇന്നും

പ്രകീർത്തിക്കപ്പെടുന്നു. അക്രമികളുടെ ചെയ്തികളാണ് വാഴ്ത്തപ്പെടുന്നത്. സ്വാതന്ത്ര്യസമരസേനാനികളുടെ ആവേശം പകരുന്ന കർമ്മങ്ങളല്ല നമ്മുടെ ചരിത്രത്തിന്റെ സിംഹഭാഗവും നിറഞ്ഞു നിൽക്കുന്നത് മുസ്ലീം കാലഘട്ടമാണ്. അവശേഷിച്ചത് ബ്രിട്ടീഷ് കാലഘട്ടവും. ഇങ്ങനെയാണ് നാം നമ്മുടെ കുട്ടികളെ പഠിപ്പിക്കുന്നതെങ്കിൽ അതായത് ഭൂതകാല ത്തിൽ അവർക്ക് മഹത്ത്വമൊന്നുമുണ്ടായിരുന്നില്ല, അവർ പരാജയപ്പെട്ട ഒരു ജനതയായിരുന്നുവെന്നും മുഗളന്മാരും അതിൽ പിന്നെ ബ്രിട്ടീഷ് കാരും വന്നതിനുശേഷം മാത്രമാണ് ഈ രാഷ്ട്രം മുന്നോട്ട് പോകാൻ തുടങ്ങിയതെന്നും ചുരുക്കത്തിൽ അഭിമാനാർഹമായ ഒരു ഭൂതകാലവും അനുകരണാർഹരായ പൂർവികരും അവർക്കുണ്ടായിരുന്നില്ലെന്നുമാണ് നാം പഠിപ്പിക്കുന്നതെങ്കിൽ അവരിൽനിന്നു വിലയേറിയ എന്തെങ്കിലു നമുക്ക് പ്രതീക്ഷിക്കാമോ.' (പേജ് 291)

ഈ ഭാഗത്ത് നിന്നും ചരിത്രത്തിനോട്ടുള്ള ആർ.എസ്.എസിന്റെ തലതിരിഞ്ഞ നിലപാട് വ്യക്തമാകുന്നുണ്ട്. അത് സാമ്രാജ്യത്വചരി ത്രസമീപനവുമായി എത്ര കൃത്യമായാണ് സന്ധിചെയ്യുന്നതെന്ന് കാണാൻ പ്രയാസമില്ല. ഇന്ത്യാ ചരിത്രത്തെ ഹിന്ദുകാലഘട്ടമെന്നും ഇസ്ലാംകാലഘട്ടമെന്നും ബ്രിട്ടീഷുകാലഘട്ടമെന്നും വിഭജിച്ചത് ഇന്ത്യാ ക്കാരായിരുന്നില്ല. മറിച്ച് ഭിന്നിപ്പിച്ച് ഭരിക്കുക എന്ന തന്ത്രം കൊണ്ട് വന്ന ബ്രിട്ടീഷുകാരായിരുന്നു. ഇവിടെ ഗോൾവാൾക്കർ ചരിത്രത്തെ കാണുന്നതും അതേ പേരിൽതന്നെ. ഈ ചരിത്രവീക്ഷണത്തിന്റെ മറ്റൊരു പ്രധാന ദൗർബല്യം ഇന്ത്യയുടെ പഴയകാലത്തെ അതായത് രാജാക്കന്മാരുടെ കാലത്തെ ഏറ്റവും ഉന്നതമായി കാണുകവഴി ഇന്ത്യൻ ഫ്യൂഡലിസ്റ്റുകളുടെ ചരിത്രബോധത്തിന്റെ കുഴല്ലൂത്തുകാരായി തീരുകയാണ് ആർ.എസ്.എസ്. അങ്ങനെ ബ്രിട്ടീഷുകാരന്റെ ഭിന്നിപ്പി ക്കൽ ചരിത്രബോധത്തിൽ ഹിന്ദുകാലഘട്ടത്തിന്റെ വക്താക്കളായി നിന്നുകൊണ്ട് ഭിന്നിപ്പിക്കൽ രാഷ്ട്രീയത്തിന്റെ ഇരയായും, വക്താവായും മാറുന്നു. ആർ.എസ്.എസിന്റെ ചരിത്രബോധം സാമ്രാജ്യത്വ ഉത്പന്ന മാണ് എന്ന തിരിച്ചറിവിലേക്ക് നാം എത്തിച്ചേരുന്നു. ഈ ചരിത്ര ബോധമാണ് അധ്യാപകനുണ്ടാകേണ്ടത് എന്ന് നിഷ്കർഷിക്കുമ്പോൾ ആർ.എസ്.എസ്. ഈ രാജ്യത്തെ എങ്ങോട്ട് കൊണ്ടുപോകുന്നുവെന്ന കാര്യത്തിൽ തർക്കത്തിനു പോലും സാധ്യതയില്ല.

ഇന്ത്യയിൽ ബി.ജെ.പി. അധികാരത്തിൽ വന്നപ്പോൾ ആർ.എസ്. എസിന്റെ ഏറ്റവും പ്രധാനപ്പെട്ട ആവശ്യം വിദ്യാഭ്യാസവകുപ്പ് തങ്ങൾക്കു വേണമെന്നുള്ളതായിരുന്നു. അവർ അധികാരത്തിൽ

 ബഹുസ്വരതയും മതരാഷ്ട്ര വാദങ്ങളും

വന്ന സ്ഥലങ്ങളിൽ പാഠപുസ്തകങ്ങൾ തിരുത്തിയെഴുതി ചരിത്രത്തെ വികലപ്പെടുത്താൻ ശ്രമിച്ചത് ഈ നിലപാടിന്റെ അടിസ്ഥാനത്തി ലാണ്. ചരിത്ര കൗൺസിൽ പിരിച്ചുവിട്ട് ബാബറിമസ്ജിദ് നിലനിന്ന സ്ഥലത്ത് അമ്പലമുണ്ടെന്ന് ഗവേഷണം നടത്തി കണ്ടുപിടിച്ചവരെയും വർഗീയകലാപങ്ങളിൽ നേരിട്ട് പങ്കെടുത്ത് ധീരത തെളിയിച്ച വർഗീ യഭ്രാന്തന്മാരെ ഔദ്യോഗിക ചരിത്രകാരന്മാരായി പ്രഖ്യാപിച്ചതിന്റെയും പിന്നിലുള്ളത് ഈ കാഴ്ചപ്പാടാണ്.

40-മത് അധ്യായം 'നാമും നമ്മുടെ വിദ്യാർത്ഥികളും' എന്ന പേരിലാണ്. ഇതിൽ ഇന്നത്തെ രാഷ്ട്രീയനേതൃത്വം പക്വമല്ല എന്ന് പറയുന്ന ഗോൾവാൽക്കർ വിദ്യാർത്ഥികളുടെ സമരത്തെ ശക്തമായി എതിർക്കുകയാണ് ചെയ്യുന്നത്.

'ഏതെങ്കിലുമൊരു രാജനൈതികകക്ഷിയുടെ നിയന്ത്രണത്തിലോ രക്ഷാധികാരത്തിലോ ആണ് മിക്ക വിദ്യാർത്ഥി യൂണിയനുകളും പ്രവർ ത്തിക്കുന്നത് എന്ന കാണാം. കാരണം ഈ യൂണിയനുകൾ മുഖാന്തരം അവരുടെ കല്പനകൾ അനുസരിക്കാൻ പാകമായൊരു ശക്തി ഈ പ്രക്ഷോഭകാരികൾക്ക് അവരുടെ കയ്യിൽ കിട്ടുമെന്നതാണ്. ഈ അവസ്ഥകൾ മാറിയേ മതിയാകൂ. രാജ്യകാര്യങ്ങളും രാജനൈതിക കക്ഷികളും മുതിർന്ന വിദ്യാർത്ഥികൾക്ക നിഷ്പക്ഷവും ശാസ്ത്രീയവ്വമായ വീക്ഷണകോണിൽ നിന്നു പഠിക്കുകയും വിലയിരുത്തുകയും ചെയ്യാ വുന്നതാണ്. പക്ഷേ അവർ പാർട്ടികളെയും പാർട്ടിനേതാക്കളെയും അവരുടെ യൂണിയൻപ്രവർത്തനങ്ങളിൽ ഇടപെടാൻ അനുവദിക്കരുത്. രാജ്യത്തിന്റെ പൊതുവായ രാജനൈതിക അന്തരീക്ഷത്തിനും മാറ്റം വരേണ്ടയുണ്ട്. പ്രശ്നങ്ങളോടുള്ള ഇന്നത്തെ പ്രക്ഷോഭണാത്മകമായ സമീപനം കുടിയാലോചനകളിൽ നിന്നു പരസ്പരധാരണയിൽ നിന്നും വീക്ഷണകോണുകളെ സ്വീകരിക്കുന്ന മനോഭാവത്തിൽ നിന്നും ജന്യമായ സമാധാനപരമായ പരിഹാരം കാണുന്ന രീതിയിലുള്ള രചനാത്മക സമീപനത്തിനു വഴിമാറികൊടുക്കേണ്ടതാണ്.'(പേജ് 454) വിദ്യാർത്ഥികളുടെ രാഷ്ട്രീയബന്ധത്തെ ശക്തമായി എതിർക്കുന്ന വിചാരധാരക്കാരൻ ഇടർന്ന് ഇങ്ങനെ പറയുന്നു..

'അതിനാൽ യൂണിയനുകളെ രാജനൈതികവും മറ്റുമായ പ്രക്ഷോഭ കാരികളായ പാർട്ടികളിൽ നിന്നും വേർപെടുത്തേണ്ടതാണ്. അവയുടെ പ്രവർത്തനങ്ങൾ വിജ്ഞാനവികസനവും സേവനമനോഭാവവും കായി കാധ്വാനത്തിന്റെ മഹത്ത്വവും സാഹോദര്യത്തിന്റെയും സാമൂഹ്യജീവി തത്ത്വിന്റെയും ഭാവവും വളർത്തുന്നതിനുവേണ്ടിയുള്ള ആരോഗ്യകരമായ

വഴിച്ചാലുകളിലേക്ക് തിരിച്ചുവിടണം.' (പേജ് 455)

ഇവിടെ പ്രക്ഷോഭകാരികളായ പാർട്ടികൾ എന്നു പറഞ്ഞത് ഏത് പാർട്ടികളെക്കുറിച്ചാണെന്ന് പ്രത്യേകം പറയേണ്ടതില്ലല്ലോ. അരാ ഷ്ട്രീയമായ സംസ്കാരം വിതയ്ക്കുക എന്ന നയമാണ് ആർ.എസ്.എസ്. സ്വീകരിക്കുന്നത് എന്ന് വ്യക്തം.

സാംസ്കാരിക ഫാസിസം വിചാരധാരയുടെ അടിത്തറ

വിചാരധാരയുടെ 26-മത് അധ്യായം ആർ.എസ്.എസ്. പ്രവർത്തനം ആരംഭിച്ചതിന്റെ കാരണം വിശദീകരിക്കുന്നുണ്ട്. 'ഹിന്ദു ജനതയുടെ സുസംഘടിതവും ഐക്യത്തോടെയുമുള്ള ഒരു ജീവിതം കെട്ടിപ്പടുക്കണ മെന്ന ഉദ്ദേശത്തോടുകൂടിയാണ് രാഷ്ട്രീയ സ്വയം സേവക് സംഘത്തിന്റെ പ്രവർത്തനമാരംഭിച്ചത്' (പേജ് 294). ഇതിലൂടെ ആർ.എസ്.എസ്. വിഭാവനം ചെയ്യുന്നത് ഏകീകൃതമായ രീതി നിലനിൽക്കുന്ന ഇന്ത്യയുടെ ഘടന തന്നെ തകർക്കുക എന്നുള്ളതാണ്.

ഇന്ത്യയുടെ ഭരണഘടനയും മറ്റും നിലനിൽക്കുന്നത് നാനാത്വ ത്തിലുള്ള ഏകത്വം എന്ന കാഴ്ചപ്പാടിന്റെ അടിസ്ഥാനത്തിലാണ്. ഏകീകൃതമെന്നതിലൂടെ ഇത്തരം രീതിയെ തകർക്കുക എന്നതാണ് അവർ ലക്ഷ്യം വെയ്ക്കുന്നത്. അവർ കൊണ്ടുവരുന്ന ഘടനയ്ക്ക് കീഴിൽ എല്ലാറ്റിനെയും കൊണ്ട് വന്ന് വൈവിധ്യങ്ങളുടെ കൂടിച്ചേരൽ എന്ന ജനാധിപത്യരീതിയെ തകർക്കുന്നു. എന്നിട്ട് ഫാസിസ്റ്റ് സംസ്കാരവും അധികാരഘടനയും രൂപീകരിക്കുകയാണ് ലക്ഷ്യം. എല്ലാറ്റിനെയും അതിന് അനുയോജ്യമായ രീതിയിൽ വായിച്ചെടുക്കുക എന്നതും ഇവരുടെ സമീപനമാണ്. അതിന് തടസ്സമായി നിൽക്കുന്ന ഘടനകളെ തകർക്കുക എന്ന പരിപാടിയും ആവിഷ്കരിക്കുന്നു.

ഇന്ത്യൻ സംസ്കാരത്തെയും ജനതയെയുംകുറിച്ച് ചിക്കാഗോയിൽ പോയി പ്രസംഗിച്ച് ലോകശ്രദ്ധനേടിയ സ്വാമി വിവേകാനന്ദനെയും ഇത്തരം ഒരു വായനയ്ക്ക് വിധേയമാക്കാൻ ഗോൾവാൽക്കർ ശ്രമിക്കു ന്നുണ്ട്. വർത്തമാനകാലത്ത് നവോത്ഥാനനായകരെ തങ്ങൾക്ക് വേണ്ട രീതിയിൽ വളച്ചൊടിച്ചുകൊണ്ട് പോകാനുള്ള പ്രവണതയുടെ അടിസ്ഥാനം ഇതിൽനിന്നാണ് എന്ന് വ്യക്തമാകുന്നുണ്ട്.

'ചിലർ സ്വാമി വിവേകാനന്ദനെ ഉദ്ധരിച്ചുകൊണ്ട് സോഷ്യലി സവും മതേതരത്വവും അവതരിപ്പിക്കുന്നതിനുവേണ്ടി സാർവലൗ കികമായൊരു മതത്തെപ്പറ്റി അദ്ദേഹം പരാമർശിച്ചിട്ടുണ്ടെന്നു പറയുന്നതു ഞാൻ ഓർത്തുപോകുന്നു. പക്ഷേ ഹിന്ദുക്കളെന്ന നിലയ്ക്ക്

തലയുയർത്തിപ്പിടിക്കുവാനും അഭിമാനത്തോടുകൂടി നിവർന്ന നില്ല
വാനും ആഹ്വാനം ചെയ്യുന്ന അനേകം ഭാഗങ്ങൾ വിവേകാനന്ദന്റെ
കൃതികളിൽ നമുക്ക് കാണാമെന്നതാണ് പരമാർത്ഥം.' (പേജ് 294)

വിശക്കുന്നവന് വേദാന്തമല്ല ആവശ്യം എന്നും സോഷ്യലിസ്റ്റ്
ലോകമാണ് വേണ്ടത് എന്നും പറഞ്ഞ വിവേകാനന്ദനെയാണ് ഇത്തര
ത്തിൽ വളച്ചൊടിച്ച് തങ്ങൾക്കു വേണ്ട രീതിയിൽ അവതരിപ്പിക്കാനുള്ള
ശ്രമം ഇവർ നടത്തുന്നത്. ശ്രീനാരായണനെയും അയ്യങ്കാളിയെയും
ഉൾപ്പെടെ തങ്ങൾക്ക് അനുയോജ്യമായ രീതിയിൽ അവതരിപ്പിക്കാൻ
ള്ള ശ്രമം വർത്തമാനകാലത്ത് കേരളത്തിൽ നടത്തുന്നത് ഗോൾവാൾ
ക്കർ വെട്ടിത്തുറന്ന ഈ പാതയിലൂടെയാണ് എന്ന് വളരെ വ്യക്തമാണ്.

ആർ.എസ്.എസിന്റെ ഏകീകൃതമായ ഘടനയ്ക്ക് തടസ്സമായി നില്ലുന്ന
എല്ലാറ്റിനെയും വെട്ടിമാറ്റാനുള്ള പ്രവർത്തനത്തിന് സൈദ്ധാന്തിക
അടിത്തറ ഒരുക്കുകയാണ് വിചാരധാരയിൽ. വൈവിധ്യമാർന്ന
രീതികൾ, സമ്പ്രദായങ്ങൾ, ആരാധനാക്രമങ്ങൾ, ഭാഷകൾ എന്നിങ്ങ
നെയുള്ള എണ്ണമറ്റ കഷണങ്ങൾ ആകെയുള്ള ശിഥിലീകരണത്തിന്റെ
മ്ലാനമായ ഒരു ചിത്രത്തെയാണ് അവതരിപ്പിക്കുന്നത്.' (പേജ് 295).
വ്യത്യസ്തമായ ജീവിത ശൈലികളും, ആരാധനാരീതികളും, ഭാഷകളും
രാജ്യത്ത് ശിഥിലീകരണം സൃഷ്ടിക്കുന്നു എന്ന് പറയുന്ന ഗോൾവാൾ
ക്കർ ലക്ഷ്യം വെയ്യുന്നത് എന്ത്? അനേകം ഭാഷകളും ആരാധനാരീ
തികളും, ജീവിതശൈലികളും തകർത്തിട്ട് പകരം, ആർ.എസ്.എസ്
പറയുന്ന ഭാഷയും ജീവിതരീതിയും ആരാധനാ രീതിയും കൊണ്ടുവ
രിക എന്നതാണ്. അതിന്റെ ഫലം പ്രാദേശികഭാഷകളുടെ നാശവും
വ്യത്യസ്തമായ ജനതയുടെ ജീവിത തകർച്ചയും ആയിരിക്കും. ഒരു
ജനതയുടെ ഭാഷയെയും ജീവിതശൈലിയെയും തകർത്ത് പകരം
മറ്റൊന്ന് അടിച്ചേല്പിക്കുക എന്നതാണ് ഫാസിസത്തിന്റെ മറ്റൊരു
രീതി. ഇതു തന്നെയാണ് ഗോൾവാൾക്കർ വിഭാവനം ചെയ്യുന്നത്.അ
തുകൊണ്ടാണ് വിചാരധാരയെ ഇന്ത്യൻ ഫാസിസത്തിന്റെ പ്രത്യയശാ
സ്ത്രഗ്രന്ഥം എന്ന് വിശേഷിപ്പിക്കുന്നത്.

ഇന്ത്യയിൽ ദൈവവിശ്വാസികൾ ദൈവാരാധനയ്ക്ക് വ്യത്യസ്തമായ
രീതികളാണ് അവലംബിക്കുന്നത്. ആദിവാസികളും ദളിതുകളും
ദൈവത്തെ ആരാധിക്കുന്ന സംവിധാനം മറ്റുള്ളവരിൽ നിന്നും വിഭിന്ന
മാണ്. കാവുകളിലെ സമ്പ്രദായമല്ല ക്ഷേത്രങ്ങളിൽ ഉള്ളത്. ഉത്തരേ
ന്ത്യൻ രീതിയല്ല ദക്ഷിണേന്ത്യയിൽ. ഇങ്ങനെ തങ്ങളുടേതായ ആരാധ
നാമൂർത്തികളെ ഉപാസിക്കുന്നതിൽ പോലും വ്യത്യസ്തത പുലർത്തുന്ന

രാജ്യത്ത് അതിനെ പൊളിച്ച് ഒന്നാക്കണമെന്ന കാഴ്ചപ്പാട് മുന്നോട്ട് വെയ്ക്കുന്നവർ മനുഷ്യന്റെ ആരാധനാരീതിയിൽപോലും ഫാസിസ്റ്റ് രീതി കൊണ്ടുവരാൻ ശ്രമിക്കുന്നവരാണ്. ഇങ്ങനെ എല്ലാ വൈജാത്യ ങ്ങളെയും തകർക്കുന്ന ജനാധിപത്യ വിരുദ്ധതയുടെ ആൾരൂപമാണ് ഗോൾവാൽക്കർ.

നാനാത്വത്തിലുള്ള ഏകത്വം എന്ന രീതിയെ കാത്ത് സൂക്ഷിക്കാൻ കഴിയുന്ന വിധത്തിൽ സംവിധാനം ചെയ്യപ്പട്ടതാണ് ഇന്ത്യയിലെ പാർ ലമെന്ററി സമ്പ്രദായം. വ്യത്യസ്ത പ്രദേശങ്ങളിലെ ജനങ്ങൾ തിരഞ്ഞെട ത്ത് അയയ്ക്കുന്ന എം.പി. മാർ ലോകസഭയിൽ ചെന്ന് രാജ്യം ഭരിക്കുന്നു. ഒപ്പം നിയമനിർമ്മാണം നടത്തുന്നു. സംസ്ഥാനങ്ങളിൽ നിയമസഭയും അതിന് താഴെത്തട്ടിൽ തദ്ദേശ സ്വയംഭരണ സ്ഥാപനങ്ങളും ചേർന്ന് താഴെ നിന്ന് മുകളിലോളം വ്യത്യസ്തമായ അധികാരത്തോട്ടുകൂടിയ ജനാധിപത്യ സ്ഥാപനങ്ങൾ ആണ് രാജ്യം ഭരിക്കുന്നത്. എന്നാൽ ഇത്തരം ഘടന ഏകീകൃതമായ ഒരു ഹിന്ദുഘടന കെട്ടിപ്പടുക്കാൻ തടസ്സമുണ്ടാക്കുന്നതുകൊണ്ട് തകർക്കണം എന്ന് ഗോൾവാൽക്കർ അഭിപ്രായപ്പെടുന്നു. ഇതിനുള്ള ഒരേയൊരു പോംവഴി ഭരണഘടന തദനുസൃതമായി ഭേദഗതി ചെയ്ത് ഒരു ഏകഘടകമായ ഭരണക്കടം പ്രഖ്യാപിക്കുവാൻ ധൈര്യമായി മുന്നോട്ട് വരുക മാത്രമാണ്. രാജ്യം ഒന്നാണ് ജനങ്ങൾ ഒന്നാണ്. അതുകൊണ്ട് നമുക്ക് ഒരൊറ്റ ഭരണക്ക ടവും ഒരൊറ്റ നിയമനിർമ്മാണസഭയും അംഗീകരിക്കുക.' (പേജ് 295)

ഇത്തരത്തിൽ പാർലമെന്ററി ജനാധിപത്യത്തിൽ നിലനിൽക്കുന്ന വ്യത്യസ്ത ഘടകങ്ങൾക്ക് അവരുടേതായ പങ്കാളിത്തം എന്നതിനെ അട്ടിമറിക്കാനുള്ള ശ്രമനീക്കമാണ് ഇത്. ഫാസിസ്റ്റുകൾ ഒരിക്കലും അധികാരം വികേന്ദ്രീകരിക്കാൻ അനുവദിക്കില്ല. അധികാര കേന്ദ്രീക രണമാണ് ഫാസിസ്റ്റ് മുഖമുദ്ര. അത് ഒരിക്കൽക്കൂടി തുറന്ന് പ്രഖ്യാപിക്ക കയാണ് ഇവിടെ ചെയ്യുന്നത്.

'അനേകം സംസ്ഥാനങ്ങളും നിയമസഭകളും ജനാധിപത്യത്തിനാ വശ്യമാണ് എന്ന് വാദിക്കുന്നവരുണ്ട്. ജനാധിപത്യവും ഒന്നിലധികം നിയമസഭകളും തമ്മിലെന്തു ബന്ധമാണുള്ളത് എന്ന് എനിക്ക് മനസ്സി ലാക്കാൻ കഴിയുന്നില്ല. രാജ്യത്തിനൊട്ടാകെ ഒരു കേന്ദ്ര നിയമസഭ യെന്നതു ജനാധിപത്യത്തിന്റെ ആവശ്യങ്ങൾക്ക് മതിയാകുന്നതാണ്.' (പേജ് 296)

ഇത്തരത്തിൽ നിയമസഭയും അതുവഴി ഇന്ത്യയുടെ ഫെഡറൽ ഭരണരീതിയെയും അട്ടിമറിക്കാനുള്ള നീക്കമാണ് ഈ നയത്തിന്

പിന്നിലുള്ളത്. ഒറ്റ കേന്ദ്ര നിയമസഭയിൽ നിന്ന് അധികാരം മുഴുവൻ ഒരു വ്യക്തിയുടെ കയ്യിലേക്ക് എന്ന ഫാസിസ്റ്റ് നിലപാടിലേക്ക് നീങ്ങുന്നത് ഈ നയത്തിന്റെ ഭാഗമാണ്. ലോക് സഭയിലും നിയമസഭയിലും ഒന്നിച്ച് തിരഞ്ഞെടുപ്പ് നടത്താനുള്ള നീക്കം ഇതിന്റെ ഭാഗമാണ്.

യുദ്ധക്കൊതിയുടെ കുഴല്യൂത്തുമായി

ഫാസിസ്റ്റ് സമീപനത്തിന്റെയും യുദ്ധക്കൊതിയുടെയും ഭാഗമാണ് അടിമുടി സൈനികവത്കരിക്കപ്പെട്ട രാജ്യം എന്ന സങ്കല്പം. ഹിറ്റ്‌ലർ ജർമ്മനിയിൽ ഉയർത്തിക്കൊണ്ടുവന്നത് ഇത്തരം കാഴ്ചപ്പാട് ആയിരുന്നു. വിചാരധാരയും ഇതേ ആശയമാണ് പങ്കുവെയ്ക്കുന്നത്. അതിന് അനുയോജ്യമായ വിധത്തിൽ സൈദ്ധാന്തിക അടിത്തറ ഒരുക്കാൻ ശ്രമിക്കുകയാണ് ഗോൾവാൽക്കർ. 'ദേശീയ സഞ്ജീവനി' (യാഥാർത്ഥ്യത്തിന്റെ ലോകം) എന്ന അധ്യായം ഈ വിഷയമാണ് കൈകാര്യം ചെയ്യുന്നത്. 'ഇന്നത്തെ ലോകഘടനയിൽ സംഘട്ടനമാണ് മനുഷ്യരാശിയുടെ സ്ഥായിയായ പ്രകൃതി' (പേജ് 304) മനുഷ്യന്റെ സ്വാഭാ വികമായ പ്രകൃതി സംഘട്ടനമാണ് എന്ന് പറയുന്നതിലൂടെ ലോകത്തെ അക്രമങ്ങളെ ന്യായീകരിക്കുകയാണ് എല്ലാ ഫാസിസ്റ്റകളെ പോലെ ഇവിടെയും ഗോൾവാൽക്കർ.

'രാഷ്ട്രങ്ങൾ തമ്മിലുള്ള ബന്ധങ്ങളെ നിയന്ത്രിക്കുന്ന അടിസ്ഥാന തത്വം കാട്ടിലെ നിയമമാണ്. ദുർബലനെ ഭക്ഷിച്ച ശക്തൻ കൂടുതൽ ശക്തനാവുകയെന്നതുതന്നെ. ജീവോ ജീവസ്യ ജീവനം എന്ന മാത്സ്യ ന്യായം തന്നെയാണിത്. വലിയ മത്സ്യങ്ങൾ ചെറിയവയെ വിഴുങ്ങുന്നു. ചെറിയവയെ ഉപജീവിച്ച വലുതാകുന്നു.' (പേജ് 304)

ചെറിയ മത്സ്യങ്ങളെ വലിയവ വിഴുങ്ങുകയെന്നത് ഒരു സാധാരണ സംഭവമാണ് എന്ന് പറയുന്നതിലൂടെ വലിയ രാജ്യങ്ങൾ ചെറിയ രാജ്യത്തെ വെട്ടിപ്പിടിക്കുന്നതിനെ അഥവാ യുദ്ധക്കൊതിയെ ന്യായീക രിക്കുകാണ് ഗോൾവൽക്കർ. കാട്ടിലെ പഴയനിയമത്തെ പുനഃസ്ഥാപി ക്കുകയും ന്യായീകരിക്കുകയും ചെയ്യുന്നതിലൂടെ മനുഷ്യന്റെ സാംസ്കാരിക വികാസത്തെ നിഷേധിക്കുക കൂടിയാണ് ഇവിടെ.

ഇത്തരത്തിൽ കൈയ്യൂക്കുള്ളവൻ കാര്യക്കാരൻ എന്നതാണ് പ്രകൃ തിയുടെ നീതി എന്നു പറയുന്ന ഗോൾവാൽക്കർ തുടർന്ന് പറയുന്നത് നോക്കുക. 'അപ്പോൾ ഇന്നത്തെ സംഘർഷമയമായ ലോകത്തിൽ നമ്മുടെ ദേശീയൈക്യവും വൈഭവവും നിലനിർത്താനുള്ള വഴിയെ ന്താണ്?' (പേജ് 307)

തുടർന്ന് അന്വേഷിക്കുന്നത് ഈ വഴിയാണ്. അതിന് അദ്ദേഹം എത്തിച്ചേരുന്ന ഉത്തരം അവരുടെ സമീപനം വ്യക്തമാക്കുന്നു. 'ദേശീയജീവിതത്തിന്റെ മൂതജസഞ്ജീവനിയാണ് ശക്തി.' (പേജ് 310) ശക്തിയാണ് ദേശീയജീവിതത്തിന്റെ അടിത്തറ എന്ന് പറഞ്ഞതിനു ശേഷം ഇത്തരം ശക്തിയില്ലാത്ത രാഷ്ട്രങ്ങൾ ആണ് ലോകസമാധാ നത്തിന് ഭീഷണി എന്നു പറയുന്നുണ്ട്.

'ദുർബലനായിരിക്കുകയെന്നതു യഥാർത്ഥത്തിൽ ശക്തരായ വിദേശരാഷ്ട്രങ്ങൾക്ക് ആക്രമണത്തിനുള്ള ഒരു ക്ഷണമാണ്. അങ്ങനെ നോക്കിയാൽ ലോകത്തിലെ ദുർബലരാഷ്ട്രങ്ങളാണ് ലോകത്തിലെ സമാധാന ഭ്രംശത്തിനുത്തരവാദികൾ' (പേജ് 310) സമാധാനത്തിലേ ക്കുള്ള യഥാർത്ഥമാർഗം ശക്തിനേടുകയെന്നതാണ്.

ഇത്തരത്തിൽ ലോകത്തെ ആയുധമത്സരവും അത് കുന്നുകൂടി പരസ്പരം ഭയം ജനിപ്പിക്കുക എന്നതുമാണ് ലോകസമാധാനത്തിന് വേണ്ടത് എന്ന അഭിപ്രായം മനുഷ്യസ്നേഹത്തിന്റെ കണികയെങ്കിലും ഉള്ളവർക്ക് അംഗീകരിക്കുക സാദ്ധ്യമല്ല. അങ്ങനെ ആയുധമത്സര ത്തിന്റെയും യുദ്ധഭീതിയുടെയും കൈയ്യൂക്കുള്ളവൻ കാര്യക്കാരൻ എന്ന പ്രാകൃത ന്യായത്തിലും ഉറച്ച വിശ്വസിക്കുകയാണ് ഗോൾവാൽക്കർ. ഇത്തരം മാനസികാവസ്ഥയുള്ള ഒരു പ്രസ്ഥാനം ആയുധം വാങ്ങിക്കൂ ട്ടുന്നതിലും കലാപം ഉണ്ടാക്കുന്നതിലും അണുബോംബ് നിർമ്മിക്കുന്ന തിലും നാം അദ്ഭുതപ്പെടേണ്ട കാര്യമില്ലല്ലോ.

വിചാരധാരയുടെ 28-മത് അധ്യായത്തിന്റെ പേര് 'ദേശീയ സഞ്ജീവനി-2 (അവസാനത്തെ ഉറപ്പ്)' എന്നാണ്. ഇതിൽ ഇന്ത്യയുടെ വിദേശനയത്തെ ശക്തമായ ഭാഷയിൽ അധിക്ഷേപിക്കുകയാണ് ഗോൾവാൽക്കർ. വിചാരധാര എഴുതപ്പെട്ട കാലത്ത് ലോകത്ത് മൂന്നാംലോക രാജ്യങ്ങളുടെ നായക സ്ഥാനത്ത് ഉയർത്തിയതായിരുന്ന നമ്മുടെ നയം എന്ന വസ്തുത നാം മറക്കരുത്. അധ്യായം തുടങ്ങുന്നത് ഇങ്ങനെയാണ്.

'ചേരിചേരാ നയം, ചലനാത്മക നിഷ്പക്ഷത എന്നിവയെക്കുറിച്ച് നമ്മുടെ നാട്ടിലിന്ന് ധാരാളം പറഞ്ഞു കേൾക്കുന്നുണ്ട്. കേട്ടാൽ തോന്നും ഇവയെല്ലാം നമ്മുടെ ജീവൻ കാക്കാൻപോന്ന തത്വങ്ങളാണെന്ന്.' (പേജ് 312)

ഇത്തരത്തിൽ ലോകത്ത് സമാധാനത്തിന് ഇടയാക്കുന്ന നമ്മുടെ വിദേശനയത്തെ അക്കാലത്ത് വിമർശിച്ച വിചാരധാരക്കാരൻ കടുത്ത ഭാഷയിൽ സമാധാനപരമായ ജീവിതത്തിനുള്ള നീക്കത്തെയും

   ബഹുസ്വരതയും മതരാഷ്ട്ര വാദങ്ങളും

അപലപിക്കുന്നു. 'ശക്തി നേടാതെ തന്നെ സന്തുഷ്ടിയോടും ബഹുമതി യോടും കൂടി ജീവിക്കാമെന്നും മാനുഷികമായ ഉന്നതവികാരങ്ങളെ തട്ടി യുണർത്തിക്കൊണ്ടും പഞ്ചശീലങ്ങൾ ഉദ്ബോധിപ്പിച്ചുകൊണ്ടും ഐക്യ രാഷ്ട്രസഭയെ അവലംബിച്ചും എല്ലാ രാഷ്ട്രാന്തരീയ സംഘട്ടനങ്ങളെയും ഒഴിവാക്കാമെന്ന് നാം വിശ്വസിച്ച വരുന്നു. ഇത്തരം വികൃതങ്ങളായ ആശയങ്ങളെല്ലാം ഇന്നു പ്രപഞ്ച സത്യങ്ങളായി പൊക്കിപ്പിടിക്കപ്പെ ട്ടിരിക്കുന്നു.' (പേജ് 313)

ഇത്തരത്തിൽ മനുഷ്യസ്നേഹത്തിന്റെയും സാഹോദര്യത്തിന്റെയും അടിസ്ഥാനത്തിലുള്ള എല്ലാ നീക്കങ്ങളെയും പുച്ഛിച്ച് തള്ളി, പകരം ഭയപ്പെടുത്തി കീഴ്പ്പെടുത്തുക എന്ന ഫാസിസ്റ്റ് രീതിയാണ് സമാ ധാനത്തിനുവേണ്ടത് എന്നു പറഞ്ഞു വെക്കുകയാണ്. ലോകത്തിലെ ജനാധിപത്യപരമായ വികാസത്തിനുപകരം ഫാസിസത്തിന്റെ രൂപീ കരണത്തിന്റെ നീതിയാണ് ഇവർ കൊണ്ടുനടക്കുന്നത് എന്നതിന് ഇതിലും വലിയ തെളിവിന്റെ ആവശ്യമില്ല. ഭയപ്പെടുത്തി കീഴ്പെടു ത്തൽ ഫാസിസത്തിന്റെയും സഹനത്തിന്റെയും സ്നേഹത്തിന്റെയും ചർച്ചയുടെയും രീതി ജനാധിപത്യത്തിന്റേതുമാണ്. ഇതിൽ ആദ്യത്തേത് മാത്രമാണ് വിചാരധാരക്കാരൻ അറിയുന്നതും അതിനെ അടിസ്ഥാന പ്പെടുത്തിയാണ് സിദ്ധാന്തം നിർമ്മിക്കുകയും ചെയ്യുന്നത്.

തുടർന്ന് ഇത്തരം വാദത്തെ അരക്കിട്ടുറപ്പിക്കുന്ന നിരവധി വാദങ്ങൾ നിരത്തുകയാണ് ചെയ്യുന്നത്. 'ശക്തനെ മാത്രമേ ലോകം ആരാധിക്ക ന്നുള്ളൂ. കഴിഞ്ഞ യുദ്ധത്തിനു മുമ്പ് ഇംഗ്ലണ്ട് വളരെ ശക്തമായിരുന്ന പ്പോൾ നമ്മുടെ ജനങ്ങൾ അവരെ അനുകരിക്കുവാനും കീർത്തിക്കുവാ നും ബദ്ധപ്പെട്ടു. യുദ്ധവേളയിൽ ചെറിയൊരു കാലയളവിൽ ജർമ്മനി വിജയിച്ചേക്കുമെന്ന് തോന്നി; ജനങ്ങളെല്ലാം ഹിറ്റ്ലറെ, എന്നുവേണ്ട നാസിസത്തെപ്പോലും ആരാധിക്കാൻ തുടങ്ങി.' (പേജ് 320)

ശക്തിക്ക് കീഴ്പ്പെടുക എന്നത് ഫാസിസത്തെ സ്വീകരിക്കാൻ തയ്യാറാവുന്ന മതത്തിന്റെ ലക്ഷണമാണ്. ശക്തിയെ ആരാധിക്കുന്നതും അതിന്റെ ഭാഗമാണ്. ഒപ്പം തന്നെക്കാൾ ദുർബലൻ എന്ന തോന്നുന്ന വരെ അടിച്ചമർത്തുന്നതും അതിന്റെ ഭാഗമാണ്. ഈ മാനസിക ഘടന തന്നെയാണ് ഗോൾവാൽക്കർ എന്ന വ്യക്തിയും കാത്തു സൂക്ഷിക്കുന്ന തെന്ന് ഇവിടെ വ്യക്തമാക്കുകയാണ്. തുടർന്നു പറയുന്നതു നോക്കുക.

'ദരിദ്രന്റെയും ദുർബലന്റെയും ആഗ്രഹങ്ങൾ വെറും ആകാശക്കോ ട്ടകളാണെന്നു പണ്ടുപണ്ടേ നമ്മുടെ ആചാര്യന്മാർ പ്രഖ്യാപിച്ചിട്ടുള്ള താണ്.' (പേജ് 321)

'ലോകത്തിലെ ഏറ്റവും കൊടുതായ പാപം ദുർബനായി ഇടങ്ങ
യെന്നതാണ്. കാരണം അത് അവനെത്തന്നെനശിപ്പിക്കുന്ന മാത്രമല്ല
മറ്റുള്ളവരിൽ ഹിംസയുടെ ചിന്ത ഉദ്ദീപിപ്പിക്കുകയും ചെയ്യുന്ന.' (പേജ്
321)

മനുഷ്യൻ കരുത്തനോ ശക്തനോ എന്നതിന്റെ മാനദണ്ഡം
അവൻ എത്രതോളം ആയുധം കൈവശമുണ്ട് എന്നത് പറയുന്നതി
ലൂടെയാണ്. അടിമുടി സൈനികവത്കരണാണ് ഏതു രാജ്യത്തിന്റെ
യും ആദ്യത്തെ കടമ എന്ന സ്ഥാപിക്കുകയാണ്. മറിച്ച് ഒരു രാജ്യം
എന്നത് അവിട്ടത്തെ ജനതയാണെന്നും അവരുടെ ജീവിതനിലവാരവും
സംസ്കാരവുമാണ് രാജ്യത്തിന്റെ കരുത്ത് എന്ന ജനാധിപത്യപരവും
മനുഷ്യസ്നേഹപരവുമായ കാഴ്ച ഇവർക്ക് അന്യമായിത്തീരുകയാണ്.
ഈ അദ്ധ്യായം തുടരുന്നു. 'ലോകം ഇന്നുള്ള നിലയിൽ ഒരേ ഒരു
ഭാഷ മാത്രമേ മനസ്സിലാക്കുന്നുള്ളൂ. അത് ശക്തിയുടെ ഭാഷയാണ്
എന്നതാണ് ഏറ്റവും കടുത്ത യാഥാർത്ഥ്യം. മഹത്തായ ശക്തിയുടെ
അചഞ്ചലമായ ആധാരത്തിൻമേൽ മാത്രമാണ് ഒരു രാഷ്ട്രം ഉയരുന്ന
തും ദൈവഭയപൂർണ്ണമായ നിലയിൽ നിലനിൽക്കുന്നതും എല്ലാം.' പേജ്
328)

ഹിറ്റ്ലറുടെ സൈനികവത്കൃത രാഷ്ട്രം എന്ന സങ്കല്പവും
അതുപോലെ ആയുധബലംകൊണ്ട് എല്ലാം കീഴടക്കുന്ന രീതിയും
തന്നെയാണ് ഇവിടെ വ്യക്തമാകുന്നത്. ഒപ്പം വൈവിധ്യങ്ങളെ ഒരു
തരത്തിലും അംഗീകരിക്കാത്ത ജനാധിപത്യവിരുദ്ധ സമീപനവും.

ഇന്ത്യ ഉയർത്തിപ്പിടിക്കുന്ന ചേരിചേരാനയത്തെയും സമാധാന
പാതയിൽ ഊന്നിയ കാഴ്ചപ്പാടിനെയും ഗോൾവാൽക്കർ പരിഹസി
ക്കുന്നുണ്ട്.

'ശബ്ദായമാനമായ മുദ്രാവാക്യങ്ങളോ ലോകസംഘടനകളുടെ
സൗമനസ്യമോ മറ്റ് രാജ്യങ്ങളുടെ സുഹൃദ്ബന്ധമോ എന്നുവേണ്ട
മറ്റ് യാതൊരു ഘടകവും നമ്മുടെ രക്ഷയ്ക്കെത്തില്ലെന്നും നമ്മുടെ
സ്വാതന്ത്ര്യ സംരക്ഷണത്തിനു പൂർണ്ണ ഉത്തരവാദിത്വം വഹിക്കാൻ
നാം മാത്രമേ ഉണ്ടാവുകയുള്ളൂ എന്നും ഇപ്പോഴത്തെ അനുഭവം
വേണ്ടവോളം തെളിയിച്ചിട്ടുണ്ട്. ഈ പുതിയ വെളിച്ചത്തിൽ നമ്മുടെ
എല്ലാ നയങ്ങളും ഇനിമേൽ പുതുക്കിയാവർത്തിക്കേണ്ടതുണ്ട്.'
(പേജ് 381). ഇവിടെ അന്താരാഷ്ടതലത്തിൽ ഇന്ത്യ ഉയർത്തിപ്പിടിച്ച
സമാധാനനയം തിരുത്തണമെന്നും ആയുധം കുന്നുകൂട്ടാനുള്ള നടപ
ടികൾ സ്വീകരിക്കണമെന്നും പറയുന്ന ഗോൾവാൽക്കർ അടിമുടി

    ബഹുസ്വരതയും മതരാഷ്ട വാദങ്ങളും

ആയുധവത്കരിക്കപ്പെട്ട രാജ്യമെന്ന ഫാസിസ്റ്റ് കാഴ്ചപ്പാട് ഉയർത്തി പ്പിടിക്കുകയാണ്.

അടിമുടി ആയുധവത്ക്കരിക്കപ്പെട്ട രാജ്യമെന്ന സങ്കല്പം മാത്രമല്ല മറ്റ രാഷ്ട്രങ്ങളെ കീഴടക്കുകയെന്ന കാഴ്ചപ്പാടും വിചാരധാരാകാരൻ അവത രിപ്പിക്കുന്നുണ്ട്. പാകിസ്ഥാൻ നാം ആക്രമിച്ച് കീഴടക്കേണ്ടതാണെന്ന് ഗോൾവാൽക്കർ പറയുന്നുണ്ട്.

'പാകിസ്ഥാൻ രാജനൈതിക കരുനീക്കങ്ങളുടെ ഈയിടത്തെ സൃഷ്ടിമാത്രമാണ്. സ്മരണാതീത കാലം മുതൽ ആ പ്രദേശങ്ങൾ നമ്മുടെ മാതൃഭൂമിയുടെ അവിഭാജ്യ ഘടകങ്ങളായിരുന്നു. ലാഹോറിൽ പുണ്യ രാവിനദിയുടെ തീരത്തുവച്ചായിരുന്നു പണ്ഡിറ്റ് ജവഹർലാൽ നെഹ്റുവിന്റെ അധ്യക്ഷതയിൽ കോൺഗ്രസ് നാടിന്റെ പരിപൂർണ സ്വാതന്ത്ര്യം നേടുമെന്ന പ്രതിജ്ഞയെടുത്തത്. ആ നിലയ്ക്ക് ലാഹോറിലും പാകിസ്ഥാന്റെ ഇതര ഭാഗങ്ങളിലും നമ്മുടെ പതാക ഉയർത്തുന്ന തെങ്ങനെ. അന്യന്റെ ഭൂമിയിൽ കണ്ണു വയ്ക്കലാകും. യഥാർത്ഥത്തിൽ ഇന്ന് ശത്രുക്കളുടെ അധീനത്തിലുള്ള ഈ പ്രദേശങ്ങളെല്ലാം വിമോ ചിപ്പിച്ചാൽ മാത്രമേ നമ്മുടെ സ്വാതന്ത്ര്യസമരത്തിന് വിജയകരമായ പരിസമാപ്തി കൈവന്നുവെന്ന് പറഞ്ഞുകൂടൂ.'(പേജ് 384) മറ്റ രാജ്യ ങ്ങളെ ആക്രമിച്ച് കീഴടക്കുകയെന്നത് ആധുനിക സമൂഹത്തിൽ ഇന്ന് ചിന്തിക്കാൻ പോലും കഴിയാത്തതാണ്. ഫ്യൂഡൽകാലഘട്ടത്തിലെ രാജനീതികളാണ് ആർ.എസ്.എസിനെ നയിക്കുന്നതെന്ന് ഇതിൽ നിന്ന് വ്യക്തമാണ്. സമാധാനത്തിനുവേണ്ടിയുള്ള പ്രവർത്തനങ്ങ ളെയും തികഞ്ഞ പുച്ഛത്തോടെയാണ് ഇവർ കാണുന്നത്. ഇന്ത്യൻ പ്രധാനമന്ത്രി ലാൽബഹാദൂർശാസ്ത്രി താഷ്ക്കന്റിൽ പോയി സംഭാഷണം നടത്തിയത് തെറ്റാണെന്നാണ് ഗോൾവർക്കരുടെ അഭിപ്രായം. ഐക്യരാഷ്ട്രസംഘടനയുടെ ഉറപ്പുപോലും നാം സ്വീകരിക്കരുതെന്ന് തുടർന്ന് ഗോൾവാൽക്കർ പറയുന്നുണ്ട്. തുടർന്ന് വരുന്ന ഭാഗത്ത് യുദ്ധം തലയ്ക്ക് പിടിച്ച ഒരു ഫാസിസ്റ്റിന്റെ മനോഭാവമാണ് കാണുന്നത്.

'പാകിസ്ഥാനെപ്പോലുള്ള നിസ്സാര ശക്തികളുമായി മാത്രം ഏറ്റുമു ട്ടുന്നതിൽ എന്ത് തമാശയാണുള്ളത്(പേജ് 389). തുടർന്ന് ശക്തമായ യുദ്ധം നടത്താൻവേണ്ടി ചൈനയുമായി ഏറ്റുമുട്ടാമെന്ന് ഒരു യുദ്ധഭ്രാ ന്തനെപ്പോലെ ഗോൾവാൽക്കർ പറയുന്നുണ്ട്. ചൈനയുമായി അത്തര മൊരു ഭയങ്കരവും മുഴുവൻ ശക്തിയോട്ടുകൂടിയതുമായ ഒരു പോരാട്ടം അന്താരാഷ്ട്രീയ രംഗത്തും അത്യധികം ഗുണകരമായ ഫലങ്ങളുവാക്ക മായിരുന്നു' (പേജ് 389). അന്താരാഷ്ട്രീയ രംഗത്ത് യുദ്ധവീരനെന്ന പേര്

നേടിയെടുക്കാൻ ആയിരങ്ങളെ ബലി കൊടുക്കണെന്ന വാദം ഭ്രാന്തന്റെ ജൽപനങ്ങളല്ലാതെ മറ്റെന്താണ്.

തുടർന്ന് പറയുന്നത് നോക്കുക, 'അതുകൊണ്ടാണ് വല്യതും സമ്പൂർ ണവുമായൊരു യുദ്ധം, നമുക്കുണ്ടാക്കുന്ന താത്ക്കാലിക ബുദ്ധിമുട്ടുകൾ എത്ര തന്നെയായാലും സ്വാഗതാർഹമാവുന്നത്. വാസ്തവത്തിൽ പരമ്പരാഗതമായി നാം ഉറച്ച സമാധാനപ്രിയരും യുദ്ധക്കൊതിയില്ലാ ത്തവരുമാണെങ്കിൽ കൂടി അത്തരമൊരു യുദ്ധത്തിനുവേണ്ടി നാം പ്രാർ ത്ഥിക്കണം' (പേജ് 390). യുദ്ധത്തിനുവേണ്ടി പ്രാർത്ഥിക്കാൻ കഴിയുന്ന നേതാവിനെ ഫാസിസ്റ്റുകൾക്കിടയിൽ മാത്രമേ കാണാൻ സാധിക്കുക യുള്ളൂ. വിചാരധാരയുടെ 33-മത് അധ്യായം 'യുദ്ധത്തിലേർപ്പെട്ട രാഷ്ട്രം അഥവാ വെല്ലുവിളി നേരിടൽ' എന്ന പേരിലാണ്. നമുക്ക് സ്വാശ്രയ ത്വം നേടേണ്ട പ്രഥമ മേഖല ഏത് എന്ന ചോദ്യത്തിന് ജനങ്ങളുടെ അടിസ്ഥാന ആവശ്യങ്ങളായ ഭക്ഷണം, വസ്ത്രം, പാർപ്പിടം എന്നാണ് സാധാരണ മനുഷ്യസ്നേഹികൾ പറയുന്നത്. എന്നാൽ അതിൽ നിന്നു വ്യത്യസ്തമാണ് ഗോൾവൽക്കരുടെ വാദം 'നമുക്ക് സ്വാശ്രയത്വം നേടേണ്ട പ്രഥമവും പ്രധാനവുമായ മണ്ഡലം ദേശരക്ഷയുടേതാണ്' (പേജ് 391) .ആയുധനിർമ്മാണത്തിലാണ് നാം ശ്രദ്ധിക്കേണ്ടത് എന്ന രീതിയായിരുന്നു ജർമ്മനിയിൽ ഹിറ്റ്ലർ ഉയർത്തിപ്പിടിച്ചത്. ഇങ്ങനെ ഉണ്ടാക്കിയെടുക്കുന്ന ആയുധത്തെ ആദ്യമായി ഉപയോഗിക്കേണ്ടത് പാകിസ്ഥാനെ ഉന്മൂലനം ചെയ്യാനാണെന്ന് തുടർന്ന് പറയുന്നുണ്ട്.

യുദ്ധത്തിൽ തടവുകാരായി പിടിച്ചവരെ വധിക്കാതിരിക്കുക എന്നത് ആധുനികകാലത്തെ മനുഷ്യത്വപരമായ സമീപനമാണ്. എന്നാൽ അത്തരം സമീപനം സ്വീകരിക്കരുതെന്ന് ഗോൾവാൽക്കർ പറയുന്നുണ്ട്. തടവുകാരായ ശത്രുക്കളെ വധിക്കാതിരുന്നു എന്നത് പഴയകാലത്ത് നാം ചെയ്ത തെറ്റാണെന്ന് ഗോൾവാൽക്കർ പറയുന്നു.

ഈ ശത്രുക്കൾ വീണ്ടും ശക്തിയാർജ്ജിക്കുകയും നമ്മുടെ ആളുകള ആക്രമിച്ച് കൊന്നൊടുക്കുകയുമാണുണ്ടായതെന്ന് ചരിത്രം പറയുന്നു. അതുകൊണ്ട് അവരെ കൊന്നൊടുക്കലാണ് ഉടൻ ചെയ്യേണ്ടതെന്ന് ഗോൾവാൽക്കർ സൂചിപ്പിക്കുന്നു. ഇങ്ങനെ ആയുധരംഗത്തെ സ്വാ ശ്രയത്വത്തിൽ ഊന്നി നിൽക്കുന്ന നയസമീപനമാണ് എടുക്കരുതെന്ന് ഗോൾവാൽക്കർ വിശദീകരിക്കുന്നത്. 'അതിനാൽ നമ്മുടെ സർവപ്രഥമ കർത്തവ്യം ആത്മത്യാഗവും അച്ചടക്കവും വീറും അലതല്ലുന്ന രാഷ്ട്ര പൗരുഷം വാർത്തെടുക്കുക എന്നതായിരിക്കണം. അതുതന്നെയാണ് രാഷ്ട്രീയ സ്വയം സേവക സംഘത്തിന്റെ സർവസ്വാർപ്പിത ദൗത്യം.'

(പേജ് 410)

സ്വയം സൈനികവത്കരിക്കുകയും ആയുധ നിർമ്മാണത്തിന് പ്രഥമ പരിഗണന നല്കുകയും അയല്‍ രാജ്യങ്ങളമായി യുദ്ധത്തിന് ആഹ്വാനം നല്‍കുകയും ചെയ്യുന്ന ആര്‍.എസ്.എസിന്റെ നിലപാടാണ് ബി.ജെ.പി. സര്‍ക്കാരിന്റെ നയത്തെരൂപീകരിക്കുന്നത്. അണുബോംബ് സ്ഫോടനവും പാവങ്ങളെ സഹായിക്കുന്ന സബ്സിഡികള്‍ ഇല്ലാതാ ക്കുകയും പ്രതിരോധച്ചെലവ് വര്‍ധിപ്പിക്കുകയും ചെയ്യുന്ന രീതി ഇതിന് ഉദാഹരണമാണ്. അയല്‍രാജ്യങ്ങളമായുള്ള സംഘര്‍ഷവും ഇതിന്റെ ഭാഗം തന്നെ.

ചില ആഹ്വാനങ്ങള്‍

വിചാരധാരയുടെ മുപ്പത്തിയൊന്നാമത്തെ അധ്യായത്തിന്റെ പേര് വിജയത്തിനുവേണ്ടി പോരാട്ടം അഥവാ ശരിയായ തത്വശാസ്ത്രം എന്നാണ്. അതില്‍ മനുഷ്യന്റെ സ്ഥായിയായ സ്വഭാവങ്ങളെക്കുറിച്ച് വിശദീകരിക്കുന്നുണ്ട്. പ്രത്യേകിച്ചും അഴിമതിയെക്കുറിച്ച് വിശദീകരിക്ക ന്ന ഭാഗത്ത് 'എന്ത് ചെയ്താലും കുറച്ചൊരു സ്വാര്‍ഥം തങ്ങി നില്‍ക്ക ത്തക്ക നിലയിലാണ് നമ്മുടെ പ്രകൃതം.നാമാരും തന്നെ സന്യാസിമാ രല്ല. സര്‍വസംഗപരിത്യാഗികളമല്ല. കൗപീനം മാത്രം ധരിച്ച് നമ്മുടെ കുടുംബം ഉപേക്ഷിച്ചവരല്ല. നമുക്ക് അത് സാധ്യവുമല്ല....'അതുകൊണ്ട് അവസാനം കുറച്ച് സ്വാര്‍ഥ താല്‍പര്യം നിലനില്‍ക്കും (പേജ് 365) ചെയ്യും എന്നുപറഞ്ഞ് സ്വാര്‍ഥത സ്വാഭാവികമാണെന്ന് സ്ഥാപിക്ക കയാണ് ഗോള്‍വാല്‍ക്കര്‍. ഇവിടെ അഴിമതിയെന്നുള്ളത് മനുഷ്യസ ഹജമാണെന്ന് സ്ഥാപിച്ച് അത്തരക്കാരെ ഫലത്തില്‍ രക്ഷപ്പെടു ത്തുകയാണ്.

വിചാരധാരയുടെ 35-ാമത് അധ്യായത്തിന്റെ പേര് 'കൊടി ഉയര്‍ ത്തിപ്പിടിക്കുക' എന്നതാണ്. ഇന്ത്യാരാജ്യം വിട്ട് പുറത്ത് പോയ ഹിന്ദുക്കളെയാണ് ഈ ഭാഗം അഭിസംബോധന ചെയ്യുന്നത്. അഥവാ വിശ്വഹിന്ദുപരിഷത്തുകാരോട് ആണ് ഈ അധ്യായം സംവദിക്കുന്നത്. ഗോള്‍വാല്‍ക്കര്‍ ആദ്യമായി ഇവര്‍ക്ക് നല്കുന്ന ആഹ്വാനം ഇങ്ങനെ യാണ്. 'ഹിന്ദുമൂല്യങ്ങളെ നമ്മുടെ നിത്യജീവിതത്തില്‍ പുനരുജ്ജീവിപ്പി ക്കാനുള്ള ബോധം തീവ്രമായി തുടര്‍ച്ചയായി സജീവമാക്കണമെങ്കില്‍ അതിനനുസൃതമായി സംസ്കാരഫലങ്ങളായ പരിപാടികളോട്ടുകൂടിയ പതിവ്വസമ്മേളനങ്ങള്‍ ഒരു നിര്‍ബന്ധം തന്നെയാവണം.' (പേജ് 413)

ഇത്തരത്തിലുള്ള യോഗങ്ങളിലൂടെ ഒരു കൂട്ടായ്മ അഥാത് സ്ഥലത്ത്

 രൂപീകരിക്കണമെന്ന വാദത്തിലൂടെ എല്ലാ രാജ്യത്തിലും വർഗീയത
യുടെ വേരുകൾ ആഴ്ത്തുക എന്ന ലക്ഷ്യമാണ് അതിനുള്ളത്. തുടർന്ന്
അവർ ചെയ്യേണ്ട പ്രവർത്തനം എന്താണ് എന്നും വിവരിക്കുന്നുണ്ട്.

'പ്രാദേശികജനങ്ങളുടെ പ്രശ്നങ്ങൾ അനുഭവപൂർവം മനസ്സിലാക്ക
കയും അവരുടെ അഭിലാഷങ്ങളുമായി സഹാനുഭൂതിപുലർത്തുകയും
അവർ ചെയ്യേണ്ടതുണ്ട്. അവരുടെ യോഗക്ഷേമത്തിന്റെ അഭിവൃദ്ധി
ക്കുവേണ്ടിയും ഹിന്ദുധർമ്മത്തിന്റെ മഹത്തായ തത്വങ്ങളും മൂല്യങ്ങളും
അവരെ മനസ്സിലാക്കുന്നതിനുവേണ്ടിയും സമ്പാദ്യത്തിലൊരു ഭാഗം
നീക്കിവെയ്ക്കകയും അവർ ചെയ്യേണ്ടതാണ്. (പേജ് 415)

ആർ.എസ്.എസിന്റെ വർഗ്ഗീയ പ്രചാരണത്തിന് വൻതോതിലുള്ള
സാമ്പത്തികബാധ്യതയുണ്ട്.. ഇതിന് ആവശ്യമായ ഫണ്ട് അവർക്ക്
നല്കന്നതിൽപ്രധാനപങ്ക് വഹിക്കുന്നത് വിശ്വഹിന്ദുപരിഷത്താണ്.
ഇതിനെ ഫണ്ട് ഉണ്ടാക്കുന്ന ഏജൻസിയായ് വർത്തിക്കേണ്ട കാഴ്ചപ്പാട്
ഗോൾവാൽക്കർ ഈ ഭാഗത്താണ് വളർത്തിയെടുക്കുന്നത്.

അടുത്ത രണ്ട് അധ്യായങ്ങളിൽ മിഷനറിപ്രവർത്തനത്തെയും
തോട്ടം ഉടമകൾ ചെയ്യേണ്ട ധർമ്മത്തെപ്പറ്റിയാണ് പരാമർശിക്കുന്നത്.
മിഷനറിമാർ ത്യാഗപൂർണ്ണമായ പ്രവർത്തനം നടത്തി അവരുടം മതം
പ്രചരിപ്പിക്കുകയാണെന്നും അത്തരം രീതി ആർ.എസ്.എസ് ഏറ്റെടുക്ക
ണമെന്നും ഗോൾവാൽക്കർ നിർദ്ദേശിക്കുന്നു. വ്യവസായികളും തോട്ടം
ഉടമകളും സംഘത്തെ ശക്തിപ്പെടുത്താൻ ചെയ്യേണ്ട ധർമ്മമാണ്
തുടർന്ന് വിവരിക്കുന്നത്.

രാജാവിനെ ചോദ്യം ചെയ്യാതെ അനുസരിക്ക എന്ന രീതിയാണ്
അവലംബിക്കേണ്ടതെന്ന് വിചാരധാരക്കാരൻ പറയുന്നുണ്ട്. അതിന്
ഉദാഹരണമായി ഒരു സംഭവം വിവരിക്കുന്നു.

'ഖണ്ഡോബല്ലാലിന്റെ ആവേശകരമായ ഉദാഹരണം നമ്മുടെ
മുമ്പില്ലുണ്ട്. സാംഭാജി സിംഹാസനാരൂഢനായ ശേഷം പഴയ
ഏതോ വൈരാഗ്യം മൂലം ശിവജിയുടെ അഷ്ടപ്രധാനന്മാരിലൊ
രാളായിരുന്ന ഖണ്ഡോബല്ലാലിന്റെ അച്ഛനെ വധിച്ചുകളഞ്ഞു.
അക്കാലത്ത് ഖണ്ഡോബല്ലാൽ അഭിമാനിയായ യുവാവായിരുന്നു.
എന്നാൽ ആ യാതനയും അപമാനവും അദ്ദേഹം നിശ്ശബ്ദനായി
കുടിച്ചിറക്കി. സാംഭാജി വീണ്ടുമൊരിക്കൽ മദ്യത്തിലും മഹിളയിലും
ആസക്തി പൂണ്ടു. ഖണ്ഡോബല്ലാലിന്റെ സഹോദരിയുടെ മേൽ ദുഷ്ട
ദൃഷ്ടി പതിപ്പിച്ചപ്പോൾ തന്റെ ചാരിത്ര്യശുദ്ധി സംരക്ഷിക്കാൻ അവളെ
ജീവിതമവസാനിപ്പിക്കാൻ അനുവദിക്കുകയാണുണ്ടായത്. എന്നിട്ടും

     ബഹുസ്വരതയും മതരാഷ്ട്ര വാദങ്ങളും

സാംഭാജിയോടുള്ള വിശ്വസ്തത ഒരിക്കലും കളഞ്ഞില്ല. എന്തെന്നാൽ സാംഭാജി എത്ര കുറവുണ്ടായിരുന്നാലും അന്നത്തെ ഉണർന്നുകൊണ്ടി രിക്കുന്ന ഹിന്ദുസ്വരാജിന്റെ ഐക്യത്തിന്റെ പ്രതീകമായിരുന്നു. ഹിന്ദു ശക്തികൾക്കെല്ലാം ഒന്നിച്ചവരാനുള്ള കേന്ദ്രബിന്ദു അദ്ദേഹം മാത്രമായി രുന്നു. പിന്നീട് സാംഭാജിയെ ഔറംഗസീബ് തടവുകാരനാക്കിയപ്പോൾ ഖണ്ഡോബല്ലാലാണ് സ്വന്തം ജീവനെ അപകടപ്പെടുത്തിപ്പോലും അദ്ദേഹത്തെ രക്ഷിക്കാൻ ഒരു ശ്രമം നടത്തിയത്.... അവസാനമായി സ്വരാജ്യത്തിനുവേണ്ടി അവസാനത്തെ നിവേദ്യമെന്ന നിലയ്ക്ക് സ്വന്തം ജീവിതവും അദ്ദേഹം സമർപ്പിച്ചു.' (പേജ് 513)

ഇത്തരത്തിൽ ഉള്ള ഒരു വിധേയത്വത്തിന്റെ ശൈലിയാണ് ഹിന്ദുത്വം ആവശ്യപ്പെടുന്നതെന്ന് അദ്ദേഹം പറയുന്നു. തെമ്മാടിത്തങ്ങളെ ചോദ്യം ചെയ്യാതെ അനുസരിച്ച് മരിക്കുന്ന ശൈലിയാണ് ഇവിടെ ഉയർത്തി പ്പിടിക്കുന്നത്.

യുക്തിഹീനതയിലും അശാസ്ത്രീയതയിലും കെട്ടിപ്പൊക്കിയ കാഴ്ചപ്പാട്

വിചാരധാരയുടെ ആദ്യഭാഗത്ത് ഭൗതികവാദത്തെയും അതിനെ അടിസ്ഥാനപ്പെടുത്തി രൂപപ്പെടുന്ന സിദ്ധാന്തങ്ങളെയും വിമർശിക്കാൻ ശ്രമിക്കുകയാണ് ഗോൾവാൽക്കർ. ചില മൗലികമായ ചോദ്യങ്ങൾക്ക് മറുപടി പറയാനും ഭൗതികവാദത്തിന് കഴിയില്ലെന്ന് അദ്ദേഹം വാദി ക്കുന്നു.

'ലോകൈക്യത്തിനും മാനവക്ഷേമത്തിനുംവേണ്ടി ജങ്ങൾ എന്തഭി ലഷിക്കണം? മനുഷ്യനും മനുഷ്യനും തമ്മിൽ മല്ലിടുന്നതുകാണുമ്പോൾ അവർക്കെന്തിനു വേദന തോന്നണം? നാമെന്തിനു പരസ്പരം സ്നേ ഹിക്കണം. ഭൗതികവാദത്തിന്റെ കാഴ്ചപ്പാടിൽ നാമെല്ലാം പരസ്പര മമതയുടെയോ സ്നേഹത്തിന്റെയോ കെട്ടുപാടുകളൊന്നും ഉണ്ടാകാൻ വയ്യാത്ത പ്രത്യേകം പ്രത്യേകം നിലകൊള്ളുന്ന വിഭിന്നങ്ങളായ ജഡഘ ടകങ്ങളാണ്. അത്തരം ജീവികളിൽ മനുഷ്യരാശിയുടെ ഒട്ടാകെയുള്ള താൽപര്യങ്ങളെ മുൻനിർത്തി തങ്ങളുടെ സ്വാർത്ഥത വിറളിയെടുത്തു പായുമ്പോൾ പിടിച്ചുനിർത്തുന്നതിനുള്ള ആന്തരിക നിയന്ത്രണമൊന്നു മുണ്ടാകാൻ വഴിയില്ല. (പേജ് 5)

ഭൗതികവാദത്തെയും അതടിസ്ഥാനപ്പെടുത്തിയുള്ള സംഹിതക ളെയും ഇത്തരം ചോദ്യമുയർത്തി തകർത്തതായി ഗോൾവാൽക്കർ വിശ്വസിക്കുന്നു. എന്നാൽ ഇത്തരം പ്രശ്നങ്ങളെ ഭൗതികവാദത്തെ

അടിസ്ഥാനപ്പെടുത്തിയുള്ള മാർക്സിസം അടക്കമുള്ള സിദ്ധാന്തങ്ങൾ വിശകലനം ചെയ്തതായി നമുക്കറിയാം. പദാർത്ഥങ്ങളുടെ ഗുണങ്ങളെയും ചരിത്രപരമായ വികാസത്തിനിടയിൽ രൂപീകരിക്കപ്പെടുന്ന മാനുഷികബന്ധങ്ങളെയും അതിന്റെ ഭാഗമായി രൂപപ്പെടുന്ന വൈകാരി പ്രപഞ്ചങ്ങളെയും കൃത്യമായും വിശകലനം ചെയ്യപ്പെട്ടിട്ടുള്ളതാണ്. ഈ വസ്തുതകളെ മനസ്സിലാക്കാതെ ഇരുട്ടിൽ തപ്പുകയാണ് യഥാർത്ഥ ത്തിൽ ഗോൾവാൽക്കർ ചെയ്യുന്നത്.

ഭൗതികവാദത്തെ അടിസ്ഥാനപ്പെടുത്തിയുള്ള സിദ്ധാന്തങ്ങളെ ശരിയായ ദിശയിൽ മനസ്സിലാക്കാൻ ശ്രമിക്കാതെ അഥവാ അവയെ അറിയാതെ വിമർശിക്കുന്ന ഗോൾവാൽക്കർ അതിന് പുതിയ ആത്മീ യമായ ഉത്തരം തേടാൻ ശ്രമിക്കുന്നുണ്ട്.

'മനുഷ്യാത്മാവിന്റെ നിഗൂഢതകളുടെ ആഴത്തിലേക്ക് ഊഴിഞ്ഞിറങ്ങി എല്ലാ സൃഷ്ടികളിലും വ്യാപിച്ചുകിടക്കുന്ന പരമസത്തയെപ്പറ്റി ആത്മാവ്, ഈശ്വരൻ, സത്യം, യാഥാർത്ഥ്യം, ശൂന്യം എന്ന ഏത് പേർ അതിനു നൽകിയാലും ശരി, എല്ലാ വസ്തുക്കളിലും കുടികൊള്ളുന്ന മഹത്തായ പൊതുതത്വത്തെപ്പറ്റി ഇടയ്ക്കെങ്കിലും ഉണ്ടാകുന്ന ബോധമാണ് മറ്റ ള്ളവരുടെ സുഖത്തിനുവേണ്ടി അദ്ധ്വാനിക്കുവാൻ നമുക്ക് വാസ്തവത്തിൽ പ്രചോദനമരുളുന്നത്. എന്നിലുള്ള ഞാൻ മറ്റുള്ള ജീവികളിലുള്ള ഞാൻ തന്നെയാണെന്നതുകൊണ്ട് എന്റെ സുഖങ്ങളോടും എനിക്കുണ്ടാകുന്ന പ്രതികരണം തന്നെ എന്റെ സഹജീവികളുടെ സുഖദുഃഖങ്ങളോടും എനി ക്കുണ്ടാകുന്നു. മാനവൈക്യത്തിനും സാഹോദര്യത്തിനും വേണ്ടിയുള്ള നമ്മുടെ നൈസർഗിക പ്രേരണയ്ക്ക് പിന്നിലുള്ള യഥാർത്ഥ പ്രേരകശ ക്തി അന്തരാത്മാവിന്റെ ഈ ഐക്യ ഭാവനയിൽ നിന്ന് ഉടലെടുക്കുന്ന ഏകാത്മഭാവത്തിന്റെ വിശുദ്ധ വികാരമാണ്.' (പേജ് 5,6)

മനുഷ്യനെ ചരിത്രത്തിന്റെയും പരിണാമത്തിന്റെയും തലങ്ങളിൽ നിന്ന് വെട്ടിമാറ്റി ഒരു ആത്മീയവാദത്തിന്റെ അശാസ്ത്രീയമായ തലത്തി ലേക്ക് കൊണ്ടുവരികയാണ് ഗോൾവാൽക്കർ. എന്നാൽ എല്ലാറ്റിലും കുടികൊള്ളുന്ന പൊതുതത്വമാണ് മനുഷ്യന്റെ ബന്ധങ്ങളുടെ അടിത്തറ എന്ന് പറഞ്ഞ വിചാരധാരക്കാരന് ഈസിദ്ധാന്തത്തെ ഉപയോഗിച്ച് തന്റെ കാഴ്ചപ്പാടിനെ പോലും വിശദീകരിക്കാൻ ബുദ്ധിമുട്ടുന്നതാണ് പിന്നീട് കാണുന്നത്. തുടർന്ന് അദ്ദേഹം പറയുന്നതു കേൾക്കുക.

'ഈ ജ്ഞാനം ഹിന്ദുക്കളുടെ കയ്യിൽ മാത്രമാണ് ഇന്ന് സുരക്ഷിത മായി നിക്ഷേപിക്കപ്പെട്ടിരിക്കുന്നത്.വിധാതാവ് തന്നെ ഹിന്ദുക്കളുടെ

കയ്യില് കൊടുത്തേല്പിച്ചിട്ടുള്ള ദിവ്യമായ സ്വത്താണ് അതെന്ന് പറയാം.' (പേജ് 8)

എല്ലാത്തരത്തിലുമുള്ള മനുഷ്യനിലും രൂപപ്പെടുന്ന വിചാരവികാര ങ്ങൾക്കടിത്തറ എല്ലാ സൃഷ്ടികളിലും വ്യാപിച്ച കിടക്കുന്ന പരമസത്ത യാണ് എന്ന ഗോൾവാൽക്കർ പറയുന്നത്. അതിനുശേഷം അറിവുക ളെല്ലാം ഹിന്ദുവിന്റെ കയ്യിലാണ് എന്ന് തുടർന്ന് പ്രസ്താവിക്കുന്നിടത്ത് ഭൗതികവാദ സിദ്ധാന്തത്തിന് പകരമായി ഇദ്ദേഹം വികസിപ്പിച്ചുകൊ ണ്ടുവരുന്ന ആത്മീയവാദ സിദ്ധാന്തം തന്റെ ഹിന്ദുവാദ ആശയത്തിനു പോലും ഉപയോഗപ്പെടുത്താൻ കഴിയാതെ തലകുത്തി വീഴുന്നുണ്ട്. തുടർന്ന് പ്രാചീനകാലം മുതൽ ഇവിടെ മാത്രമാണ് ചിന്തകന്മാർ പിറന്നു വീണതെന്ന് ശുദ്ധ വിഡ്ഢിത്തം എഴുന്നള്ളിക്കുന്നുണ്ട്. 'ഇന്നാ ട്ടിൽ മാത്രമാണ് പ്രാചീനകാലം മുതൽക്കേ തലമുറ തലമുറകളായി ചിന്തകന്മാരും ദാർശനികന്മാരും ഋഷികളും സന്ന്യാസിമാരും പിറന്നി ട്ടുള്ള' (പേജ് 8). ഇത്തരത്തിൽ ഏകാത്മകതയെക്കുറിച്ച് സംസാരിച്ച സൈദ്ധാന്തികൻ സങ്കുചിതത്വത്തിന്റെ ചിതൽപ്പുറ്റുകളിൽ ഒതുങ്ങിപ്പോ കുന്ന സൈദ്ധാന്തിക വിഡ്ഢിത്തം കാണുമ്പോൾ മൂക്കത്തെവിരൽ വച്ചു പോകും.

വയറാണ് കമ്മ്യൂണിസ്റ്റുകാരുടെ പ്രധാന പ്രശ്നം (പേജ് 24) എന്ന പറഞ്ഞ് മാർക്സിസത്തെ വിമർശിക്കുന്ന ഗോൾവാൽക്കർ മറ്റുള്ളവർ ക്കുവേണ്ടി ത്യാഗം ചെയ്യാനുള്ള ഇച്ഛയും കഷ്ടപ്പാടുകൾ കാണുമ്പോൾ സൗഹൃദബോധവും എന്തിന് ഉദിക്കണമെന്ന് വിശദീകരിക്കാൻ കഴി യുന്നില്ലെന്ന് വീണ്ടും ആവർത്തിക്കുന്നുണ്ട്. മനുഷ്യന്റെ ഭൗതികാവശ്യ ങ്ങളെയും സമ്പത്തിനെയും കുറിച്ച് സംസാരിക്കുന്നു എന്ന വിമർശനം തുടർന്ന് മറ്റൊരിടത്ത് ഇങ്ങനെ പറയുന്നുണ്ട്.

നമ്മുടെ പൗരാണിക സങ്കല്പത്തിൽ സാമ്പത്തികത്തിനായിരുന്നു അധികം പ്രാധാന്യം (പേജ് 35).ആത്മീയതയും ഏകാത്മകതയുമാണ് നമ്മുടെ പൈതൃകം എന്ന് മുൻപേജുകളിൽ സ്ഥാപിക്കാൻ ശ്രമിച്ച ഗോൾവാൽക്കർക്ക് പുതിയ പ്രശ്നത്തെ വിശകലനം ചെയ്യുമ്പോൾ സാമ്പത്തികത്തിനായിരുന്നു പ്രാധാന്യം എന്നു പറയേണ്ടിവരുന്നു. ഇതു കാണിക്കുന്നതെന്താണ്. തന്റെ കയ്യിലുള്ള ഏകാത്മകവാദംകൊണ്ട് നിലനിൽക്കുന്ന ലോകത്തിന്റെ പ്രശ്നങ്ങളെ വിശകലനം ചെയ്യാൻ കഴിയാതെ വിറങ്ങലിച്ചനിൽക്കുന്ന ഒരു കാഴ്ചപ്പാടിന്റെ പ്രചാരകനാ യിട്ടാണ് വിചാരധാരക്കാരൻ ഇവിടെ മാറുന്നത്.

ഫാസിസത്തിന്റെ ഏറ്റവും പ്രധാനപ്പെട്ട ആശയ അടിത്തറ

അധികാരവുമായി ബന്ധപ്പെട്ടതാണ്. അധികാരത്തിന്റെ വികേന്ദ്രീ കരണം, ജനകീയമായ അധികാരം അല്ലെങ്കിൽ ആരും ആരെയും ഭരിക്കാത്ത ലോകനീതി തുടങ്ങിയവയൊന്നും അംഗീകരിക്കാൻ പറ്റാ ത്തതാണ്. ഒരു ഫാസിസ്റ്റ് സൈദ്ധാന്തികനായ ഗോൾവാൽക്കർ അതു കൊണ്ടുതന്നെ അധികാരമില്ലാത്ത അവസ്ഥയെക്കുറിച്ച് ചിന്തിക്കാൻ കൂടിപറ്റില്ലെന്ന് ഉറപ്പിച്ച പറയുന്നുണ്ട്.

'മനുഷ്യർ വെറും മൃഗങ്ങളാണെങ്കിൽ അതായത് ഭൗതികജീവികൾ മാത്രമാണെങ്കിൽ അവർ അന്യോന്യം കടിച്ചുതിന്നുകളായതിരിക്കുന്നത് അധികാര ശക്തികളെ ഭയപ്പെടുന്നതു കൊണ്ടമാത്രമാണ്' (പേജ് 29) എന്നു വിശദീകരിക്കുന്ന ഗ്രന്ഥകാരൻ തുടർന്ന് ചോദിക്കുന്നു. 'എന്നാൽ ഈ അധികാരസ്ഥാനം ഇല്ലാതാകുമ്പോൾ അവരെന്തിനു കലഹിക്കാതിരിക്കണം. മൃഗമെന്ന നിലയിൽ മനുഷ്യൻ കാമാദി വികാരങ്ങൾക്ക വശംവദനാണ്. അവയാകട്ടെ തൃപ്തമാകുന്തോറും തീവ്രതരമായി വരികയും ചെയ്യും. അങ്ങിനെയാണെങ്കിൽ അത്തരം അസംതൃപ്തനായ മനുഷ്യനെങ്ങിനെ മറ്റുള്ളവരോടൊപ്പം സ്നേഹത്തോ ട്ടം സമാധാനത്തോട്ടും കൂടി ജീവിക്കും. മാത്രമല്ല, തന്റെ വ്യക്തിപരമായ ആവശ്യങ്ങൾ നിറവേറ്റപ്പെട്ടതിനു ശേഷവും മറ്റ മൃഗങ്ങളെക്കാൾ സൂത്രശാലിയായ മനുഷ്യൻ പുൽത്തൊട്ടിയിലെ നായയുടെ നയം അനുവർത്തിക്കുകയില്ലെന്നതിനെന്താണറപ്പ്? അതുകൊണ്ട് സമത്വം സ്ഥാപിച്ച കഴിഞ്ഞുവെന്നു നാം വിചാരിച്ചാല്യം അതു വീണ്ടും അസമത്വ ത്തിലേക്ക് വഴി തെളിയിക്കും. അങ്ങിനെ മറ്റൊരു രക്തരൂക്ഷിത വിപ്ലവം ആവശ്യമായിത്തീരും. ഹിംസാത്മകങ്ങളായ വിപ്ലവങ്ങളും കലാപങ്ങ ളും ഈ സിദ്ധാന്തത്തിന്റെ അടിസ്ഥാനശിലായാണെന്നാണിതിന്റെ അർത്ഥം. എല്ലായ്പോഴും വിപ്ലവത്തിന്റെ മുദ്രാവാക്യം മുഴക്കുന്നതും, സായുധകലാപത്തെയും അരാജകത്വത്തെയും സമാധാനഭംഗത്തെയും പ്രോത്സാഹിപ്പിക്കുകയും ക്ഷണിച്ചുവരുത്തുകയുമാണ്.' (പേജ് 29)

അധികാരശക്തി ശക്തമായിനിലനിൽക്കണം എന്നു വാദിക്കുന്ന ഗോൾവൽക്കർ സർക്കാരിന്റെ നിയന്ത്രണം ഒന്നം ആവശ്യമില്ലെന്നും സ്വാകാര്യമേഖലയ്ക്ക് പ്രാമുഖ്യം നൽകണമെന്നുമുള്ള വാദം ഉന്നയിക്കുന്ന ണ്ട്. ജർമ്മനിയിലെ വികാസത്തിന്റെ അടിത്തറ സ്വകാര്യമേഖലയ്ക്കുള്ള ഊന്നലാണെന്ന വാദം തുടർന്ന് അവതരിപ്പിക്കുന്നു.

ശാരീരികമായ കാര്യങ്ങൾക്ക് രണ്ടാം സ്ഥാനമേ നൽകേണ്ടതുള്ള എന്ന വാദം (പേജ് 55) മുന്നോട്ടവയ്ക്കുന്ന ഗോൾവാൽക്കർ ശരീരമാണ് പ്ര ധാനമെന്ന് തൊട്ടടുത്ത പേജിൽ വിശദീകരിക്കുന്നു. 'ഇരുമ്പുകൊണ്ടുള്ള

മാംസപേശികളും ഉരുക്കുകൊണ്ടുള്ള ഞരമ്പുകളുമുള്ള മനുഷ്യരെയാണ് എനിക്കുവേണ്ടതെന്ന സ്വാമി വിവേകാനന്ദൻ പറയുന്ന കാര്യം' (പേജ് 59) ആവർത്തിക്കുന്നുണ്ട്. ശരീരമാദ്യം ഖലുധർമ്മസാധനം (ജീവിതത്തില് നമ്മുടെ കർത്തവ്യങ്ങൾ നിറവേറ്റുന്നതിനുള്ള പ്രധാന ഉപകരണം ശരീരമാണ്) എന്നാണ് നമ്മുടെ ശാസ്ത്രങ്ങൾ പറയുന്നത് (പേജ് 60) എന്ന് ഗോൽവൽക്കർ വിശദീകരിക്കുന്നു. ഇങ്ങനെ വൈരുദ്ധ്യങ്ങളുടെയും അശ്ശാസ്ത്രീയതയുടെയും അടിസ്ഥാനത്തിൽ രൂപീകരിച്ച താണ് വിചാരധാരയിലെ കാഴ്പ്പാടുകളെന്നും വ്യക്തമാകുന്നുണ്ട്.

ഹിന്ദുത്വ രാഷ്ട്രീയത്തിന്റെ വികാസ പരിണാമങ്ങളാണ് പുസ്തകത്തി ന്റെ ഈ ഭാഗത്തിലൂടെ വ്യക്തമാകുന്നത്. സവർക്കർ 'ഹിന്ദുത്വ' എന്ന പുസ്തകത്തിലൂടെ ഹിന്ദുവിൽ നിന്ന് വ്യത്യസ്തമായി ഹിന്ദുത്വമെന്തെന്ന് നിർവചിക്കുന്നു. 'നാം നമ്മുടെ ദേശീയത നിർവ്വചിക്കപ്പെടുന്നു' എന്ന ഗോൾവാൾക്കറുടെ പുസ്തകം ഹിന്ദുത്വത്തിന് ജർമ്മൻ ഫാസിസവുമാ യുള്ള നാഭീ നാള ബന്ധം വ്യക്തമാക്കുന്നു.

ഹിന്ദുത്വ രാഷ്ട്രീയത്തിന്റെ മേൽപ്പറഞ്ഞ കാഴ്കള് മുന്നോട്ട് വെക്കുന്ന ജനസംഘത്തിന്റെ രാഷ്ട്രീയ നിലപാടുകളെല്ലാം തന്നെ കോർപ്പറേറ്റ് രാഷ്ട്രീയത്തിന് അനുകൂലമായതായിരുന്നു. അക്കാലത്ത് തന്നെ സ്വതന്ത്ര കമ്പോളത്തിനായി ഇവർ വാദിച്ചു. പൊതുമേഖലാ സ്ഥാപനങ്ങളെ എതിർക്കുകയും, ഭാഷാ സംസ്ഥാന രൂപീകരണത്തിനെതിരായ നിലപാട് മുന്നോട്ടുവെക്കുകയും ചെയ്തു. ഇത്തരത്തിൽ ആഗോളവല് ക്കരണ നയങ്ങൾ പതിറ്റാണ്ടുകൾ മുമ്പ് തന്നെ ഉൾക്കൊണ്ടതായിരുന്ന സംഘപരിവാർ. അതിന്റെ പ്രയോഗമാണ് ഇന്ത്യൻ രാഷ്ട്രീയത്തിൽ ഇപ്പോൾ നടന്നുകൊണ്ടിരിക്കുന്നത്.

1964-ൽ ബോംബെയിൽ വെച്ച് ഒരു സംഘം സന്യാസിമാരുമായി ചേർന്ന് ഗോൾവാൾക്കർ ചർച്ച സംഘടിപ്പിക്കുകയും അതിന്റെ ഭാഗമായി വിശ്വ ഹിന്ദു പരിഷത്ത് രൂപീകരിക്കുകയും ചെയ്തു. മറ്റ മതങ്ങളുടെ മിഷണറി മതപരിവർത്തന പ്രവർത്തനങ്ങൾക്കെതിരെ ശക്തമായ പ്രവർത്തനം സംഘടിപ്പിക്കുകയായിരുന്ന ലക്ഷ്യം. 51 അംഗങ്ങളുള്ള ട്രസ്റ്റായിട്ടാണ് അത് സംഘടിപ്പിച്ചത്. ആഗോളതലത്തി ലുള്ള വ്യാപനത്തിലേക്ക് അത് വളരുകയും ചെയ്തു.

(ഉദ്ധരണികൾ എടുത്തിട്ടുള്ളത് വിചാരധാര മൂന്നാം പതിപ്പ് കുരു ക്ഷേത്ര പബ്ലിക്കേഷൻ 1164 ഇലാം 4)

ഭാഗം 2

ഹിന്ദുത്വ രാഷ്ട്രീയത്തിന്റെ ഇടപെടലുകൾ

ഹിന്ദുത്വ ശക്തികളും, മാധ്യമങ്ങളും

വർത്തമാനകാല സംഭവഗതികളെ വിശകലനം ചെയ്യുന്നതിന് മുൻകാലത്ത് നടന്ന സമാനമായ സംഭവങ്ങളെക്കൂടി പരിശോ ധിക്കുന്നത് ശരിയായ വിശകലനത്തിന് സഹായകമാകുന്നതാണ്. ഇന്ത്യയിലെ സംഘപരിവാർ മുന്നോട്ടവെക്കുന്ന ആര്യൻ വംശ മേധാ വിത്വത്തിനും, ന്യൂനപക്ഷ പീഡനത്തിനും ഹിറ്റ്ലറുമായി കടപ്പാട്ടുള്ള സാഹചര്യത്തിൽ ഈ പരിശോധനയ്ക്ക് ഏറെ പ്രസക്തിയുണ്ട്.

ഹിറ്റ്ലറെ അധികാരത്തിലെത്തിക്കുന്നതിന് ജനമനസ്സുകളെ രൂപപ്പെടുത്തുന്നതിന് ജർമ്മനിയിലെ കോർപ്പറേറ്റ് സ്ഥാപനങ്ങളും, അവർ നിയന്ത്രിക്കുന്ന മാധ്യമങ്ങളും സുപ്രധാനമായ പങ്കാണ് വഹിച്ചത്. ജർമ്മൻ കോർപ്പറേറ്റ് സ്ഥാപനമായ ക്രൂപ്പ് കമ്പനിയുടെ ഡയറക്ടറാ യിരുന്ന അൽഫ്രഡ് ഹ്യൂഗൈൻ ബർഗിന്റെ ഇടപെടൽ ഇതിൽ എടുത്തു പറയാവുന്നതാണ്. ഇവരുടെ കീഴിലുണ്ടായിരുന്ന പത്രസ്ഥാപനങ്ങളും, വാർത്താ ഏജൻസികളും ഹിറ്റ്ലറുടെ പ്രചാരവേല ഏറ്റെടുത്ത് നടത്തു കയായിരുന്നു. ഇത്തരത്തിലുള്ള നിരവധി മാധ്യമങ്ങൾ ഫാസിസ്റ്റ് ശക്തികളുടെ കുഴലൂത്തുകാരായി മാറുകയായിരുന്നു.

ഹിറ്റ്ലറുടെ പ്രചരണ പ്രവർത്തനങ്ങൾക്ക് നേതൃത്വം നൽകിയത് ഗീബൽസായിരുന്നു. നുണ ആവർത്തിക്കുക മാത്രമല്ല അവ പെരും നുണയായിരിക്കണമെന്നും അദ്ദേഹത്തിന് നിർബന്ധമുണ്ടായിരുന്നു. അത്തരം നുണകളിൽ പ്രധാനപ്പെട്ട ഒന്നായിരുന്നു ജർമ്മൻ പാർലമെ ന്റ് കമ്മ്യൂണിസ്റ്റുകാർ കത്തിച്ചുവെന്നത്. ഇങ്ങനെ കോർപ്പറേറ്റ് മാധ്യമ ങ്ങളായിരുന്ന ഫാസിസ്റ്റ് ശക്തികളുടെ രൂപീകരണത്തിന് പ്രചരണ സംവിധാനം ഒരുക്കിയത്. ഹിറ്റ്ലറുടെ നയങ്ങളെ വിമർശിക്കുകയും,

ജനങ്ങളുടെ പക്ഷത്ത് നിന്നും ശബ്ദമുയർത്തുകയും ചെയ്യുന്ന മാധ്യമ ങ്ങളെ അവർ ഒപ്പം ഉന്മൂലനം ചെയ്ത.

ജർമ്മനിയിലെ ഹിറ്റ്ലറുടെ വളർച്ചയും, നരേന്ദ്ര മോദിയുടെ ഹിന്ദുത്വ കുതിപ്പും താരതമ്യപ്പെടുത്തുമ്പോൾ അത്ഭുതകരമായ സമാനതയിലേ ക്കാണ് നാം എത്തിച്ചേരുക. ഗുജറാത്ത് വംശഹത്യയുടെ ഘട്ടത്തിൽ ലോകം മുഴുവൻ വെറുക്കപ്പെട്ട വ്യക്തിയായിരുന്ന നരേന്ദ്രമോദി. മറ്റ് രാഷ്ട്രങ്ങൾ വിസ പോലും നൽകിയിരുന്നില്ല. എ.ബി വാജ്പെയ് പോലും രാജനീതി നടപ്പിലാക്കിയില്ല എന്ന് പറഞ്ഞ് ഇദ്ദേഹത്തെ തള്ളിപ്പറ യേണ്ട സ്ഥിതിയുണ്ടായി.

ലോകം ഇത്തരത്തിൽ വെറുത്ത മോദി പിന്നീട് വികസന നായകനായി ഉയർന്നുവന്നു. ഇതിന് പശ്ചാത്തലമായത് 2011-ലും, 2013-ലും വൈബ്രന്റ് ഗുജറാത്ത് എന്ന പേരിൽ ഗുജറാത്തിൽ നടന്ന നിക്ഷേപ സമാഹരണ പരിപാടിയായിരുന്നു. ഇന്ത്യയിലെ സർവ്വ കുത്തകകൾക്കുമൊപ്പം ഇന്തോ-അമേരിക്കൻ ബിസിനസ് കൗൺസിൽ അദ്ധ്യക്ഷനായ റോൺ സമേഴ്സും അതിൽ പങ്കെടുത്തു. ഇവരുടെ പി.ആർ സംവിധാനമുപയോഗിച്ചാണ് മോദിയെ വികസന നായകനായി ഉയർത്തിക്കൊണ്ടുവന്നത്. മോദിയാവട്ടെ സർക്കാരിന്റെ ആസ്തികൾ കോർപ്പറേറ്റുകൾക്ക് തീറെഴുതി ചങ്ങാത്ത മുതലാളിത്തത്തി ന്റെ പുതിയ അദ്ധ്യായം കുറിക്കുകയായിരുന്നു.

കോൺഗ്രസ് നടപ്പിലാക്കിയ ആഗോളവൽക്കരണ നയങ്ങൾ ജനങ്ങളുടെ ജീവിതം അക്കാലത്ത് അതീവ ദുഷ്കരമാക്കിത്തീർത്തു. ഇത് കോൺഗ്രസിനെ ദുർബലപ്പെടുത്തി. ഇടതുപക്ഷത്തിന്റെ ശക്തമായ പിന്തുണയോടെ മൂന്നാമത് രാഷ്ട്രീയ ശക്തികൾ രാജ്യത്ത് അധികാരത്തി ലെത്തുന്ന സ്ഥിതിയുണ്ടായി. മണ്ഡൽ കമ്മീഷൻ റിപ്പോർട്ട് ഉയർത്തിവി ട്ട സാമൂഹ്യനീതിയുടെ അന്തരീക്ഷത്തിലുമാണ് കോർപ്പറേറ്റുകളുടെ ഈ രാഷ്ട്രീയ ഇടപെടൽ. ജനങ്ങളിൽ നിന്നും ഒറ്റപ്പെട്ട കോൺഗ്രസിലൂടെ തങ്ങളുടെ താൽപര്യം നടപ്പിലാക്കാനാകില്ലെന്നതിന്റെ കൂടമാറ്റം കൂടി യായിരുന്നു ഇത്.

ഒന്നാം ലോക മഹായുദ്ധം വമ്പിച്ച സാമ്പത്തിക പ്രതിസന്ധി ജർമ്മനിയിൽ സൃഷ്ടിച്ചു. ഈ ഘട്ടത്തിൽ തങ്ങളുടെ അജണ്ട നടപ്പിലാ ക്കാൻ അക്കാലത്തെ കോർപ്പറേറ്റുകൾ നടത്തിയ പ്രവർത്തനങ്ങളുടെ തനിയാവർത്തനമാണ് നമ്മുടെ രാജ്യത്തും നടന്നത്. ജർമ്മനിയിലെ കോർപ്പറേറ്റ്-ആര്യവൽക്കരണ കൂട്ടുകെട്ടിന് സമാനമായി ഹിന്ദുത്വ കോർപ്പറേറ്റ് കൂട്ടുകെട്ട് നമ്മുടെ രാജ്യത്തും സാമ്പത്തിക പ്രതിസന്ധി യുടെ ഇടയിൽ രൂപപ്പെട്ടുവന്നു.

സ്വതന്ത്ര കമ്പോളത്തെ നേരത്തെ തന്നെ പിന്തുണയ്ക്കുകയും,

ബഹുസ്വരതയും മതരാഷ്ട്ര വാദങ്ങളും

പൊതുമേഖലാ സ്ഥാപനങ്ങൾ രാജ്യത്തിനാവശ്യമില്ലെന്നും സ്വാതന്ത്ര്യം കിട്ടിയ ഘട്ടത്തിൽ തന്നെ ജനസംഘം പ്രഖ്യാപിച്ചിരുന്നു. ഇത്തരക്കാരിൽ തങ്ങളുടെ രക്ഷകനെ കണ്ടെത്തുക കൂടിയാണ് കോർപ്പറേറ്റുകൾ ചെയ്തത്. ഇവരുടെ കൈകളിലുള്ള മാധ്യമങ്ങൾ സംഘപരിവാറിന്റെ കുഴലൂത്തുകാരായി മാറിയത് ഈ പശ്ചാത്തലത്തിലാണ്. ഇന്ത്യയിൽ അംബാനിയുടെ കൈയ്യിൽ 27 ന്യൂസ് ചാനലുകളുണ്ട്, സുഭാഷ് ചന്ദ്രയുടെ കൈയ്യിൽ 15 ന്യൂസ് ചാനലുകളുണ്ട്, ഗൗതം അദാനിയുടെ കൈയ്യിൽ 11 ന്യൂസ് ചാനലുകളുണ്ട്. ഇവയെല്ലാം മോദിയുടെ കുഴലൂത്തുകാരായി മാറി.

ഗീബൽസിയൻ പെരും നുണകളും ഒപ്പം പെറ്റിറങ്ങി. അമിത്ഷാ കേരളത്തിൽ വന്നപ്പോഴും പെരും നുണകൾ പ്രചരിപ്പിക്കാനാണ് തങ്ങളുടെ മാധ്യമ പ്രവർത്തകരോടും പറഞ്ഞത്. മുലായം സിംഗ് യാദവിനെ അഖിലേഷ് യാദവ് മർദ്ദിച്ചുവെന്ന പെരും നുണയിലാണ് ഉത്തർപ്രദേശ് തെരഞ്ഞെടുപ്പ് വിജയിച്ചതെന്നും അദ്ദേഹം സംഘപരിവാറുകാരെ ഓർമ്മിപ്പിച്ചു. ദേവസ്വം ബോർഡിന്റെ പണം സർക്കാർ എടുക്കുകയാണെന്നും, ഗുരുവായൂർ ദേവസ്വത്തിൽ ക്രിസ്ത്യാനികളാണ് ജോലിക്കാരുമെന്ന പ്രചരണവും ഉയർന്നുവന്നിരുന്നുവല്ലോ. ഗീബൽ സിന്റെ പാഠങ്ങൾ ഇത്തരത്തിൽ വിവിധ രൂപങ്ങളിൽ ഇവിടെയും ആവർത്തിക്കപ്പെട്ടുകയായിരുന്നു. മാധ്യമങ്ങളുമായി സംവദിക്കാൻ പോലും തയ്യാറാവാത്ത മോദി ജനാധിപത്യ രാഷ്ട്രത്തിന്റെ പ്രതീകമായി ഉയർത്തിക്കൊണ്ടുവന്നത് ഇത്തരം അജണ്ടകളുടെ ഭാഗമായാണ്.

എതിർക്കുന്ന മാധ്യമങ്ങളെ തകർക്കുകയെന്ന ഹിറ്റ്ലറുടെ രീതി ഇവിടേയും പ്രാവർത്തികമാക്കി. കോവിഡ് കാലത്ത് ഗംഗാ നദിയിലെ മൃതദേഹങ്ങളുടെ ചിത്രം പ്രസിദ്ധീകരിച്ച പത്രത്തിന് കേന്ദ്ര ഏജൻസിയുടെ റെയ്ഡിലൂടെ 50 കോടി രൂപയാണ് പിഴ ചുമത്തിയത്. മോദി സർക്കാരിന്റെ നയങ്ങളെ വിമർശിച്ചതിന്റെ പേരിൽ മാനേജ്മെന്റിൽ സമ്മർദ്ദം ചെലുത്തി അത് എഴുതിയ റൂബിൻ ബാനർജിയെ സ്ഥാപനത്തിൽ നിന്നും പുറത്താക്കി. സോഷ്യൽ മീഡിയയിലെ സംഘപരിവാർ നുണകൾ പൊളിച്ചടുക്കിയ ആൾട് ന്യൂസ് നടത്തിയ മുഹമ്മദ് സുബൈറിനെ ജയിലിലടച്ചു. കൽബുർഗിയും, ഗൗരിലങ്കേഷിനേയും പോലുള്ളവർക്ക് നഷ്ടമായത് സ്വന്തം ജീവൻ തന്നെയാണ്.

മലയാളത്തിലെ നിഷ്പക്ഷ മാധ്യമങ്ങൾ എന്ന് അഭിമാനിക്കുന്ന പലരും കോർപ്പറേറ്റ്-ഹിന്ദുത്വ-അമിതാധികാര അജണ്ടകളുടെ കുഴലൂത്തുകാരായി മാറുകയാണ്. ദേശീയ സ്വാതന്ത്ര്യത്തിന്റെ പാര മ്പര്യമുള്ള പത്രം കോഴിക്കോട് സ്ഥാപിക്കുന്നതിൽ സഹായകമായ നിലപാടുകളെടുത്തതിൽ മുഹമ്മദ് അബ്ദുറഹിമാൻ കൂടിയുണ്ടായിരുന്നു. അദ്ദേഹത്തിന്റെ പേരിൽ കോഴിക്കോട് സ്മാരകം ഉയർന്നുവന്നപ്പോൾ

ഹിന്ദുത്വവാദികളുടെ വാദങ്ങൾ നിരത്തുന്നതിന് മുൻപന്തിയിൽ നിന്നത് ഈ പത്രം തന്നെയായിരുന്നു. കുഴല്ലൂത്തുകാരായി പ്രവർത്തിച്ചത് അബ്ദു റഹിമാൻ സ്ഥാപിച്ച ഈ പത്രമായിരുന്നു.

ഇന്ത്യൻ മതേതരത്വത്തിന്റേയും, പാർലമെന്ററി ജനാധിപത്യത്തിന്റേ യും ചരിത്രത്തിന് ഏറ്റ തിരിച്ചടിയായിരുന്നു പാർലമെന്റിലെ ചെങ്കോൽ സ്ഥാപനം.രാജാധികാരത്തെ വകഞ്ഞുമാറ്റിയും, അവരുമായി സന്ധി യുണ്ടാക്കിയ ബ്രിട്ടീഷുകാരെ പുറന്തള്ളിയുമാണ് ആധുനിക ജനാധിപ ത്യത്തിലേക്ക് ഇന്ത്യ കാലെടുത്തുവെച്ചത്. എന്നാൽ ഈ ചരിത്രത്തെ യാകെ നിഷേധിച്ചുകൊണ്ടാണ് പാർലമെന്റിൽ ചെങ്കോൽ സ്ഥാപിക്കു ന്നത്. പുരാവസ്തുക്കളുടെ കൂട്ടത്തിൽ നിന്ന് തേടിപ്പിടിച്ചാണ് ആധുനിക ജനാധിപത്യത്തിന് മുകളിൽ ഇതിനെ പ്രതിഷ്ഠിച്ചത്. ആധുനിക ജനാധി പത്യത്തേക്കൾ ഭേദം രാജവാഴ്ചയായിരുന്നുവെന്ന വിചാരധാരക്കാരന്റെ സിദ്ധാന്തമാണ് ഇവിടെ പ്രയോഗിക്കപ്പെട്ടത്.

സ്വാതന്ത്ര്യ പ്രസ്ഥാനം ഉയർത്തിപ്പിടിച്ച ഈ മൂല്യങ്ങളെയെല്ലാം ഒറ്റ ദിവസംകൊണ്ട് റദ്ദ് ചെയ്യുന്ന ഈ നടപടിയെ ഇത് ഇന്ത്യയല്ല എന്ന തലക്കെട്ടോടെയാണ് ദേശാഭിമാനി അതിനെ അപലപിച്ചത്. മലയാളത്തിലെ ഏറ്റവും ചിലവുള്ള പത്രം വലിയ സമർപ്പണമായാണ് ഇതിനെ കണ്ടത്. സ്വാതന്ത്ര്യ പ്രസ്ഥാനത്തിന്റെ പാരമ്പര്യത്തിൽ വളർന്ന പത്രമാവട്ടെ ഇനി പുതിയ ഇന്ത്യ എന്ന പ്രധാനമന്ത്രിയുടെ വാക്കുകളെത്തന്നെയാണ് തലക്കെട്ടാക്കിയത്. ടെലഗ്രാഫ് പത്രം ബി.സി 2023 എന്ന തലക്കെട്ട് നൽകി രാജ്യത്തിന്റെ പിന്നോട്ടടിയെ തുറ ന്നുകാട്ടി. കേരളത്തിലെ സ്വതന്ത്ര പത്രങ്ങൾ എന്ന് അവകാശപ്പെട്ടവർ ഈ ഹിന്ദുത്വ മുദ്രാവാക്യത്തിന്റെ കുഴല്ലൂത്തുകാരായി മാറുകയായിരുന്നു.

ബ്രിട്ടീഷുകാർക്കെതിരെ രാജ്യത്തുയർന്നുവരുന്ന ജനകീയ പ്രക്ഷോ ഭങ്ങളെ ദുർബലപ്പെടുത്താനാണ് ബ്രിട്ടീഷുകാർ വർഗ്ഗീയതയെ പടച്ച വിട്ടത്. കോർപ്പറേറ്റ് അനുകൂല നയങ്ങൾ രാജ്യത്ത് രൂപപ്പെട്ടമ്പോൾ അതിനെതിരേയുള്ള പ്രതിഷേധങ്ങളെ ദുർബലപ്പെടുത്തി അവർക്ക് പരവതാനിയൊരുക്കുന്ന പ്രവർത്തനമാണ് ഇപ്പോൾ ഹിന്ദുത്വ രാഷ്ട്രീയം ചെയ്യുകൊണ്ടിരിക്കുന്നത്.

ജനാധിപത്യപരമായ ഒരു സാമൂഹ്യ ക്രമം നിലനിന്നെങ്കിൽ മാത്രമേ മാധ്യമ സ്വാതന്ത്ര്യവും നിലനിൽക്കുകയുള്ളൂ. അതിനുപകരം മതരാഷ്ട്ര അജണ്ടകൾ സ്ഥാപിക്കപ്പെട്ടാൽ നഷ്ടമാകുന്നത് മാധ്യമ സ്വാതന്ത്ര്യ മുൾപ്പെടെയുള്ള ജനാധിപത്യപരമായ ജീവിത സാഹചര്യങ്ങളാണ്. സ്വദേശാഭിമാനിയുടെ നാട്ടിലെ സ്വതന്ത്ര പത്രക്കാർ ഈ ബോധത്തി ലേക്ക് എപ്പോഴാണ് എത്തിച്ചേരുക!

സഹകരണ പ്രസ്ഥാനവും, സംഘപരിവാർ നിലപാടും

ബിജെ പി സർക്കാർ അധികാരത്തിൽ വന്നതോടെ സംസ്ഥാനത്തിന്റെ അധികാര പരിധിയിൽ കിടക്കുന്ന സഹകരണ മേഖലയെ കൈപ്പിടിയിലൊതുക്കാൻ ശക്തമായി രംഗത്തിറങ്ങിയിരിക്കുകയാണ്. ഇതിനായി കേരളമുൾപ്പെടെയുള്ള സംസ്ഥാനങ്ങളിൽ കേന്ദ്ര ഏജൻസികളെ രംഗത്തിറക്കിക്കൊണ്ട് തങ്ങളുടെ രാഷ്ട്രീയതാത്പര്യങ്ങളെ അടിച്ചേൽപ്പിക്കാൻ പരിശ്രമിക്കുകയാണ്. ഇക്കഴിഞ്ഞ കേന്ദ്ര ബഡ്ജറ്റിൽ സഹകരണ മേഖലയിൽ ഇടപെടുന്നതിനുള്ള സമീപനം മുന്നോട്ട് വെച്ചിട്ടുണ്ട്.

സഹകരണ പ്രസ്ഥാനത്തെ തകർക്കാൻ ബി.ജെ.പി എന്തുകൊണ്ട് രംഗത്തിറങ്ങി എന്ന് മനസ്സിലാകണമെന്നുണ്ടെങ്കിൽ അവരുടെ സാമ്പത്തികനയം മനസ്സിലാക്കേണ്ടതുണ്ട്. സ്വാതന്ത്ര്യാനന്തര ഇന്ത്യയിൽ സ്വതന്ത്ര കമ്പോളം നടപ്പിലാക്കണമെന്നായിരുന്ന ബി.ജെ.പിയുടെ പൂർവ്വികരായിരുന്ന ജനസംഘത്തിന്റെ അഭിപ്രായം. അതുകൊണ്ട് തന്നെ ഇത്തരമൊരു സംവിധാനത്തിന് തടസ്സമായി നിൽക്കുന്ന പൊതുമേഖലാ സ്ഥാപനങ്ങളേയും, സഹകരണ പ്രസ്ഥാനങ്ങളേയും തകർക്കുകയെന്നത് അവരുടെ ഒരു നയമാണ്.

സഹകരണമേഖല കോർപ്പറേറ്റ്താൽപര്യങ്ങൾക്കെതിരായതുകൊണ്ട് മാത്രമല്ല, സംസ്ഥാനങ്ങളുടെ ബദൽ സാമ്പത്തിക സ്രോതസ്സ് എന്ന നിലയിലും അവ പ്രവർത്തിക്കുന്നുണ്ട്. ഇത്തരത്തിൽ ബദൽ സാധ്യതകളായി വികസിക്കുന്ന സംവിധാനങ്ങളെ ദുർബലപ്പെടുത്താനും,

നിലനിൽക്കുന്നവ വരുതിയിലാക്കാനുമുള്ള ശക്തമായ ഇടപെടൽ നടത്തിക്കൊണ്ടിരിക്കുകയുമാണ്.

സഹകരണമേഖല സംസ്ഥാന സർക്കാരിന്റെ പരിധിയിലായിരുന്ന നിലനിന്നിരുന്നത്. 97-ാം ഭരണഘടനാ ഭേദഗതിയുമായി ബന്ധപ്പെട്ട കേസിൽ സുപ്രീം കോടതി 2021 ജൂലൈയിൽ ഇത് സംസ്ഥാനത്തിന്റെ പരിധിയിൽ തന്നെ നിൽക്കേണ്ടതിന്റെ പ്രാധാന്യവും എടുത്തുപറഞ്ഞി രുന്ന. ഈ കേസിന്റെ ന്യൂനപക്ഷ വിധിയിൽ മൾട്ടിസ്റ്റേറ്റ് കോ-ഓപ്പറേറ്റ് സൊസൈറ്റികൾ നിരോധിക്കേണ്ടതിന്റെ പ്രാധാന്യവും എടുത്തുപറ ഞ്ഞിരുന്ന. ഇതിനെ മറികടന്നുകൊണ്ടാണ് സഹകരണമേഖലയെ കൺകറന്റ് ലിസ്റ്റിലാക്കുന്നതിനുള്ള ഇടപെടലിന്റെ ഭാഗമായി, അമിത്ഷായെ സഹകരണ മന്ത്രിയായി കൊണ്ടുവന്നതും. വലിയ അർബൻ ബാങ്കുകളെ ഇപ്പോൾ കേന്ദ്ര സർക്കാരിന്റെ പരിധിയിൽ കൊണ്ടുവന്ന് കഴിഞ്ഞു. റിസർവ്വ് ബാങ്കിന് നേരിട്ട് നിയന്ത്രണമില്ലാത്ത വായ്പാ സംഘങ്ങളെ ഒരു ഏജൻസി കൊണ്ടുവന്ന് നിയന്ത്രണത്തിലാ ക്കാനുള്ള പദ്ധതികളും ആവിഷ്ക്കരിക്കുകയാണ്.

പൊതുമേഖലാ ബാങ്കുകൾ ജനങ്ങളിൽ നിന്ന് നിക്ഷേപം സ്വീകരി ച്ച് ജനക്ഷേമകരമായ പ്രവർത്തനങ്ങൾ നടത്തുന്ന രീതിയായിരുന്ന രാജ്യത്തുണ്ടായിരുന്നത്. എന്നാൽ ആഗോളവൽക്കരണ നയങ്ങൾ ശക്തമായി നടപ്പിലാക്കാൻ തുടങ്ങിയതോടെ ഈ രീതി അട്ടിമറി ക്കപ്പെട്ടു. അദാനി പോലുള്ള കോർപ്പറേറ്റുകൾക്ക് മൂലധനമായി ഈ നിക്ഷേപങ്ങൾ മാറ്റുകയും, അവ പിന്നീട് എഴുതിത്തള്ളുകയും ചെയ്യുന്ന നിലയിലേക്ക് എത്തിച്ചേരുകയാണ്. ഇത് സംബന്ധിച്ച് ഉയർന്നുവന്ന പ്രശ്നങ്ങൾ പാർലമെന്റിൽ പോലും ചർച്ച ചെയ്യാത്തവരാണ് കരുവന്നൂർ ബാങ്കിന്റെ പേര് പറഞ്ഞ് ഇ.ഡിയുമായി രംഗത്തിറങ്ങിയിരിക്കുന്നത്.

ഗുജറാത്തിൽ അധികാരം കിട്ടിയതോടെ അവർ സ്വീകരിച്ച സമീപനം സഹകരണ പ്രസ്ഥാനത്തിനോട്ടുള്ള ബി.ജെ.പി നിലപാ ടിന്റെ നേർസാക്ഷ്യപത്രമാണ്. ബി.ജെ.പി ഗുജറാത്തിൽ അധികാര ത്തിൽ വരുമ്പോൾ കോൺഗ്രസിന്റെ നേതൃത്വത്തിലുള്ള സഹകരണ പ്ര സ്ഥാനങ്ങൾ അവിടെ സജീവമായിരുന്ന. അക്കാലത്ത് ഗുജറാത്തിലെ ഇടപാടിന്റെ 65-70 ശതമാനത്തോളം സഹകരണമേഖലയിലായിരുന്ന. ബി.ജെ.പിയുടെ നീണ്ടകാലത്തെ സംസ്ഥാന ഭരണം പിന്നിട്ടപ്പോൾ ആ ഇടപാട് 25 ശതമാനമായി കുറഞ്ഞിരിക്കുകയാണ്.

സഹകരണ പ്രസ്ഥാനത്തെ തകർക്കുന്നതിന് എടുത്ത ബോധ പൂർവ്വമായ ഇടപെടലാണ് ഈ അവസ്ഥയിലെത്തിച്ചത്. സഹകരണ

മേഖലയിലുണ്ടായിരുന്ന 353 ബേങ്കുകളിൽ 40 എണ്ണത്തെ പാപ്പരാക്കി, 8 ബാങ്കുകൾ അടച്ചുപൂട്ടി. ബി.ജെ.പി നേതൃത്വം നൽകിയ ജില്ലാ ബേങ്കിന് സമാനമായ പഞ്ചമഹൽ ബാങ്ക് തകർന്നു. കോൺഗ്രസ് ചെയർമാ നായ ബിഷ്നഗർ ബാങ്കും തകർന്നു. ഗുജറാത്തിലെ സഹകരണ മേഖ ലയിലുണ്ടായ ഇത്തരം പ്രശ്നങ്ങളിൽ റിസർവ്വബാങ്ക് ആവശ്യപ്പെട്ടിട്ട് പോലും കേസ് എടുക്കാൻ ബി.ജെ.പി സർക്കാർ തയ്യാറായില്ല, അവിടെ പരിശോധനയ്ക്കായി ഒരു ഇ.ഡിയേയും അയച്ചതുമില്ല. അക്കാലത്ത് അഹമ്മദാബാദ് ജില്ലാ ബാങ്കിന്റെ ചെയർമാനും, എം.എൽ.എയുമാ യിരുന്ന അമിത്ഷാ. അദ്ദേഹം ഇത് ഒരു രാഷ്ട്രീയ പ്രശ്നമായി കാണരുത് എന്ന് പോലും പ്രഖ്യാപിച്ചു.

സഹകരണ മേഖലയോട് ഗുജറാത്തിലെ ബി.ജെ.പി കാണിച്ച സമീപനമല്ല കേരള സർക്കാർ സ്വീകരിച്ചത്. വകുപ്പ് തലത്തിൽ ശക്തമായ നടപടി കുറ്റക്കാർക്കെതിരെ സ്വീകരിച്ചു. അതോടൊപ്പം തന്നെ നിക്ഷേപകരെ സംരക്ഷിച്ച് മുന്നോട്ടുപോകുന്നതിനും ബാങ്കിനെ സംരക്ഷിക്കുന്നതിനുമുള്ള നടപടികളും മുന്നോട്ടുവെച്ചു. പോരായ്മകൾ തിരുത്തി ബാങ്കിനെ സംരക്ഷിച്ച് സാധാരണ നിലയിലേക്ക് എത്തിക്ക ന്ന ഘട്ടത്തിലാണ് 100 കണക്കിന് ആധാരങ്ങൾ അന്വേഷണമെന്ന പേര് പറഞ്ഞ് ഇ.ഡി എടുത്തുകൊണ്ട് പോയത്. അതുകൊണ്ട് തന്നെ ബാങ്ക് നൽകിയ കടങ്ങൾ തിരിച്ചുപിടിക്കാൻ കഴിയാത്ത സാഹചര്യവും ഇ.ഡി സൃഷ്ടിക്കുകയാണ് ചെയ്തത്. ഇ.ഡി നടത്തുന്ന അന്വേഷണങ്ങ ളുടെ ഇല്ലാക്കഥകൾ പൊടിപ്പും തൊങ്ങലുംവെച്ച് പത്ര-മാധ്യമങ്ങളിൽ നൽകുന്നത് സഹകരണ പ്രസ്ഥാനത്തേയും ദുർബലപ്പെടുത്താനാണ്.

കോടതിയിൽപ്പോലും തെറ്റായ വിവരങ്ങൾ സമർപ്പിക്കുന്നതര ത്തിൽ ഇ.ഡിക്ക് എത്തേണ്ടിവരുന്നത് ഇതിന്റെ ഭാഗമായാണ്. ഇ.ഡി അറസ്റ്റ് ചെയ്ത സി.പി.ഐ (എം) ലോക്കൽ കമ്മിറ്റി അംഗം പി.ആർ അരവിന്ദാക്ഷന്റെ അമ്മയ്ക്ക് 63 ലക്ഷം രൂപ നിക്ഷേപമുണ്ടെന്ന് തെറ്റായ വിവരം കോടതിയിൽ നൽകി, മാത്രമല്ല വീട്ടും, സ്ഥലവും പണയപ്പെ ടുത്തി 20 ലക്ഷം രൂപ കടം വാങ്ങിയ കാര്യം ഉപേക്ഷിക്കുകയും ചെയ്തു. അരവിന്ദാക്ഷനെ മർദ്ദിച്ച് ഉയർന്ന നേതാക്കളുടെ പേര് പറയാൻ നിർബന്ധിച്ചുവെന്ന പരാതി നിലനിൽക്കവെയാണ് ഇവരെ അറസ്റ്റ് ചെയ്യലും ഇത്തരത്തിലുള്ള തെറ്റായ വിവരങ്ങൾ കോടതിയിൽ നൽകുകയും ചെയ്തത്. എ.സി മൊയ്തീന്റെ 15 കോടിയുടെ സ്വത്തു ക്കൾ കണ്ടുകെട്ടിയെന്ന കള്ളവാർത്തയും പ്രചരിപ്പിച്ചു. ഇതെല്ലാം അന്വേഷണം ആർക്കുവേണ്ടിയാണ്, എന്തിനുവേണ്ടിയാണ് എന്നത്

ഇത് വ്യക്തമാക്കുന്നുണ്ട്.

കേരളത്തിലെ സഹകരണ മേഖലയിലെ നിക്ഷേപം 2.5 ലക്ഷം കോടിയാണ്. 1.86 ലക്ഷം കോടി രൂപ സാധാരണക്കാർക്ക് വായ്പയായി നൽകിയിട്ടുണ്ട്. ലോക റാങ്കിങ്ങിലാവട്ടെ കേരളത്തിലെ സഹകരണ സംഘങ്ങൾ മുൻനിരയിൽ തന്നെയുണ്ട്. സംസ്ഥാനത്തെ ജനതയെ ഫണ്ടിക വ്യാപാരികളിൽ നിന്ന് മോചിപ്പിച്ച് സാധാരണ ജനങ്ങൾക്ക് ആശ്വാസകരമായി മാറിയതാണ് സഹകരണ മേഖല. കേരളത്തിലെ സഹകരണ പ്രസ്ഥാനങ്ങൾ ഒരു കോർപ്പറേറ്റിനും വായ്പ നൽകുന്നവയല്ല. മറിച്ച് കൃഷിക്കാർക്കും കേരളത്തിലെ സാധാരണ ജനവിഭാഗങ്ങളുടെ വിവിധങ്ങളായ ആവശ്യങ്ങൾക്ക് സഹായം നൽകി അവർക്ക് താങ്ങും, തണലുമായി നിൽക്കുന്നവയാണ്. ഈ രംഗത്തുണ്ടാകുന്ന വരുമാനം ബാങ്കുകൾ ജനങ്ങളുടെ മറ്റ് ആവശ്യങ്ങൾക്കും, പൊതുആവശ്യങ്ങൾക്കും നൽകുകയാണ് ചെയ്യുന്നത്. കേന്ദ്ര ഏജൻസിയെ ഉപയോഗപ്പെടുത്തി ഇത്തരത്തിൽ സഹകരണപ്രസ്ഥാനത്തെ തകർക്കുന്നതിനുള്ള വിവിധ നടപടികളാണ് കേന്ദ്രസർക്കാർ സ്വീകരിക്കുന്നത്. എന്നാൽ സഹകരണ മേഖലയിൽ അപൂർവ്വമായി പ്രത്യക്ഷപ്പെട്ട പോരായ്മകളെ കണ്ടെത്തി അതിനുത്തരവാദികളായവർക്കെതിരെ മാതൃകാപരമായ നടപടികൾ സ്വീകരിച്ചുകൊണ്ട് അവയെ ശരിയായ പാതയിലേക്ക് നയിക്കാനാണ് കേരളം ശ്രമിക്കുന്നത്. ഈ വ്യത്യസ്തയെ തിരിച്ചറിഞ്ഞ് മുന്നോട്ടുപോകാനാവണം.

സഹകരണ പ്രസ്ഥാനത്തെ തകർക്കാൻ കേന്ദ്ര സർക്കാരിന്റെ നയത്തെ ഒന്നിച്ചെതിർത്ത പാരമ്പര്യമാണ് കേരളത്തിലെ സഹകരണ മേഖലയ്ക്കുള്ളത്. ബാങ്ക് എന്ന പേര് സഹകരണ മേഖല ഉപയോഗിക്കാൻ പാടില്ലെന്നും, ജനക്ഷേമകരമായ പ്രവർത്തനങ്ങളിൽ ബാങ്ക് ഏർപ്പെടരുത് എന്നതുൾപ്പെടെയുള്ള കാര്യങ്ങൾ മുന്നോട്ടുവെച്ച വൈദ്യനാഥൻ കമ്മിറ്റി റിപ്പോർട്ടിനെതിരെ ഒന്നിച്ച് നിലകൊണ്ട ചരിത്രം കേരളത്തിലെ സഹകരണ മേഖലയ്ക്കുണ്ട്. നോട്ട് നിരോധന കാലത്തും ഇത്തരമൊരു സമീപനം കേരളം ഉയർത്തിയിട്ടുണ്ട്. സാധാരണ ജനങ്ങൾക്കത്താണിയാകുന്ന സഹകരണമേഖലയെ തകർക്കാനുള്ള കേന്ദ്ര സർക്കാർ നീക്കത്തിനെതിരെ സഹകരണ മേഖലയിൽ നിന്നും, ബഹുജനങ്ങളിൽ നിന്നും ശക്തമായ പ്രതിരോധം ഉയർന്നുവരേണ്ടയുണ്ട്.

   ബഹുസ്വരതയും മതരാഷ്ട്ര വാദങ്ങളും

സനാതന ഹിന്ദുവും സംഘപരിവാർ അജണ്ടയും

തമിഴ്നാട് മുഖ്യമന്ത്രി എം.കെ. സ്റ്റാലിന്റെ മകനും, മന്ത്രിയുമായ ഉദയനിധി സ്റ്റാലിൻ സനാതന ധർമ്മത്തെ ഉന്മൂലനം ചെയ്യണ മെന്ന് പ്രസ്താവിച്ചതിന്റെ അടിസ്ഥാനത്തിൽ ഇദ്ദേഹത്തിന്റെ കഴുത്ത് വെട്ടിയാൽ കോടികൾ ഇനാമായി നൽകാമെന്ന് അയോധ്യയിലെ ജഗദ്ഗുരു പരമഹൻസ് ആചാര്യ എന്ന സന്ന്യാസി പ്രഖ്യാപിച്ചു. ഹിന്ദുത്വ രാഷ്ട്രീയത്തിന്റെ കുഴലൂത്തുകാരും ഈ സാഹചര്യത്തിൽ ഇടപെട്ട് ഹിന്ദുവിരുദ്ധമായ പ്രസ്താവനകളാണ് ഇതെന്നും പ്രചരി പ്പിക്കുന്ന നിലയുണ്ടായി.

തമിഴ്നാട്ടിൽ ആ അവസരത്തിൽ നടന്ന ചില സംഭവങ്ങളുടെ പശ്ചാത്തലത്തിൽ വേണം ഉദയനിധി സ്റ്റാലിന്റെ പ്രസ്താവനയെ വില യിരുത്തേണ്ടത്. തമിഴ്നാട്ടിലെ ഒരു ക്ഷേത്രത്തിൽ സർക്കാർ നടത്തുന്ന അന്നദാനത്തിൽ പങ്കെടുക്കാനെത്തിയ ദളിത് വിഭാഗത്തിൽപ്പെട്ടവരെ ജീവനക്കാർ കമ്പുകൊണ്ട് അടിച്ചോടിച്ചു. ബാക്കിയുള്ള ഭക്ഷണം ക്ഷേ ത്രത്തിന് വെളിയിൽ നൽകാമെന്നും നിർദ്ദേശിച്ചു. ഇത് ശ്രദ്ധയിൽപ്പെട്ട തമിഴ്നാട് സർക്കാർ സംഭവത്തിൽ ഇടപെടുകയും മന്ത്രി ഇവർക്കൊ പ്പം ക്ഷേത്രത്തിൽ വന്ന് ഭക്ഷണം കഴിക്കുകയും ചെയ്തു. തമിഴ്നാട് സർക്കാർ നടപ്പിലാക്കിയ സൗജന്യ പ്രഭാതഭക്ഷണ പദ്ധതിയിൽ ദളിത് സ്ത്രീ ഭക്ഷണം പാചകം ചെയ്യുന്നുവെന്നതിന്റെ പേരിൽ ബഹി ഷ്ക്കരിക്കുന്ന നടപടിയുണ്ടായി. ഇക്കാര്യത്തിലും തമിഴ്നാട് സർക്കാർ ഇടപെട്ടു. ഇത്തരം കാര്യങ്ങൾ മനസ്സിലാക്കിക്കൊണ്ടുവേണം ഈ

ചര്‍ച്ചയെ സമീപിക്കാന്‍.

സനാതന ധര്‍മ്മത്തിനെതിരെയുള്ള നീക്കം ഹിന്ദുമതത്തിനെതിരാ
യുള്ളതാണെന്നാണ് ചര്‍ച്ചകള്‍ ഉയര്‍ത്തിക്കൊണ്ടുവരുന്നവര്‍ പറയു
ന്നത്. ചാതുര്‍വര്‍ണ്യമെന്നത് സനാതന ഹിന്ദു എന്ന കാഴ്ചപ്പാടിന്റെ
ഭാഗമല്ലെന്നുള്ള അവകാശവാദമാണ് മറ്റ് ചിലര്‍ മുന്നോട്ടുവയ്ക്കുന്നത്.
സനാതന ഹിന്ദുവാണെന്ന് പ്രഖ്യാപിച്ച ഗാന്ധിജി ചാതുര്‍വര്‍ണ്യത്തെ
ഒരു തൊഴില്‍ വിഭജനത്തിന്റെ ഭാഗമെന്ന നിലയില്‍ കണ്ട് അംഗീക
രിച്ചിരുന്നു. അതായത് സനാതന വിശ്വാസത്തിന്റെ ഭാഗമായാണ
ചാതുര്‍വര്‍ണ്യത്തെ ഗാന്ധിജി വിലയിരുത്തിയത്. ഹിന്ദുമതത്തിനക
ത്തെ ചാതുര്‍വര്‍ണ്യവും അതിന്റെ തുടര്‍ച്ചയില്‍ ഉയര്‍ന്നുവന്ന ജാതി
വ്യവസ്ഥയും സൃഷ്ടിച്ച മനുഷ്യത്വ രഹിതമായ സമീപനങ്ങളെ മറികട
ക്കുന്നതിനുള്ള ഇടപെടലാണ് സാമൂഹ്യ പരിഷ്കരണ പ്രസ്ഥാനങ്ങള്‍ക്ക്
നേതൃത്വം കൊടുത്തവര്‍ പ്രധാനമായും നടത്തിയത്.

ചാതുര്‍വര്‍ണ്യത്തിന്റെ അടിസ്ഥാനമായ കാഴ്ചപ്പാട് മുന്നോട്ടു
വയ്ക്കുന്നത് ഋഗ്വേദത്തിലാണ്. ഇതില്‍ വിരാട്പുരുഷന്റെ തലയില്‍
നിന്നും ബ്രാഹ്മണനും കൈകളില്‍ നിന്ന് ക്ഷത്രിയനും ഊരുക്കളില്‍
നിന്ന് വൈശ്യനും കാലടിയില്‍ നിന്ന് ശൂദ്രനും ഉണ്ടായി എന്ന കാഴ്ച
പ്പാട് മുന്നോട്ടുവയ്ക്കുന്നത്. ഇതിനകത്ത് പട്ടികജാതി/പട്ടികവര്‍ഗ്ഗ
വിഭാഗങ്ങള്‍ വരുന്നതുമില്ല. ബ്രാഹ്മണ മേധാവിത്വം കൊടികുത്തി
വാണിരുന്ന കാലത്ത് അവര്‍ പ്രചരിപ്പിച്ച ആശയഗതിക്കെതിരെ
ബുദ്ധന്‍ ശക്തമായ നിലപാട് സ്വീകരിച്ചു. ബ്രാഹ്മണര്‍ അവരവരുടെ
അമ്മമാര്‍ പ്രസവിച്ചാണ് ഉണ്ടാകുന്നതെന്നും മാത്രമല്ല അവര്‍ക്കെല്ലാം
ആര്‍ത്തവം ഉണ്ടായിരുന്നു എന്ന കാര്യം വിസ്മരിക്കരുതെന്നും അദ്ദേഹം
ഓര്‍മ്മിപ്പിച്ചു.

വീരാട്പുരുഷനെ അടിസ്ഥാനപ്പെടുത്തിയുള്ള ഈ കാഴ്ചപ്പാട്
ഗോള്‍വാള്‍ക്കറും വിചാരധാരയില്‍ ചേര്‍ക്കുന്നുണ്ട്. ചാതുര്‍വര്‍ണ്യ
വ്യവസ്ഥയേയും അതിന്റെ ഭാഗമായി രൂപപ്പെട്ട ജാതി വ്യവസ്ഥയേ
യും ശക്തമായി പിന്തുണയ്ക്കുകയാണ് ഗോള്‍വാള്‍ക്കര്‍ ചെയ്തത്. ജാതി
വ്യവസ്ഥകള്‍ ദുര്‍ബലപ്പെട്ടതാണ് ഇന്ത്യ വിദേശ ആക്രമണത്തിന്
വിധേയമായത് എന്ന് പോലും അതില്‍ രേഖപ്പെടുത്തുന്നുണ്ട്.

ഗാന്ധിജി സനാതന ഹിന്ദു എന്ന നിലയില്‍ ചാതുര്‍വര്‍ണ്യവ്യവ
സ്ഥയെ തൊഴില്‍ വിഭജനം എന്ന നിലയില്‍ കണ്ടിരുന്നു. തൊഴില്‍
വിഭജനം എന്ന നിലയില്‍ കണ്ട് ചാതുര്‍വര്‍ണ്യം രൂപപ്പെട്ട രീതിയെ
അംഗീകരിക്കുകയും അതെ സമയം അതിന്റെ ഭാഗമായി രൂപപ്പെടുന്ന

ഉച്ചനീചത്വങ്ങളെ എതിർക്കുകയും ചെയ്യുന്ന കാഴ്ചപ്പാടായിരുന്ന ഗാന്ധി ജിയുടേത്. അയിത്തത്തിനെതിരായി നിലപാടെടുത്ത ഗാന്ധിജിക്ക് പ്പന മുനിസിപ്പാലിറ്റി സ്വീകരണം നൽകിയപ്പോൾ സനാതനികൾ എന്ന് അവകാശപ്പെടുന്ന വിഭാഗം ബോംബ് എറിയുന്ന സ്ഥിതിയും ഉണ്ടായിട്ടു ണ്ട്. എല്ലാ തൊഴിലുകൾക്കും അതിന്റെതായ മഹത്വമുണ്ടെന്ന് പറഞ്ഞ് തൊഴിൽ വിഭജനത്തിന്റെ കീഴ്മേൽ ബന്ധങ്ങളെ മറികടക്കാൻ ഗാന്ധിജി ശ്രമിക്കുന്നുണ്ട്. കക്കൂസ് വൃത്തിയാക്കുന്നത് ഉൾപ്പടെയുള്ള പ്രവർത്തനങ്ങൾ എല്ലാവരും ചെയ്യണമെന്ന കാഴ്ചപ്പാടിന് പിന്നിലു ള്ളത് ഇതാണ്. ചാതുർവർണ്യത്തിന്റെ നിർവ്വചനങ്ങളിൽപ്പെടാത്ത പട്ടികജാതി/പട്ടികവർഗ്ഗക്കാരെ ദൈവത്തിന്റെ ജനങ്ങൾ എന്ന അർത്ഥം വരുന്ന ഹരിജനങ്ങൾ എന്ന് വിളിച്ചതും ഇതിന്റെ അടിസ്ഥാ നത്തിലാണ്. അവസാനകാലമാകുമ്പോഴേക്കും ജാതീയതക്കെതിരെ കൂടുതൽ ശക്തമായ നിലപാടുകളിലേക്ക് ഗാന്ധിജി എത്തിച്ചേരുന്നുണ്ട്.

സ്വാമി വിവേകാനന്ദൻ ചാതുർവർണവും ജാതി വ്യവസ്ഥയും സൃഷ്ടിച്ച അനീതികളെ മറികടക്കാനുള്ള നിലപാട് സ്വീകരിക്കുന്നുണ്ട്. അതുകൊ ണ്ടാണ് ഭാവിയിൽ ഉണ്ടാകാൻ പോകുന്നത് ശ്രൂദ്രഭരണമാണെന്നും അത് മറ്റേത് വ്യവസ്ഥകളെക്കാളും മെച്ചപ്പെട്ടതാണെന്നും വിവേകാനന്ദൻ പറയുന്നത്. കച്ചവടത്തിലും വ്യവസായത്തിലും ഊന്നി നിൽക്കുന്ന മുത ലാളിത്ത കാലത്തെ വൈശ്യരുടെ ഭരണമായാണ് അദ്ദേഹം കണ്ടത്. ഹിന്ദു വിശ്വാസികളായി ഇരിക്കുമ്പോൾ തന്നെ അതിനകത്തെ ജാതി വിവേചനങ്ങളെ മറികടക്കുന്നതിന് തങ്ങളുടെതായ ഇടപെടൽ ഇവർ നടത്തുന്നുണ്ട്.

തമിഴ്നാട്ടിലെ ജാതീയമായ അടിച്ചമർത്തലിനെ സനാതന ഹിന്ദു വിന്റെ പേര പറഞ്ഞ് ന്യായീകരിക്കുന്ന ശ്രമങ്ങൾക്കെതിരെയാണ് ഉദയനിധി സ്റ്റാലിൻ തമിഴ്നാട് റൈറ്റേഴ്സ് ഫോറത്തിൽ പ്രസംഗിച്ചത്. ഈ പ്രഖ്യാപനം ഹിന്ദുമതത്തിനെതിരായാണെന്ന് വ്യഖ്യാനിക്കാനാണ് ഹിന്ദുത്വവാദികൾ ശ്രമിക്കുന്നത്. ഹിന്ദുത്വ രാഷ്ട്രീയത്തിനെതിരെ തമി ഴ്നാട്ടിൽ ഉയരുന്ന പ്രതിരോധത്തെ ദുർബലപ്പെടുത്താൻ കഴിയുമോ എന്ന രാഷ്ട്രീയ അജണ്ടയാണ് ഈ വിവാദത്തിന് പിന്നിലുള്ളത്. ജാതി വ്യവസ്ഥയെ വെല്ലുവിളിച്ച പെരിയോരുടെ ആശയങ്ങളിൽ നിന്നാണ് ദ്രാവിഡ പ്രസ്ഥാനങ്ങൾ ഊർജ്ജം സ്വീകരിച്ചത്.

ഗാന്ധിജിയെ വധിക്കുന്നതിന് ഗോഡ്സെ പറഞ്ഞ ഒരു പ്രധാന കാരണം ഗാന്ധിജി ഹിന്ദുമതത്തെ അഹിംസ എന്ന ആശയവു മായി ബന്ധപ്പെടുത്തി അതിന്റെ സമരോത്സുകതയെ ഇല്ലാതാക്കി

എന്നതായിരുന്നു. ബഹുസ്വരതയെ ഉൾക്കൊള്ളുകയും അംഗീകരിക്കുക
യും ചെയ്യുന്ന മതമായാണ് ഗാന്ധിജിയും വിവേകാനന്ദനുമെല്ലാം ഹിന്ദു
മതത്തെ വിഭാവനം ചെയ്തത്. അതുകൊണ്ടാണ് ചിക്കാഗോ പ്രസംഗ
ത്തിൽ ബഹുസ്വരതയാണ് നാടിന്റെ സവിശേഷത എന്ന് അദ്ദേഹം
പറഞ്ഞത്. ഹിന്ദുമത വിശ്വാസിയല്ലാത്ത ആളുകൾക്ക് മോക്ഷം
കിട്ടില്ലെന്ന് ഹിന്ദു പുരാണങ്ങളിൽ എവിടെയെങ്കിലും പറഞ്ഞതായി
ചൂണ്ടിക്കാണിക്കാൻ വെല്ലുവിളിച്ചത് ഈ പശ്ചാത്തലത്തിലാണ്. എല്ലാ
മതഗ്രന്ഥങ്ങളും പ്രാർത്ഥനാ യോഗങ്ങളിൽ കൊണ്ടുവന്ന ഗാന്ധിജി
യുടെ നിലപാട് ഇതിന് സമാനമായിരുന്നു.

നവോത്ഥാന പ്രസ്ഥാനങ്ങൾ മുന്നോട്ടുവെച്ച കാഴ്ചപ്പാട് ജാതീയമായ
എല്ലാ ഉച്ചനീചത്വങ്ങളെയും ചാതുർവർണ്യത്തെയും ഉന്മൂലനം ചെയ്ത്
മനുഷ്യർ തമ്മിലുള്ള ബന്ധങ്ങളെ ഊട്ടി ഉറപ്പിക്കുക എന്നതായിരുന്നു.
ജാതി വേണ്ട, മതം വേണ്ട, ദൈവം വേണ്ട മനുഷ്യന് എന്ന പ്രഖ്യാപി
ച്ച് സഹോദരൻ അയ്യപ്പൻ ദൈവ നിഷേധം നടത്തുന്നു എന്ന കാര്യം
ശ്രീനാരായണ ഗുരുവിനോട് ആരോ അറിയിച്ചു, അതിന് ശ്രീനാരായണ
ഗുരു നൽകിയ മറുപടി അയ്യപ്പന്റെ പ്രവർത്തിയിൽ ദൈവമുണ്ടെന്നാ
യിരുന്നു. സ്വാമി വിവേകാനന്ദൻ വിശക്കുന്നവന് വേദാന്തമല്ല ഭക്ഷണ
മാണ് വേണ്ടതെന്ന് പ്രഖ്യാപിച്ചു, ഇന്നത്തെ സാഹചര്യത്തിൽ അദ്ദേഹ
ത്തിന്റെ തലയ്ക്ക് ആരെങ്കിലും വിലപറഞ്ഞാൽ അത്ഭുതപ്പെടേണ്ടതില്ല.
വൈവിധ്യങ്ങളെ ഉൾക്കൊണ്ട് ചരിത്രത്തിന്റെ മുന്നോട്ടുപോക്കിൽ
രൂപപ്പെട്ട ഹിന്ദു മതത്തെ ഏകശിലാ രൂപമാക്കി മാറ്റാനുള്ള ഇടപെ
ടലാണ് ഹിന്ദുത്വ ശക്തികൾ നടത്തുന്നത്.

നവോത്ഥാന ആശയങ്ങൾ മുന്നോട്ടുവെച്ചുകൊണ്ടാണ് പെരിയോർ
എന്ന് വിളിക്കപ്പെടുന്ന ഇ.വി. രാമസ്വാമി നായ്ക്കർ തമിഴ്‌നാട്ടിൽ പ്രവർ
ത്തിച്ചത്. വൈക്കം സത്യാഗ്രഹത്തിലും ഇദ്ദേഹം പങ്കെടുത്തിരുന്നു.
മനുഷ്യരെ പരസ്പരം അകറ്റുന്ന ആശയഗതിയെന്ന നിലയിൽ ജാതി
വ്യവസ്ഥയ്ക്കും അതിന് അടിസ്ഥാനമായി ചേർന്ന ചാതുർവർണ്യ സമ്പ്രദാ
യങ്ങൾക്കെതിരേയുമുള്ള പോരാട്ടമായിരുന്നു അദ്ദേഹത്തിന്റെ ജീവിതം.

മനുഷ്യരെ മനുഷ്യരായി കണ്ട് യോജിപ്പിച്ച് മുന്നോട്ടുപോകുന്നതിനു
ള്ള ആശയ പശ്ചാത്തലം രൂപപ്പെടുത്തുകയായിരുന്നു നവോത്ഥാന
പ്രസ്ഥാനങ്ങൾ. മതത്തെ ആധുനിക ലോകത്തിന്റെ വികാസവുമായി
ബന്ധപ്പെടുത്തുന്നതിനുള്ള പ്രവർത്തനങ്ങളാണ് നവോത്ഥാന പ്രസ്ഥാ
നങ്ങൾ മുന്നോട്ടുവെച്ചത്. ആ വഴികളിലൂടെയാണ് ശ്രീനാരായണഗുരുവും
അയ്യങ്കാളിയും ചട്ടമ്പിസ്വാമികളും പെരിയോരും ജ്യോതിഫുലെയുമെല്ലാം

 ബഹുസ്വരതയും മതരാഷ്ട്ര വാദങ്ങളും

നടന്ന നീങ്ങിയത്. മനുഷ്യരെ പരസ്പരം തൊട്ടറിയുന്ന ഒരു ലോകത്തിന് വഴി വെട്ടുകയായിരുന്ന ഇവർ. ഇവർ കേന്ദ്ര സ്ഥാനത്ത് പ്രതിഷ്ഠിച്ചി രുന്നത് മനുഷ്യനെയായിരുന്നു അല്ലാതെ, അന്ധവിശ്വാസങ്ങളെയും അനാചാരങ്ങളെയുമല്ല. മതത്തിന്റെ മനുഷ്യസ്നേഹപരമായ മൂല്യങ്ങ ളായിരുന്നു നവോത്ഥാന നായകർക്ക് പൊതുവിൽ വഴികാട്ടിയായത്. എന്നാൽ ഇതിൽ നിന്ന് വ്യത്യസ്തമായി മതത്തിന്റെ മനുഷ്യസ്നേഹ പരമായ മുഖങ്ങൾ കയ്യൊഴിഞ്ഞ് പരസ്പര സംഘർഷം സൃഷ്ടിച്ച് നേട്ടം കൊയ്യാനുള്ള മതരാഷ്ട്രവാദികളുടെ ഇടപെടലാണ് ഇപ്പോൾ നടത്തുന്നത്. ഹിന്ദുത്വ രാഷ്ട്രീയത്തിന്റെ പ്രധാന പ്രതിരോധ കേന്ദ്രമായി മാറിയിരിക്കുന്ന തമിഴ്നാടിന്റെ രാഷ്ട്രീയത്തെ ദുർബലപ്പെടുത്താനുള്ള സംഘപരിവാറിന്റെ ശ്രമങ്ങളാണ് ഈ വിവാദങ്ങൾക്ക് പിന്നിലുള്ളത്.

ഹിന്ദു കോഡ് രൂപീകരിക്കപ്പെട്ടതെങ്ങനെ

ഏകീകൃത സിവിൽ കോഡ് വർഗ്ഗീയമായ ധ്രുവീകരണം ലക്ഷ്യം വെച്ച് കൊണ്ട് നടപ്പിലാക്കുന്നതിനാണ് സംഘപരിവാർ ശ്രമിക്കുന്നത്. ഈ സാഹചര്യത്തിൽ ഇന്ത്യാരാജ്യത്ത് ഹിന്ദുകോഡ് നടപ്പിലാക്കുന്നതിനായ് നടന്ന ചർച്ചകളും, അത് നടപ്പിലാക്കിയ രീതിയും പരിശോധിക്കുന്നത് നല്ലതാണ്.

മുസ്ലീങ്ങൾക്ക് പ്രത്യേക രാഷ്ട്രം വിഭാവനം ചെയ്യപ്പെട്ട അന്തരീക്ഷത്തിലാണ് ഇന്ത്യ മതനിരപേക്ഷതയിൽ ഊന്നി നിന്ന ഭരണഘടന രൂപപ്പെടുത്തിയത്. അതിൽ ഏറ്റവും പ്രധാനപ്പെട്ട ഒന്നായിരുന്ന വ്യക്തി നിയമങ്ങളെ എങ്ങനെ ഇതിൽ ഉൾപ്പെടുത്താമെന്നത്.

ബ്രിട്ടീഷുകാർ ഇന്ത്യ ഭരിക്കുന്ന ഘട്ടത്തിൽ 1830-ൽ മെക്കാളെ എഴുതിയുണ്ടാക്കിയ ക്രിമിനൽ കോഡായിരുന്ന അടിസ്ഥാനമായി ഉണ്ടായിരുന്നത്. ഒരു പൊതു സിവിൽകോഡ് എന്ന സമീപനം സ്വീകരിച്ചിരുന്നില്ല. വ്യത്യസ്ത മതങ്ങളുടെ നിയമങ്ങളെ വ്യാഖ്യാനിച്ച് ഇടപെടുന്ന രീതിയായിരുന്ന അവർ സ്വീകരിച്ചത്.

ഇന്ത്യൻ ഭരണഘടന രൂപപ്പെടുത്തുന്ന ഘട്ടത്തിൽ പൊതുവായ നിയമത്തെ സംബന്ധിച്ച ആലോചനകൾ നടന്നു. പ്രധാനമന്ത്രി ജവഹർലാൽ നെഹ്റുവും, നിയമമന്ത്രി ബി.ആർ അംബേദ്കറുമായിരുന്ന ഇതിന് മുൻകൈയ്യെടുത്തത്. രാജ്യത്ത് ഒരു നിയമം എന്ന ആശയം ഭരണഘടനാ അസംബ്ലിയിലെ ചർച്ചക്ക് വിധേയമായി. ബ്രിട്ടീഷുകാർ

വ്യക്തി നിയമത്തിൽ ഇടപെട്ടിട്ടില്ല എന്ന വാദവും ഉയർന്നുവരികയു ണ്ടായി. പരമ്പരാഗത സമൂഹങ്ങളിൽ മതവിശ്വാസത്തിന് വിപുലമായ അധികാരപരിധികളുണ്ടായിരുന്നുവെങ്കിലും ആധുനിക സമൂഹത്തിൽ പരിധി നിർണ്ണയിക്കേണ്ടതുണ്ട് എന്ന കാഴ്ചപ്പാട് അംബേദ്കർ മുന്നോട്ടുവെച്ചു. തുടർന്ന് വിവിധ സമീപനങ്ങളിൽ നിന്നുള്ള ചർച്ചകൾ ഉയർന്നുവന്നു. ഈ സാഹചര്യത്തിൽ ഏകീകൃത സിവിൽകോഡ് ആകാമെന്ന് സ്വയം സമ്മതിക്കുന്നവർ മാത്രം അത് അംഗീകരിച്ചാൽ മതിയെന്ന ആശയം അംബേദ്കർ മുന്നോട്ടുവെച്ചു. അങ്ങനെ പൊതു സമ്മതിയോടെ ഏകീകൃത നിയമങ്ങൾ നടപ്പാക്കാമെന്ന തീർപ്പിലേക്ക് അത് എത്തിച്ചേർന്നു. ഭരണഘടനയുടെ നിർദ്ദേശക തത്വങ്ങളിലേക്ക് ഏകീകൃത സിവിൽ കോഡ് മാറ്റപ്പെടുന്നത് അങ്ങനെയാണ്.

ഹിന്ദുമതവിഭാഗത്തിന് ഏകീകൃതമായ സിവിൽ നിയമമെന്ന ആശയം ബ്രിട്ടീഷ്കാലത്ത് തന്നെ സജീവമായിരുന്നു. 1941-ൽ സർ ബി.എൻ റാവുവിന്റെ അധ്യക്ഷതയിൽ ഇതിനായ് ഒരു സമിതി രൂപീ കരിച്ച് അഭിപ്രായങ്ങൾ സ്വീകരിച്ചു. 1946-ൽ അവർ ഹിന്ദുക്കൾക്ക് ബാധകമായ ഒരു വ്യക്തി സംഹിത രൂപീകരിക്കുകയും ചെയ്തു.

ഹിന്ദു മതത്തിനിടയിൽ പരിഷ്കരണ പ്രസ്ഥാനങ്ങൾ സജീവമായ സാഹചര്യത്തിലാണ് ഈ ദിശയിലേക്കുള്ള കാൽവെപ്പുകൾ ആരംഭി ച്ചത്. 1948-ൽ നിയമ നിർമ്മാണ സഭ ഈ ഹിന്ദു കോഡിനെ പുനർ അവലോകനം ചെയ്യുന്നതിനായി അംബേദ്കർ അദ്ധ്യക്ഷനായുള്ള ഒരു കമ്മിറ്റിയുണ്ടാക്കി. റാവു ഉണ്ടാക്കിയ കരടിനെ അംബേദ്കർ പരിഷ്കരിച്ചു. ഹിന്ദു കോഡ് എന്നായിരുന്നു അതിന്റെ പേര്. എങ്കിലും സിക്കുകാരും, ബുദ്ധനും, ജൈനനും, ഹിന്ദുക്കളിലെ എല്ലാ ജാതിയിലുംപെട്ടവരും ഉൾക്കൊള്ളുന്ന ഒന്നായിരുന്നു അത്.

ഹിന്ദു സ്ത്രീകളുടെ അവകാശങ്ങളും, പദവികളും ഉയർത്താൻ ജാതിപരമായ അസമത്വങ്ങളും, വിടവുകളും ഇല്ലാതാക്കുകയും ചെയ്യ കയെന്നതായിരുന്ന ഇതിന്റെ അടിസ്ഥാനം. റൗലറ്റ് ആക്ടിനെതിരായ പ്രതിഷേധം എങ്ങനെയാണ് ബ്രിട്ടീഷ് സർക്കാരിനെ തകർത്തത്, അതുപോലെ ഈ നിയമം നെഹ്റു സർക്കാരിനേയും തകർക്കുമെന്നും പ്രഖ്യാപനമുണ്ടായി. പാർലമെന്റിലവതരിപ്പിച്ചതിന്റെ തൊട്ടടുത്ത ദിവസം ആർ.എസ്.എസ് പ്രവർത്തകർ അസംബ്ലി കെട്ടിടത്തിലേക്ക് മാർച്ച് നടത്തി.

ഹിന്ദു കോഡിനെതിരായി രാജ്യത്ത് നടന്ന പ്രക്ഷോഭത്തിന് നേതൃത്വം നൽകിയത്കർപത്രിജിമഹാരാജാവ്എന്ന സ്വാമിയായിരുന്നു.

വിവാഹമോചനം ഹിന്ദു നിയമപ്രകാരം പാടില്ലയെന്ന ചർച്ചകൾ വരെ ഉയർന്നുവന്നു. 1949-ൽ നിയമ നിർമ്മാണ സഭ ഒരു താൽക്കാലിക പാർലമെന്റായി മാറി. 1950-ലും, 51-ലും നെഹ്റുവും, അംബേദ്കറും ഹിന്ദു കോഡ് ബിൽ നിയമമാക്കാൻ പല ശ്രമങ്ങളും നടത്തി. രാജേന്ദ്ര പ്രസാദ് ഈ ബില്ലിനെതിരായ നിലപാട് സ്വീകരിച്ചു. ഇത് പാസ്സാക്കാൻ നെഹ്റു ശക്തമായ നിലപാട് സ്വീകരിക്കുന്നില്ലെന്ന കാര്യമുൾപ്പെടെ പറഞ്ഞ് അംബേദ്കർ നിയമമന്ത്രി സ്ഥാനം രാജിവെച്ചു.

ഹിന്ദു കോഡ് അതുപോലെ നിയമമാക്കാൻ കഴിഞ്ഞില്ല. പക്ഷെ പിന്നീട് അതിനകത്തെ ഓരോ വ്യവസ്ഥകളും വ്യത്യസ്ത നിയമങ്ങ ളായി പാസ്സാക്കപ്പെട്ടു. 1955-ലെ ഹിന്ദു വിവാഹ നിയമം, 1956-ലെ ഹിന്ദു അനന്തരാവകാശം, പ്രായപൂർത്തിയാവാത്തവരുടെ രക്ഷാക ർത്തൃത്വം, ദത്തെടുക്കൽ, ചെലവിന് കൊടുക്കൽ എന്നീ നിയമങ്ങളായി മുറിച്ചെടുത്താണ് പാസ്സാക്കിയത്. അംബേദ്കർക്ക് ശേഷം നിയമമ ന്ത്രിയയിരുന്ന എച്ച്.വി പടസ്കറാണ് ഇത് അവതരിപ്പിച്ചത്. തുടർന്ന് നിയമങ്ങളിൽ ഭേദഗതിയുണ്ടായി. 1975ൽ ഹിന്ദു കൂട്ടുകുടുംബ നിയമം തന്നെ മാറ്റിയെഴുതപ്പെട്ടു. ഇങ്ങനെ ഓരോ സാമൂഹ്യ സാഹചര്യങ്ങളും രൂപപ്പെടുത്തുന്ന ആശയങ്ങളെ സ്വാംശീകരിച്ചുകൊണ്ടാണ് സിവിൽ നിയമങ്ങൾ പരിഷ്കരിക്കപ്പെട്ടുന്നത്.

ശക്തമായ നവോത്ഥാന പ്രസ്ഥാനത്തിന്റെ കരുത്തിലാണ് ഹിന്ദു കോഡ് രൂപപ്പെട്ടത്. എന്നാൽ അതിനെ ശക്തമായി എതിർക്കുകയാ യിരുന്ന ആർ.എസ്.എസ് ഉൾപ്പെടെയുള്ള ഹിന്ദുത്വ ശക്തികൾ എന്ന് കാണണം. ഹിന്ദുവിനെ ഒന്നായിക്കണ്ട് ഒരു നിയമനിർമ്മാണമെന്ന കാഴ്ചപ്പാടിനെ എതിർത്ത സംഘപരിവാറാണ് വർഗ്ഗീയ ധ്രുവീകരണം ലക്ഷ്യംവെച്ച് ഏകീകൃത സിവിൽ കോഡുമായി രംഗപ്രവേശനം ചെയ്യ ന്നത്. ഭരണഘടനാ ശിൽപികൾ തന്നെ ഒരു കാരണവശാലും അടിച്ചേ ൽപ്പിക്കാൻ പാടില്ലെന്ന് പ്രഖ്യാപിച്ച ഏകീകൃത സിവിൽ നിയമമാണ് ഭരണഘടനയുടെ പേര് പറഞ്ഞ് അടിച്ചേൽപ്പിക്കാൻ നോക്കുന്നത്.

അധ്യായം 9

ഗാന്ധിജിയും മുഗളരും തിരസ്കരിക്കപ്പെടുന്നത് എന്തുകൊണ്ട്?

ഇന്ത്യൻ സ്വാതന്ത്ര്യ സമരത്തിൽ സംഘപരിവാർ പങ്കെടുത്തിരുന്നില്ല, ബഹുസ്വരതയിൽ ഊന്നി നിന്ന ദേശീയതയെ കുറിച്ചുള്ള കാഴ്ചപ്പാടുകളെയും അതിനാൽ അവർ അംഗീകരിക്കുന്നില്ല. അതിനാൽ ഈ ചരിത്ര പാഠങ്ങളെ ഇല്ലാതാക്കാനും വളച്ചൊടിക്കാനുമുള്ള പരിശ്രമങ്ങൾ സംഘപരിവാറിന്റെ സുപ്രധാനമായ രാഷ്ട്രീയ കാര്യപരിപാടിയായി മാറിക്കഴിഞ്ഞു.

ബി.ജെ.പി രാജ്യത്ത് അധികാരത്തിൽ വന്നത് പ്രധാനമായും ചരിത്രത്തെയും സംസ്കാരത്തെയും വർഗ്ഗീയവൽക്കരിച്ച് ഹിന്ദുത്വവൽക്കരണം ജനമനസ്സിൽ സൃഷ്ടിച്ചുകൊണ്ടുകൂടിയാണ്. വിദ്യാഭ്യാസത്തെ വർഗ്ഗീയവൽക്കരിച്ചാൽ രാജ്യത്തിന്റെ സമസ്ത മേഖലകളെയും വർഗ്ഗീയവൽക്കരിനാകും. വിദ്യാഭ്യാസ രംഗത്തെ കാവിവൽക്കരണ അജണ്ട ഈ കാഴ്ചപ്പാടോടെയാണ് സംഘപരിവാർ നടപ്പിലാക്കുന്നത്.

അതിന്റെ ഭാഗമായാണ് എൻ.സി.ഇ.ആർ.ടിയുടെ പാഠപുസ്തകങ്ങളിൽ നിന്ന് മുഗൾ ചരിത്രവും ഗാന്ധിജിയുടെ മതനിരപേക്ഷതയില്ലെന്നി നിൽക്കുന്ന സമീപനങ്ങളും വെട്ടിമാറ്റപ്പെടുന്നത്. ഗുജറാത്ത് വംശഹത്യയും ദളിത് പീഡനത്തിനും ഇതിന്റെ തുടർച്ചയിൽ കത്രിക വീണു.

ബ്രിട്ടീഷുകാർ ഇന്ത്യ ഭരിക്കുന്ന ഘട്ടത്തിലാണ് ജെയിംസ് മിൽ ഇന്ത്യൻ ചരിത്രത്തെ ഹിന്ദു കാലഘട്ടമെന്നും ഇസ്ലാമിക ഘട്ടമെന്നും ബ്രിട്ടീഷ് ഘട്ടമെന്നും വേർതിരിച്ചത്. ഈ വഴിയിലൂടെയാണ് സംഘപരിവാറും മുന്നോട്ടുനീങ്ങിയത്. ജവഹർലാൽ നെഹറു ഈ കോളോണിയൽ

ചരിത്ര പാഠത്തെ "ഇന്ത്യയെ കണ്ടെത്തൽ" എന്ന പ്രസിദ്ധമായ പുസ്ത കത്തിൽ തുറന്നുകാട്ടുന്നുണ്ട്.

വർഗ്ഗീയതയും മതവിശ്വാസവും രണ്ടാണ്. വർഗ്ഗീയത ആധുനീക പ്രതിഭാസവും രാഷ്ട്രീയ താൽപര്യങ്ങൾക്കായി മതത്തെ ഉപയോഗ പ്പെടുത്തുന്ന രീതിയുമാണ്. സംഘപരിവാർ മുന്നോട്ടവയ്ക്കുന്ന ഹിന്ദുത്വ വീക്ഷണമല്ല ഹിന്ദുമത വിശ്വാസികൾ മുന്നോട്ടുവച്ചത്. ഇന്ത്യയിലെ ഹിന്ദുമതത്തിന്റെ പാരമ്പര്യങ്ങളെ ലോകത്തെമ്പാടും 1893 ലെ ചിക്കാഗോ പ്രസംഗത്തിലൂടെ സ്വാമി വിവേകാനന്ദൻ എത്തിച്ചു എന്നാണ് പറയാറുള്ളത്. അതിൽ അദ്ദേഹം ഇങ്ങനെ പറയുന്നുണ്ട്. "സഹിഷ്ണുതയും സാർവ്വലൗകിക സ്വീകാര്യതയും രണ്ടും ലോകത്തിന് ഉപദേശിച്ച മതത്തിന്റെ അനുയായി എന്നതിൽ ഞാൻ അഭിമാനിക്ക ന്നു. ഞങ്ങൾ സാർവ്വലൗകിക സഹിഷ്ണുതയിൽ വിശ്വസിക്കുക മാത്രമല്ല ലോകത്തിലുള്ള സർവ്വ മതങ്ങളിലേയും സർവ്വരാജ്യങ്ങളിലേയും പീഡി തർക്കും ശരണാർത്ഥികൾക്കും അഭയം നൽകിയതാണ് എന്റെ ജനത എന്നതിൽ ഞാൻ അഭിമാനിക്കുന്നു" എന്നതാണ്.

ആ പ്രസംഗത്തിൽ തന്നെ അന്ധവിശ്വാസം മനുഷ്യന്റെ വലിയ ശത്രു തന്നെ എന്നാൽ അതിലും കഷ്ടമാണ് മതഭ്രാന്ത് എന്നും അദ്ദേഹം ഓർമ്മപ്പെടുത്തുന്നു. നാനാത്വത്തിൽ ഏകത്വമാണ് പ്രകൃതി കൽപ്പി തമെന്നും ഹിന്ദു ഇത് അംഗീകരിച്ചിരിക്കുന്നു എന്നും വിവേകാനന്ദൻ പറയുന്നുണ്ട്. ഹിന്ദുവിന് മാത്രമെ മോക്ഷമുള്ളു മറ്റാർക്കും ഇല്ല എന്ന തരത്തിൽ ഒരു വാക്യമെങ്കിലും സംസ്കൃത ദർശനങ്ങളിൽ എവിടെയെ ങ്കിലും കാണിച്ചുതരാമോ എന്നും വിവേകാനന്ദൻ വെല്ലുവിളിക്കുന്നുണ്ട്.

ഗാന്ധിജിയും സമാനമായ വഴിയിലൂടെയാണ് മുന്നോട്ടുപോയത്. ഗീതയും ഖുറാനും ബൈബിളുമില്ലാത്ത പ്രാർത്ഥനാ യോഗം അദ്ദേ ഹത്തിന് ഉണ്ടായിരുന്നില്ല. ഈ സമീപനത്തെ ഭയപ്പെട്ട ഹിന്ദുത്വശ ക്തികൾ അദ്ദേഹത്തെ വെടിവച്ച് കൊന്നു. ഗാന്ധിജിയുടെ ജീവിതം ഹിന്ദുത്വ ശക്തികൾക്ക് എതിരെയുള്ള പോരാട്ടത്തിലെ കരുത്തുറ്റ ഓർമ്മകളാണ്. ഗാന്ധിജിയുടെ ഓർമ്മകൾ എൻ.സി.ഇ.ആർ.ടി പാഠപുസ്തകങ്ങളിൽ നിന്ന് മാറ്റുന്നത് ഇതിനാലാണ്. വിവേകാനന്ദനും ഗാന്ധിജിയും മുന്നോട്ടവച്ച ഹിന്ദുമത വിശ്വാസത്തിന്റെ കാഴ്ചപ്പാടുകളെ മാറ്റിമറിച്ച് ഹിന്ദുത്വ രാഷ്ട്രീയ പാഠങ്ങൾ അവതരിപ്പിക്കുന്നത് 1920 ൽ സവർക്കർ "ആരാണ് ഹിന്ദു"വെന്ന പുസ്തകത്തിലൂടെയാണ്. ഹിന്ദുവും ഹിന്ദുത്വവും തമ്മിലുള്ള വ്യത്യാസമാണ് ഗാന്ധിജിയും സവർക്കരും തമ്മിലുള്ളത്.

വിവേകാനന്ദൻ ഇന്ത്യയുടെ സഹിഷ്ണുതയെ വാനോളം പുകഴ്ത്തി ചിക്കാഗോവിൽ സംസാരിക്കുന്നുണ്ട്. സംഘപരിവാർ പ്രചരിപ്പിക്കുന്ന തുപോലെ മുഗൾ കാലഘട്ടം മതവിദ്വേഷത്തിന്റെയും മതവിചാരണ യുടെയും കാലമേ ആയിരുന്നില്ല എന്നതുകൊണ്ടാണ് അത്തരമൊരു ഭാഷണത്തിന് വിവേകാനന്ദന് സാധ്യമായത്. 1556 മുതൽ 1605 വരെ ഭരിച്ച അക്ബർ മതങ്ങളെ സമന്വയിപ്പിക്കാനും രാഷ്ട്രഘടനയെ മതത്തിന്റെ ഇടപെടലുകളിൽ നിന്ന് വിമോചിപ്പിക്കുന്നതിനും ആയി പ്രവർത്തിക്കുകയായിരുന്നു. ബ്രൂണോയെപോലെ നിരവധിപേരെ മതവിചാരണയുടെ പേരിൽ ഇൻക്വസേഷൻ നടപടികൾക്ക് വിധേ യമാക്കി യൂറോപ്പിൽ ചുട്ടുകൊല്ലുമ്പോൾ എല്ലാവർക്കും സമാധാനം ഉറപ്പുവരുത്തുന്ന സുൽ-ഹി-കുൽ ആയിരുന്നു അതെ കാലത്ത് അക്ബർ ഇന്ത്യയിൽ നടപ്പിലാക്കിയത്.

എൻ.സി.ഇ.ആർ.ടിയിൽ നിന്നും വെട്ടിമാറ്റപ്പെട്ട മുഗൾ കാലഘട്ടം ഇന്ത്യയിലെ പുരോഗതിയുടെയും മുന്നേറ്റത്തിന്റെയും കാലമെന്ന് വിസ്മ രിക്കരുത്. ജി.ഡി.പി 25 ശതമാനത്തോളം വർദ്ധനവ് ഉണ്ടായ കാലമാ യിരുന്നു അത്. ഈ സമ്പദ്സമൃദ്ധിക്കൂടിയാണ് യൂറോപ്യൻ ശക്തികളെ ഇന്ത്യയിലേക്ക് ആകർഷിച്ചത്. ഇന്ത്യയിലെ എല്ലാ മതങ്ങളുടെയും സമന്വയമായിരുന്നു അക്ബർ ഉയർത്തിപ്പിടിച്ചത്. മുഖ്യധാരയിലുള്ള ഹിന്ദുമത ആശയങ്ങളും മുസ്ലീമിലെ സൂഫികൾ ഉൾപ്പടെയുള്ള വിഭാഗ ങ്ങളെയും മറ്റമതങ്ങളെയും എല്ലാം അദ്ദേഹം സ്വീകരിച്ചിരുന്നു. ബഹുസ്വ രതയുടെ ഈ പാരമ്പര്യങ്ങളെ അംഗീകരിക്കാത്ത സംഘപരിവാറാണ് മുഗൾ കാലത്തിന് മുകളിൽ കത്രിക വെക്കുന്നത്.

ഇന്ത്യയെ സ്വന്തം ഭൂമിയായും ഇന്ത്യൻ സംസ്കാരത്തിന്റെ ഭാഗമായി രൂപപ്പെട്ടതെല്ലാം തങ്ങളുടെ പാരമ്പര്യത്തിന്റെ ഭാഗമാണെന്ന് മുഗൾ രാജാക്കന്മാർ തിരിച്ചറിഞ്ഞു. അക്ബറിന്റെ കൊട്ടാരത്തിലായിരുന്ന ഒരുലക്ഷത്തോളം ശ്ലോകങ്ങളുള്ള മഹാഭാരതം പേർഷ്യൻ ഭാഷയി ലേക്ക് തർജ്ജമ ചെയ്യപ്പെട്ടത്. മഹാഭാരതത്തിന്റെ ലോകസഞ്ചാരം അങ്ങനെ ആരംഭിക്കുകയായിരുന്നു. പ്രാദേശിക ഭാഷയിൽ മഹാഭാരത തർജ്ജമ നടക്കുന്നത് മുസ്ലീങ്ങളായ പഠാൻ രാജാക്കന്മാരുടെ കാല ത്തായിരുന്നു. ഉപനിഷത്തുകളെ പേർഷ്യൻ ഭാഷയിലേക്ക് തർജ്ജമ ചെയ്ത് ലോകം മുഴുവൻ എത്തിച്ചതും മുഗൾ രാജകുമാരൻ ദാരഷ്ക്കോ വായിരുന്നു.

മുഗൾ രാജാക്കന്മാരുടെ സൈന്യാധിപന്മാരും മന്ത്രിമാരൂൾപ്പടെ പ്രമുഖരെല്ലാം ഹിന്ദുക്കളായിരുന്നു. മുഗൾ രാജാക്കന്മാർക്ക് രജപുത്ര

സ്ത്രീകളിലുണ്ടായ മക്കളാണ് ജഹാംഗീറും ഷാജഹാനുമെല്ലാം. ഇത്തര ത്തിൽ വൈവിദ്ധ്യമാർന്ന പാരമ്പര്യങ്ങളെ ഉൾക്കൊണ്ട് മുന്നോട്ടുപോയ മുഗളരുടെ സമീപനം കൂടിയാണ് 1857 ലെ ഒന്നാം സ്വാതന്ത്ര്യ സമര ഘട്ടത്തിൽ ഇന്ത്യൻ ചക്രവർത്തിയായി മുഗൾ രാജാവ് ബഹദൂർഷായെ അവരോധിക്കുന്നിടത്തേക്ക് എത്തിയത് എന്നതും നമുക്ക് മുമ്പില്ലുള്ള പാഠമാണ്.

കരുത്തരായ സ്ത്രീകളുടെ ഒരു നിരതന്നെ അണിനിരന്ന ഘട്ടമായി രുന്നു മുഗൾ കാലഘട്ടം. ഹുമയ്യൂണിന്റെ പ്രിയതമയും അക്ബറിന്റെ മാതാവും സാധാരണ കുടുംബാംഗവുമായ ഹമീദഭാനുബീഗവും ജഹാംഗീ റിനായി രാജ്യ ഭരണം നടത്തിയ നൂർജഹാനും ചരിത്രത്തിൽ സ്ഥാനം പിടിച്ചവരാണ്. സൂറട്ട് തുറമുഖത്തിന്റെ ആധിപത്യം കൈവശമുണ്ടായി രുന്ന ജഹനാരയും മുഗൾ ഭരണചരിത്രത്തിലെ അറിയപ്പെടുന്ന സ്ത്രീക ളാണ്. ഭരണനിപുണതയുടെയും ത്യാഗത്തിന്റെയും പ്രണയത്തിന്റെയും നിരവധി അധ്യായങ്ങൾ തീർക്കപ്പെട്ട ജീവിതമായിരുന്നു ഇവരിൽ പലരുടെയും.

ഔറംഗസീബിന്റെ ചരിത്രവും സംഘപരിവാർ പ്രചരിപ്പിക്കുന്നതിൽ നിന്ന് വ്യത്യസ്തമാണ്. സ്വന്തം ജീവിതത്തിനായി ഖുറാൻ പകർത്തിയും മറ്റുമുള്ള വരുമാനം കൊണ്ടാണ് അദ്ദേഹം ജീവിച്ചത്. അദ്ദേഹത്തിന്റെ അവസാന യുദ്ധം ഗോൽക്കൊണ്ട സുൽത്താനെതിരെയായിരുന്നു. നീണ്ട പോരാട്ടത്തിലാണ് ഗോൽക്കൊണ്ട അദ്ദേഹം കീഴടക്കുന്നത്. ശിവജിയും ഔറംഗസീബും തമ്മിലുള്ള പോരാട്ടങ്ങൾ പ്രചരിപ്പിക്കപ്പെ ട്ടപ്പോൾ ഗോൽക്കൊണ്ടയിൽ നടന്നപോലുള്ള ഔറംഗസീബിന്റെ യുദ്ധങ്ങൾ കൊളോണിയൽ താൽപര്യങ്ങളോടെ തമസ്കരിപ്പെട്ടു. ദാരാ ഷുക്കോവുമായി നടന്ന യുദ്ധങ്ങളിൽ മറാത്തക്കാർ ഔറംഗസീബിന് ഒപ്പമായിരുന്നു എന്നതും വിസ്മരിക്കപ്പെട്ടു.

അധികാരത്തിന് വേണ്ടിയുള്ള മത്സരങ്ങൾ രാജാക്കന്മാരുടെ ചരി ത്രത്തിൽ എല്ലാ കാലത്തും ഉണ്ടായതാണ്. സഹോദരന്മാർ തമ്മിൽ, അച്ഛനും മക്കളും തമ്മിൽ, രാജാക്കന്മാരുടെ പരസ്പര ഏറ്റുമുട്ടലുകൾ ഇവയെല്ലാം വിവിധ ഘട്ടങ്ങളിലുണ്ടായ അധികാര മത്സരങ്ങളാണ്. ഇവയെ വർഗ്ഗീയവൽക്കരിക്കുന്ന കൊളോണിയൽ ചരിത്ര പാഠങ്ങളെ നാം തിരസ്കരിക്കേണ്ടതുണ്ട്. ആര്യൻശ്രദ്ധവാദം ഉയർത്തിയ ഹിറ്റ്ലർ ചരിത്രത്തിന്റെ ചവറ്റുകൊട്ടയിലാണ് എറിയപ്പെട്ടതെന്ന് വിസ്മരിക്ക രുത്.

ഇന്ത്യൻ സംസ്കാരം രൂപപ്പെട്ടത് വൈവിധ്യങ്ങളെ ഉൾക്കൊണ്ടു കൊണ്ടാണ്. ഇറാനിലെ സാഗ്രോസ് പ്രദേശത്തുള്ള കൃഷിക്കാരുടെയും പ്രഥമ ഇന്ത്യക്കാരുടെയും മിശ്രിത സമൂഹമാണ് സിന്ധുനദീതടത്തിൽ ഉണ്ടായതെന്ന് ജനിതക പഠനങ്ങൾ വ്യക്തമാക്കുന്നു. ആര്യന്മാർ, പേർഷ്യക്കാർ, ഗ്രീക്കുകാർ, അറബികൾ, ഇന്തോ-പാർത്തിയന്മാർ ഇങ്ങനെ വിവിധ ജനതയെ ഉൾക്കൊണ്ടുകൊണ്ടാണ് ഇന്ത്യൻ സമൂഹം വികസിച്ചുവന്നത്. നാനാത്വത്തിൽ ഏകത്വമെന്ന ഇന്ത്യൻ സംസ്കാരത്തിന്റെ ചരിത്ര പാഠങ്ങളെ വികസിപ്പിക്കുക എന്നത് ഹിന്ദു ത്വവാദികളുൾപ്പടെയുള്ള മതരാഷ്ട്ര വാദികളെ പ്രതിരോധിക്കുന്നതിന് അനിവാര്യമാണ്. ചരിത്രവികാസ ഘട്ടത്തിൽ രൂപപ്പെട്ട എല്ലാ ഗുണ പരമായ പാരമ്പര്യങ്ങളെയും ഏറ്റെടുത്തുകൊണ്ട് മുന്നോട്ടുപോകാൻ നമുക്ക് കഴിയേണ്ടതുണ്ട്.

അബ്ദുൾകലാം ആസാദിനേയും വെട്ടിമാറ്റുന്നു

ഇന്ത്യൻ നാഷണൽ കോൺഗ്രസിന്റെ ഏറ്റവും പ്രായം കുറഞ്ഞ ദേശീയ പ്രസിഡന്റായിരുന്ന അബ്ദുൾ കലാം ആസാദ്. 1939 മുതൽ 1946 വരേയുള്ള ദേശീയ പ്രസ്ഥാനത്തിന്റെ സംഭവബഹുല മായ പ്രയാണത്തിന്റെ കാലത്തായിരുന്നു അത്. ഇദ്ദേഹത്തിന്റെ ചിത്രമാണ് കോൺഗ്രസ് നേതാക്കളുടെ കൂട്ടത്തിൽ നിന്നും അവർ വെട്ടിമാറ്റി വിവാദമായത്. കോൺസ്റ്റിറ്റിയൂഷൻ അസംബ്ലിയിലെ സുപ്രധാനമായ കമ്മിറ്റികളുടെ അദ്ധ്യക്ഷന്മാരുടെ പേരുകളിൽ നിന്ന് അബ്ദുൾ കലാം ആസാദിനേയും സംഘപരിവാർ കുടിയിറക്കിയിരി ക്കുകയാണ്.

1947 മുതൽ 1958 വരെയുള്ള ഇന്ത്യയുടെ വിദ്യാഭ്യാസ മന്ത്രിയെയാണ് ഇത്തരത്തിൽ വെട്ടിമാറ്റിയത്. യു.ജി.സി ഉദ്ഘാടനം ചെയ്തത് തന്നെ ആസാദായിരുന്നു. നിരവധി ഗവേഷണ സ്ഥാപനങ്ങളുടെ പിന്നിലും ഈ കരങ്ങളുണ്ട്. എല്ലാവിധ ന്യൂനപക്ഷ വിഭാഗങ്ങളിലുംപെട്ട വിദ്യാർ ത്ഥികൾക്കായി ഇദ്ദേഹത്തിന്റെ പേരിലേർപ്പെടുത്തിയ സ്കോളർഷിപ്പു കളും കേന്ദ്ര ഗവൺമെന്റ് നിർത്തലാക്കിയതിന്റെ തുടർച്ചയായാണ് ഈ നടപടി.

മക്കയിൽ ഹജ്ജ് തീർത്ഥാടകർക്കപ്പെടെ ജലമെത്തിക്കുന്ന സൂബൈദ തോട് നവീകരിച്ച് ലോകത്തിന്റെ അംഗീകാരമേറ്റുവാ ങ്ങിയ മദീനയിലെ പണ്ഡിത ശ്രേഷ്ഠനായ മുഹമ്മദ് സാഹെറായിന്റെ

മകനാണ് അബ്ദുൾകലാം ആസാദ്. മുഗൾ കൊട്ടാരത്തിലെ സുപ്രധാന സ്ഥാനങ്ങൾ ഇദ്ദേഹത്തിന്റെ പൂർവ്വികർ വഹിച്ചിരുന്നു. പിന്നീട് കൽക്ക ട്ടയിലെത്തി. 1912-ൽ ഉറുദു ഭാഷയിൽ അൽ ഹിലാൻ എന്ന പത്രത്തി ന്റെ പത്രാധിപരായി. ബ്രിട്ടീഷുകാർ പലതവണ ഇത് അടച്ചുപൂട്ടിച്ചു.

ബംഗാളിലെ വിപ്ലവകാരികളുമായുള്ള പരിചയം ദേശീയ പ്രസ്ഥാ നത്തിലേക്ക് അദ്ദേഹത്തെ എത്തിച്ചു. ഗാന്ധിയുമായി അടുത്ത ബന്ധം പുലർത്തി ദേശീയ പ്രസ്ഥാനത്തിൽ സജീവമായി. കോൺഗ്രസിൽ ഉയർന്നുവന്ന അഭിപ്രായ ഭിന്നതകളെയെല്ലാം കൂട്ടിയോജിപ്പിക്കുന്നതി നും ഇടപെട്ടു. ഈ സാഹചര്യത്തിലാണ് 1939-ൽ ഡൽഹിയിൽ ചേർന്ന കോൺഗ്രസിന്റെ സമ്മേളനം അദ്ദേഹത്തെ കോൺഗ്രസിന്റെ ദേശീയ പ്രസിഡന്റായി തെരഞ്ഞെടുക്കുന്നത്.

ഹിന്ദു-മുസ്ലീം ഐക്യത്തിനായി എക്കാലവും ശക്തമായി അദ്ദേഹം വാദിച്ചു. അതിനാൽ അദ്ദേഹം ഇങ്ങനെ പറയുകയുണ്ടായി

"കുത്തബ്മിനാരത്തിന്റെ ഉയരങ്ങളിൽ നിന്നും ഒരു മാലാഖ ഇറങ്ങി വന്ന് ഹിന്ദു-മുസ്ലീം ഐക്യം തകർത്താൽ 24 മണിക്കൂർ കൊണ്ട് ഇന്ത്യ ക്ക് സ്വാതന്ത്ര്യം ലഭിക്കുമെന്ന് എന്നോട് പറഞ്ഞാൽ ആ സ്വാതന്ത്ര്യം ഞാൻ വേണ്ടായെന്നുവെക്കും."

ഹിന്ദു-മുസ്ലീം ഐക്യമെന്നത് ഇന്ത്യയുടെ ശ്വാസമാണെന്ന നില പാടായിരുന്ന അദ്ദേഹത്തിന്റേത്. പാക്കിസ്ഥാൻ വാദം ഉയർന്നുവന്ന പ്പോൾ അതുകൊണ്ട് ഇങ്ങനെ പറഞ്ഞു

"ഈ പദ്ധതിയുടെ എല്ലാ വശങ്ങളും ചിന്തിച്ച് കഴിയുമ്പോൾ ഇന്ത്യയെ മൊത്തത്തിൽ കണക്കിലെടുക്കുമ്പോൾ മാത്രമല്ല പ്രത്യേക മായ ഇന്ത്യയിലെ വിഷയങ്ങൾക്ക് ദോഷം ചെയ്യും എന്ന നിഗമനത്തിൽ ഞാൻ എത്തി. സത്യത്തിൽ അത് പ്രശ്നങ്ങൾ പരിഹരിക്കുന്നതിനുപരി കൂടുതൽ സൃഷ്ടിക്കും."

അവസാന ഘട്ടംവരെ ഈ നിലപാടിൽ ഉറച്ച നിന്നുകൊണ്ട് പൊരുതി. ഉയർന്നുവന്ന പ്രശ്നങ്ങൾ പരിഹരിക്കുന്നതിനുള്ള നിർദേ ശങ്ങൾ ബ്രിട്ടീഷ് കമ്മീഷനുമായുള്ള ചർച്ചകളിലുൾപ്പെടെ അദ്ദേഹം മുന്നോട്ടുവെച്ചു. അത് എല്ലാവരുടേയും ആശങ്കകൾ പരിഹരിക്ക നവിധമായിരുന്നു. കേന്ദ്ര സർക്കാരിന് ധനകാര്യം, പ്രതിരോധം, വിദേശകാര്യം തുടങ്ങിയവയിൽ പൂർണ്ണ നിയന്ത്രണം ആ ഫോർമുല വിഭാവനം ചെയ്തു. മറ്റുള്ളവയിൽ സംസ്ഥാനങ്ങൾക്കും പൂർണ്ണ സ്വാത ന്ത്ര്യമായിരുന്ന നിർദേശിച്ചത്. ഫെഡറൽ തത്വങ്ങളില്ലും, അധികാര

വികേന്ദ്രീകരണങ്ങളിലും ഊന്നിനിന്ന സമീപനമായിരുന്നു അത്. ഈ നിർദ്ദേശങ്ങൾ ദേശീയ പ്രസ്ഥാനവും, മുസ്ലീം ലീഗും, ബ്രിട്ടീഷ് സർക്കാരും അംഗീകരിക്കുന്ന നിലയുണ്ടായി. "ഇന്ത്യ സ്വതന്ത്രമാകുന്നു"വെന്ന തന്റെ പ്രസിദ്ധമായ പുസ്തകത്തിൽ അദ്ദേഹം ഇക്കാര്യം എടുത്തുപറയുന്നുണ്ട്. പിന്നീട് ഓരോരുത്തരുടേയും ചുവടുമാറ്റങ്ങളും ചർച്ച ചെയ്യുന്നുണ്ട്.

ഇന്ത്യാ വിഭജനം യാഥാർത്ഥ്യമാകുമെന്ന തോന്നൽ വന്നപ്പോൾ നീട്ടിക്കൊണ്ടുപോയാൽ ഈ മാനസികാവസ്ഥയിൽ നിന്ന് എല്ലാവരും മാറുമെന്ന് അദ്ദേഹം വിശ്വസിച്ചു. അതിനായുള്ള പ്രായോഗിക ഇടപെടലും നടത്തി. ഇക്കാര്യം പിന്നീട് ഇങ്ങനെ രേഖപ്പെടുത്തുന്നുണ്ട്.

"സ്വതന്ത്ര ഇന്ത്യയുടെ ഭരണഘടന നിർമ്മിക്കുകയും അത് അനു സരിച്ച് കുറച്ചുകാലം സത്യസന്ധമായി പ്രവർത്തിക്കുകയും ചെയ്താൽ പിന്നെ സാമുദായിക സന്ദേഹങ്ങളും, അവിശ്വാസവും താനെ അപ്ര ത്യക്ഷമാകുമെന്ന് എനിക്ക് വിശ്വാസമുണ്ടായിരുന്നു. രാജ്യത്തിന്റെ യഥാർത്ഥ പ്രശ്നങ്ങൾ സാമ്പത്തികമാണ്, സാമുദായികമല്ല. ഭിന്നതകൾ വർഗ്ഗങ്ങളുമായി ബന്ധപ്പെട്ടുകൊണ്ടായിരുന്നു, ഗണങ്ങളെക്കുറിച്ചായി രുന്നില്ല. രാജ്യമൊരിക്കൽ സ്വതന്ത്രമായിക്കഴിഞ്ഞാൽ പിന്നെ ഹിന്ദു ക്കളും, മുസ്ലീങ്ങളും, സിഖ്കാരുമെല്ലാം അവർ നേരിടുന്ന പ്രശ്നത്തിന്റെ യഥാർത്ഥ സ്വഭാവമെന്താണെന്ന് തിരിച്ചറിയും. കൂടാതെ സാമുദായിക ഭിന്നതകൾ പരിഹരിക്കുകയും ചെയ്യും".

ഇന്ത്യയിലെ പ്രശ്നം വർഗ്ഗപരവും, സാമ്പത്തികവുമാണെന്ന് അദ്ദേഹം തിരിച്ചറിയുന്നുണ്ടായിരുന്നു. ഒരിക്കൽ വിദ്വേഷത്തിൽ അധിഷ്ഠിതമായ രാഷ്ട്രങ്ങൾ നിലവിൽ വന്നാൽ പിന്നെ സാഹചര്യങ്ങൾ എങ്ങനെയായി തീരുമെന്ന് ആർക്കും അറിയില്ല. അതിനാലാണ് അത് തടയാൻ എല്ലാ വഴികളും ആലോചിച്ചത്. ഇന്ന് തിരിഞ്ഞ് നോക്കുമ്പോൾ അദ്ദേഹം അന്ന് പങ്കുവെച്ച ആശങ്കകൾ ഇന്ന് യാഥാർത്ഥ്യമായിരിക്കുകയാണ്. പാക്കിസ്ഥാൻ വിദ്വേഷമാണ് ഇന്ന് സംഘപരിവാറിന്റെ പ്രധാന ആയുധം.

താൻ നടത്തിയ എല്ലാ ഇടപെടലുകളും പരാജയപ്പെട്ടുകയും, വിഭ ജനത്തിൽ ബ്രിട്ടീഷുകാർ ഉറച്ച് നിൽക്കുകയും ചെയ്യപ്പോൾ അതിന്റെ സാമ്രാജ്യത്വ താൽപര്യത്തേയും അദ്ദേഹം വിലയിരുത്തുന്നുണ്ട്.

"ക്യാബിനറ്റ് ദൗത്യ സംഘത്തിന്റെ പദ്ധതി പ്രകാരമുള്ള ഐക്യ തയിൽ നിലകൊള്ളുന്ന ഒരു ഇന്ത്യ സ്വാതന്ത്ര്യം നേടിയാൽ ഇന്ത്യ യുടെ സാമ്പത്തിക വ്യവസായ ജീവിതത്തിൽ തങ്ങൾക്കിപ്പോഴുള്ള സ്ഥാനം നിലനിർത്താൻ ബ്രിട്ടീഷുകാർക്ക് വളരെക്കുറച്ച് അവസരമേ

 ബഹുസ്വരതയും മതരാഷ്ട്ര വാദങ്ങളും

ലഭിക്കകയുള്ള. നേരെ മറിച്ച് മുസ്ലീം ഭരിപക്ഷമുള്ള പ്രവിശ്യകൾ വേറിട്ട് സ്വതന്ത്രമായാൽ മറ്റൊരു രാഷ്ട്രമാകുന്ന തരത്തിൽ ഇന്ത്യ വിഭജിക്ക പ്പെടുകയാണെങ്കിൽ ഇന്ത്യക്കാരുടെ ജീവിതത്തിലെ കടിഞ്ഞാണിടാൻ പറ്റുന്ന ഒരു മേൽക്കോയ്മ ബ്രിട്ടന് ലഭിക്കും. മുസ്ലീം ലീഗിന് ആധിപത്യ മുള്ള ഒരു രാഷ്ട്രം എപ്പോഴും ബ്രിട്ടീഷുകാർക്ക് സ്വാധീനം ചെലുത്താൻ ള്ള ഒരു കളമൊരുക്കി നൽകും. ഇത് ഇന്ത്യയുടെ മനോഭാവത്തിൽ സ്വാധീനം ചെലുത്തും. തങ്ങളുടെ അതിർത്തിയിൽ ബ്രിട്ടീഷ് സാന്നിധ്യമു ള്ളപ്പോൾ ഇന്ത്യക്ക് സാധാരണ അവർ നൽകിയേക്കാവുന്നതിലധികം പരിഗണന ബ്രിട്ടീഷ് താൽപര്യങ്ങൾക്ക് നൽകേണ്ടി വരും.''

ഇസ്ലാം മതവിശ്വാസത്തിൽ ഉറച്ചനിന്നുകൊണ്ട് സെക്കുലറിസ ത്തിന് വേണ്ടിയുള്ള പോരാട്ടമായിരുന്ന അദ്ദേഹം നടത്തിയത്. ഇസ്ലാമിക രാഷ്ട്രവാദത്തെ അദ്ദേഹം തള്ളി. നബിയുടെ ഭരണകാലത്ത് മറ്റ് മതവിശ്വാസികൾക്ക് അവരുടെ വിശ്വാസങ്ങൾക്കനുസരിച്ച് ജീവി ക്കാനുള്ള രാജ്യമാണ് ഉണ്ടായിരുന്നതെന്നും അദ്ദേഹം എടുത്തുപറഞ്ഞു.. ഇക്കാര്യത്തിൽ ജൂതരുമായുണ്ടാക്കിയ കരാറും അദ്ദേഹം ഓർമ്മപ്പെ ടുത്തി.

ഇന്ത്യയിലെ മതന്യൂനപക്ഷങ്ങൾക്കിടയിൽ മതരാഷ്ട്രമുയർത്താൻ ശ്രമിച്ച മഹ്ദൂദി മുന്നോട്ടുവെച്ച ജമാഅത്ത ഇസ്ലാമിയുടെ ധാരയുണ്ടായി രുന്നു. മുഹമ്മദലി ജിന്നയെപ്പോല്ലുള്ളവർ മുന്നോട്ടുവെച്ച സാമുദായിക രാഷ്ട്രീയത്തിന്റെ ധാരയേയും അദ്ദേഹം ശക്തമായി നേരിട്ടു. സെക്കുലർ രാഷ്ട്രമാണ് ഇസ്ലാം വിഭാവനം ചെയ്യുന്നതെന്നും അത്തരമൊരു രാഷ്ട്രമാണ് ഇന്ത്യയിലെ ഇസ്ലാം മതവിശ്വാസികളുടെ പുരോഗതിക്ക് അനിവാര്യമെന്നും അദ്ദേഹം വിലയിരുത്തി. ഖുറാന്റെ സന്ദേശങ്ങൾ അക്കാലത്തെ അറിവുകളുടെ വെളിച്ചത്തിൽ വിശകലനം ചെയ്തുകൊണ്ട് ഹർജുമാനുവൽ ഖുറാൻ എന്ന ഖുറാൻ വ്യാഖ്യാനവും അദ്ദേഹം എഴുതുക യുണ്ടായി. ഇത്തരം ചിന്തകൾ രൂപപ്പെട്ടുത്തുന്നതിൽ സൂഫി ചിന്തകളും, ഒമ്പതാം നൂറ്റാണ്ടിൽ അറബിയിൽ ഉയർന്നുവന്ന യുക്തിയില്ലെന്നിയ ആശയങ്ങളും സ്വാധീനം ചെലുത്തി. ആ ചരിത്ര കാലഘട്ടത്തിൽ അദ്ദേഹം ഉൾപ്പെടെ നേതൃത്വം നൽകിയ ഇത്തരം ധാരയെ ദേശീയ മുസ്ലീം എന്നാണ് വിശേഷിപ്പിച്ചത്. ഈ മഹത്തായ ധാരയെയാണ് സംഘപരിവാറുകാർ ചരിത്രത്തിൽ നിന്ന് നിഷ്കാസനം ചെയ്യുന്നത്.

മതവിശ്വാസിയായി നിന്നുകൊണ്ട് തന്നെ മതനിരപേക്ഷതയുടെ കാഴ്ചപ്പാടുകൾക്ക് കരുത്തുപകരുകയാണ് മതവിശ്വാസികളുടെ കടമ. ഈ ആശയം സ്വന്തം ജീവിതംകൊണ്ട് അടയാളപ്പെടുത്തുകയായിരുന്ന

മൗലാന അബ്ദുൾകലാം ആസാദ്. ഹിന്ദുത്വ വർഗ്ഗീയ ചിന്തകൾ ഒരു ഭാഗത്ത് ന്യൂനപക്ഷ ജനവിഭാഗങ്ങളെ കൊന്നൊടുക്കുകയും, മറുഭാഗത്ത് അവരെ വന്ദിക്കുകയും ചെയ്യുകയാണ്. ഗാന്ധിജിയുടെ പാദങ്ങൾ വന്ദിച്ച ശേഷമാണ് ഗോഡ്സെ നിറയൊഴിച്ചതെന്ന് നാം വിസ്മരിക്കരുത്.

സംഘപരിവാർ ഉയർത്തുന്ന ണണയുട്ടേയും ചരിത്ര വിരുദ്ധതയുടേ യും കാഴ്ചപ്പാടുകൾക്ക് ആയുസ്സ് ഏറെയുണ്ടാവില്ല.

എല്ലാ കോട്ടകൊത്തളങ്ങളും ഒരിക്കൽ പുരാവസ്തുവാകും

എല്ലാ പീരങ്കികളും നിശബ്ദമായി തുരുമ്പിക്കും

എല്ലാ സുൽത്താന്മാരും വെളിച്ചം കടക്കാത്ത

ഇരുളറകളില്ലൂടെ ഒളിച്ചോട്ടം...

   ബഹുസ്വരതയും മതരാഷ്ട്ര വാദങ്ങളും

ദാരാ ഷുക്കോവും മാക്സ് മുള്ളറും തമ്മിലെന്ത്?

വേദങ്ങളേയും ഉപനിഷത്തുകളേയുമെല്ലാം യൂറോപ്പിന് പരിചയപ്പെടുത്തിയ വ്യക്തി എന്ന നിലയിൽ കൂടിയാണ് മാക്സ് മുള്ളർ അറിയപ്പെടുന്നത്. കഴിഞ്ഞ ദിവസമാണ് മാക്സ് മുള്ളറുടെ ഉപനിഷത്തുകളെ കുറിച്ചുള്ള പുസ്തകം വായിക്കാൻ തുടങ്ങിയത്. അതിൽ മാക്സ് മുള്ളർ ഇന്ത്യയിലെ സാഹിത്യത്തിന് അടിത്തറയായ പ്രാചീന വൈദിക സാഹിത്യം ഇന്ത്യയിലെ അതിരുകൾക്കപ്പുറം ആദ്യമായി അറിയപ്പെട്ട് തുടങ്ങിയത് ഉപനിഷത്തുകളിലൂടെയാണ് എന്ന് പറയുന്നുണ്ട്. അതിന് ഇടയാക്കിയത് മുഗൾ ചക്രവർത്തി ഷാജഹാന്റെ പുത്രനായ ദാരാ ഷുക്കോവാണെന്നും മാക്സ് മുള്ളർ രേഖപ്പെടുത്തുന്നു.

ഉപനിഷത്തുകൾ സംസ്കൃതത്തിൽ നിന്ന് പേർഷ്യനിലേക്ക് വിവർത്തനം ചെയ്തത് ദാരാ ഷുക്കോവാണ്. പേർഷ്യൻ എന്നത് അക്കാലത്ത് കിഴക്ക് ഏറ്റവും വായിക്കപ്പെടുന്നതും പല യൂറോപ്യൻ പണ്ഡിതന്മാരും മനസിലാക്കുകയും ചെയ്യുന്ന ഭാഷയായിരുന്നു. പേർഷ്യനിലേക്ക് തർജ്ജമ ചെയ്തതോടെ ഇന്ത്യയിലെ ഇത്തരം കൃതികളിൽ താൽപര്യം എടുത്തവർക്ക് അത് മനസിലാക്കാനായി എന്നും അദ്ദേഹം വ്യക്തമാക്കുന്നുണ്ട്. ഉപനിഷത്തിന്റെ ഈ തർജ്ജമയെ വാനോളം ഈ ആമുഖത്തിൽ മാക്സ് മുള്ളർ പുകഴ്ത്തുന്നുണ്ട്.

യൂറോപ്പിൽ ഇന്ത്യയിലെ ഇത്തരം കൃതികളെ സംബന്ധിച്ച് ഈ വെളിച്ചം പകർന്നത് ഒരു മുഗൾ രാജകുമാരനാണെന്നത് വർത്തമാന കാലത്ത് ഏറെ പ്രസക്തമാണ്. മാക്സ് മുള്ളറുടെ ഇന്ത്യൻ പഠനങ്ങളെ കുറിച്ച് ആവേശം കൊള്ളുമ്പോൾ അത്തരം പഠനങ്ങൾക്ക് അടിത്ത റയായി തീർന്ന ദാരാ ഷുക്കോവിന്റെ പേര് ഓർക്കാൻ ശ്രമിക്കാറില്ല. സൂഫി ചിന്തകളുടെ അടിത്തറയായിരുന്ന ദാരാ ഷുക്കോവിനെ നയിച്ചത്. ഡൽഹി സിംഹാസനത്തിന് വേണ്ടിയുള്ള മത്സരത്തിൽ സഹോദര നായ ഔറംഗസീബിനാൽ കൊല്ലപ്പെട്ടുകയായിരുന്ന ദാരാ ഷുക്കോവ്. ഒരു മതവിശ്വാസിയായിരിക്കെ മറ്റ മതങ്ങളുടെ ആശയങ്ങളും കാഴ്ചപ്പാ ടുകളുമായി ഇടപെടാൻ പാടില്ലെന്ന് വർഗീയവാദികൾ പ്രചരിപ്പിച്ചുകൊ ണ്ടിരിക്കുന്ന കാലമാണിത്. ഇത്തരക്കാർ ഉപനിഷത്തുകളെ ലോകം മുഴുവൻ എത്തിക്കുന്നതിന് അക്ബറിന്റെ കാഴ്ചപ്പാടുകൾ ഹൃദയത്തിൽ പേറുന്നുവെന്ന് സഹോദരി ജഹനാര തന്റെ ആത്മകഥയിൽ വിശേഷി പ്പിച്ച ദാരാ ഷുക്കോവില്ലൂടെയാണെന്നും ഓർക്കാറില്ല.

ഇന്ത്യയിലെ ഇതിഹാസങ്ങളായ മഹാഭാരതവും രാമായണവും പോല്യുള്ള കൃതികൾ സംസ്കൃത ഭാഷയിലായിരുന്നല്ലോ ഉണ്ടായിരുന്നത്. ഇവ പേർഷ്യൻ ഭാഷയിലേക്ക് അക്ബറുടെ കൊട്ടാരത്തിൽ വെച്ച് തർജമ ചെയ്യുന്ന കാര്യം മാർക്ല് ഇന്ത്യാ ചരിത്ര കുറിപ്പുകളിൽ രേഖ പ്പെടുത്തുന്നുണ്ട്. മുഗൾ കൊട്ടാരത്തിലെ സംസ്കൃത തർജ്ജമകളെക്ക റിച്ച് പിൽക്കാലത്ത് ഗവേഷണം നടത്തിയവർ പുരാണങ്ങൾപ്പെടെ സംസ്കൃത ഭാഷയിൽ നിന്ന് തർജ്ജമ ചെയ്ത മുഗൾ പാരമ്പര്യത്തെ എടുത്തു പറയുന്നുണ്ട്.

ഇന്ത്യൻ പുരാണങ്ങളെ കുറിച്ച് എഴുതിയ മാക്സ് മുള്ളറുടെ ഉദ്ധര ണികൾ എടുക്കുന്നവരും ഇക്കാര്യം ഓർക്കാൻ ശ്രമിക്കാറില്ല. മാക്സ് മുള്ളറുടെ പഠനങ്ങൾക്ക് ചില രാഷ്ട്രീയമാനങ്ങൾ ഉണ്ടായിരുന്ന എന്നത് കാണാതെയല്ല ഇക്കാര്യം പറയുന്നത്. വർഗീയമായ ധ്രുവീ കരണങ്ങൾ എല്ലാ മണ്ഡലങ്ങളിലും സൃഷ്ടിക്കാൻ പലരും വെമ്പുന്ന ഇക്കാലത്ത് ഇത്തരം സംഭവങ്ങളെ നാം ഓർക്കേണ്ടതല്ലേ?

ഭാഗം 3

ശണകൾ തുറന്നുകാട്ടുമ്പോൾ

മലബാർ കലാപവും വാരിയൻകുന്നത്തും

1921-ൽ നടന്ന മലബാർ കലാപവുമായി ബന്ധപ്പെട്ട് വിവിധ നിലപാട്ടുകളിൽ നിന്നുകൊണ്ടുള്ള ചർച്ചകൾ വിവിധ ഘട്ടങ്ങളിൽ ഉയർന്നുവന്നിട്ടുണ്ട്. ബ്രിട്ടീഷുകാർ മാപ്പിള ലഹളയെന്നും മുഹമ്മദ് അബ്ദുൾ റഹിമാൻ മലബാർ കലാപമെന്നും കമ്മ്യൂണിസ്റ്റ് പാർട്ടി മലബാർ കാർഷിക കലാപമായുമാണ് ഈ സമരത്തെ കാണുന്നത്.

ബ്രിട്ടീഷുകാർ മലബാറിലെ സവിശേഷമായ ഭൂ-ബന്ധങ്ങളിൽ വരുത്തിയ മാറ്റമാണ് യഥാർത്ഥത്തിൽ മലബാറിൽ ഇത്തരമൊരു കലാപം വിളിച്ചുവരുത്തുന്നതിന് അടിസ്ഥാനമിട്ടത്. ജന്മിക്ക് ഇഷ്ടമു ള്ളപ്പോൾ കുടിയാനെ ഒഴിപ്പിക്കുകയും പാട്ടം വർദ്ധിപ്പിക്കുകകയും ചെയ്യാമെന്ന നിയമം അവർ കൊണ്ടുവന്നു. പദവിയിൽ അധിഷ്ടിതമായ ജന്മിത്വത്തിന് നിയമപരമായപ്രാബല്യം ഇതിലൂടെ നൽകുകയായിരുന്ന ബ്രിട്ടീഷുകാർ. ഈ നിയമത്തോടെ ജന്മിമാർക്ക് പരമ്പരാഗതമായി ലഭിച്ച അധികാരത്തെ ബ്രിട്ടീഷ് സഹായത്തോടെ നടപ്പിലാക്കാൻ തുടങ്ങിയതോടെ ഏറനാട്, വള്ളവനാട് മേഖല 1921 ലെ മലബാർ കലാപത്തിന് മുമ്പ് തന്നെ സംഘർഷങ്ങളുടെ വേദിയായി മാറിയിരുന്നു.

മലബാർ മാന്വൽ എഴുതിയ വില്യം ലോഗൻ 1881 ജനുവരി 7-ാം തീയതി ചീഫ് സെക്രട്ടറിക്ക് എഴുതിയ കത്തിൽ ഇക്കാര്യം ഇങ്ങനെ സൂചിപ്പിക്കുന്നുണ്ട്. 'ഈ പ്രദേശത്ത് ഭൂഉടമയും കുടിയാനും തമ്മില്ലുള്ള ബന്ധം എന്തുതന്നെയായിരുന്നാലും ഒരു പ്രതിസന്ധി ഘട്ടത്തിലേക്ക്

സത്യരം നീങ്ങിക്കൊണ്ടിരിക്കുകയാണ്. ഇത് 1875-76 ൽ നടന്നതു പോലുള്ള കൂട്ടായ്മ കവർച്ചയുടെയോ അതല്ലെങ്കിൽ പുതിയ മാപ്പിള കലാപങ്ങളുടെയോ പൊട്ടിപ്പുറപ്പെടലായി പ്രത്യക്ഷപ്പെടാൻ ഇടവര ത്തും.' ഇത്തരം സ്ഫോടനാത്മകമായ സ്ഥിതിവിശേഷം നിലനിൽക്കുന്ന ഘട്ടത്തിലാണ് ഖിലാഫത്ത് പ്രസ്ഥാനം ബ്രിട്ടീഷ് വിരുദ്ധ മുദ്രാവാക്യം ഉയർത്തിക്കൊണ്ട് രംഗത്ത് വരുന്നത്.

ഖിലാഫത്ത് പ്രക്ഷോഭം ആരംഭിച്ച ഘട്ടത്തിൽ ചെർപ്പുളശ്ശേരി യിൽ നടന്ന ലഹളയുടെ മുഖ്യസൂത്രധാരകനെന്ന് മുദ്രകുത്തി അറസ്റ്റ് ചെയ്തിരുന്നത് മോഴികുന്നത്ത് ബ്രഹ്മദത്തൻ നമ്പൂതിരിപ്പാടിനെയായി രുന്നു. ഏറെക്കാലം ബ്രിട്ടീഷ് ജയിലറയിൽ വലിയ പീഡനമേറ്റാണ് ഇദ്ദേഹത്തിന് കഴിയേണ്ടിവന്നത്. കലാപ ശേഷം അദ്ദേഹം എഴുതിയ ആത്മകഥയിൽ മാപ്പിളമാരുടെ ഹാലിളക്കമാണ് കലാപത്തിന് കാര ണമെന്ന വാദത്തെ തുറന്നുകാണിക്കുന്നുണ്ട്. അദ്ദേഹം ഇങ്ങനെ എഴുതി. 'സാമുദായിക വഴക്കുകളല്ല, ഈ ലഹളയുടെ മൂലകാരണം. രാഷ്ട്രീയ മർദ്ദനത്തിൽ നിന്നാണ് ഇതിന്റെ ഉദ്ഭവം. പോലീസ് മർദ്ദനമാണ് ഈ മാരണത്തിന് കാരണം. ഈ ലഹള സ്വാതന്ത്ര്യസമരത്തിന്റെ ഒരു ഭാഗം മാത്രമാണ്. പോലീസ് അക്രമത്തിന്റെ ദുഷിച്ച ഫലമായി, സ്വാതന്ത്ര്യ സമരം മുറുകിയ ഘട്ടത്തിൽ അതിലെ ഒരു വിഭാഗം ജനങ്ങൾ അച്ചട ക്കം ഉപേക്ഷിച്ച കൈവിട്ടുപോയതാണ് ഈ അനിഷ്ടസംഭവം. അവർ കൈവിട്ടുപോയതിന്റെ ഫലമായി മറ്റുള്ളവർക്കും അരക്ഷിതാവസ്ഥ നേരിട്ടു. അവരും പോലീസ് മർദ്ദനത്തിന് പാത്രമായി.'

ഒരു പ്രക്ഷോഭം വികസിക്കുമ്പോൾ അത് വ്യത്യസ്തമായ മാനങ്ങളി ലേക്ക് പലപ്പോഴും പടർന്നുകയറുക സ്വാഭാവികമാണ്. അത്തരം ഘട്ട ങ്ങളിൽ നേതൃത്വം ഇക്കാര്യങ്ങളോട് എന്ത് നിലപാടെടുക്കുന്നുവെന്ന താണ് അവരുടെ സമീപനത്തെ പ്രതിഫലിപ്പിക്കുന്നത്. നിയമലംഘന ഘട്ടത്തിൽ ചൗരി ചൗരാ സംഭവത്തെ തള്ളിപ്പറഞ്ഞ് കൊണ്ടാണല്ലോ ഗാന്ധിജി തന്റെ നിലപാട് വ്യക്തമാക്കിയത്.

നിരപരാധികൾ പീഡിപ്പിക്കപ്പെടുന്നുവെന്നും നിർബന്ധിത മതപ രിവർത്തനം ചിലയിടങ്ങളിൽ ഉണ്ടാകുന്നുവെന്ന പരാതിയും ശ്രദ്ധയി ൽപ്പെടുത്തിയപ്പോൾ വാരിയൻകുന്നത്ത് എടുത്ത സമീപനം മലബാർ കലാപത്തിന്റെ പല രീതികളോടും എതിർപ്പുണ്ടായിരുന്ന കെ. മാധവൻ നായർ 'മലബാർ കലാപം' എന്ന തന്റെ പുസ്തകത്തിൽ ഇങ്ങനെ രേഖ പ്പെടുത്തുന്നു.

'അതിനു തന്നെയാണ് ഞാൻ ഇവിടെ വന്നിട്ടുള്ളത്. മഞ്ചേരി നാലും

കൂടി സ്ഥലത്ത് ഞാൻ ഇപ്പോൾ ഇത് പറഞ്ഞതന്നെയാണ് ഇങ്ങോട്ട് വന്നത്. കൊള്ള ചെയ്യുന്ന ഏതു മാപ്പിളയെയും എന്റെ കൈയ്യിൽ കിട്ടിയാൽ അവന്റെ വലത്തേ കൈ ഞാൻ വെട്ടിമുറിക്കും. അതിന് സംശയമില്ല. ഇവിടെ ഒരു കൊള്ള നടന്നിട്ടുണ്ടെന്ന് കേട്ടിട്ടാണ് ഞാൻ ഇങ്ങോട്ട് വന്നത്.' ഇത്തരത്തിൽ അക്രമങ്ങൾക്കെതിരെയും നിർബ ന്ധിത മതപരിവർത്തന രീതിക്കുമെതിരെയും ശക്തമായ നിലപാട് സ്വീകരിച്ച വ്യക്തിയായിരുന്നു വാരിയൻകുന്നത്ത് എന്ന് കാണാം.

1946 ആഗസ്റ്റ് 25-ാം തീയതി സർദാർ ചന്ദ്രോത്ത് ദേശാഭിമാനിയിൽ എഴുതിയ ലേഖനത്തിൽ കുഞ്ഞഹമ്മദ് ഹാജിയുടെ പ്രസംഗത്തിൽ പറഞ്ഞ കാര്യം രേഖപ്പെടുത്തിയത് ഈ അവസരത്തിൽ ശ്രദ്ധേ യമാണ്. 'ഞാൻ ഇന്നലെ ഒരു വിവരം അറിഞ്ഞു. ഇത് ഹിന്ദുക്കളും മുസൽമാൻമാരും തമ്മിലുള്ള ഒരു യുദ്ധമാണെന്ന് പുറംരാജ്യങ്ങളിൽ പറയുന്നുണ്ടത്രേ. എന്നാൽ ഗവൺമെന്റിനെ സഹായിക്കുകയോ ഗവൺമെന്റിന്റെ ആൾക്കാർക്ക് ഒറ്റിക്കൊടുക്കുകയോ ചെയ്താൽ നിർദ യമായി അവരെ ശിക്ഷിക്കും. അനാവശ്യമായി ഹിന്ദുക്കളെ ആരെങ്കിലും ദ്രോഹിച്ചുവെന്നറിഞ്ഞാൽ അവരെ ഞാൻ ശിക്ഷിക്കും. ഹിന്ദുക്കൾ നമ്മുടെ നാട്ടുകാരാണ്. നമുക്ക് ഇത് മുസൽമാന്റെ രാജ്യമാക്കാൻ ആഗ്രഹമില്ല.'

ഒരു ഇസ്ലാമിക രാഷ്ട്രമല്ല, തന്റെ ലക്ഷ്യമെന്നും പ്രഖ്യാപിക്കുകയാണ് ഇതിലൂടെ വാരിയൻകുന്നത്ത് ചെയ്തത്. അദ്ദേഹം നാടിന് നൽകിയ പേര് മലയാളനാട് എന്നതും വിസ്മരിക്കരുത്. മാപ്പ് നൽകി മക്കയിലേ ക്ക് അയക്കാമെന്ന് പഞ്ഞപ്പോൾ ഞാൻ ജനിച്ച മണ്ണിൽ മരിച്ചുവീഴാ നാണ് തന്റെ ആഗ്രഹമെന്ന് പ്രഖ്യാപിച്ചയാളാണ് വാരിയൻ കുന്നത്ത് കുഞ്ഞഹമ്മദ്ഹാജി.

ഹിന്ദു-മുസ്ലീം ധ്രുവീകരണം സൃഷ്ടിച്ച് ഭിന്നിപ്പിച്ച് ഭരിക്കുകയെന്ന തന്ത്രം സ്വീകരിച്ച ബ്രിട്ടീഷുകാർ ഇവിടെ നടന്നത് ഹിന്ദുക്കളെ ആക്രമി ക്കുന്ന രീതിയാണ് എന്ന പ്രചരണം നടത്തുകയുണ്ടായി. ഇതിന് മറുപടി എന്നോണം വാരിയൻകുന്നത്ത് ഹിന്ദു പത്രത്തിന് എഴുതിയ കത്തിൽ ഇക്കാര്യം വ്യക്തമാക്കുന്നുണ്ട്. അത് ഇങ്ങനെയാണ്.

'ബഹുമാനപ്പെട്ട എഡിറ്റർ, ഇനിപ്പറയുന്ന വസ്തുതകൾ നിങ്ങളുടെ പേപ്പറിൽ പ്രസിദ്ധീകരിക്കാൻ ഞാൻ നിങ്ങളോട് അഭ്യർത്ഥിക്കുന്നു. നിങ്ങൾക്ക് ലഭിക്കുന്ന മലബാറിൽ നിന്നുള്ള പത്ര റിപ്പോർട്ടുകൾ പ്രകാരം മലബാറിലെ ഹിന്ദു-മുസ്ലിം ഐക്യം ഇല്ലാതായി (എന്ന കണ്ടിട്ട ണ്ടാകും). ഹിന്ദുക്കളെ (ഏതെങ്കിലും ആളുകൾ) ബലമായി പരിവർത്തനം

ചെയ്യുന്നു എന്ന റിപ്പോർട്ട് പൂർണമായും അസത്യമാണെന്ന് തോന്നുന്നു. ഇത്തരം മതപരിവർത്തനങ്ങൾ നടത്തുന്നത് വിമതരായി വേഷമിട്ട് അഭിനയിച്ച് കലാപകാരികളുമായി ഇടപഴകുന്ന സർക്കാർ പാർട്ടിയും റിസർവ് പോലീസുകാരും ആണ്. മാത്രമല്ല, സൈന്യത്തെ സഹായി ക്കുന്ന ചില ഹിന്ദു സഹോദരന്മാർ സൈന്യത്തിൽ നിന്ന് ഒളിച്ചിരുന്ന നിരപരാധികളായ (മാപ്പിളമാരെ) സൈന്യത്തിന് കൈമാറിയതിനാൽ കുറച്ച് ഹിന്ദുക്കൾ ചില കുഴപ്പങ്ങളിൽ അകപ്പെട്ടു.'

ഇതിൽ കുഞ്ഞഹമ്മദ് ഹാജി വ്യക്തമാക്കുന്നത് ബ്രിട്ടീഷ് അനുകൂല നിലപാട് സ്വീകരിച്ചതിന്റെ ഭാഗമായാണ് കുറച്ച് ഹിന്ദു സഹോദര ൻമാർക്ക് കുഴപ്പമുണ്ടായത് എന്നാണ്. ബ്രിട്ടീഷുകാരെ സഹായിച്ചവർ ഹിന്ദുവായാലും മുസ്ലീമായാലും അവരോടെല്ലാം യാതൊരു തരത്തി ലുള്ള അയവും അദ്ദേഹം കാണിച്ചിരുന്നില്ല എന്നത് വസ്തുതയാണ്. ആമുസാഹിബ്, മൊയ്തീൻ സർക്കിൾ എന്നീ പോലീസ് ഉദ്യോഗസ്ഥൻമാ രെയും കലാപകാരികൾ കൊലപ്പെടുത്തി എന്ന കാര്യം ഓർക്കണം. ബ്രിട്ടീഷുകാർക്ക് ഒറ്റിക്കൊടുക്കുന്നുവെന്നതിന്റെ പേരിൽ ആനക്കയ ത്തെ ചേക്കുട്ടി അധികാരിയെയും കൊലപ്പെടുത്തുകയുണ്ടായി. മാത്രമല്ല, കൊണ്ടോട്ടി തങ്ങളുടെ വീട്ടിൽ വരെ കലാപകാരികൾ എത്തിയെന്നതും ചരിത്രത്തിന്റെ ഭാഗമാണ്.

മലബാർ കലാപവുമായി ബന്ധപ്പെട്ട് വാരിയൻ കുന്നത്ത് കുഞ്ഞ ഹമ്മദ് ഹാജിയും അനുയായികളും എടുത്ത നിലപാട് ബ്രിട്ടീഷുകാരെ മാതൃനാട്ടിൽ നിന്ന് കെട്ടുകെട്ടിക്കാനായിരുന്നുവെന്ന് ഇത് വ്യക്തമാക്ക ന്നുണ്ട്. അതുകൊണ്ട് വാരിയൻകുന്നത്തിനെയും അദ്ദേഹത്തിന്റെ അനു യായികളെയും വർഗ്ഗീയവത്ക്കരിക്കാനുള്ള ശ്രമങ്ങൾ ചരിത്രവിരുദ്ധമാ ണെന്ന് നാം തിരിച്ചറിയണം. ചരിത്രത്തെ വർഗ്ഗീയവത്ക്കരിക്കാനുള്ള എല്ലാ ശ്രമങ്ങളെയും ചരിത്ര പിൻബലത്തോടെ തന്നെ തുറന്നുകാട്ടാൻ കഴിയേണ്ടതുണ്ട്. കള്ളപ്രചരണങ്ങൾ കൊണ്ട് ചരിത്രയാഥാർത്ഥ്യ ങ്ങളെ മറയ്ച്ചുവയ്ക്കാനാവില്ലല്ലോ?

അധ്യായം 13

മലബാർ കലാപത്തെക്കുറിച്ച്
ഇ. മൊയ്തുമൗലവി

ഖിലാഫത്ത് പ്രസ്ഥാനത്തിൽ പ്രവർത്തിച്ചതിന്റെ പേരിൽ രണ്ടര വർഷം കഠിന തടവ് അനുഭവിച്ച പോരാളിയാണ് ഇ. മൊയ്തുമൗലവി. 1930 ലെ മലബാറിലെ ഉപ്പുസത്യാഗ്രഹത്തിൽ രണ്ടാമത്തെ ഡിറ്റേക്ടറായി നോമിനേറ്റ് ചെയ്യപ്പെട്ട വ്യക്തി കൂടി യായിരുന്ന ഇദ്ദേഹം. അതിന്റെ പേരിൽ 9 മാസം തടവറയിലും കിടക്കേണ്ടിവന്നിട്ടുണ്ട്. ക്വിറ്റ് ഇന്ത്യാ പ്രക്ഷോഭത്തിൽ പങ്കെടുത്ത ത്തിന്റെ പേരിൽ 1942 ആഗസ്റ്റ് 10 ന് അറസ്റ്റ് ചെയ്യപ്പെട്ട ഇദ്ദേഹം ജയിൽമോചിതനാകുന്നത് 1945 ലാണ്. എഐസിസി അംഗമായും കെപിസിസി വർക്കിംഗ് കമ്മിറ്റി അംഗമായും അദ്ദേഹം പല പ്രാവിശ്യം തെരഞ്ഞെടുക്കപ്പെട്ടിട്ടുണ്ട്. മുഹമ്മദ് അബ്ദുൾറഹിമാന്റെ മുഖ്യപത്രാധിപത്യത്തിൽ പ്രസിദ്ധീകരിച്ചിരുന്ന ദേശീയ മുസ്ലീം പത്രം അൽ-അമീനുമായും ബന്ധം പുലർത്തിയിരുന്ന മൗലവി.

രാഷ്ട്രീയ രംഗത്ത് സജീവമായ ഘട്ടത്തിൽ നടന്ന മലബാർ കലാപത്തെക്കുറിച്ച് അദ്ദേഹത്തിന്റെ ആത്മകഥയിൽ വിശദമായി കുറിക്കുന്നുണ്ട്. മലബാർ ലഹള എന്ന അധ്യായത്തിന്റെ ആദ്യ ഭാഗം ഇത് സംബന്ധിച്ചുള്ള വസ്തുതകൾ മനസ്സിലാക്കുന്നതിന് നമുക്ക് ഏറെ സഹായിക്കുന്നതാണ്. ആത്മകഥയിലെ ആ അധ്യായത്തിന്റെ ആദ്യ ഭാഗം വായനാ സൗകര്യത്തിന് ഖണ്ഡിക ചെറുതാക്കിക്കൊണ്ട് സമർപ്പി ക്കുന്നു. അദ്ദേഹം ആത്മകഥയിൽ മലബാർ കലാപത്തെക്കുറിച്ച് ഇങ്ങനെ വിവരിക്കുന്നു.

'ഏതാണ്ട് അഞ്ചുമാസക്കാലത്തോളം 1921 ലെ ലഹള നീണ്ടുനിന്നു. അരംഭത്തിൽ ഇതു സദുദ്ദേശത്തോടുകൂടി നടത്തിയ ഒരു സമരമായിരു ന്നുവെങ്കിലും പിന്നീട്ടു ചില വൈകല്യങ്ങൾ വരാതിരുന്നില്ല. അതൊരു സമുദായിക ലഹളയാക്കി മാറ്റാനുള്ള പല സംരംഭങ്ങളും നടക്കുകയു ണ്ടായി. ലഹളക്കാർ തങ്ങൾക്കെതിരാണെന്ന് കണ്ടവരുടെ നേരെ ജാതിയോ മതമോ പരിഗണിക്കാതെ അക്രമം പ്രവർത്തിച്ചിട്ടുണ്ട്. ഖാൻ ബഹദൂർ ചേക്കുട്ടി ഇൻസ്പെക്ടറെ വെടിവെച്ചുകൊന്നത് ഒരു ഹിന്ദുവാ യിരുന്നില്ല. മുസൽമാൻ തന്നെയായിരുന്നു. അതുപോലെ ഹെഡ്കോ ൺസ്റ്റബിൾ തയ്യിൽ മൊയ്തീനെ കൊന്നതും മുസൽമാൻ തന്നെയാണ്. സബ്ഇൻസ്പെക്ടർ മൊയ്തീന്റെ ചെവി മുറിച്ചതും മുസ്ലീംങ്ങൾ തന്നെയാണ്. മലബാർ ലഹളക്കാലത്ത് പ്രമുഖന്മാരായ പല ഹിന്ദുക്കളും തടവുശി ക്ഷ അനുഭവിക്കേണ്ടിവന്നിട്ടുണ്ട്. ഗവൺമെന്റുമായുള്ള മാപ്പിളമാരുടെ ഏറ്റുമുട്ടൽ 1921 ലേത് ആദ്യത്തേതായിരുന്നില്ല. അതിനുമുമ്പ് ഏതാണ്ട് അൻപതോളം ചെറുചെറു സമരങ്ങൾ ഗവൺമെന്റിന് നേരെ നടന്നിട്ടു ണ്ട്. 1921 ലെ ലഹളമൂലം മാപ്പിളമാർക്കെന്ന പോലെ ഗവൺമെന്റിനും കനത്ത നാശനഷ്ടങ്ങൾ ഉണ്ടായിട്ടുണ്ട്. അതുകൊണ്ടാണ് വടക്കേ മലബാറിലെ പോലീസ് സൂപ്രണ്ട് ടോട്ടൺഹാം ഞങ്ങളോട് ഫറോക്ക് പാലത്തിനു സമീപം വെച്ച പറഞ്ഞത്, ഒരു വെള്ളക്കാരനെ കൊന്നതി നുപകരം നിങ്ങളെപ്പോലെയുള്ള ആയിരം നേതാക്കളെ കൊന്നാലും എന്റെ കോപം കെട്ടടങ്ങുകയില്ല എന്ന്.

ഈ ലഹള എങ്ങനെ ഒതുക്കാൻ കഴിയുമെന്നു ഗവൺമെന്റ് ഗാഢമായി ചിന്തിക്കുകയുണ്ടായി. മലബാറിന്റെ ചില ഭാഗങ്ങൾ വിട്ടു കൊടുക്കാൻ പോലും ആലോചിക്കാതിരുന്നില്ല. അത്ര ഭയങ്കരമായി രുന്നു 1921 ലെ സമരം. പക്ഷെ മിസ്റ്റർ ആമ്മൂസ് സാഹിബ് ഒരു സൂത്രം പ്രവർത്തിച്ചു. അത് ഫലിക്കുകയും ചെയ്തു. എല്ലാവർക്കും മാപ്പുണ്ടെന്നും എല്ലാവരും അധികൃതരുടെ മുമ്പിൽ ഹാജരാകണമെന്നും അങ്ങനെ ഹാജരാകുന്നവർക്ക് യാതൊരുവിധത്തിലുള്ള ഉപദ്രവും ഉണ്ടാകില്ലെ ന്നും വിളംബരം ചെയ്തു. ശുദ്ധഗതിക്കാരായ മാപ്പിളമാർ അത് വിശ്വ സിച്ചു. ഹാജരാവാകാൻ തുടങ്ങി. ഹാജരായവരെയെല്ലാം യാതൊരു തടസ്സവും കൂടാതെ ആദ്യം വിട്ടയച്ചു. അതോടുകൂടി ലഹള ശമിക്കുകയും ചെയ്തു. പിന്നീട് ഒരോരുത്തരെയായി തേടിപ്പിടിക്കുകയുണ്ടായി. പട്ടാള നിയമത്തിനുശേഷം പോലീസ് രാജാണ് ഉണ്ടായത്. അത് പട്ടാള ഭരണത്തേക്കാൾ അധികഠിനമായിരുന്നു. പോലീസുകാർക്ക് എന്ത് അക്രമം പ്രവർത്തിക്കാനും സൗകര്യവും സ്വാതന്ത്ര്യവുമുണ്ടായിരുന്നു.

     ബഹുസ്വരതയും മതരാഷ്ട്ര വാദങ്ങളും

പലരും ധാരാളം പണം സമ്പാദിക്കുകയുണ്ടായി.

ചില പോലീസ് ഉദ്യോഗസ്ഥൻമാർ വമ്പിച്ച തുകകൾ ചില പ്രധാന ജന്മിമാരെ ഏൽപ്പിക്കുകയുണ്ടായി. എല്ലാം കഴിഞ്ഞ് മടങ്ങിച്ചെന്ന് സംഖ്യ ആവശ്യപ്പെട്ടപ്പോൾ ആ ജന്മിമാരിൽ നിന്ന് കിട്ടിയ മറുപടി നിരാശാജനകമായിരുന്നു. നിങ്ങൾ പാവപ്പെട്ട മാപ്പിളമാരെ ആക്രമിച്ച് കൈക്കലാക്കിയ സംഖ്യ ഞാൻ അതിന്റെ ഉടമസ്ഥൻമാർക്ക് തന്നെ മടക്കിക്കൊടുത്തു. മാപ്പിളമാർ ഹിന്ദുക്കളുടെ പക്കൽ നിന്നും മുതൽ അപഹരിച്ചിട്ടുണ്ട്. അങ്ങനെ സ്വത്തിന്റെ യഥാർഥമായ ആദ്യ അവകാശികളിലേക്കാണ് അത് മടങ്ങിപ്പോയിട്ടുള്ളത്. പോലീസ് രാജ് കാലത്ത് ലിസ്റ്റ് കൊടുക്കുന്ന ഏർപ്പാടുകൂടിയുണ്ടായിരുന്നു. ലഹളക്കാലത്തു ഗവൺമെന്റ് പക്ഷക്കാരായിരുന്ന ചിലർ ലഹള ശമിച്ച ശേഷം തങ്ങൾക്ക് ഇഷ്ടമില്ലാത്തവരുടെ പേര് പോലീസിൽ കൊടുക്കാൻ തുടങ്ങി. അങ്ങനെ പലരും പോലീസിന്റെ സഹായത്തോടുകൂടി ലഹള ക്കുശേഷം നല്ല പണക്കാരായി തീർന്നു.

ലഹളക്ക നേതൃത്വം കൊടുത്തിരുന്ന വാരിയൻകുന്നത്ത് കുഞ്ഞ ഹമ്മദ് ഹാജിയാവട്ടെ യാതൊരു അനീതിയും അക്രമവും പ്രവർത്തി ച്ചിട്ടില്ല. വളരെ നീതിപൂർവ്വമായ നിലയിലായിരുന്ന അദ്ദേഹം ഭരണം നടത്തിയത്. മഞ്ചേരിയിലെ നസ്രി ബാങ്ക് പൊളിച്ചു. ലിസ്റ്റ് പ്രകാരം ഉടമസ്ഥർക്ക് പണയപ്പണ്ടങ്ങൾ എല്ലാം മടക്കിക്കൊടുത്തു. യാതൊന്നും അതിൽ നിന്ന് അപഹരിക്കുകയുണ്ടായില്ല. മഞ്ചേരി ഖജാന പൊളിച്ചു. ഒമ്പതര ലക്ഷം രൂപ ഉണ്ടായിരുന്നു എന്നാണ് പറയപ്പെടുന്നത്. പണം വാരി വിതറി. കൊട്ടയുമായി നടക്കുന്ന ചില ആളുകൾക്ക് നല്ല സംഖ്യ കിട്ടി. അവരെല്ലാം ഇന്ന് വലിയ പണക്കാരാണ്. മഞ്ചേരി മുതലായ സ്ഥലങ്ങളിലെല്ലാം വമ്പിച്ച കെട്ടിടങ്ങൾ ഉയർന്നുവന്നിട്ടുണ്ടെങ്കിൽ, മുമ്പ് വലിയ കഴിവും ധനശക്തിയുമില്ലാത്തവർ കുബേരൻമാരായി തീർന്നിട്ടു ണ്ടെങ്കിൽ അതെല്ലാം ഈ ലഹളയുടെ ഫലമായിട്ടാണ്.

ഗവൺമെന്റ് പക്ഷക്കാർക്ക് ലഹളയ്ക്കുശേഷം വന്ന പോലീസ് രാജ് കാലത്ത് നല്ല ഒരു കൊയ്ത്ത് തന്നെയായിരുന്നു. രക്ഷ യാചിച്ചുകൊണ്ട വമ്പിച്ച തുകകളോട്ടുകൂടി അവരെ പലരും സമീപിച്ചിരുന്നു. ഇങ്ങനെ തെക്കേ മലബാറിന്റെ പല ഭാഗത്തും ഇത്തരക്കാർ കാണപ്പെട്ടുന്നുണ്ട്. അവരെല്ലാം ഇന്ന് സമ്പദ്സമൃദ്ധമായ ജീവിതം നയിക്കുന്നു. അതേ അവസരത്തിൽ പലരും കഷ്ടത അനുഭവിക്കേണ്ടിവന്നിട്ടുണ്ട്. ഒരു കാശിനുപോലും ഗതിയില്ലാതെയായിത്തീർന്നിട്ടുണ്ട്. ഒരു ഉദാഹരണം പറയാം. പൊന്നാനിയിൽ പഞ്ചിലിയകത്ത് മുഹമ്മദ് ഹാജി എന്ന്

പേരായ ഒരു കച്ചവടക്കാരൻ ഉണ്ടായിരുന്നു. തിരൂർ, പൊന്നാനി, കൊച്ചി എന്നിവിടങ്ങളിൽ അദ്ദേഹത്തിന് വലിയ കച്ചവടം ഉണ്ടായിരുന്നു. നല്ല ധർമ്മിഷ്ടൻ, ഒന്നാംതരം കോൺഗ്രസ്സുകാരൻ. തിരൂർ റയിൽവേസ്റ്റേഷന്റെ മുമ്പിലായിരുന്നു അദ്ദേഹത്തിന്റെ ഓഫീസ്. നിസ്സഹരണ പ്രസ്ഥാനകാലത്ത് എപ്പോഴും അവിടെ കോൺഗ്രസ്സ് നേതാക്കളും ഖിലാഫത്ത് നേതാക്കളുമുണ്ടായിരിക്കും. കെ.പി കേശവ മേനോൻ, കെ. മാധവൻ നായർ, മുഹമ്മദ് അബ്ദുൾറഹിമാൻ സാഹിബ്, യു. ഗോപാലമേനോൻ മുതലായവർ എപ്പോഴും അദ്ദേഹത്തെ സമീ പിക്കാറുണ്ട്. യാതൊരു ലോഭവും കൂടാതെ ദേശീയ പ്രസ്ഥാനത്തിന് പണം നൽകും. നാല്വ വെള്ളക്കാരുടെ ജീവനെ രക്ഷിച്ചത് അദ്ദേഹ മായിരുന്നു. ഒടുവിൽ അദ്ദേഹത്തിന്റെ പേരിൽ 18 കേസുകൾ ചാർജ്ജ് ചെയ്യപ്പെട്ടു. വളരെ കാലം ജയിലിലായിരുന്നുവെങ്കിലും തൂക്കുമരത്തിൽ നിന്ന് മോചനം ലഭിച്ചു. ലഹള കഴിഞ്ഞുനോക്കുമ്പോൾ ഒരു പൈസക്ക് പോലും ഗതിയില്ലാത്ത ഒരു പരിതസ്ഥിതിയാണ് അദ്ദേഹത്തിന് വന്നുചേർന്നത്. ഇത് ഒരു ഉദാഹരണം മാത്രം. ഇതുപോലെ പലർക്കും ഈമാതിരിയുള്ള തിക്താനുഭവങ്ങൾ ഉണ്ടായിട്ടുണ്ട്.

1921 ലെ ലഹള മൂലം ഒരുവിധത്തിലും മലബാറിൽ ഹിന്ദു-മുസ്ലീം മൈത്രി ബന്ധത്തിന് ഉലച്ചൽ തട്ടിയിട്ടില്ലെന്നും ഇതിനു മുമ്പ് ഞാൻ പറയുകയുണ്ടായിട്ടുണ്ട്. ലഹള തുടങ്ങിയ അവസരത്തിൽ പ്രധാന പ്പെട്ട പല ഹൈന്ദവഗൃഹങ്ങളിലും കാവൽ നിന്നിരുന്നതും മുസ്ലീം ധർമഭടന്മാരായിരുന്നു. കോട്ടക്കൽ കോവിലകത്തിനു കൽപകഞ്ചേരി സ്വദേശിയായ ഓടായപ്പറത്തുചേക്കുട്ടി സാഹിബിന്റെ നേതൃത്വത്തിൽ നൂറോളം മുസ്ലീംങ്ങൾ കാവലുണ്ടായിരുന്നു. ഒരു ഈർക്കിളിനുപോലും ലഹളമൂലം ആ കോവിലകത്തിനു നഷ്ടം സംഭവിച്ചിട്ടില്ല. അതുപോലെ കോട്ടക്കലെ വാര്യന്മാരുടെ മന്ദിരവും അവർ കാത്തുരക്ഷിച്ചു. പട്ടാളം എത്തിയ ഉടനെ ചേക്കുട്ടിയേയും അനുയായികളെയും പിടിച്ചുകൊണ്ടു പോയി. ചേക്കുട്ടിയുടെ പേരിൽ പ്രമാദകരങ്ങളായ പല അപരാധങ്ങളും ചുമത്തി. ട്രിബ്യൂണിൽ കോടതിയിൽ കേസെടുത്തു. ദീർഘകാലത്തെ ശിക്ഷ നൽകി. പരേതനായ പി.എസ് വാര്യർ ചേക്കുട്ടിയെ വിട്ടുവി ക്കുന്നതിന് ആവതെല്ലാം ചെയ്തു. ഫലമുണ്ടായില്ല. ചേക്കുട്ടിയെയും കൂട്ടുകാരെയും ബല്ലാരി ക്യാമ്പുജയിലിലേക്ക് അയച്ചു. ചേക്കുട്ടി അംശം അധികാരിയായിരുന്നു. കൽപകഞ്ചേരിയും അതിന്റെ പരിസരങ്ങളും കോൺഗ്രസ്സിനും ഖിലാഫത്തിനും നല്ല സ്വാധീന ശക്തിയുള്ള പ്ര ദേശങ്ങളായിരുന്നു. ചേക്കുട്ടിയുടെ സഹപ്രവർത്തകന്മാരായിരുന്ന

     ബഹുസ്വരതയും മതരാഷ്ട്ര വാദങ്ങളും

പരേതന്മാരായ മണ്ടായപ്പറത്ത് മുഹമ്മദുണ്ണി മൂപ്പനും അഹമ്മദുണ്ണി മൂപ്പനും. ബല്ലാരി ക്യാമ്പുജയിലിന്റെ ഏതാണ്ടവസാനം വരെ ചേക്കുട്ടി അതിലെ ഒരു സ്ഥിരവാസിയായിരുന്നു. എന്തുവേണ്ട, ജയിലിന്റെ മേൽനോട്ടം തന്നെ ചേക്കുട്ടിക്കായിരുന്നു എന്നുപറഞ്ഞാൽ തെറ്റില്ല. ആദ്യകാലങ്ങളിൽ ബല്ലാരി ക്യാമ്പുജയിലിൽ അതിക്രൂരമായ മർദന ങ്ങൾ നടന്നിരുന്നുവെങ്കിലും പിന്നീട് ആ സ്ഥിതിക്ക് മാറ്റമുണ്ടായി.'

സ്വാതന്ത്ര്യസമരത്തിന്റെ തീച്ചുളയിലേക്ക് കൊടുങ്കാറ്റുപോലെ കുതി ച്ചചാടിയ പൊന്നാനി താലൂക്കിലെ മാറാഞ്ചേരി വില്ലേജിൽ ജനിച്ച ഇ.മൊയ്തുമൗലവിയുടെ ആത്മകഥ അക്കാലത്തെ മലബാറിലെ രാഷ്ട്രീയ സ്ഥിതിഗതികളെ മനസ്സിലാക്കുന്നതിന് ഏറെ സഹായകമാണ്. ചരി ത്രത്തിൽ വിഷം കലർത്താൻ ശ്രമിക്കുന്ന വർത്തമാനകാലത്ത് ഈ സാമ്രാജ്യത്വവിരുദ്ധ പോരാളിയുടെ വാക്കുകൾക്ക് ഏറെ പ്രസക്തിയു ണ്ട്.

ശിവജിയെക്കുറിച്ച് ഗോവിന്ദ് പൻസാരെ

അന്ധവിശ്വാസങ്ങളെയും അനാചാരങ്ങളെയും ചോദ്യം ചെയ്യുകയും ചരിത്രത്തെ ജനപക്ഷത്ത് നിന്ന് വീക്ഷിക്ക കയും ചെയ്ത ഗോവിന്ദ് പൻസാരയെ ഹിന്ദുത്വ വർഗ്ഗീയവാദികൾ വെടിവെച്ച കൊല്ലുകയായിരുന്നല്ലോ. അദ്ദേഹത്തിന്റെ ഏറ്റവും പ്രധാനപ്പെട്ട കൃതിയാണ് ശിവജി ആരായിരുന്ന എന്നത്. ശിവജിയുടെ പേര് ഉപയോഗിച്ച് ഹിന്ദുത്വ അജണ്ട നടപ്പിലാ ക്കുന്നവരുടെ നിലപാടുകളെ തുറന്ന് കാണിച്ച ഈ കൃതിയുടെ 145000 കോപ്പികളാണ് വിറ്റുപോയത് എന്ന കാര്യം അദ്ദേ ഹത്തിന്റെ ആശയങ്ങളുടെ പ്രചാരത്തെക്കൂടി സൂചിപ്പിക്കുന്നു. ഗ്രാമീണ കർഷകർക്കെതിരായി അതിക്രമങ്ങളുടെ പരമ്പര അരങ്ങേറിയിരുന്ന കാലത്ത് അവരുടെ താല്പര്യം സംരക്ഷി ക്കാൻ നിലകൊണ്ട എന്നുള്ളതാണ് ശിവജിയുടെ സവിശേഷത എന്നത് പൻസാരെ ഉദാഹരണ സഹിതം ഇതിൽ വിശദീക രിക്കുന്നു. അക്കാലത്ത് പടയോട്ടം നടത്തുമ്പോൾ ധാന്യങ്ങളും മറ്റും കൊള്ളയടിക്കുകയും കൃഷി ഭൂമി നശിപ്പിക്കുകയും ചെയ്തിരു ന്ന രീതിക്ക് മാറ്റം വരുത്തുന്ന നയമായിരുന്ന ശിവജിയുടേത്. അദ്ദേഹം പട്ടാളക്കാരോട് ആജ്ഞാപിച്ചത് ഒരു ധാന്യക്കതിര പോലും തൊട്ട് പോകരുത്, കുതിരക്കാവശ്യമായ വൈക്കോൽ പണം നൽകി വാങ്ങണം. ഒരു കാരണവശാലും ഗ്രാമീണർക്ക് സൈന്യത്തെക്കൊണ്ട് ഉപദ്രവം ഉണ്ടാകരുത് എന്നതായിരുന്ന.

കർഷകൻ സ്വന്തം മരം പൂർണ്ണ മനസ്സോടെ മുറിച്ച് നൽകാൻ തയ്യാറാകുമ്പോൾ മാത്രമേ അവ എടുക്കാവൂ എന്നായിരുന്ന ശിവജിയുടെ നിലപാടെന്നും പൻസാരെ ഓർമ്മിപ്പിക്കുന്നു. കൊള്ളയടിക്കുന്ന മുതലിന്റെ പങ്കായിരുന്ന അക്കാലത്ത് പൊതുവിൽ സൈനികർക്ക് ലഭിച്ചിരുന്നത്. അത്കൊണ്ട് തന്നെ കൊള്ളയടിക്കുക എന്നത് അവരുടെ ആവശ്യംകൂടിയായിരുന്ന. സൈനികർക്ക് സ്ഥിരം ശമ്പളമേർപ്പെടുത്തി സൈനികരുടെ കൊള്ള ചെയ്യാനുള്ള ആഗ്രഹം ഇല്ലാതാക്കാനും ശിവജി ശ്രമിച്ചു. സ്ത്രീകൾ ലൈംഗികമായി ഭീകരമായി പീഡിപ്പിക്കപ്പെടുന്ന യുദ്ധ കാലത്ത് അവരെ സംരക്ഷിക്കാൻ നിലകൊണ്ട ശിവജിയുടെ മുഖം ഗോവിന്ദ പൻസാരെ അനാവരണം ചെയ്യുന്നു. ശിവജിയുടെ ജനറ ലിന്റെ സൈന്യത്തോട് ചെറുത്തു നിന്ന സാവിത്രി ദേശായി എന്ന ധീര വനിതയെ യുദ്ധത്തിൽ വിജയിച്ചശേഷം ജനറൽ ബലാത്സംഗം ചെയ്തു. ഈ കുറ്റത്തിന് ജനറലിന്റെ കണ്ണുകൾ ചൂഴ്ന്നെടുത്ത് തടവിലിട്ടുക യായിരുന്ന ശിവജി. ഗ്രാമത്തിലെ കർഷകന്റെ മകളെ തട്ടിക്കൊണ്ട് പോയി ബലാത്സംഗം ചെയ്ത ഗ്രാമമുഖ്യന്റെ കൈയ്യും കാലും ഛേദിച്ച സംഭവം അക്കാലത്തെ ഭരണാധികാരികളിൽ നിന്ന് വ്യത്യസ്തമായ പാതയായിരുന്ന ശിവജിക്കുണ്ടായിരുന്നതെന്ന് വ്യക്തമാക്കുന്ന തായി പൻസാരെ എഴുതുന്നു.

ഭരണഭാഷയായി മാതൃഭാഷയായ മറാഠി ഭാഷയെ തന്നെ ഉപയോഗിച്ച് ജനങ്ങളെ ഭരണത്തോട കൂടുതൽ അടുപ്പിച്ച ഭരണാധികാരിയായും ശിവജിയെ പൻസാരെ വിലയിരുത്തുന്നു. മതങ്ങളോട് അദ്ദേഹം സ്വീകരിച്ച നിലപാട് ഇപ്പോൾ പ്രചരിപ്പിക്കുന്ന തിൽ നിന്നും വ്യത്യസ്തമായിരുന്നു. ഇസ്ലാംമത ചരിത്രകാരൻ ഖാഫിഖാൻ എഴുതിയ കാര്യം പൻസാരെ ഇങ്ങനെ രേഖപ്പെടുത്തുന്നുണ്ട്. അദ്ദേഹ ത്തിന്റെ സൈനികർ എവിടെയായാലും പള്ളികളെയോ, മുസ്ലീങ്ങ ളെയോ, സ്ത്രീകളെയോ ഉപദ്രവിക്കരുത് എന്ന് വിലക്കിയിരുന്നു. ഖുറാന്റെ ഒരു പ്രതി കണ്ടാൽ അദ്ദേഹം വളരെ ബഹുമാനത്തോടെ അദ്ദേഹത്തി ന്റെ മുസ്ലീം പരിചാരകരിൽ ആരെയെങ്കിലും ഏൽപ്പിക്കുമായിരുന്നു. ഖുറാനെക്കുറിച്ച് ശിവജി പറയുന്ന കാര്യവും പൻസാരെ രേഖപ്പെടുത്തു ന്നു. അത് ഇങ്ങനെയാണ് അത് (ഖുറാൻ)ദൈവത്തെ ലോകത്തിന്റെ മുഴുവൻ ദൈവമായാണ് വിവക്ഷിക്കുന്നത്. അത് ദൈവത്തിനെ മുസ ൽമാന്റെ മാത്രം ദൈവമായി പറയുന്നില്ല. ഇതിന് കാരണം അവന്റെ മുന്നിൽ ഹിന്ദുത്വവും മുസൽമാനും ഒന്നാണ്. മുസ്ലീങ്ങൾ പള്ളിയിൽ

പ്രാർത്ഥിക്കുമ്പോൾ അവർ യാഥാർത്ഥത്തിൽ ഭഗവാനോടാണ് പ്രാർത്ഥിക്കുന്നത്. ഹിന്ദുക്കളും ക്ഷേത്രമണി അടിക്കുമ്പോളും ചെയ്യുന്നതും അത് തന്നെയാണ്. അതിനാൽ ഒരു മതത്തെ അടിച്ചമർത്തുന്നത് ദൈവത്തോട് ശത്രുത പ്രഖ്യാപിക്കുന്ന പ്രവൃത്തിയാണ്.

ഇത്തരത്തിൽ മതസൗഹാർദ്ദത്തിന്റെ നിലപാടെടുത്ത ശിവജിയുടെ വാക്കുകൾ ചൂണ്ടിക്കാണിച്ച് കൊണ്ട് ഇസ്ലാമിനെ വെറുത്താൽ മാത്രമേ ഹിന്ദുമത വിശ്വാസിയാകൂ എന്ന ഹിന്ദുത്വവാദികളുടെ നിലപാട് ശിവജിക്കില്ലെന്ന് പൻസാരെ രേഖപ്പെടുത്തുന്നു. ശിവജിയുൾപ്പെടെ അക്കാലത്തെ എല്ലാ ഭരണാധികാരികൾക്കൊപ്പവും വ്യത്യസ്ത മത വിശ്വാസികൾ നിലനിന്നിരുന്നു എന്നും നിരവധി ഉദാഹരണങ്ങളിലൂടെ പൻസാരെ ചൂണ്ടിക്കാണിക്കുന്നുണ്ട്. മത തീവ്രവാദിയായി വിശേഷിപ്പിക്കപ്പെടുന്ന ഔറംഗസേബിന്റെ സൈന്യത്തിന്റെ 31.6 ശതമാനവും ഹിന്ദു മതവിശ്വാസികളായ പടനായകരായിരുന്നു. ശിവജിയെ ശൂദ്രനായാണ് അക്കാലത്തെ ബ്രാഹ്മണർ കണ്ടിരുന്നത് എന്ന കാര്യവും പൻസാരെ ഓർമ്മപ്പെടുത്തുന്നുണ്ട്. മഹാരാഷ്ട്രയുടെയും ശിവജിയുടെയും ചരിത്രത്തെ വർഗ്ഗീയമായി വായിക്കുന്നതിനുള്ള ശ്രമങ്ങളെ പ്രതിരോധിക്കുകയാണ് പൻസാരെ ഈ പുസ്തകത്തിൽ ചെയ്യുന്നത്. അത്കൊണ്ട് തന്നെയാണ് വർഗ്ഗീയവാദികളുടെ കണ്ണിൽകരടായി പൻസാരെ മാറിയത്. മധ്യകാല ചരിത്രത്തെ വർഗ്ഗീയവൽക്കരിക്കുന്നതിനെ പ്രതിരോധിക്കുകയും മതവിശ്വാസവും വർഗ്ഗീയതയും രണ്ടാണെന്ന് ചരിത്ര വസ്തുതകളുടെ പിൻബലത്തോടെ വിശദീകരിക്കുകയും ചെയ്യുന്നു. ഇത്തരം നിലപാടുകളെ എത്രത്തോളം സംഘപരിവാർ ഭയപ്പെടുന്നു എന്നതിന്റെ തെളിവാണ് അദ്ദേഹത്തിന്റെ കൊലപാതകം.

ഋഗ്വേദവും മാംസഭക്ഷണവും

മഹാകവി വള്ളത്തോളിന്റെ നാല്വേദങ്ങളിൽ ഏറ്റവും പ്രസി ദ്ധമായ ഋഗ്വേദ പരിഭാഷ 75-ാം വയസ്സിലാണ് വള്ളത്തോൾ തർജ്ജമ ചെയ്തത്. വിവേകാനന്ദന്റെ വരികൾ വായിച്ചശേഷമാണ് വള്ളത്തോൾ ഈ തർജ്ജമയ്ക്ക് തയ്യാറാകുന്നത്. രണ്ടര കൊല്ലം കൊണ്ടാണ് തർജ്ജമ പൂർത്തീകരിച്ചത്. ആകെ പത്ത് മണ്ഡലങ്ങ ളായി വിഭജിച്ചിട്ടുള്ള 1017 സൂക്തങ്ങളും 10472 ഋക്കുകളും ഋഗ്വേദത്തിൽ അടങ്ങിയിരിക്കുന്നു. വേദത്തിന്റെ പേരിൽ മാട്ടിറച്ചി കഴിക്കുന്നവരെ കൊന്നൊടുക്കണം എന്ന ചർച്ച ഉയരുന്ന ഘട്ടത്തിൽ വേദത്തിൽ പറഞ്ഞ കാര്യങ്ങൾ മനസ്സിലാക്കാൻ സഹായിക്കുന്ന ഒന്നായി ഈ തർജ്ജമ മാറുകയും ചെയ്തു.

1955-ൽ ഋഗ്വേദത്തിന്റെ മലയാള പരിഭാഷയുടെ ആമുഖം എഴുതിയത് സർദാർ കെ.എം. പണിക്കരാണ്. ആമുഖത്തിൽ അദ്ദേഹം പറയുന്ന ഒരു കാര്യം ഏറെ പ്രസക്തമാണ്. ഋഗ്വേദ കാലത്ത് മാംസഭക്ഷണവും പ്രിയങ്കരമായ ഒന്നായിരു ന്നു. ആര്യന്മാരും തദ്ദേശവാസികളും തമ്മിലുള്ള സംഘർഷങ്ങ ളാണ് ഇതിന് പിന്നിലുള്ളതെന്നും രേഖപ്പെടുത്തുന്നു. വിവിധ കാലഘട്ടങ്ങളിലാണ് ഇത് രചിക്കപ്പെട്ടത് എന്നും പറയുന്നുണ്ട്. ഋഗ്വേദത്തിൽ പ്രത്യക്ഷപ്പെടുന്ന ദേവന്മാർ ഇന്ദ്രൻ, വരുണൻ, അഗ്നി, മിത്രൻ, മരുത്തുക്കൾ എന്നിവരാണ്. വിഷ്ണുവിനെ ചില മന്ത്രങ്ങളിൽ സ്തുതിച്ച കാണുന്നുണ്ട്. ശിവനെപ്പറ്റിയുള്ള സ്തുതികൾ ഇല്ലാതാനും. കാലപ്രവാഹത്തിനിടയിൽ വിവിധ ദേവതാ സങ്കൽപങ്ങൾ

കൂട്ടിച്ചേർക്കപ്പെട്ടന്നതെന്നും ഇത് നമ്മെ ഓർമ്മപ്പെടുത്തുന്നു. വർത്തമാനകാലത്ത് ശ്രദ്ധേയമാകുന്നത് ദേവന്മാർ ഉൾപ്പെടെ യുള്ളവർ മാട്ടിറച്ചി ഉൾപ്പെടെയുള്ള മാംസം ഭക്ഷിച്ചിരുന്നുവെന്ന ഋഗ്വേദത്തിലെ പരാമർശങ്ങളാണ്. നേരത്തെ തന്നെ ഒ.എൻ. ഢായെ പോലുള്ളവർ ഇത്തരം കാര്യങ്ങൾ ശ്രദ്ധയിൽ കൊണ്ടു വന്നിട്ടുണ്ട് എന്നതും ഈ അവസരത്തിൽ ഓർമ്മിപ്പിക്കട്ടെ. വള്ള ത്തോൾ തന്റെ മലയാള തർജ്ജമയിൽ അവതരിപ്പിച്ച വിസ്താര മില്ലാത്ത ചില കാര്യങ്ങൾ മാത്രമാണ് ഇവിടെ പ്രതിപാദിക്കുന്നത്. ``മഘവാവായ ഭവാൻ മുന്നൂറുമാട്ടകളുടെ മാംസം ഭക്ഷിച്ചു. മൂന്നപാത്രം സോമനീരും കുടിച്ചു. അങ്ങനെ തിരുവയർ നിറഞ്ഞ ഇന്ദ്രനെയത്രേ, ദേവന്മാരെല്ലാം ഒരു വേലക്കാരനെയെന്നപോലെ വൃത്രവധത്തിന് വിളിച്ചത്.'' (മണ്ഡലം 5, സൂക്തം 29 ൽ നിന്ന്) അതായത് ഇന്ദ്രൻ മാട്ടകളുടെ ഇറച്ചിയും സോമവും കഴിച്ചാണ് വൃത്രവധത്തിന് പുറപ്പെട്ട തെന്ന് ഇതിൽ വ്യക്തമാക്കുന്നു.

പത്താം മണ്ഡലത്തിലെ സൂക്തം 86 ൽ പ്രിയപ്പെട്ട ഭക്ഷണമായ കാളയിറച്ചി കഴിച്ച് ഇന്ദ്രൻ സുഖിക്കട്ടെയെന്ന് പറയുന്നതായി രേഖപ്പെ ടുത്തുന്നു.

``വിത്തവതി, വൃഷങ്ങളാം ദത്തസുഖം പ്രിയഹവ്യം ഓ, തിന്നട്ടേ, നിന്റെയീന്ദ്രൻ:

മീതെ, യിന്ദ്രനെല്ലാറ്റിലും!''

ഇന്ദ്രന്റെ ഈ ശീലത്തെ കുറിച്ച് 10-ാം മണ്ഡലത്തിലെ 28-ാം സൂക്ത ത്തിൽ ഇങ്ങനെ പറയുന്നുണ്ട്. `ഇന്ദ്ര, ചിക്കെന്ന മത്തുപിടിയ്ക്കുന്ന സോമം അവർ അങ്ങയ്ക്കായി അമ്മികൊണ്ട പിഴിയുന്നുണ്ട്; അത് അവിട്ടന്ന കുടിയ്ക്കാറുണ്ടല്ലോ, മഘവാവേ, അന്നത്തിനായി വിളി യ്ക്കപ്പെട്ടമ്പോൾ, അവരുടെ കാളക്കറിയും അവിട്ടന്ന കഴിയ്ക്കാറുണ്ട്.' അതായത് ഇന്ദ്രൻ പ്രിയപ്പെട്ട സോമവും കാളയിറച്ചിയും കഴിക്കുന്ന കാര്യം വീണ്ടും ഓർമ്മപ്പെടുത്തുകയാണ് ഈ ഭാഗത്ത് ചെയ്യുന്നത്. യുദ്ധത്തിന് പോകുമ്പോൾ ഇന്ദ്രന് കൂറ്റൻ കാളയെ വേവിച്ചും സോമരസം പകർന്നവെക്കുന്ന കാര്യവും ഋഗ്വേദത്തിലുണ്ട്.

`ഞാൻ തന്നെ തിന്നുതടിച്ച അവേദകാമന്മാരെ യുദ്ധത്തി ന്നു വരുത്തുന്നതെപ്പോഴോ, അപ്പോൾ ഞാൻ ഒന്നിച്ച് അങ്ങ യ്ക്ക് ഒരു കൂറ്റൻ കാളയെ വേവിയ്ക്കും; കടുത്ത പതിനഞ്ചാം സോമവും പകർന്നവെയ്ക്കും.' (മണ്ഡലം 10, സൂക്തം 27) ഇതേപോലുള്ള നിരവധി ആവശ്യങ്ങൾക്കായി മാട്ടിറച്ചി

 ബഹുസ്വരതയും മതരാഷ്ട്ര വാദങ്ങളും

ഉൾപ്പെടെയുള്ളവ ഉപയോഗിക്കുന്ന കാര്യം ഋഗ്വേദം രേഖപ്പെടുത്തുന്നു. ഇത്തരം വസ്തുതകളെ കാണാതെ വേദങ്ങളുടെ പേരിൽ നടത്തിക്കൊ ണ്ടിരിക്കുന്ന തെറ്റായ പ്രചരണങ്ങളെ നാം തിരിച്ചറിയേണ്ടതുണ്ട്.

ഭാഗം 4

വർഗ്ഗീയത:
നിലപാടുകൾ വസ്തുതകൾ

മതം, ശാസ്ത്രം, ഹിന്ദുത്വം

മനുഷ്യ സമൂഹത്തിന്റെ വികാസ ചരിത്രത്തെ തന്നെ നിഷേധി ക്കുന്നവിധം ഹിന്ദുത്വ ശക്തികളുടെ ആശയങ്ങൾ പ്രചരിപ്പിക്ക ന്നതിനുള്ള ശ്രമങ്ങൾ വർത്തമാനകാലത്ത് സജീവമാണ്. കമ്മ്യൂണി സ്റ്റുകാർ മതവിരോധികളാണെന്ന സ്ഥിരം പല്ലവിയും ഇതോടൊപ്പം ഉയർന്നുവരുന്നുണ്ട്. ഈ സാഹചര്യത്തിൽ മനുഷ്യ സമൂഹത്തിന്റെ വളർച്ചയും മതത്തോടുള്ള മാർക്സിസ്റ്റ് സമീപനങ്ങളും മനസ്സിലാക്കുക പ്രധാനമാണ്.

മനുഷ്യ വികാസത്തിന്റെ ചരിത്രം നിർണ്ണായകമായ നിരവധി ഘട്ട ങ്ങളിലൂടെ കടന്നുവന്നതാണ്. കല്ലുകളുടെ ഉപയോഗം, തീയുടെ കണ്ടു പിടുത്തം, കൃഷിയുടെ രൂപീകരണം തുടങ്ങിയവ ഇതിൽ പ്രധാനപ്പെട്ട വയാണ്. കൃഷിയുടെ കണ്ടുപിടുത്തം മനുഷ്യരെ ഒരു സ്ഥലത്ത് സ്ഥിര താമസമുള്ള ജനതയാക്കി മാറ്റി. ഫലഭൂയിഷ്ടമായ മണ്ണ് തേടിയുള്ള യാത്ര നദീതട സംസ്ക്കാരങ്ങളായി വികസിച്ചുവന്നു.

മൃഗങ്ങളുടെ ഉപയോഗം, ചക്രത്തിന്റെ ഉപയോഗം തുടങ്ങിയവ ഉൽഭവപ്പെട്ടതോടെ മനുഷ്യന്റെ കായികാധ്വാനത്തേക്കാൾ പകുതി മടങ്ങുള്ള ഊർജ്ജം മനുഷ്യന്റെ നിയന്ത്രണത്തിലായിത്തീരുന്നു. കാർഷികോൽപ്പാദനം വർദ്ധിച്ചതോടെ മറ്റ് ആവശ്യങ്ങൾ തൃപ്തിപ്പെ ടുത്തുന്നതിനുള്ള തൊഴിലുകളും രൂപപ്പെട്ടു. ഇവയുടെ കേന്ദ്രീകരണം നഗരങ്ങളുടെ രൂപീകരണത്തിനിടയാക്കി. യന്ത്രങ്ങളുടെ വികാസം മുതലാളിത്ത സമൂഹത്തിന്റെ രൂപീകരണത്തിലേക്ക് നയിച്ചു. ലാഭം കുന്നുകൂട്ടുകയെന്ന ലക്ഷ്യത്തോടെ സാങ്കേതികവിദ്യയെ മുതലാളിത്തം

വികസിപ്പിച്ചു. തൊഴിലാളികളെ ചൂഷണം ചെയ്യുന്ന രീതിയും ശക്തിപ്പെ ടുത്തി. പരിസ്ഥിതി പ്രശ്നങ്ങളിലേക്ക് ഇത് നയിക്കുകയും ചെയ്തു.

മനുഷ്യ സമൂഹത്തിന്റെ വളർച്ചയുടെ ചരിത്രം തന്നെയാണ് ആരാധ നയിലും, വിശ്വാസത്തിലുമെല്ലാം കാണുന്നത്. പ്രകൃതിയുമായുള്ള മനുഷ്യ രുടെ ഏറ്റുമുട്ടലിന്റെ കാലത്ത് പ്രകൃതി ആരാധന സജീവമായി. പ്രകൃതി ശക്തികളെ മനുഷ്യൻ നിയന്ത്രണത്തിലാക്കാൻ തുടങ്ങിയതോടെ ആരാധനയിലും, വിശ്വാസങ്ങളിലും മാറ്റങ്ങൾ വന്നു. വേദങ്ങളിൽ സജീവമായിരുന്ന മഴയുടെ ദൈവമായ ഇന്ദ്രനും, കാറ്റിന്റെ ദേവനായ വരുണനും, തീയുടെ ദേവനായ അഗ്നിയും പ്രകൃതി ശക്തികളെ വരു തിയിലാക്കിയതോടെ അപ്രസക്തമായി. മനുഷ്യ സമൂഹത്തിന്റെ വെല്ലുവിളികളും, ആവശ്യങ്ങളും മറ്റൊന്നായി തീർന്നതുകൊണ്ടാണ് ഈ മാറ്റമുണ്ടായത്.

മനുഷ്യ സമൂഹത്തിന്റെ ഉൽപ്പാദനം വർദ്ധിച്ചതോടെ ഒരു വിഭാ ഗത്തിന് ഉൽപ്പാദന പ്രക്രിയയിൽ പങ്കെടക്കാതെ മാറിനിൽക്കുന്ന സ്ഥിതിവന്നു. ഇത് അടിമ-ഉടമ ബന്ധത്തിലേക്ക് നയിച്ചു. അടിമകളെ അടിച്ചമർത്തുന്ന രീതി വ്യാപകമായി. ഇന്ത്യയിൽ അടിച്ചമർത്തൽ നിലനിന്നത് പ്രധാനമായും ജാതി വ്യവസ്ഥയെ കേന്ദ്രീകരിച്ചായിരു ന്നു. അതുകൊണ്ടാണ് ഇന്ത്യയിൽ രൂപപ്പെട്ട രണ്ട് മതങ്ങളായ ബുദ്ധ മതവും, ജൈന മതവും ജാതി വ്യവസ്ഥയെ വെല്ലുവിളിച്ചത്.

റോമ സാമ്രാജ്യത്വത്തിന്റെ കീഴിൽ ഉയർന്നുവന്ന അടിമത്വത്തി നെതിരേയുള്ള കലാപത്തിന്റെ ഭാഗമായാണ് ക്രിസ്തുമതം രൂപപ്പെട്ട നതെന്ന് ഏംഗൽസ് വ്യക്തമാക്കുന്നുണ്ട്. അറേബ്യൻ ഉപദ്വീപിനെ അബിസീനിയക്കാരിൽ നിന്നും വിമോചിപ്പിക്കുന്നതിനും ചിരകാലമായി മറഞ്ഞുപോയ വ്യാപാരമാർഗങ്ങൾ വീണ്ടെടുക്കുന്നതിനുള്ള അറബി ദേശീയ ബോധത്തിന്റെ ഉണർവ്വ് കൂടിയായിരുന്ന ഇസ്ലാമിന്റെ രൂപീ കരണത്തിന് പശ്ചാത്തലമായ സാഹചര്യമെന്നും വിലയിരുത്തുന്നുണ്ട്. പാവപ്പെട്ട ജനതയുടെ പക്ഷത്ത് നിന്നുള്ള സമീപനമാണ് ഇസ്ലാം മുന്നോട്ടുവെച്ചതെന്നും മാർക്സും, ഏംഗൽസും പറയുന്നുണ്ട്.

മതത്തെ ചരിത്രപരമായി വിലയിരുത്തിയതുകൊണ്ടാണ് മതം നിരോധിക്കണമെന്ന ആശയം ഉയർന്നുവന്ന ഘട്ടങ്ങളിലെല്ലാം അതി നെതിരായ നിലപാട് മാർക്സും, ഏംഗൽസും സ്വീകരിച്ചത്. ആന്റിഡ്യൂ റിംഗ് പോലുള്ള കൃതികളിൽ ഇത് വ്യക്തമാണ്. മതത്തെ സംബന്ധിച്ച നിലപാട് ഇങ്ങനെ വ്യക്തമാക്കുകയും ചെയ്തു.

"മതപരമായ സന്താപം എന്നത് അതേ സമയം തന്നെ യഥാർത്ഥ

സന്താപത്തിന്റെ ഒരു ബഹിഷ്‌സ്‌ക്കരണവും യഥാർത്ഥ സന്താപത്തിനെ തിരായ പ്രതിഷേധവും കൂടിയാണ്. മതം മർദ്ദിത ജീവിയുടെ നിശ്വാസ മാണ്. ഹൃദയശൂന്യമായ ലോകത്തിന്റെ ഹൃദയമാണത്. അതുപോലെ തന്നെ ഉന്മേഷരഹിതമായ സാഹചര്യങ്ങളിലെ ലഹരിയുമാണത്. ജനങ്ങളെ മയക്കുന്ന കറുപ്പമാണത്.''

കറുപ്പ് വേദന സംഹാരിയായിക്കൂടി, അക്കാലത്ത്. ചൂഷക്കത്തിൽ വേദന അനുഭവിക്കുന്ന ജനതക്ക് ആശ്വാസമായാണ് മതങ്ങൾ പ്രത്യക്ഷപ്പെട്ടതെന്ന് വിലയിരുത്തലിലാണ് മാർക്‌സും, ഏംഗൽസും എത്തിച്ചേർന്നത്. എന്നാൽ മതത്തെ തൊഴിലാളി വർഗ്ഗത്തെ അടി ച്ചമർത്തുന്നതിനുള്ള ഉപാധിയായി ഭരണവർഗ്ഗം ഉപയോഗപ്പെടുത്തു മ്പോൾ അതിനെതിരെ അവർ നിലപാട് സ്വീകരിക്കുകയും ചെയ്തിട്ടുണ്ട്. കമ്മ്യൂണിസ്റ്റ് മാനിഫെസ്റ്റോയിൽ മുതലാളിത്തം മതത്തിന്റെ സവിശേഷ മൂല്യങ്ങളെ തകർത്തുകളയുന്ന പ്രശ്‌നം കമ്മ്യൂണിസ്റ്റ് മാനിഫെസ്റ്റോയിൽ മാർക്‌സും, ഏംഗൽസും വ്യക്തമാക്കുന്നുണ്ട്. വിശ്വാസിയും, അവിശ്വാസിയും തമ്മിലുള്ള സമരമല്ല വർഗ്ഗ സമരമാണ് മാർക്‌സിസം മുന്നോട്ടുവെക്ക ന്നതെന്നർത്ഥം.

രാഷ്ട്രീയാവശ്യത്തിനായി മതവിശ്വാസത്തെ വളച്ചൊടിച്ച് ഉപയോഗ പ്പെടുത്തുന്ന രീതിയാണ് നമ്മുടെ രാജ്യത്ത് നിലനിൽക്കുന്നത്. ഒരു പ്രദേ ശത്തെ ജനതയെന്ന നിലയിൽ ഉപയോഗിക്കപ്പെട്ട ഹിന്ദു എന്ന പദം മതം എന്ന അവസ്ഥയിലേക്ക് പലവിധ കാരണങ്ങളാൽ രൂപാന്തരം പ്രാപിച്ചു. വൈവിധ്യങ്ങളെ ഉൾക്കൊള്ളാവുന്ന തലം നവോത്ഥാന മുന്നേറ്റങ്ങളുടെ പശ്ചാത്തലത്തിൽ ഇതിൽ രൂപപ്പെട്ടുകയും ചെയ്തു. അതുകൊണ്ടാണ് ഹിന്ദുമതത്തെ സംബന്ധിച്ച് സ്വാമി വിവേകാനന്ദൻ ഇങ്ങനെ പറഞ്ഞത്.

"ഹിന്ദുക്കളായ ഞങ്ങൾ പൊറുപ്പിക്കുക മാത്രം ചെയ്യുന്നവരല്ല ഞങ്ങൾ ഓരോ മതത്തോടും ഇണങ്ങിച്ചേരുന്നു. മുഹമ്മദീയന്റെ പള്ളിയിൽ പ്രാർത്ഥിക്കുന്നു.സൗരാഷ്ട്ര ധർമ്മിയുടെ അഗ്നിക്ക് മുന്നിൽ ആരാധന നടത്തുന്നു. ക്രിസ്തുവിന്റെ കുരിശ്ലിന് മുന്നിൽ മുട്ടുകുത്തുന്നു. ഏറ്റവും താഴ്ന്ന പ്രാകൃത പൂജ മുതൽ ഏറ്റവും ഉൽകൃഷ്ടമായ കേവലത്വം വരെ എല്ലാ മതങ്ങളും ഒരുപോലെ അനന്തത്തെ ഗ്രഹിക്കാനും, സാക്ഷാത്ക്കരിക്കാനും ആയ യത്നങ്ങൾ മാത്രമാണെന്ന് ഞങ്ങൾ കരിയാം. അങ്ങനെ ഞങ്ങൾ ഈ നാനാ കുസുമങ്ങളെ സംഭരിച്ച് ഭക്തിയുടെ ചരടിൽ ചേർത്ത് കോർത്ത്, ഒരത്ഭുതകര പൂജാ കുസുമ മഞ്ജരിയാക്കിത്തീർക്കും.''

ഇതിന്റെ തുടർച്ചയിൽ തന്നെയാണ് ഗാന്ധിജിയും തന്റെ പ്രാർ ത്ഥനാ യോഗങ്ങളിൽ ഗീതയും, ബൈബിളും, ഖുറാനുമെല്ലാം ചേർത്തു വെക്കുന്ന സ്ഥിതിയുണ്ടായത്.

വൈവിധ്യങ്ങളെ ഉൾക്കൊള്ളുന്ന ഹിന്ദുമതത്തെ ഹിന്ദുത്വത്തിന്റെ തലത്തിലേക്ക് പരിവർത്തിപ്പിക്കുകയാണ് സംഘപരിവാർ ചെയ്തത്. ഗാന്ധി വധക്കേസിലെ പ്രതിയായിരുന്ന സവർക്കർ 1923-ൽ പ്രസി ദ്ധീകരിച്ച ആരാണ് ഹിന്ദു എന്ന പുസ്തകത്തിലാണ് ഹിന്ദുത്വ ആശയം മുന്നോട്ടവെക്കുന്നത്. ഇന്ത്യയിലെ പ്രദേശങ്ങൾ തങ്ങളുടെ പുണ്യഭൂമിയും, പിതൃഭൂമിയും എന്ന് കണക്കാക്കുന്നവരാണ് ഹിന്ദുക്കളെന്ന സമീപനം അവതരിപ്പിക്കുന്നു. ആ ഹിന്ദുവിന്റേതാണ് ഇന്ത്യയെന്ന ആശയവും മുന്നോട്ടവെക്കുന്നു. അതിലൂടെ മെക്ക പുണ്യ സ്ഥലമായിക്കണക്കാക്ക ന്ന മുസ്ലീങ്ങളും, ജെറുസലേം പുണ്യഭൂമിയായി കണക്കാക്കുന്ന ക്രിസ്ത്യാ നികളും ജർമ്മനിയിൽ ജനിച്ച മാർക്സിന്റെ തത്വശാസ്ത്രങ്ങൾ അംഗീക രിക്കുന്ന കമ്മ്യൂണിസ്റ്റുകാരും അങ്ങനെ വിചാരധാരയിൽ ആന്തരിക ഭീഷണിയായി മാറി. മതനിരപേക്ഷത എന്നത് യൂറോപ്പില്യയർന്നുവന്ന ആശയമാണെന്ന പറഞ്ഞ് തള്ളുകയും ചെയ്തു.

വൈവിധ്യമാർന്ന സമീപനങ്ങളെ അംഗീകരിക്കുന്ന ഹിന്ദുമതം എന്ന ആശയത്തെ മാറ്റി നിർത്തി പകരം ഹിന്ദുത്വമെന്ന ഫാസിസ്റ്റ് സമീപനത്തിലേക്കുള്ള ചുവട്ടവെപ്പായി ഹിന്ദുത്വം മാറുന്നു. ഇത് പ്രചരി പ്പിക്കുന്നതിന് വിദ്യാഭ്യാസ രംഗത്തെ ഉപയോഗപ്പെടുത്തുന്നതിനുള്ള പ്രവർത്തനങ്ങളും നടക്കുകയാണ്. ഈ പശ്ചാത്തലത്തിലാണ് 2014 ഒക്ടോബർ 4-ന് മുംബൈ റിലയൻസ് ആശുപത്രി ഉദ്ഘാടനം ചെയ്ത സമയത്ത് പ്രധാനമന്ത്രി നരേന്ദ്രമോദി മഹാഭാരതത്തിലെ കർണ്ണൻ അമ്മയുടെ ഗർഭ പാത്രത്തിൽ നിന്നല്ല ജനിച്ചതെന്നും, ജനിതക ശാസ്ത്രം വികസിച്ചതുകൊണ്ടാണ് അത് സാധ്യമായതെന്നും അദ്ദേഹം അവതരിപ്പിച്ചത്. ഗണപതിയുടെ തല പ്ലാസ്റ്റിക് സർജ്ജറിയുടെ തെളി വാണെന്നും ആ പ്രസംഗത്തിൽ പറയുകയുണ്ടായി.

പ്രധാനമന്ത്രിയുടെ പ്രസംഗത്തിനെതിരെ ശക്തമായ വിമർശനം ശാസ്ത്ര മേഖലയിൽ നിന്നും ഉയർന്നുവന്നു. എൻ.ഡി.ടി.വിക്ക് നൽകിയ അഭിമുഖത്തിൽ ശശി തരൂർ ഇതിനെ രൂക്ഷമായി വിമർശിച്ചു. ആനയുടെ തലയും, മനുഷ്യന്റെ കഴുത്തും യോജിക്കാനാവില്ലെന്ന് എട്ട ത്തുപറഞ്ഞു. ശശി തരൂർ അവതരിപ്പിച്ച പ്രശ്നമാണ് സ്പീക്കർ ഷംസീറും മുന്നോട്ടവെച്ചത്. അതിന്റെ അടിസ്ഥാനത്തിൽ ഇത്തരത്തിൽ സംഘ പരിവാർ പ്രചരിപ്പിക്കാൻ ശ്രമിക്കുന്ന ചിന്തകളെക്കുറിച്ച് അദ്ദേഹം

ഓർമ്മപ്പെടുത്തുകയും ചെയ്തു. ഹിന്ദുത്വ രാഷ്ട്രീയ അജണ്ടയെ തുറന്നുകാ ട്ടുന്ന ഈ നിലപാടിനെതിരെ കോൺഗ്രസിലെ ചിലർ രംഗത്ത് വന്നത് വിസ്മയകരമാണ്.

ഹിന്ദുത്വ രാഷ്ട്രീയവും, ഹിന്ദു മതവും ഒന്നാണെന്ന് സ്ഥാപിച്ച് ഹിന്ദുമത വിശ്വാസികളെ ആർ.എസ്.എസിന് കീഴിലേക്ക് അണിനിരത്തുന്ന തിനുള്ള ശ്രമങ്ങൾ വ്യാപകമാണ്. ഇതിന് കീഴ്പ്പെട്ടുപോകുന്ന നില ആർ.എസ്.എസിനെതിരാണ് എന്ന് പ്രഖ്യാപിക്കുന്നവർക്കുപോലും ഉണ്ടാകുന്നുവെന്നതാണ് ഇത് വ്യക്തമാക്കുന്നത്. സി.പി.ഐ (എം) സംസ്ഥാന കമ്മിറ്റി അംഗീകരിച്ച സാംസ്കാരിക രംഗത്തെ പ്രശ്നങ്ങളിൽ പറയുന്ന പ്രധാനമായ കാര്യം രാഷ്ട്രീയമായി ആർ.എസ്.എസിനെ പിന്തുണക്കാത്തവരുടെ ഇടയിലും ഹിന്ദുത്വ ആശയങ്ങൾ നുഴഞ്ഞുക യറുന്നതിനെതിരെ ജാഗ്രത പുലർത്തണമെന്ന കാഴ്ചപ്പാട് ഏറ്റവും ശരി യായിത്തീരുന്നുവെന്ന് ഈ സംഭവം വ്യക്തമാക്കുന്നു. കേരളത്തിലെ വലതുപക്ഷം ഇടതുപക്ഷത്തെ പ്രധാന ശത്രുവായിക്കണ്ട് ഹിന്ദുത്വ ശക്തികളുമായിച്ചേർന്ന് മുന്നോട്ടുപോകുന്ന കാര്യവും ഇതിലൂടെ പുറത്തു വരികയാണ്. ഈ രാഷ്ട്രീയത്തെ തുറന്നുകാട്ടി മാത്രമേ കേരളത്തിന്റെ നവോത്ഥാന പാരമ്പര്യത്തേയും, മതനിരപേക്ഷ കാഴ്ചപ്പാടുകളേയും സംരക്ഷിക്കാനാവൂ.

മതവും, മാർക്സിസവും

മതത്തെ മാർക്സിസം എങ്ങനെ സമീപിക്കുന്നുവെന്നത് പലവി ധത്തിലുള്ള ചർച്ചകൾക്ക് വിഷയമായിട്ടുണ്ട്. മാർക്സിസം മതത്തിനെതിരാണെന്നും, അതിനെ ഉന്മൂലം ചെയ്യുകയാണ് മാർക്സി സത്തിന്റെ ലക്ഷ്യമെന്നും ചിലർ വിലയിരുത്തുന്നുണ്ട്. മാർക്സിസം മതത്തെ ശക്തമായി നേരിട്ടന്നതിന് പകരം അയഞ്ഞ സന്ധി ചെയ്ത് മുന്നോട്ടുപോകുകയാണെന്ന കാഴ്ചപ്പാട്ടുള്ളവരും കുറവല്ല. ഈ സാഹചര്യത്തിൽ മതത്തെ സംബന്ധിച്ച് മാർക്സും, ഏംഗൽസും, ലെനിനുമെല്ലാം വിലയിരുത്തിയത് എങ്ങനെയെന്ന് മനസ്സിലാ ക്കേണ്ടതുണ്ട്. മതരാഷ്ട്രവാദികൾ അവരുടെ കാഴ്ചപ്പാട്ടുകൾ വ്യാപ കമായി പ്രചരിപ്പിച്ചുകൊണ്ടിരിക്കുന്ന വർത്തമാനകാലത്ത് ഇത് പ്രധാനമാണ്.

മനുഷ്യരും, മൃഗങ്ങളും എല്ലാം ഒരുകാലത്ത് കാട്ടിനകത്ത് ഒന്നിച്ച് ജീവിച്ചവരായിരുന്നു. അങ്ങനെ കഴിയുന്ന മനുഷ്യരെ സംബന്ധിച്ചിട ത്തോളം അവർ ആദ്യഘട്ടത്തിൽ നേരിടേണ്ടി വന്ന ഏറ്റവും പ്രധാന വെല്ലുവിളി പ്രകൃതി ശക്തികളെയായിരുന്നു. അവയെ വരുതിയിൽ കൊണ്ടുവന്നാൽ തങ്ങളുടെ ജീവിതത്തെ സുഖകരമായി മുന്നോട്ട കൊണ്ടുപോകാൻ കഴിയുമെന്നവർ പ്രതീക്ഷിച്ചു. അങ്ങനെയാണ് ലോകത്തെ എല്ലാ സമൂഹത്തിനകത്തും ആദ്യകാലത്തെ ആരാധനക ളെല്ലാം പ്രകൃതിശക്തിയുടേതായി മാറിയത്.

ഇന്ത്യയിലെ വേദങ്ങൾ പരിശോധിച്ചാൽ ഇക്കാര്യം വ്യക്തമാകുമെ ന്ന് ആന്റിഡ്യൂറിംഗ് എന്ന ഏംഗൽസിന്റെ പ്രസിദ്ധമായ ഗ്രന്ഥത്തിൽ

പറയുന്നുണ്ട്. വേദ സാഹിത്യം മൂന്ന് ദൈവങ്ങളേയാണ് മുന്നോട്ടുവെ
ച്ചത്. ഒന്നാമതായി മഴയുടെ ദേവനായ ഇന്ദ്രൻ, രണ്ടാമതായി കാറ്റിന്റെ
ദേവതയായ വരുണൻ, മൂന്നാമതായി തീയുടെ ദേവതയായ അഗ്നി
വേദങ്ങളിൽ ഇവരെ ആരാധിക്കുകയും പുകഴ്ത്തി പറയുന്ന രീതി നില
നൽക്കുകയുമാണ്. വേദങ്ങളിലാകമാനം പ്രകീർത്തിക്കപ്പെട്ട ഈ
മൂന്ന് ദൈവങ്ങളും ഇന്ന് ഏറെ ആരാധിക്കപ്പെടുന്നില്ല. വേദങ്ങളിലേക്ക്
മടങ്ങിച്ചെല്ലാൻ ആഹ്വാനം ചെയ്യുന്നവർ പോലും ഈ ദിശയിലല്ലെ
ചിന്തിക്കുന്നത്.

ഒരുകാലത്ത് ഏറെ ആരാധിക്കപ്പെട്ട ഇത്തരം ദൈവങ്ങൾ എന്തു
കൊണ്ടാണ് പിന്നീട് അപ്രസക്തരായി തീർന്നത്. മനുഷ്യ സമൂഹം
വികസിച്ച് മുന്നോട്ടുപോയതോടെ പ്രകൃതി ശക്തികളെ തങ്ങളുടെ
വരുതിയിൽ കൊണ്ടുവരാൻ പറ്റുന്ന സാഹചര്യം വളരാൻ തുടങ്ങി.
കാർഷിക സമൂഹത്തിലേക്കുള്ള പരിവർത്തനവും ആരംഭിച്ചു. ഈ മാറ്റം
മനുഷ്യ സമൂഹത്തിന് മുന്നിൽ പുതിയ ആവശ്യങ്ങൾ ഉയർത്തിക്കൊ
ണ്ടുവന്നു. പുതിയ ദൈവങ്ങൾ പഴയ ദൈവങ്ങളെ പിന്തള്ളി മുന്നിലേ
ക്ക് വന്നു. ഇന്ദ്രനെ പരാജയപ്പെടുത്തി കൃഷ്ണനെപ്പോലുള്ള കാർഷിക
ദേവതകൾ കാലുറപ്പിക്കാൻ തുടങ്ങി. സാമൂഹ്യ മുന്നേറ്റം ദൈവത്തിന്റെ
സ്വരൂപങ്ങളിലും മാറ്റങ്ങൾ സൃഷ്ടിച്ചുവെന്നർത്ഥം.

പ്രകൃതി ശക്തികളെ ഏറെ നിയന്ത്രണത്തിൽ ആക്കുകയും പുതിയ
ഉപകരണങ്ങൾ കണ്ടെത്തുകയും ചെയ്യതോടെ ഉൽപ്പാദനത്തിൽ
വലിയ വർദ്ധനവ് ഉണ്ടാകാൻ തുടങ്ങി. നേരത്തെ കൂട്ടായ അധ്വാന
ത്തിലൂടെ ഭക്ഷണം കണ്ടെത്തുന്ന രീതിയായിരുന്നു ഉണ്ടായിരുന്നത്.
എന്നാൽ പുതിയ ഉപകരണങ്ങൾ കണ്ടെത്തിയതോടെ ഉൽപ്പാദന
ത്തിന്റെ കാര്യത്തിൽ വലിയ വർദ്ധനവുണ്ടായി. നേരത്തെ ഒരാൾക്ക്
ജീവിക്കുന്നതിനുള്ളത് പോലും കണ്ടെത്താൻ ബുദ്ധിമുട്ടിയ സമൂഹം
അതിനേക്കാൾ ഉൽപ്പാദിപ്പിക്കാൻ കഴിയുന്ന സാഹചര്യം രൂപപ്പെട്ട
ത്തി. ഇതോടുകൂടി തൊഴിൽ വിഭജനം എന്ന പുതിയ പ്രക്രിയയ്ക്ക് സമൂഹം
വിധേയമായി. ആദ്യത്തെ തൊഴിൽ വിഭജനം കുടുംബത്തിനകത്താണ
ണ്ടായത്. കുടുംബം, സ്വകാര്യ സ്വത്ത്, ഭരണകൂടം എന്നിവയുടെ ഉത്ഭവം
എന്ന പുസ്തകത്തിൽ ഏംഗൽസ് പറഞ്ഞതുപോലെ സ്ത്രീയും, പുരുഷനും
തമ്മിലുള്ളതായിരുന്ന ആദ്യത്തെ തൊഴിൽ വിഭജനം. ഇതാണ് സ്ത്രീയുടെ
അടിമത്തത്തിലേക്ക് നയിച്ചത് എന്ന കാര്യം ഏംഗൽസ് എടുത്തു
പറയുന്നുണ്ട്. ഉൽപാദനം വർദ്ധിച്ചതോടെ തൊഴിൽ വിഭജനവും
സമൂഹത്തിൽ ഉണ്ടായി. ദൈവവും അതുമായി ബന്ധപ്പെട്ട കാര്യങ്ങളും

കൈകാര്യം ചെയ്യുന്നതിനായി പുരോഹിത വിഭാഗം തന്നെ രൂപപ്പെട്ടു. സമൂഹത്തിന്റെ പൊതുവായ കാര്യങ്ങൾ നോക്കി നടത്തുന്നതിനും, സമൂഹത്തിൽ മേൽക്കൈ നേടിയ വിഭാഗത്തിന്റെ താൽപര്യങ്ങൾ സംരക്ഷിക്കുന്നതിനും ഭരണ സംവിധാനവും രൂപംകൊണ്ടു. ഭരിക്കുന്ന വരും, ഭരിക്കപ്പെടുന്ന വിഭാഗവുമെന്ന വിഭജനം ഇതിലൂടെയുണ്ടായി. പുരോഹിതരും, രാജാക്കന്മാരും ഇത്തരത്തിൽ ഉടമകളായി പരിവർ ത്തിക്കപ്പെട്ടു. രാജഭരണ വ്യവസ്ഥയും, പുരോഹിതന്മാരും ചേർന്ന വിഭാഗങ്ങൾ നാട് ഭരിക്കുന്ന സാഹചര്യമുണ്ടായി. ഗോത്ര തലവന്മാർ പലപ്പോഴും രാജാക്കന്മാരുടെ പദവിയിലേക്ക് ഉയർത്തപ്പെട്ടു. അങ്ങനെ അടിമ-ഉടമ വ്യവസ്ഥ സമൂഹത്തിൽ വേരുറപ്പിക്കുന്ന നിലയുണ്ടായി. അങ്ങനെ മനുഷ്യ സമൂഹത്തിന്റെ വികാസ പ്രക്രിയയുടെ സവിശേഷ ഘട്ടത്തിൽ അടിമ-ഉടമ ബന്ധം സമൂഹത്തിൽ രൂപപ്പെട്ടുവന്നു.

അടിമ-ഉടമ വ്യവസ്ഥ ഓരോ രാജ്യത്തും വ്യത്യസ്തമായ രീതിയിലാണ് ഉയർന്നുവന്നത്. റോമാ സാമ്രാജ്യം പോലുള്ള ഇടങ്ങളിൽ അടിമ-ഉടമ എന്ന നിലയിൽ തന്നെ അവ നിലനിന്നു. എന്നാൽ ഇന്ത്യയിൽ അത് ചാതുർവർണ്യത്തിന്റേയും, ജാതി വ്യവസ്ഥയുടേയും ചട്ടക്കൂട്ടിനകത്ത് നിന്ന് രൂപപ്പെട്ടുകയാണുണ്ടായത്. ഏത് രീതിയിൽ രൂപപ്പെട്ടാലും അടിമകളുടെ ജീവിതം ദുസ്സഹമായി തന്നെ ഇടരുന്ന നിലയുണ്ടായി. ഒരു വിഭാഗം ജനത അടമികളായി മാറ്റപ്പെടുകയും, അടിച്ചമർത്തലിന് വിധേയമാകുകയും ചെയ്തതോടെ പ്രതിരോധ പ്രസ്ഥാനങ്ങൾ ഉയർന്ന വന്നു. റോമിൽ സ്പാർട്ക്കസിന്റെ നേതൃത്വത്തിൽ നടന്ന അടിമകളുടെ കലാപം ചരിത്രത്തിന്റെ ഭാഗമാണ്.

ഇന്ത്യയിൽ നിലനിന്ന ജാതി സമ്പ്രദായത്തിൽ രൂപപ്പെട്ട അടിമ വ്യ വസ്ഥകകെതിരായി വിവിധ തരങ്ങളിലുള്ള പ്രതിരോധ പ്രസ്ഥാനങ്ങൾ രൂപീകരിക്കപ്പെട്ടു. അതിലേറ്റവും പ്രധാനപ്പെട്ട ജൈന-ബുദ്ധമതങ്ങൾ ആയിരുന്നു. ഇവർ ജാതി വ്യവസ്ഥയെ വെല്ലുവിളിക്കുകയും, ഹിംസാത്മ കമായ ജീവിതത്തെ എതിർക്കുകയും ചെയ്തു. മാത്രമല്ല എല്ലാവർക്കും വിദ്യാഭ്യാസവും, ആരോഗ്യവും നൽകുന്ന വിധമുള്ള വിവിധ പ്രവർത്ത നങ്ങൾ ആരാധനാലയങ്ങൾ കേന്ദ്രീകരിച്ചുകൊണ്ട് തന്നെ ആരംഭിച്ചു. പള്ളിക്കുടങ്ങൾ എന്ന നിലയിൽ അവരുടെ ആരാധനാലയങ്ങൾ കേന്ദ്രീകരിച്ചുകൊണ്ട് വിദ്യാഭ്യാസത്തിനും, ആരോഗ്യ സംരക്ഷണ ത്തിനുള്ള നടപടികളും സ്വീകരിച്ചു. ഇന്ത്യയിൽ ആയുർവേദമുൾപ്പെടെ വളർന്നുവികസിച്ചത് ഇത്തരം നിലപാടുകളുടെ കൂടി അടിസ്ഥാനത്തിലാ യിരുന്നു. യാഗങ്ങളുടെയും, അശ്വമേധങ്ങളുടെയും ലോകത്ത് നിലനിന്ന

ജീവിത ചിന്തകളെ സാധാരണ ജനതയുടെ ജീവിത പ്രശ്നങ്ങളിലേക്ക് മാറ്റി പണിയുകയാണ് ഈ ഇടപെടൽ ഉണ്ടാക്കിയത്. ഇത്തരത്തിൽ ചരിത്രത്തിൽ ബുദ്ധ-ജൈന മതങ്ങൾ നടത്തിയ ഇടപെടലുകൾ സാമൂഹ്യ വികാസത്തിന് സഹായിക്കുന്ന വിധമുള്ളതാണെന്നാണ് മാർക്സിസ്റ്റ് സമീപനം. ലോകത്തിലെ ആദ്യത്തെ സംഘടിത മതങ്ങൾ ഇത്തരത്തിൽ മനുഷ്യ വിമോചനത്തിന്റെ വഴികളില്ലൂടെയാണ് നീങ്ങി യതെന്ന് കാണാവുന്നതാണ്.

അടിമത്ത സമ്പ്രദായത്തിനെതിരെ സ്പാർടക്കസിനെപ്പോലുള്ളവ രുടെ നേതൃത്വത്തിൽ വിവധ കലാപങ്ങൾ നടന്നിരുന്നു. ഇത്തരത്തിൽ അടിമകളുടെ വിമോചനത്തിനായുള്ള പ്രക്ഷോഭങ്ങളുടെ പശ്ചാത്തല ത്തിൽ നിന്നാണ് ക്രിസ്തുമതം റോമ സാമ്രാജ്യത്തിൽ പിറന്നുവീണത്. ഈ കാലഘട്ടത്തിൽ രൂപംകൊണ്ട ക്രിസ്തു മതം ചരിത്രപരമായി നിർവ്വഹിച്ച കടമകളെ സംബന്ധിച്ച് ഏംഗൽസ് തന്റെ പ്രസിദ്ധമായ, ആദ്യകാല ക്രിസ്തു മത ചരിത്രത്തെപ്പറ്റിയെന്ന ലേഖനത്തിൽ ഇങ്ങനെ പറയുന്നു, "ബന്ധനത്തിൽ നിന്നും കഷ്ടപ്പാടുകളിൽ നിന്നുമുള്ള മോക്ഷമാണ് ക്രിസ്തുമതത്തെ പോലെ തൊഴിലാളി സോഷ്യലിസവും വാഗ്ദാനം ചെയ്യുന്നത്. ക്രിസ്തുമതം ഈ മോക്ഷം വാഗ്ദാനം ചെയ്യുന്നത് മരണാനന്തരമുള്ള ഒരു ജീവിതത്തിൽ സ്വർഗ്ഗത്തിൽ ആണെങ്കിൽ, ഈ ലോകത്തിൽ തന്നെയാണ് സമൂഹത്തിന്റെ പരിവർത്തനത്തിലൂടെ സോഷ്യലിസം ഇത് വാഗ്ദാനം ചെയ്യുന്നത്."

റോമാ സാമ്രാജ്യത്തിൽ നിലനിന്ന അടിമത്തത്തിനെതിരെയും, കഷ്ട പ്പാടുകൾക്കെതിരേയും നിലപാട് സ്വീകരിച്ച മതം എന്ന നിലയിലാണ് ക്രിസ്തു മതത്തെ മാർക്സിസം കാണുന്നത്. അതായത് ചരിത്രത്തിൽ ക്രിസ്തു മതം രൂപപ്പെട്ടുന്നയും അത് നടത്തിയ ഇടപെടലുകളും എല്ലാം ജനപ ക്ഷത്തു നിന്നു കൊണ്ടുള്ളതായിരുന്നു എന്ന് എംഗൽസ് വ്യക്തമാക്കുന്നു. ക്രിസ്തു മതവും, ശാസ്ത്രീയ സോഷ്യലിസവും വാഗ്ദാനം ചെയ്യുന്നത് സമത്വ സുന്ദരമായ ഒരു ലോകം ജനങ്ങൾക്ക് നൽകുമെന്നതാണ്. ശാസ്ത്രീയ സോഷ്യലിസം അത്തരമൊരു ലോകം ഭൂമിയിൽ തന്നെ രൂപപ്പെട്ട താനാകുമെന്ന് തിരിച്ചറിയുന്നു. എന്നാൽ മരണാനന്തര ജീവിതത്തിൽ അത്തരമൊരു ലോകത്തിന്റെ സാധ്യതയാണ് ക്രിസ്തുമതം ലക്ഷ്യംവെ ക്കുന്നത് എന്നർത്ഥം. ചുരുക്കത്തിൽ സമത്വ സുന്ദരമായ ലോകം മതവും, ശാസ്ത്രീയ സോഷ്യലിസവും ലക്ഷ്യംവെക്കുന്നു. മതം മറ്റൊരു ലോകത്തെ സ്വർഗ്ഗത്തിൽ അത് സാധ്യമാകുമെന്ന സമീപനം മുന്നോട്ടവെക്കുമ്പോൾ അത് ഈ ലോകത്ത് സാധിക്കുമെന്നുള്ള കാഴ്ചപ്പാട് അവതരിപ്പിക്കുന്നു.

ലക്ഷ്യത്തിന്റെ കാര്യത്തിൽ ഈ വ്യത്യസ്ഥത മാത്രമാണ് നിലനിൽ ക്കുന്നത്. അതുകൊണ്ട് ഒരേ ലക്ഷ്യത്തിനുവേണ്ടി പ്രവർത്തിക്കുന്ന രണ്ട് വഴികൾ എന്ന നിലയിലാണ് ക്രിസ്തുമതത്തെയും തൊഴിലാളി സോഷ്യലിസത്തെയും ഏംഗൽസ് കാണുന്നത് എന്നർത്ഥം. അതായത് മതവിരുദ്ധമായ ഒരു നിലപാടല്ല മറിച്ച് മതം ചരിത്രത്തിൽ നിർവ്വഹി ക്കുന്ന റോളും ജീവിതത്തിന് നൽകുന്ന പ്രതീക്ഷയും എല്ലാം ഉൾക്കൊ ള്ളുന്നതാണ് മാർക്സിസ്റ്റ് സമീപനം. റോമാ സാമ്രാജ്യത്തിലെ അടിമ കാലഘട്ടത്തിലെ ബഹുജന കലാപങ്ങളുടെ ഭാഗമായാണ് ക്രിസ്തുമത ത്തിന്റെ ആവിർഭാവം എന്നും വിലയിരുത്തുന്നുണ്ട്. അതായത് മതങ്ങൾ അതാത് ഘട്ടത്തിൽ ചരിത്രത്തിൽ നിർവ്വഹിച്ച ഗുണപരമായ പങ്കിനെ മാർക്സിസം ഉയർത്തിപ്പിടിക്കുന്നുണ്ട്.

അറേബ്യയിലെ ഇസ്ലാമിന്റെ രൂപീകരണത്തെ സംബന്ധിച്ച് ചരിത്ര പരമായ വീക്ഷണത്തോടെയാണ് മാർക്സിസം കാണുന്നത്. ബദ്ദുനികളും, പട്ടണവാസികളും തമ്മിലുള്ള ആഭ്യന്തര വൈരുദ്ധ്യങ്ങളിലേക്ക് മാർക്സും, ഏംഗൽസും ശ്രദ്ധ ക്ഷണിക്കുന്നുണ്ട്. അറേബ്യയിൽ കാർഷിക ഉൽപ്പാ ദനം കാര്യമായി നടത്താൻ പറ്റുമായിരുന്നില്ല. അത്തരമൊരു സമൂഹ ത്തിന് ജീവിക്കണമെങ്കിൽ മറ്റ് പ്രദേശങ്ങളിൽ നിന്ന് ഉൽപ്പന്നങ്ങൾ കൊണ്ടുവരണം. പുറമെ നിന്ന് വസ്തുക്കൾ കൊണ്ടുവരാനും വിവിധ രാജ്യങ്ങൾ തമ്മിലുള്ള വ്യാപാരങ്ങൾക്ക് ഇടനിലയായി നിന്നുകൊണ്ട് ജീവിക്കുക എന്നതായിരുന്ന അവർക്ക് അഭികാമ്യമായത്. അതുകൊണ്ടു തന്നെ വ്യാപാരമാർഗങ്ങൾ വീണ്ടെടുക്കുകയും, തുറന്നുകിട്ടുകയും ചെയ്യു കയെന്നത് അക്കലാത്ത് പ്രധാനമായിരുന്നു. ഈ ധർമ്മവും ഇസ്ലാം നിർവ്വഹിച്ചുവെന്നതാണ് മാർക്സും, ഏംഗൽസും കാണുന്നത്. അറേബ്യൻ ഉപദ്വീപിനെ അബിസിനിക്കാരിൽ നിന്നും വിമോചിപ്പിക്കുന്നതിനുള്ള നിലപാടുകളായാണ് ഇസ്ലാമിനെ മാർക്സിസം കാണുന്നത്. അന്ന് നിലനിന്ന ജീവിത ചര്യകളെ കൂടുതൽ മെച്ചപ്പെടുത്തുന്നതിനുതകുന്ന ജീവിതചര്യകളും അത് രൂപപ്പെടുത്തിയെടുത്തു. ഇങ്ങനെ അറേബ്യൻ സമൂഹത്തെ കൂടുതൽ മുന്നോട്ട് നയിക്കുന്നതിനുള്ള ഇടപെടലുകളായി അത് മാറുകയും ചെയ്തു.

യൂറോപ്പിൽ മതപരമായ ആശയ സംഘർഷത്തിന്റെ അടിസ്ഥാ നത്തിലുണ്ടായതാണ് കത്തോലിക്കാ സഭയും, പ്രൊട്ടസ്റ്റന്റ് സഭയും തമ്മിലുണ്ടായ ഭിന്നതകൾ. ഇതിനെ വിലയിരുത്തിക്കൊണ്ട് തകർന്നു കൊണ്ടിരിക്കുന്ന നാട്ടുവാഴി വ്യവസ്ഥയും, മുന്നോട്ടുവരുന്ന ബൂർഷ്വാസി യും തമ്മിലുള്ള സമരത്തിന്റ പ്രതിഫലനമായാണ് മാർക്സും, ഏംഗൽസും ഇതിനെ വിലയിരുത്തിയത്.

മത ദർശനങ്ങളെല്ലാം പൊതുവിൽ രൂപപ്പെട്ടത് അതാത് ചരിത്ര കാലഘട്ടത്തിൽ അടിച്ചമർത്തപ്പെട്ട വിഭാഗത്തിന്റെ ശബ്ദമായും, അവർ ക്കാശ്വാസം നൽകുന്ന ഒന്നായുമാണെന്ന് മാർക്സിസം വിലയിരുത്തുന്നു. എന്നാൽ മധ്യകാലഘട്ടമാകുമ്പോഴേക്കും ഭരണവർഗ്ഗം മതങ്ങളെ തങ്ങളുടെ താൽപര്യങ്ങൾക്കനുസരിച്ച് രൂപപ്പെടുത്താനും, ഉപയോഗി ക്കാനും തുടങ്ങുന്ന സ്ഥിതി വ്യാപകമായി മാറുന്നു. ഈ മാറ്റത്തെ കൂടി വിലയിരുത്തി കൊണ്ടാണ് നവോത്ഥാനകാലത്തെ ഇത്തരം ഇടപെ ടലുകളെ മാർക്സും, ഏംഗൽസും കാണുന്നത്. മതത്തെ അല്ല അതിനെ തെറ്റായി ഉപയോഗപ്പെടുത്തി ഭരണവർഗ്ഗം സാധാരണക്കാർക്കുനേരെ ഉപയോഗിക്കുന്ന രീതി വന്നപ്പോഴാണ് അതിന് നേതൃത്വം കൊടുക്കുന്ന പൗരോഹിത്യത്തിനും, ഭരണകൂടത്തിനുമെതിരെ മാർക്സിസം രംഗത്ത് വന്നത്. അല്ലാതെ മത ദർശനങ്ങൾ ചരിത്രത്തിൽ വഹിച്ച പങ്കിനെ നിരാകരിച്ച സമീപനം ഒരിക്കലും സ്വീകരിച്ചിട്ടില്ല.

ഹിന്ദു എന്ന പേര് ഇന്ത്യ രാജ്യത്ത് ജീവിക്കുന്ന ജനതക്ക് പൊതുവിൽ നൽകുന്ന ഒന്നെന്ന നിലയിലാണ് മാർക്സ് കണ്ടിട്ടുള്ളത്. അതേസമയം ഇന്ത്യയിലെ ചാതുർവർണ്യവും, ജാതി വ്യവസ്ഥയും സാമൂഹ്യ വികാ സത്തിന് തടസ്സമായി നിൽക്കുന്ന കാര്യം വിലയിരുത്തുന്നുമുണ്ട്. മൂലധനത്തിൽ മനുസ്മൃതിയുടെ കാഴ്ചപ്പാടുകളുടെ അടിസ്ഥാനത്തിൽ മനുഷ്യനെക്കാൾ വില മൃഗങ്ങൾക്കാണ് എന്ന ആശയം മുന്നോട്ടുവെ ക്കുന്നുണ്ട്. മനുഷ്യനെ മൃഗങ്ങളുടെ മുന്നിൽ കുമ്പിടുന്നവരായി മാറ്റിയ കാഴ്ചപ്പാടുകളേയും വിമർശിക്കുന്നുണ്ട്. ചുരുക്കത്തിൽ ഇന്ത്യയിലെ ചാതുർവർണ്യത്തേയും, ജാതി വ്യവസ്ഥയേയും വിമർശിക്കുകയാണ് മാർക്സ് ചെയ്തത്.

മതങ്ങളെ ചരിത്രവൽക്കരിച്ചുകൊണ്ട് വിശകലനം ചെയ്ത മാർക്സ് അത് പൊതുവിൽ സമൂഹത്തിൽ സൃഷ്ടിക്കുന്ന ആത്മവിശ്വാസത്തെയും, ആശ്വാസത്തെയും, ജീവിത സ്വപ്നങ്ങളെയും ഉയർത്തിപ്പിടിക്കുന്നുണ്ട്. പ്രതിസന്ധി ഘട്ടങ്ങളിൽ മനുഷ്യൻ അത്താണിയായി തീരുന്നതി ന്റെ സവിശേഷതയും മാർക്സ് എടുത്തുപറയുന്നുണ്ട്. അദ്ദേഹം ഇങ്ങനെ പറയുന്നു, "മതപരമായ സന്താപം എന്നത് അതേസമയം തന്നെ യഥാർത്ഥ സന്താപവും അതിന്റെ ബഹിസ്വരണവും യഥാർത്ഥ സന്താപത്തിന് എതിരായുള്ള പ്രതിഷേധവും കൂടിയാണ്. മതം മർദ്ദിത ജീവിയുടെ നിശ്വാസമാണ്. ഹൃദയശൂന്യമായ ലോകത്തിന്റെ ഹൃദയമാ ണത്. അതുപോലെ തന്നെ ഉന്മേഷരഹിതമായ സാഹചര്യങ്ങളിലെ ലഹരി കൂടിയാണ്. ജനങ്ങളെ മയക്കുന്ന കറുപ്പ് ആണത്".

മതം മുന്നോട്ടുവെക്കുന്ന ദുഃഖത്തെ സംബന്ധിച്ചുള്ള കാഴ്ചപ്പാട് യഥാർത്ഥ ദുഃഖത്തിന്റെ പ്രതിഫലനമാണെന്ന് മാർക്സ് വിലയിരുത്തുന്നു. അതുപോലെ തന്നെ യഥാർത്ഥ അർത്ഥത്തിലുള്ള ദുഃഖത്തിനെതിരായ പ്രതിഷേധം കൂടി മതം ഉൾക്കൊള്ളുണ്ട്. മതം മുന്നോട്ടുവെക്കുന്നത് മനുഷ്യന്റെ ദുഃഖവും, അതിനോടുള്ള പ്രതിഷേധവുമാണെന്നാണ് മാർക്സ് വ്യക്തമാക്കുന്നത്. മർദ്ദിത ജീവിയുടെ നിശ്വാസമാണ് എന്ന് പറയുന്ന തിലൂടെ പാവപ്പെട്ടവരുടെ ആശ്വാസമായി നിലകൊള്ളുന്നുണ്ട് എന്നും കൂടി അത് ഉൾക്കൊള്ളുന്നുണ്ട് എന്നാണ് വ്യക്തമാക്കുന്നത്. മനുഷ്യനെ പരിഗണിക്കാത്ത ലോകത്തിൽ മനുഷ്യനെ ഉൾക്കൊള്ളുന്ന ഒന്നാണ് മതം എന്നും എടുത്ത് പറയുകയാണ് ചെയ്യുന്നത്. മനുഷ്യന് പ്രവർത്ത നത്തിന് ഊർജ്ജം നൽകുന്ന ഒന്നായി മതം മാറുന്നുണ്ട് എന്നതാണ് ഉന്മേഷരഹിതമായ സാഹചര്യങ്ങളിലെ ലഹരി എന്ന് പറയുന്നതിലൂടെ വ്യക്തമാക്കുന്നത്. ഇത്തരത്തിൽ മതമെന്നത് ജീവിതത്തിന്റെ വേദനക ളുടെയും, ആശ്വാസത്തിന്റേയും ലോകം മനുഷ്യന് മുമ്പിൽ തുറക്കുന്നുണ്ട് എന്ന് വ്യക്തമാക്കുന്നു.

മനുഷ്യ ജീവിതം അതാത് കാലത്ത് അഭിമുഖീകരിച്ച പ്രശ്നങ്ങളിൽ നിന്ന് രൂപപ്പെടുന്ന മതം പൊതുവിൽ മനുഷ്യന് ആശ്വാസമായി തീരുകയും ചെയ്യുന്നു. ഇത്തരം മഹത്തായ ധർമ്മം നിർവ്വഹിക്കുമ്പോഴും ഈ ലോകത്തെ പ്രശ്നങ്ങൾ പരിഹരിക്കുന്നതിന് കഴിയുന്നില്ലയെന്ന പരിമിതി മതത്തിനുള്ളതായിട്ടും വ്യക്തമാക്കുന്നു. അതിന് ഉതകുന്ന പദ്ധതി ശാസ്ത്രീയമായി മുന്നോട്ടുവെക്കുക എന്നതാണ് ശാസ്ത്രീയ സോഷ്യ ലിസത്തിന്റെ സവിശേഷത. മതങ്ങൾ ഉൾപ്പെടെ ജനപക്ഷത്ത് നിന്ന് മുന്നോട്ട് വെച്ച കാഴ്ചപ്പാടിന്റെ വികാസമാണ് ശാസ്ത്രീയ സോഷ്യലിസം മുന്നോട്ടുവെക്കുന്നതെന്നർത്ഥം. ജീവിത ദുരിതം പരിഹരിക്കാൻ കഴിയു ന്നില്ലെങ്കിലും അശ്വാസമായി വർത്തിക്കാൻ അവയ്ക്ക് കഴിയുന്നുണ്ടെന്ന് മാർക്സിസം കാണുന്നുണ്ട്. വർഗ്ഗീയവാദികൾ പറയുന്നത് പോലെയോ യാന്ത്രികവാദികൾ പ്രചരിപ്പിക്കുന്നത് പോലെയോ മാർക്സിസം എന്നത് മതവിരുദ്ധ പ്രസ്ഥാനമല്ല.

മതം നിരോധിക്കണമെന്ന് ആവശ്യപ്പെട്ട ഇടത് തീവ്രവാദികളോട് കർശനമായ എതിരഭിപ്രായം മാർക്സും, എംഗൽസും സ്വീകരിച്ച. എംഗൽസിന്റെ ''ആന്റിഡ്യൂറിങ്ങ്'' എന്ന കൃതിയിൽ മുന്നോട്ടുവെ ക്കുന്ന ഒരു പ്രധാന പ്രശ്നം ഇതാണ്. ഡ്യൂറിങ് തന്റെ പുസ്തകത്തിൽ ഇങ്ങനെ പറയുന്നുണ്ട്, "ഈ സ്വതന്ത്ര സമൂഹത്തിൽ മതപരമായ ആരാധന സാധ്യമല്ല. കാരണം പ്രാർത്ഥനകൊണ്ടും പ്രണിപ്പിക്കാവുന്ന

          ബഹുസ്വരതയും മതരാഷ്ട്ര വാദങ്ങളും

പ്രകൃതിക്ക് പിന്നിലും മുകളിലും ഉള്ള ജീവികൾ ഉണ്ടെന്ന് പ്രാകൃതവും ആയ അന്ധവിശ്വാസത്തിനപ്പുറം ഇതിലെ ഓരോ അംഗവും പോയിട്ടുണ്ട്. അതുകൊണ്ട് ശരിയായി വിഭാവനം ചെയ്യപ്പെടുന്ന സോഷ്യലിസ്റ്റ് വ്യവസ്ഥിതിക്ക് മതപരമായ മാന്ത്രിക വിദ്യകളുടെ എല്ലാ ഭാണ്ഡങ്ങളേയും തന്മൂലം മതപരമായ ആരാധനയുടെ എല്ലാ അടിസ്ഥാന ഘടകങ്ങളേയും നിരോധിക്കേണ്ടി വരും.'

ഡ്യൂറിംഗിന്റെ മതം നിരോധിക്കണം എന്ന വാദത്തെ ഏംഗൽസ് ശക്തമായി പ്രതിരോധിക്കുന്നു. മതത്തെ നിരോധിക്കുക എന്നത് അശാസ്ത്രീയമായ സമീപനമാണ്. അതിന്റെ കാരണങ്ങളും അദ്ദേഹം ഇങ്ങനെ വിശദീകരിക്കുന്നുണ്ട്, "മനുഷ്യർ അവരെ കീഴ്പ്പെടുത്തുന്ന അന്യ സ്വാഭാവികവും, സാമൂഹ്യവുമായ ശക്തികൾക്ക് വിധേയരാക്കുന്നിടത്തോളം കാലം സൗകര്യപ്രദവും സാർവത്രികമായി സ്വീകാര്യവുമായ രൂപത്തിൽ ഈ ശക്തികളമായുള്ള മനുഷ്യരുടെ പ്രത്യക്ഷമായ, അതായത് വൈകാരിക രൂപമായി, മതത്തിന് തുടർന്നും നിലനിൽക്കാൻ കഴിയും." ഇത്തരത്തിൽ സോഷ്യലിസ്റ്റ് ലോകത്തിനകത്തും മതം നിലനിൽക്കും എന്നും അദ്ദേഹം വ്യക്തമാക്കുന്നു. മനുഷ്യരുടെ വൈകാരിക രൂപമായി മതം നിലനിൽക്കുമെന്ന് ഏംഗൽസ് ഓർമ്മപ്പെടുത്തുന്നു.

മതത്തെ ചുറ്റപാടുമുള്ള ലോകത്തോടുള്ള മനുഷ്യന്റെ വ്യക്തിപരമായും, വൈകാരികവുമായ പ്രതികരണം എന്ന നിലയിലാണ് മാർക്സിസം കാണുന്നത്. സാമൂഹ്യ പ്രശ്നങ്ങളോടുള്ള മനുഷ്യരുടെ വ്യക്തിപരമായ പ്രതികരണമാണ് മതങ്ങളിലൂടെ പുറത്തുവരുന്നത്. ഇത്തരത്തിലുള്ള പ്രതികരണം മനുഷ്യന് വ്യക്തിപരമായ ആശ്വാസവും, ആത്മവിശ്വാസവും പ്രദാനം ചെയ്യുന്നു. അതുവഴി അത്തരം ബോധങ്ങളിൽ ജീവിക്കുന്ന വ്യക്തിയുടെ നിലനിൽപ്പിനും, മുന്നോട്ടുപോക്കിനും സഹായകമായ ഘടകമായി അത് മാറുകയും ചെയ്യുന്നു.

മതത്തെ മനുഷ്യന്റെ വൈയക്തികമായ തലത്തിലുള്ള പ്രതികരണമാണെന്ന് അംഗീകരിച്ചുകൊണ്ടാണ് മാർക്സിസം മുന്നോട്ടുപോകുന്നത്. അതുകൊണ്ടാണ് വ്യക്തിപരമായ മനുഷ്യന്റെ ആ വിശ്വാസങ്ങളെ സംരക്ഷിക്കുന്നതിന് കമ്മ്യൂണിസ്റ്റുകാർ പ്രതിജ്ഞാബദ്ധമായി നിലകൊള്ളുന്നത്. സാമൂഹ്യ പ്രശ്നങ്ങളോടുള്ള വൈയക്തികമായ പ്രതികരണമെന്ന നിലയിൽ മതങ്ങളെ അംഗീകരിക്കാനും മാർക്സിസത്തിന് മടിയില്ല. അതുകൊണ്ട് തന്നെയാണ് വിശ്വാസികളുടെ വിശ്വാസത്തെ എല്ലാ ഘട്ടങ്ങളിലും സംരക്ഷിക്കാൻ മാർക്സിസ്റ്റുകാർ പ്രതിജ്ഞാബദ്ധമായി നിൽക്കുന്നത്. നാട്ടിൻപുറത്തെ പട്ടിണി പാവങ്ങളോട് എന്ന

പുസ്തകത്തിൽ അതുകൊണ്ട് തന്നെ ലെനിൻ ഇങ്ങനെ പറയുന്നുണ്ട്, ''ഇഷ്ടമുള്ള മതത്തിൽ വിശ്വസിക്കാൻ മാത്രമല്ല തന്റെ മതം പ്രചരിപ്പി ക്കുവാനും, മതം മാറാൻ കൂടിയും ഓരോരുത്തർക്കും പൂർണ്ണ സ്വാതന്ത്ര്യം ഉണ്ടായിരിക്കണം. ഒരാളോട് അയാളുടെ മതത്തെപ്പറ്റി ചോദിക്കാനുള്ള അവകാശം പോലും ഒരൊറ്റ ഉദ്യോഗസ്ഥനും ഉണ്ടായിരിക്കരുത്. അത് ഓരോരുത്തരുടെയും മനസ്സാക്ഷിയുടെ പ്രശ്നമാണ്. അതിൽ ഇടപെടാൻ ആർക്കും അവകാശമില്ല.''

ചൂഷണങ്ങളോടും, ബാഹ്യശക്തികളുടെ ഇടപെടലോടുമുള്ള മനുഷ്യരുടെ പ്രതികരണം എന്ന നിലയിലാണ് മതത്തെ മാർക്സിസം കാണുന്നത്. മതം വൈയക്തികമായ അത്തരം പ്രതികരണം സൃഷ്ടി ക്കുമ്പോൾ മാർക്സിസം അത് പരിഹരിക്കാനുള്ള പ്രവർത്തനങ്ങളിൽ മുഴുകുന്നു. ഇത് രണ്ടും മനുഷ്യന് നേരെയുള്ള ചൂഷണത്തിനെതിരായ പ്രതികരണത്തിന്റെ രണ്ട് തലങ്ങളാണ്. അങ്ങനെ മനസ്സിലാക്കപ്പെ ടുമ്പോൾ ചൂഷണരഹിതമായ ലോകത്തിനുവേണ്ടിയുള്ള മനുഷ്യരുടെ ആഗ്രഹങ്ങളാണ് മതങ്ങളിൽ പ്രതിഫലിക്കപ്പെടുന്നത്. അങ്ങനെ മതം വ്യക്തിപരമായി അനുഭവപ്പെടുന്ന പ്രതിസന്ധികളിൽ മനുഷ്യന് ആശ്വാസമായി നിലകൊള്ളുന്നു. എന്നാൽ മാർക്സിസം ആ പ്രതിസന്ധി ക്ക് കാരണമായ ഘടകങ്ങളെ ശാസ്ത്രീയമായി വിശകലനം ചെയ്ത് അവ പരിഹരിക്കുന്നതിന് ശ്രമിക്കുന്നു. ഒന്ന് വ്യക്തിപരമായി ഈ പ്രശ്നങ്ങളെ മറികടക്കാനുള്ള കരുത്ത് നൽകുന്നുവെങ്കിൽ മാർക്സിസം ആ പ്രശ്നങ്ങളെ പരിഹരിക്കാൻ വേണ്ടിയുള്ള ശാസ്ത്രീയ സമീപനം മുന്നോട്ടുവെക്കുന്നു. അങ്ങനെ മനുഷ്യനനുഭവിക്കുന്ന പ്രശ്നങ്ങൾക്ക് ഈ ലോകത്ത് തന്നെ പരിഹാരം കണ്ടെത്തുന്ന ഒന്നായി മാറുകയും ചെയ്യുന്നു.

മതവും മാർക്സിസവും തമ്മിലുള്ള വൈരുധ്യത്തിന്റെയും, ഏറ്റുമുട്ടലി ന്റെയും തലങ്ങൾ രൂപപ്പെടുന്നത് ഏത് ഘട്ടത്തിലാണെന്ന് തിരിച്ചറി യുമ്പോൾ മേൽ വിവരിച്ച കാഴ്ചപ്പാടിനെ എളുപ്പം മനസ്സിലാക്കാനാകും. യഥാർത്ഥത്തിൽ മാർക്സിസം പ്രതിരോധിച്ചത് മതത്തെയല്ല. ചൂഷ ണത്തിനെ ന്യായീകരിക്കാനും, അതിനുള്ള ഉപാധിയായി മതത്തെ ഉപയോഗിക്കുന്ന രീതിയെയാണ്. 1848-ൽ പ്രസിദ്ധീകരിച്ച കമ്മ്യൂണി സ്റ്റ് മാനിഫെസ്റ്റോ പരിശോധിച്ചാൽ തന്നെ ഇക്കാര്യം വ്യക്തമാകും. അതിൽ ഇങ്ങനെ പറയുന്നു, 'മതത്തിന്റെ പേരില്ലുള്ള ആവേശത്തിന്റെ യും, നിസ്വാർത്ഥമായ വീരശൂര പരാക്രമങ്ങളുടെയും ഫിലിസ്ത്യേനക ളുടെ വികാരപരതയുടെയും ഏറ്റവും ദിവ്യമായ ആനന്ദനിർവൃതികളെ അത് സ്വാർത്ഥപരമായ കണക്കുകൂട്ടലിന്റെ മഞ്ഞുവെള്ളത്തിലാഴ്ത്തി.'

     ബഹുസ്വരതയും മതരാഷ്ട്ര വാദങ്ങളും

ഇങ്ങനെ മതത്തിന്റെ ഗുണപരമായ രീതികളേയെല്ലാം തകർത്തെ
റിഞ്ഞുകൊണ്ട് അതിനെ ചൂഷക വിഭാഗം അവരുടെ താൽപര്യങ്ങൾ
ക്കായി ഉപയോഗപ്പെടുത്തുന്നു എന്ന കാര്യമാണ് ഇവിടെ മാർക്സും,
ഏംഗൽസും ഉന്നയിക്കുന്നത്.

അതാത് ചരിത്ര ഘട്ടങ്ങളിൽ വിമോചനപരമായ സമീപനം സ്വീക
രിക്കുകയും, പുതിയ കാഴ്ചകൾ മനുഷ്യന് സംഭാവന ചെയ്യുകയും ചെയ്ത
വയാണ് മതങ്ങൾ. എന്നാൽ അതിന്റെ അത്തരം മൂല്യങ്ങളെയെല്ലാം
ഇല്ലാതാക്കി സ്വാർത്ഥ താൽപര്യങ്ങൾക്കായി ഉപയോഗപ്പെടുത്തുന്ന
പ്രശ്നത്തേയാണ് മാനിഫെസ്റ്റോ മുന്നോട്ടുവെക്കുന്നത്. മതവിശ്വാ
സത്തെ സ്ഥാപിത താൽപര്യങ്ങൾക്കായി ഉപയോഗപ്പെടുത്തുന്ന
ശക്തികൾക്കെതിരായുള്ള വിമർശനമാണ് അതാത് ഘട്ടങ്ങളിൽ
അവതരിപ്പിച്ചിട്ടുള്ളത്.

കമ്മ്യൂണിസ്റ്റ് മാനിഫെസ്റ്റോ തുടക്കത്തിൽ പറയുന്ന വാക്കുകൾ
ശ്രദ്ധിച്ചാൽ ഇക്കാര്യം വ്യക്തമാകും. 'യൂറോപ്പിനെ ഒരു ഭൂതം പിടികൂടി
യിരിക്കുന്നു. കമ്മ്യൂണിസം എന്ന ബോധം ഈ ഭൂതത്തിന്റെ വാതൊഴി
പ്പിക്കാൻ വേണ്ടി പഴയ യൂറോപ്പിന്റെ ശക്തികളെല്ലാം - മാർപാപ്പയും,
സാർ ചക്രവർത്തിയും, മെറ്റൽ നിഷം ഗിസ്റ്റോയും, ഫ്രഞ്ച് റാഡിക്കൽ
കക്ഷിക്കാരും, ജർമൻ പോലീസ് ചാരന്മാരും എല്ലാം - ഒരു പാവന
സഖ്യത്തിൽ ഏർപ്പെട്ടിരിക്കുകയാണ് 'ഇവിടെ മാർപാപ്പയുടെ പേര്
എടുത്തുപറയുന്നത് മതത്തെ ചൂഷണത്തിനുള്ള ഉപാധിയാക്കി
തൊഴിലാളി വർഗ്ഗത്തിനെതിരെ അത് ഉപയോഗിക്കുന്ന രീതിക്കെതി
രേയാണ്. അല്ലാതെ മത ഉന്മൂലന സിദ്ധാന്തത്തിന്റെ ഭാഗമായല്ല.

ഇന്ത്യയിലെ സ്ഥിതികൾ പരിശോധിച്ചാലും മത വിശ്വാസത്തിനെ
തിരേയുള്ള സമരമല്ല കമ്മ്യൂണിസ്റ്റുകാർ നടത്തിയത്. പകരം മതത്തെ
ചൂഷണത്തിനുള്ള ഉപാധിയാക്കി മാറ്റുന്നതിനെതിരേയാണ് നിലപാട്
സ്വീകരിച്ചത്. എല്ലാ വിശ്വാസികൾക്കും ക്ഷേത്ര പ്രവേശനം ആവശ്യപ്പെ
ട്ടുകൊണ്ടുള്ള സമരങ്ങളിലെല്ലാം കമ്മ്യൂണിസ്റ്റുകാർ മുൻപന്തിയിലുണ്ടാ
യിരുന്നു. ഇന്ത്യയിലെ പല സംസ്ഥാനങ്ങളിലും ആരാധനാലയങ്ങൾ
തകർക്കപ്പെട്ടപ്പോൾ പാർട്ടി ഓഫീസുകൾ പോലും ആരാധനക്കായി
വിട്ടുകൊടുത്ത പാരമ്പര്യവും കമ്മ്യൂണിസ്റ്റ് പാർട്ടിക്കുള്ളതാണ്. ഇത്ത
രത്തിൽ മതവിശ്വാസങ്ങളെ ഒരു ജനതയുടെ ജനാധിപത്യ അവകാ
ശങ്ങളെന്ന നിലയിൽ കണ്ടുകൊണ്ട് ഇടപെടുന്ന നയമാണ് പാർടി
സ്വീകരിച്ചിട്ടുള്ളത്. വിശ്വസിക്കുന്നവർക്ക് അങ്ങനെ ജീവിക്കാനും,
വിശ്വാസമില്ലാതെ ജീവിക്കുന്നവർക്ക് അത്തരത്തിൽ കഴിയാനുമുള്ള

പൗരാവകാശം നിലനിർത്താനാണ് എക്കാലവും പരിശ്രമിച്ചിട്ടുള്ളത്. മതങ്ങൾക്കതീതമായി ചിന്തിക്കുന്നവരുടെ പ്രശ്നങ്ങളും പൗരാവകാശം എന്ന നിലയിൽ കണ്ടുകൊണ്ട് ഇടപെടുകയാണ് ചെയ്യുന്നത്. ബഹുസ്വ രതയുടെ സാധ്യതകളെ സംരക്ഷിക്കുകയെന്നതാണ് ഇക്കാര്യത്തിലും സ്വീകരിച്ചിട്ടുള്ളത്.

മതവിശ്വാസങ്ങളെ ജനാധിപത്യ അവകാശമെന്ന നിലയിൽ സംര ക്ഷിക്കുന്നതിനോടൊപ്പം തന്നെ അതിന്റെ പേര് പറഞ്ഞ് ജനങ്ങളെ അടിച്ചമർത്താനും, രണ്ടാംകിട പൗരന്മാരാക്കി മാറ്റുന്നതിനുമുള്ള പരി ശ്രമങ്ങൾക്ക് നേരെ നവോത്ഥാന പ്രസ്ഥാനങ്ങളുടെ ചുവട് പിടിച്ച് കമ്മ്യൂണിസ്റ്റുകാരും ഇടപെടുകയാണ് ചെയ്യുന്നത്.

മാർക്സിസത്തെ സംബന്ധിച്ചിടത്തോളം മത ഉന്മൂലനം എന്നത് അതിന്റെ അജണ്ടയല്ല. മതം രൂപപ്പെട്ടത്തിയത് ഒരു സാഹചര്യമാണ്. അത് ചൂഷണത്തിന്റേയും, പ്രകൃതിയെക്കുറിച്ചുള്ള കാഴ്ചപ്പാടുകളെല്ലാം മനുഷ്യന് കണ്ടെത്താൻ കഴിയാത്ത സാഹചര്യത്തിലും രൂപപ്പെട്ട് വികസിച്ചുവരുന്നതാണ്. അത്തരം സാഹചര്യങ്ങൾ നിലനിൽക്ക ന്നിടത്തോളം, മനുഷ്യന് ആവശ്യമെന്ന് തോന്നുന്നിടത്തോളം, അത് നിലനിൽക്കുക തന്നെ ചെയ്യും. മനുഷ്യർക്ക് ജീവിതത്തിലുണ്ടാകുന്ന വൈയക്തികമായ സംഘർഷങ്ങൾക്ക് ആശ്വാസം നൽകുന്ന വിധം അത് പ്രവർത്തിക്കുകയും ചെയ്യുന്നു. സമൂഹത്തിൽ ഇത്തരത്തിൽ മതം നിലനിൽക്കുന്ന സാഹചര്യത്തേയും അത് സമൂഹത്തിന് നൽകുന്ന ആശ്വാസത്തേയും മാർക്സിസം അംഗീകരിക്കുകയും ചെയ്യുന്നു. അതുകൊണ്ട് മതങ്ങളെ ഉന്മൂലനം ചെയ്യുകയെന്നത് മാർക്സിസത്തിന്റെ അജണ്ടയിലേയില്ലാത്തതാണ്. വിശ്വാസികളും, അവിശ്വാസികളുമായ ജനതയെ ജീവിത പ്രശ്നങ്ങളുടെ അടിസ്ഥാനത്തിൽ യോജിപ്പിച്ച് നിർത്തി ആധിപത്യ ശക്തികൾക്കെതിരെ അണിനിരത്തുകയെന്ന താണ് മാർക്സിസം ലക്ഷ്യംവെക്കുന്നത്.

മതത്തെ രാഷ്ട്രീയ ആവശ്യത്തിനുവേണ്ടി ഉപയോഗിക്കുമ്പോൾ അതിന്റെ തലം രാഷ്ട്രീയമായി മാറുന്നു. അത് മറ്റ് വിഭാഗങ്ങളെ ശത്രുതയോടെ കാണുന്ന സമീപനത്തിലേക്ക് എത്തിച്ചേരുകയും ചെയ്യുന്നു. അത് മതം പൊതുവിൽ മുന്നോട്ടുവെക്കുന്ന ആശ്വാസത്തി ന്റേയും, ഉൾക്കൊള്ളലിന്റേയും, അംഗീകരണത്തിന്റേയും ധാരകളെ ഉന്മൂലനം ചെയ്യുന്നു. സമൂഹത്തിന്റെ ആശ്വാസ ധാരയെന്ന നിലക്ക് സംഘർഷത്തിന്റേയും, ഏറ്റുമുട്ടലിന്റേയും തലങ്ങളിലേക്ക് അത് എത്തുകയും ചെയ്യുന്നു. ഇത്തരം ഏറ്റുമുട്ടൽ സൃഷ്ടിക്കുന്നത് ചൂഷണ

വ്യവസ്ഥ നിലനിർത്തുന്നതിന് താൽപര്യമുള്ള ശക്തികളാണ്. ബ്രിട്ടീ ഷുകാർക്കെതിരായി ഇന്ത്യൻ ജനത സമര രംഗത്തേക്ക് കടന്നുവന്ന പ്പോൾ അതിനെ പിളർത്തുകയെന്ന ലക്ഷ്യത്തോടെയാണ് വർഗ്ഗീയ അജണ്ടകൾ ബ്രിട്ടീഷ് സാമ്രാജ്യത്വം രൂപപ്പെടുത്തിയത്. മതത്തിന്റെ ഈ വർഗ്ഗീയവൽക്കരണം ബ്രിട്ടീഷ് ചൂഷണത്തിനവേണ്ടിയുള്ളതായിരു ന്നു. അല്ലാതെ ഏതെങ്കിലും മതവിശ്വാസങ്ങളെ മുന്നോട്ട് നയിക്കാനോ, സംരക്ഷിക്കാനോ വേണ്ടിയുള്ളതായിരുന്നില്ല.

ഇന്ത്യയിലെ ഹിന്ദുവിന്റെ പേര് പറഞ്ഞ് ഹിന്ദുത്വം ആശയങ്ങൾ പ്രചരിപ്പിക്കുന്നത് ഏതെങ്കിലും വിശ്വാസിയുടെ താൽപര്യ സംരക്ഷ ണത്തിന്റെ ഭാഗമല്ല. മറിച്ച് ആ വിശ്വാസത്തെ ഉപയോഗപ്പെടുത്തി കോർപ്പറേറ്റുകളുടെ താൽപര്യം സംരക്ഷിക്കുക എന്നതാണ്. ആഗോള വൽക്കരണ നയങ്ങളുടെ ഭാഗമായി ഇന്ത്യയിലെ വിവിധ മേഖലകളിലെ ജനങ്ങളുടെ ജീവിതം ദുഷ്കരമായി മാറിയിട്ടുണ്ട്. കാർഷിക മേഖലയിലും, തൊഴിലാളി മേഖലയിലും, ആദിവാസി മേഖലകളിലുമെല്ലാം ഉയർ ന്നുവരുന്ന പ്രക്ഷോഭങ്ങൾ ഇതിന്റെ ഭാഗമാണ്. ഇത്തരം ജനകീയ മുന്നേറ്റങ്ങളെ ദുർബലപ്പെടുത്താൻ വർഗ്ഗീയ ധ്രുവീകരണം സൃഷ്ടിച്ച് മുന്നോട്ടുപോകുകയെന്നത് കോർപ്പറേറ്റുകളുടെ താൽപര്യമാണ്. ആ കോർപ്പറേറ്റ് താൽപര്യമാണ് ഹിന്ദുത്വ എന്നത്. അല്ലാതെ ഏതെങ്കിലും ഹിന്ദുമത വിശ്വാസിയുടെ താൽപര്യങ്ങളുടെ സംരക്ഷണമല്ല എന്ന് കാണണം.

സമൂഹത്തിലെ സമാധാനപരമായ ജീവിതം എന്നത് വിശ്വാസിക ളുടെ വിശ്വാസങ്ങൾ പുലർത്തുന്നതിന് ഏറ്റവും പ്രധാനമാണ്. പള്ളി കളിലും, അമ്പലങ്ങളിലും, മറ്റ് ആരാധനാലയങ്ങളിലും സ്വതന്ത്രമായി പോകുന്നതിനും, വരുന്നതിനുമെല്ലാം ഇത് ആവശ്യമാണ്. ഇത്തരം ഇടപെടലുകളിലൂടെ വൈയക്തികമായ ആശ്വാസങ്ങൾ വിശ്വാസികൾ ക്കിടയിൽ ലഭ്യമാകുന്നുമുണ്ട്. എന്നാൽ അത്തരം ആശ്വാസങ്ങൾക്കുള്ള സാഹചര്യങ്ങളെ ഇല്ലാതാക്കുകയെന്നതാണ് എല്ലാ മത വർഗ്ഗീയവാ ദികളും ചെയ്തുകൊണ്ടിരിക്കുന്നത്. വൈയക്തികമായ ആശ്വാസങ്ങൾ സൃഷ്ടിക്കുന്ന മത ജീവിതം എന്നത് മാറ്റി, സാമൂഹ്യമായ സംഘർഷങ്ങൾ സൃഷ്ടിച്ച് ജനങ്ങളുടെ ആശ്വാസകരമായ ജീവിതത്തെ ഇല്ലാതാക്കുക യെന്നതാണ് മതരാഷ്ട്രവാദികളും, വർഗ്ഗീയ ചിന്താഗതിക്കാരും ചെയ്തു കൊണ്ടിരിക്കുന്നത്. എല്ലാ മതരാഷ്ട്രവാദികളും ചെയ്യുന്നത് മതത്തിന്റെ ആശ്വാസകരമായ തലങ്ങളെ ഉന്മൂലനം ചെയ്ത് സംഘർഷാത്മകമായ സാമൂഹ്യ സൃഷ്ടിയാണ്.

വ്യക്തിപരമായ തലത്തിൽ വിശ്വാസം ഒതുക്കുകയും അതോടൊപ്പം പൊതുവായ രാഷ്ട്രീയ മുന്നേറ്റങ്ങളിൽ ജനങ്ങളുടെ താൽപര്യങ്ങൾ സംരക്ഷിക്കുന്നവർക്കൊപ്പം നിലകൊള്ളുകയും ചെയ്യുകയെന്നതാണ് യഥാർത്ഥ മതവിശ്വാസികൾ ആഗ്രഹിക്കുന്നത്. വിശ്വാസങ്ങളെ ആ തലത്തിൽ അംഗീകരിക്കുകയും, ജനങ്ങൾക്കുമേൽ അടിച്ചേൽപ്പിക്കുന്ന ചൂഷണ സംവിധാനങ്ങളെ ഇല്ലാതാക്കുകയും ചെയ്യുകയെന്നതാണ് മാർക്സിസത്തിന്റെ സമീപനം. ഇതൽ നിന്നും വ്യത്യസ്തമായി മതത്തെ രാഷ്ട്രീയാവശ്യങ്ങൾക്കും, ചൂഷണ ഉപാധിയായും രൂപപ്പെടുത്താനുള്ള ശ്രമങ്ങൾക്കെതിരേയാണ് നിലപാട് സ്വീകരിക്കുന്നത്. വ്യക്തികൾക്ക് മതമാകാം. അത്തരം കൂടിച്ചേരലുകളുമാകാം. വ്യക്തികൾക്ക് മതവിശ്വാ സമാകാം. എന്നാൽ രാഷ്ട്രത്തിന് പ്രത്യേക മതം ഉണ്ടാകാൻ പാടില്ല. എല്ലാറ്റിനേയും ഉൾക്കൊള്ളുന്ന ബഹുസ്വരതാ സംവിധാനമായി നിലനിൽക്കുകയാണ് വേണ്ടത്. ഹിന്ദുവിനേയല്ല ഹിന്ദുത്വ രാഷ്ട്രമെന്ന കാഴ്ചപ്പാടിനേയാണ്, മതവിശ്വാസത്തേയല്ല മതരാഷ്ട്രവാദത്തേയാണ് മാർക്സിസം എതിർക്കുന്നത്. ഗാന്ധിജിയിലെ ഹിന്ദുവിനേയല്ല സവർക്ക റിലെ ഹിന്ദുത്വത്തിനേയാണ് മാർക്സിസം വിചാരണ ചെയ്യുന്നത്.

 ബഹുസ്വരതയും മതരാഷ്ട്ര വാദങ്ങളും

മാർക്സിസവും യുക്തിവാദവും

മാർക്സിസം ഭൗതികവാദപരമായ കാഴ്ചപ്പാടിനെ അടിസ്ഥാനപ്പെടുത്തി നിൽക്കുന്ന തത്വശാസ്ത്രമാണ്. എന്നാൽ അത് കൈകാര്യം ചെയ്യുന്ന കാഴ്ചപ്പാട് വൈരുദ്ധ്യാത്മക ഭൗതികവാദത്തിന്റേതാണ്. ഭൗതിക വസ്തുക്കളാണ് പ്രാഥമികമായി നിൽക്കുന്നത് എന്ന ഭൗതികവാദ സിദ്ധാന്തത്തെ മാർക്സിസം അംഗീകരിക്കുന്നു. മനുഷ്യന്റെ ചിന്തയും, ആശയവും എല്ലാം രൂപീകരിക്കപ്പെടണമെങ്കിൽ മനുഷ്യനെന്ന ഭൗതിക വസ്തു ആവശ്യമായിട്ടുണ്ട്. മാർക്സിന്റെ ഭൗതികമായ ശരീരമില്ലെങ്കിൽ മാർക്സിന്റെ ചിന്തയില്ല. ഗാന്ധിജിയില്ലെങ്കിൽ ഗാന്ധിയൻ ചിന്തയുമില്ല. മനുഷ്യന്റെ ചിന്തയുടെ കേന്ദ്രമെന്ന് വിശേഷിപ്പിക്കുന്ന തലച്ചോറും ഒരു ഭൗതിക വസ്തുവാണ്. അതുകൊണ്ടാണ് ഭൗതിക വസ്തുക്കളാണ് അടിസ്ഥാനമെന്ന് പറയുന്നതിന് പ്രധാനപ്പെട്ട കാരണം. പുറത്തുള്ള ഭൗതിക വസ്തു തലച്ചോറിൽ പ്രതിഫലിക്കപ്പെടുമ്പോഴാണ് അത് സംബന്ധിച്ച ആശയങ്ങൾ രൂപീകരിക്കപ്പെടുന്നത്. അതുകൊണ്ട് ഭൗതിക വസ്തുക്കളാണ് പ്രാഥമികമെന്ന സമീപനത്തിലേക്ക് മാർക്സിസം എത്തിച്ചേരുന്നത്.

ഭൗതിക വസ്തുക്കൾ മാത്രമാണ് സ്വഭാവങ്ങൾ സ്വീകരിക്കപ്പെടുന്നതിന് അടിസ്ഥാനമായി നിൽക്കുന്നത് എന്ന കാഴ്ചപ്പാടിനെ മാർക്സിസം അംഗീകരിക്കുന്നില്ല. ഭൗതിക വസ്തുക്കൾ കൂടിച്ചേരുമ്പോഴാണ് ഓരോ പ്രത്യേക സ്വഭാവവും രൂപപ്പെടുന്നത് എന്ന സമീപനം യാന്ത്രിക ഭൗതികവാദം മുന്നോട്ടുവെക്കുന്നു. മനുഷ്യരുടെ വിവിധങ്ങളായ

കഴിവുകളെ പ്രകൃതിദത്തമായി അവരിൽ തന്നെ കുടികൊള്ളുന്ന ഒന്നായാണ് ഭൗതികവാദികളായ ഫൊയർബാഹിനെപ്പോലുള്ളവർ കാണുന്നത്. യന്ത്ര സമാനമായി മനുഷ്യ ശരീരത്തെ കാണുമ്പോൾ അതിന്റെ പ്രവർത്തനത്തിന് ഒരു പ്രത്യേക ശക്തി ആവശ്യമാണെന്ന ചിന്ത ഉയർന്നുവരുന്നു.

കേവലമായ ഭൗതിക വസ്തുവും, അതിന്റെ ചലനങ്ങളുമാണ് മനുഷ്യന്റെ സ്വഭാവങ്ങളേയും, മുന്നേറ്റങ്ങളേയും നിർണ്ണയിച്ചത് എങ്കിൽ പുതിയ സ്വ ഭാവങ്ങളും, പുതിയ മുന്നേറ്റങ്ങളും എന്തുകൊണ്ടാണ് ഉണ്ടാകുന്നത് എന്ന ചോദ്യത്തിന് ഉത്തരമില്ലാതെ പോകും. യഥാർത്ഥത്തിൽ മനുഷ്യനും, അവരുടെ ചുറ്റപാടും തുടർച്ചയായി പരസ്പരം ബന്ധപ്പെട്ടുകൊണ്ടാണ് മുന്നോട്ടപോകുന്നത്. ഇങ്ങനെ പരസ്പരമുള്ള ബന്ധത്തിലൂടെ മനുഷ്യൻ അവന്റെ ആവശ്യങ്ങൾക്കനുസരിച്ച് ചുറ്റപാടും ഇടപെടുന്നു. അതിലൂടെ ചുറ്റപാടും, ഒപ്പം മനുഷ്യനും മാറിക്കൊണ്ടിരിക്കുകയും ചെയ്യുന്നു. അമ്പും, വില്ലുമെന്നത് മനുഷ്യ സമൂഹം ഉണ്ടായകാലം തൊട്ട് അവർക്കൊപ്പം ഉണ്ടായിരുന്ന ഒന്നല്ല. മനുഷ്യൻ തന്റെ ചുറ്റപാടുകളിൽ നിരന്തരം ഇടപെട്ട് പുതിയ ഉപകരണങ്ങൾ കണ്ടെത്തുന്നു. ഇവ ഉപയോഗിച്ച് ഭൗതികമായ ഉൽപ്പാദനം വർദ്ധിപ്പിക്കുന്നു. ആ ഉൽപ്പാദനത്തിലൂടെ മനുഷ്യ ജീവിതവും മുന്നോട്ടപോകുകയാണ് ചെയ്യുന്നത്. ഉൽപ്പാദനം വർദ്ധിക്കുമ്പോൾ പുതിയ പുതിയ സാമൂഹ്യ വ്യവസ്ഥകളും, ജീവിതവും ഉണ്ടാകുന്നു. ഇത്തരത്തിൽ മനുഷ്യന്റെ ഇച്ഛാശക്തിയും, ഇടപെടൽ ശേഷിയും കൂടിയാണ് അവരെ വളർത്തി മുന്നോട്ടപോകുന്നത്.

നമ്മുടെ ചുറ്റപാടുമുള്ള പാരമ്പര്യങ്ങളും, മതവും, ആചാരങ്ങളും, വിശ്വാ സങ്ങളും എല്ലാം ഓരോ കാലത്തും ഓരോ ജനത രൂപപ്പെടുത്തിയെടു ത്തതാണ്. സാഹചര്യങ്ങളിൽ നിന്നാണ് ഇത്തരം സൃഷ്ടികളുണ്ടായത്. ജീവിത സാഹചര്യങ്ങൾ മാറുമ്പോൾ ആചാരങ്ങൾക്കും, സമ്പ്രദായങ്ങൾ ക്കുമെല്ലാം മാറ്റമുണ്ടാകുന്നു. ഇത് കാണിക്കുന്നത് കേവലമായ ഭൗതിക വസ്തുക്കളുടെ സ്വഭാവ വിശേഷമെന്ന യാന്ത്രികമായ രീതികളിലൂടെയല്ല സമൂഹം വികസിക്കുന്നത് എന്നതാണ്. ചുറ്റപാടുകളും, മനുഷ്യനും തമ്മി ലുള്ള നിരന്തരമായ പ്രതിപ്രവർത്തനമാണ് ഇതിന് അടിസ്ഥാനമായി നിൽക്കുന്നത്. മതം ഉൾപ്പെടേയുള്ളവ രൂപപ്പെട്ടുവരുന്നത് ഇത്തരം സാഹചര്യങ്ങളിലൂടെയാണ്.

മനുഷ്യന്റെ അന്യവൽക്കരണം ഉണ്ടാകുന്നത് സമൂഹത്തിൽ ചൂഷ ണങ്ങളുണ്ടാകുന്നതുകൊണ്ടാണ്. അത് ഇല്ലാതാക്കുകയും, അതിന് ആധാരമായി നിൽക്കുന്ന ചൂഷണങ്ങളെ ഇല്ലാതാക്കുകയുമാണ്

വേണ്ടത്. അതിന് ഉതകുന്ന പ്രവർത്തനങ്ങൾ നടത്തുകയാണ് വേണ്ടത്. ഇങ്ങനെ സാമൂഹ്യ ബന്ധങ്ങളെ മനസ്സിലാക്കി ഇടപെടുകയാണ് വേണ്ടത്. മനുഷ്യൻ സാമൂഹ്യ ബന്ധങ്ങളുടെ സമുച്ചയമാണ് എന്ന മാർക്സിന്റെ ആശയങ്ങൾ വ്യക്തമാക്കുന്നു.

യാന്ത്രിക ഭൗതികവാദത്തിന്റെ ഈ സമീപനമാണ് യുക്തിവാദത്തി ന്റെ അടിസ്ഥാനമായി നിൽക്കുന്നത്. സമൂഹത്തിന്റെ വിവിധ സാഹച ര്യങ്ങളിൽ നിന്ന് രൂപപ്പെട്ടുവരുന്നതാണ് സമൂഹത്തിൽ നിലനിൽക്കുന്ന ഓരോ സ്ഥാപനങ്ങളെന്നും തിരിച്ചറിയേണ്ടതുണ്ട്. അങ്ങനെ തിരിച്ചറി യപ്പെടുമ്പോൾ, ആ സ്ഥാപനങ്ങൾക്കെതിരായ സമരങ്ങൾ പ്രധാന മായി തീരുമ്പോൾ, അത് രൂപപ്പെട്ടുവന്ന സാമൂഹ്യാവസ്ഥയെ കേന്ദ്ര പ്രതിസ്ഥാനത്ത് കൊണ്ടുവരാൻ കഴിയാതെ പോകുകയും ചെയ്യുന്നു. അങ്ങനെ സാമൂഹ്യാവസ്ഥയ്ക്കെതിരായി രൂപപ്പെടേണ്ട സമരത്തെ തെറ്റായ ദിശയിലേക്ക് നയിക്കുകയും ചെയ്യുന്നു. മൂലധന വിമർശനം എന്നത് മാറി സ്ഥാപന വിമർശനങ്ങളിലേക്ക് ഒതുങ്ങി തീരുകയും ചെയ്യുന്നു. ഫലത്തിൽ സാമൂഹ്യാവസ്ഥയ്ക്കെതിരായ സമരത്തെ ദുർ ബലപ്പെടുത്തുന്ന ഒന്നായി അത്തരം സിദ്ധാന്തങ്ങൾ മാറുകയും ചെയ്യുന്നു.

യുക്തിവാദ സിദ്ധാന്തം രൂപപ്പെട്ടുവരുന്ന പശ്ചാത്തലത്തെ നാം കാണോണ്ടതുണ്ട്. ഫ്യൂഡൽ വ്യവസ്ഥ നിലനിൽക്കുകയും, മതത്തെ അതിനുള്ള ഉപകരണമായി മാറ്റുകയും ചെയ്യുമ്പോഴാണ് വിശ്വാസപര മായ രീതികളിൽ നിന്ന് മാറി ചിന്തിക്കണമെന്ന യുക്തിവാദ ബോധം ഉയർന്നുവരുന്നത്. അതായത് ഫ്യൂഡലിസത്തിനെതിരായുള്ള സമര ത്തിൽ മുതലാളിത്തത്തിന്റെ ആശയ സംഹിത എന്ന നിലയിലാണ് യുക്തിവാദം രൂപപ്പെട്ടുവരുന്നത്. ആ നിലയിൽ ഫ്യൂഡൽ ആശയ ങ്ങൾക്കെതിരായുള്ള പോരാട്ടത്തിൽ ഭൗതികവാദ സിദ്ധാന്തങ്ങൾ ഗുണപരമായ പങ്കുകൾ വഹിച്ചിട്ടുണ്ട്.

മുതലാളിത്ത കാലഘട്ടത്തിലേക്ക് വരുമ്പോൾ ഈ സിദ്ധാന്തം മുതലാളിത്ത ആശയങ്ങളുടെ വക്താവായി തീരുകയും, അവയെ സംരക്ഷിക്കുന്ന നിലപാട് സ്വീകരിക്കുകയും ചെയ്യുന്നു. യുക്തിവാദികൾ മുന്നോട്ടുവെക്കുന്ന ശാസ്ത്ര ചിന്തയുടെ വിപ്ലവം മുതലാളിത്തത്തിന്റെ മൂലധന വിമർശനമായി തീരുന്നില്ല. അത്തരമൊരു ലോകത്ത് കോർപ്പ റേറ്റുകളുടേയും, അതുപോലുള്ള സ്ഥാപനങ്ങളുടേയും സ്ഥാനമെന്തായി രുന്നു? അവർക്കെതിരായുള്ള എന്ത് വിമർശനമാണ് യുക്തിവാദത്തിന് മുന്നോട്ടുവെക്കാനുള്ളത്? മുതലാളിത്ത വ്യവസ്ഥയെ അവരെങ്ങനെ യാണ് കാണുന്നത്? ഇത്തരം ചോദ്യങ്ങൾക്ക് മറുപടി യുക്തിവാദ

സിദ്ധാന്തങ്ങൾക്കുണ്ടാകുന്നില്ല. അതുകൊണ്ട് തന്നെ മുതലാളിത്ത വിമർശനം എന്ന തലത്തിലേക്ക് അത് എത്തിച്ചേരുന്നുമില്ല. ഫലത്തിൽ യുക്തിവാദം നിലവിലുള്ള മുതലാളിത്ത വ്യവസ്ഥയുടെ സംരക്ഷകരായി മാറുന്നുവെന്നർഥം.

മാർക്സിസം ഇതിൽ നിന്നും വ്യത്യസ്തമാണ്. അത് ഓരോ വ്യവസ്ഥ യിലും രൂപപ്പെടുന്നത് അതിന്റെ ഉൽപ്പാദനത്തെ അടിസ്ഥാനപ്പെടുത്തി യാണ് എന്ന് കാണുന്നു. ഉൽപ്പാദന ശക്തികൾ കൈവശം വെക്കുന്ന ശക്തികളും അതിൽ അധ്വാനം ഉപയോഗിക്കുന്ന ശക്തികളും തമ്മിൽ ഒരു വൈരുദ്ധ്യം നിലനിൽക്കുന്നുണ്ട്. മുതലാളിത്ത സമൂഹത്തിനകത്ത് ഈ വൈരുദ്ധ്യം മുതലാളിയും, തൊഴിലാളിയും തമ്മിലുള്ളതാണ്. മുത ലാളിത്ത വ്യവസ്ഥയ്ക്കകത്ത് ഉൽപ്പാദനം വ്യക്തിഗതമാണ്. ഉപഭോഗ മാകട്ടെ സാമൂഹ്യവുമാണ്. ഈ വൈരുദ്ധ്യം നിലനിൽക്കുന്നിടത്തോളം കാലം മുതലാളിത്ത വ്യവസ്ഥ പ്രതിസന്ധിയുടെ വ്യവസ്ഥയായിരിക്കും. ഈ വൈരുദ്ധ്യം പരിഹരിക്കപ്പെടണമെങ്കിൽ ഉൽപ്പാദനവും സാമൂഹ്യ മാകേണ്ടിവരും. അത് സോഷ്യലിസ്റ്റ് വ്യവസ്ഥയിൽ മാത്രമേ സാധ്യമാവു കയുള്ളൂ. അതുകൊണ്ട് മുതലാളിത്തത്തിന് ബദൽ, സോഷ്യലിസമെന്ന കാഴ്ചപ്പാട് മുന്നോട്ടുവെക്കുന്നു.

യുക്തിവാദത്തെ സംബന്ധിച്ചിടത്തോളം മുതലാളിത്ത വിമർശനവും അവർക്കില്ല തന്നെ. അതുകൊണ്ട് തന്നെ മുതലാളിത്തത്തിന്റെ സാമ്പ ത്തിക അജണ്ട തന്നെയാണ് ഇവർ പുലർത്തുന്നത്. അതുകൊണ്ടാണ് പല യുക്തിവാദ കാഴ്ചപ്പാട്ടുകാരും കോർപ്പറേറ്റ് വിമർശനം ഇല്ലാത്ത തിന് തൊഴിലാളി പ്രസ്ഥാനങ്ങളെ തകർക്കുന്ന ആശയങ്ങളുമായി രംഗ ത്തുവരുന്നത്. തൊഴിലാളി വർഗ്ഗ പ്രസ്ഥാനം തന്നെ മതം പോലെയുള്ള ഒരു സ്ഥാപനമാണെന്നും, അത്തരം സ്ഥാപനങ്ങളെ തകർക്കുമ്പോൾ മാത്രമേ ജനാധിപത്യം രൂപപ്പെടുകയുള്ളൂവെന്നും അവർ പറയുന്നു. ഫലത്തിൽ മുതലാളിത്തത്തിന്റെ സംരക്ഷണ ഉത്തരവാദിത്തം ഇവർ ഏറ്റെടുക്കുന്നു. ഫ്യൂഡലിസ്റ്റ് ആശയങ്ങൾക്കെതിരായുള്ള സമരത്തിലും യുക്തിവാദത്തിന് ഗുണപരമായ സ്ഥാനമുണ്ടെങ്കിലും മുതലാളിത്ത വിമർശനത്തിന്റെ കാര്യത്തിൽ പങ്ക് നിർവ്വഹിക്കാൻ കഴിയാതെ പോകുകയും ചെയ്യുന്നു.

മതത്തെ ഒരു സ്ഥാപനമെന്ന നിലയിൽ കണ്ട് അതിനെ ഉന്മൂലനം ചെയ്യുകയെന്ന സിദ്ധാന്തമാണ് യുക്തിവാദത്തിന്റേത്. എന്നാൽ മാർക്സിസം, മതം രൂപപ്പെടുന്നത് സവിശേഷ സാഹചര്യത്തിലാ ണെന്ന് തിരിച്ചറിയുന്നു. ആ സാഹചര്യങ്ങളുടെ സൃഷ്ടിയാണെന്ന്

അത് കാണുന്നു. ചരിത്രപരമായി മതങ്ങൾ നിർവഹിച്ച ഗുണപരമായ പരമ്പര്യങ്ങളെയും മാർക്സിസം അംഗീകരിക്കുന്നു. ഇത് മനസ്സിലാക്കാതെ ഇടപെടുന്നത് ശാസ്ത്രീയമായ രീതിയല്ലെന്ന് മാർക്സിസം വ്യക്തമാക്കുന്നു.

റിപ്പബ്ലിക്ക് ദിനവും മതരാഷ്ട്ര വാദവും

ഇന്ത്യൻ ഭരണഘടന പ്രാബല്യത്തിൽ വന്ന ദിവസമാണ് ജനുവരി 26. 1950 ലാണ് സ്വന്തമായി ഭരണഘടനയുള്ള പരമാധികാര രാഷ്ട്രമായി ഇന്ത്യ മാറുന്നത്. ഒരു രാജ്യത്തിൻറെ നടത്തിപ്പിനും നിയമനിർമ്മാണങ്ങൾക്കുമൊക്കെയായി ഒരു ഭരണ ഘടന അനിവാര്യമായ ഒന്നാണ്.

ഒരു മതനിരപേക്ഷ രാഷ്ട്രമെന്ന നിലയിൽ ഇന്ത്യയെ പ്രഖ്യാപി ക്കുകയും ഒരു സ്വതന്ത്യ ജനാധിപത്യ രാഷ്ട്രമെന്ന നിലയിൽ ലോകം മുമ്പാകെ വിളംബരം ചെയ്യുക കൂടിയായിരുന്ന ഇന്ത്യൻ ഭരണഘടന. അതോടൊപ്പം തന്നെ ഒരു സ്വതന്ത്ര നീതിന്യായ വ്യവസ്ഥ സൃഷ്ടിക്കുന്ന തിനുള്ള നിലപാട് കൂടി ഇത് പ്രഖ്യാപിച്ചു. മൗലികാവകാശങ്ങൾ ഉറപ്പ് വരുത്തി കൊണ്ടുള്ള സമീപനവും ഇത് മുന്നോട്ട് വെക്കുകയുണ്ടായി.

1947 ആഗസ്റ്റ് 29-ാം തീയതിയാണ് ഭരണഘടനാ നിർമ്മാണത്തിന ുള്ള കരട് കമ്മറ്റിയെ തെരഞ്ഞെടുത്തത്. അന്നത്തെ നിയമമന്ത്രിയായി രുന്ന ഡോ. ബി.ആർ അംബേദ്ക്കറുടെ നേതൃത്വത്തിലാണ് ഈ കമ്മറ്റി രൂപീകരിച്ചത്. രണ്ടു വർഷവും 11 മാസവും 18 ദിവസത്തോളവും നീണ്ട നിന്ന ചർച്ചകളാണ് ഈ സഭയിൽ നടന്നത്. ഇവയിൽ 114 ദിവസവും കരട് ഭരണഘടനയുടെ ചർച്ചയായിരുന്നു നടന്നത്.

കരട് ഭരണഘടനയിൽ 7635 ഭേദഗതികളാണ് നിർദ്ദേശിക്കപ്പെ ട്ടത്. 2437 ഭേദഗതികൾ തീരുമാനിക്കപ്പെട്ടു. അങ്ങനെ ആദ്യ പകർപ്പ്

1948 ഫെബ്രുവരിയിൽ പ്രസിദ്ധീകരിക്കുകയും ചെയ്തു. 1949 നവംബർ 26-ാം തീയതി ഘടകസഭ ഡ്രാഫ്റ്റിംഗ് കമ്മറ്റി രൂപീകരിച്ച ഭരണഘടന അംഗീകരിച്ചു. അതിന്റെ ഓർമ്മയ്ക്കാണ് നവംബർ 26-ാം തീയതി നിയമ ദിനമായി ആചരിക്കുന്നതും.

ഇന്ത്യൻ ഭരണഘടന രൂപപ്പെട്ടുവന്നത് നിരവധി നൂറ്റാണ്ടുകളായി നാം സ്വാംശീകരിച്ച മൂല്യങ്ങളെ ഉൾക്കൊണ്ടുകൊണ്ടാണ്. വ്യത്യസ്ത വിഭാഗങ്ങൾ ഇന്ത്യൻ സമൂഹത്തിൽ വിവിധ ഘട്ടങ്ങളിലായി അലി ഞ്ഞുചേരുകയും നമ്മുടെ സംസ്കാരത്തിന് നിരവധി സംഭാവനകൾ നൽകുകയും ചെയ്തു. ഇങ്ങനെ പലവിധ ധാരകളെ അകമേവ ഉൾക്കൊ ണ്ടുകൊണ്ടാണ് നമ്മുടെ ജീവിതക്രമം രൂപപ്പെട്ടുവന്നത്.

വ്യത്യസ്തമായ സംസ്കാരങ്ങളെ ഉൾക്കൊള്ളാനുള്ള ശേഷിയാണ് ഇന്ത്യൻ സമൂഹത്തിന്റെ സവിശേഷതയായി നിലനിൽക്കുന്നത്. ഈ വൈവിധ്യങ്ങളുടെ സവിശേഷത ഏതെങ്കിലും ഒരു ഭാഷയേയോ സംസ്കാരത്തെയോ അത് നമ്മിൽ നിന്ന് അടർത്തിമാറ്റുന്നില്ല എന്നതാണ്.

എന്നാൽ നാടിനെ കോളനിയാക്കിവെച്ച് രാജ്യത്തെ തന്നെ തകർത്ത നടപടികൾ സ്വീകരിച്ചത് ബ്രിട്ടീഷുകാരായിരുന്നു. ബ്രിട്ടീഷ് വരവിന് മുമ്പ് ലോക സമ്പത്തിന്റെ 23 ശതമാനം ഉത്പാദിപ്പിച്ച നാടായിരുന്നു നമ്മുടേത്. ബ്രിട്ടീഷുകാർ നാട്ടുവിട്ടപ്പോൾ 3 ശതമാനമായി കുറഞ്ഞു എന്ന് പറയുമ്പോൾ ഈ ചൂഷണത്തിന്റെ ആഴം എത്രയായി രുന്നുവെന്ന് വ്യക്തമാകുന്നു.

ഈ ചൂഷണത്തിനെതിരായി ഇന്ത്യൻ സ്വാതന്ത്ര്യ പ്രസ്ഥാനം രൂപ പ്പെട്ടുവന്നു. നിരവധി ധാരകളെ ഉൾക്കൊണ്ടുകൊണ്ടുള്ള മഹാപ്രവാ ഹമായിരുന്നു സ്വാതന്ത്ര്യ പ്രസ്ഥാനം. ജനങ്ങളെ സത്യാഗ്രഹത്തിന്റെ പാതയിലൂടെ അണിനിരത്തിയ ഗാന്ധിയൻ ധാര സ്വാതന്ത്ര്യ സമര ത്തിന്റെ സവിശേഷതയായിരുന്നു. ആധുനിക ചിന്തകളെ മുന്നോട്ടുവെച്ച നെഹ്റുവിൻ കാഴ്ചപ്പാടിന്റെ ധാരയും ഇതിൽ സജീവമായിരുന്നു.

സുഭാഷ് ചന്ദ്രബോസിന്റെ നേതൃത്വത്തിലുള്ള ഐഎൻഎ പോരാളികളുടെ മറ്റൊരു സമീപനവും ഇതിൽ ലയിച്ചുചേർന്നു. ഭഗത് സിംഗിനെയും ചന്ദ്രശേഖർ ആസാദിനെയും പോലുള്ള ദേശീയ വിപ്ലവ കാരികളുടെ മറ്റൊരു വഴിയും സജീവമായി. തൊഴിലാളികളെയും കർഷ കരെയും പങ്കെടുപ്പിച്ചുകൊണ്ട് സാമ്രാജ്യത്വത്തിനും ജന്മിത്വത്തിനും സാമൂഹ്യ അവശതയ്ക്കെതിരെയും പോരടിച്ച കമ്മ്യൂണിസ്റ്റുകാരും ഇതിൽ അണിചേർന്നു.അങ്ങനെ എത്രയെത്ര ധാരകൾ. എല്ലാം ഉൾക്കൊണ്ട്

മഹാപ്രവാഹമായി ദേശീയ പ്രസ്ഥാനം പടർന്ന് മുന്നേറി. ഇണങ്ങിയും പിണങ്ങിയും ഇത്തരം ധാരകൾ ബ്രിട്ടീഷ് സാമ്രാജ്യത്വത്തിനെതിരെ യോജിച്ചും അല്ലാതെയും പൊരുതിനിൽക്കുകയായിരുന്നു.

ആധുനികമായ ചിന്താഗതികൾ സാമൂഹ്യരംഗത്തെയും ഇതോടൊപ്പം ഇളക്കിമറിക്കാൻ തുടങ്ങി. നവോത്ഥാനധാരകൾ മുന്നോട്ടുവച്ച സാമൂഹ്യനീതിയുടെ ആശയങ്ങളും ഇന്ത്യൻ സമൂഹത്തി ൻറെ പുതുക്കിപണിയലിൽ പങ്കുവഹിച്ചു. ഇവയിൽ പലതും രാഷ്ട്രീയ മുന്നേറ്റങ്ങളുടെ ഭാഗമാകുകയും ചെയ്തു. ഈ കാഴ്ചകളെയെല്ലാം ഉൾക്കൊണ്ടുകൊണ്ടാണ് ഇന്ത്യൻ ഭരണഘടന രൂപീകരിക്കപ്പെട്ടത്.

ജാതി പ്രത്യയശാസ്ത്രത്തിനെ മുന്നോട്ടുവച്ച മനുസ്മൃതിയിൽ നിന്ന് ആധുനിക ജനാധിപത്യത്തിൻറെ ഇന്ത്യൻ ഭരണഘടനയിലേക്കുള്ള വളർച്ച സ്വാതന്ത്ര്യ പ്രസ്ഥാനത്തിൻറെ വിവിധ ധാരകളുടെ ഉഴുതുമറി ച്ചല്ലുകളുടെ ഉത്പന്നമായിരുന്നുവെന്ന് കാണാം.

ബ്രിട്ടീഷുകാർക്കെതിരായി വ്യത്യസ്ത ധാരകൾ മഹാപ്രവാഹമായി ഒഴുകുമ്പോഴും മാറിനിന്നവരുണ്ടായിരുന്നു. ആർഎസ്എസ് പോലുള്ള ശക്തികളായിരുന്നു അത്. ജന്മിത്വമായിരുന്ന ബ്രിട്ടീഷുകാരുടെ പ്രധാ നപ്പെട്ട കൂട്ടാളികൾ. ജന്മിത്വത്തിനെതിരായി ഉയർന്നുവന്ന സമരങ്ങളെ ബ്രിട്ടീഷ് പോലീസും പട്ടാളവും അടിച്ചമർത്തിയതും ഈ രാഷ്ട്രീയ കൂട്ടുകെട്ടിൻറെ ഫലം തന്നെ. ആർഎസ്എസുകാർക്ക് സ്വാതന്ത്ര്യ പ്രസ്ഥാനത്തിൻറെ മൂല്യങ്ങളെ ഉൾക്കൊള്ളുന്ന ഭരണഘടനയെ അംഗീകരിക്കാൻ കഴിഞ്ഞിരുന്നില്ല. മനുസ്മൃതിയുടെ മൂല്യങ്ങളിൽ കുരു ങ്ങിനിൽക്കുകയായിരുന്നു അവർ.

വിചാരധാര ഇക്കാര്യം വ്യക്തമാക്കുന്നുണ്ട്. 'ജനാധിപത്യ വ്യവസ്ഥ ആത്മപ്രശംസ, പരദൂഷണം എന്നീ രണ്ടുദോഷങ്ങൾ വളർത്തുന്ന വെന്നും അവ മനുഷ്യ മനസ്സിൻറെ ശാന്തിയെ തകർക്കുന്നുവെന്ന്' എടുത്തുപറയുകയും ചെയ്യുന്നുണ്ട്. ജനാധിപത്യം ജനക്കൂട്ടത്തിൻറെ തോന്നിയവാസമായി അധ:പതിക്കുമെന്നാണ് ഇവരുടെ സിദ്ധാന്തം. രാജാധിപത്യം, ചാതുർവർണ്യത്തിലൂന്നിയ സംവിധാനം, വ്യക്തികളിൽ അധികാരം കേന്ദ്രീകരിക്കുന്ന ഫാസിസ്റ്റ് സമീപനം തുടങ്ങിയവയാണ് ആദർശാത്മകമായി ഇവർ പ്രഖ്യാപിക്കുന്നത്. ഈ നിലപാടിൽ നിന്ന കൊണ്ട് ജർമ്മനിയിൽ നിന്ന് ഹിറ്റലറുടെ ആശയവും മുസോളനിയിൽ നിന്ന് സംഘടനാ കാഴ്ചപ്പാടുകളും ഏറ്റുകൊണ്ടാണ് ആർഎസ്എസ് അതിൻറെ കാഴ്ചപ്പാടുകളെ രൂപപ്പെടുത്തുന്നത്. അങ്ങനെയാണ് മുസ്ലീങ്ങളും ക്രിസ്ത്യാനികളും കമ്മ്യൂണിസ്റ്റുകാരും ജനാധിപത്യവാദികളും

അവരുടെ ശത്രുക്കളായി മാറ്റുന്നതും.

ഒരു ജനതയുടെ ജീവിതം മെച്ചപ്പെടുത്തുവാനുള്ള ക്രിയാത്മകമായ ഇടപെടലാണ് ഭരണതലത്തിൽ നിന്ന് ഉണ്ടാകേണ്ടത്. രാജ്യത്തിന്റെ സാമ്പത്തിക സ്ഥിതി അതീവ ഗുരുതരാവസ്ഥയിലാണ്. കർഷക ആത്മ ഹത്യകൾ ഉൾപ്പെടെ പെരുകുന്ന ഒരു രാജ്യമാണ് നമ്മുടേത്. ഇന്ത്യൻ ജനസംഖ്യയിൽ എറ്റവും സമ്പന്നരായ ഒരു ശതമാനത്തിന്റെ സ്വത്ത് 95.3 കോടി ഇന്ത്യക്കാരുടെ ആകെ സ്വത്തിന്റെ നാലിരട്ടി വരുമത്രേ. ആ അസമത്വങ്ങൾ സൃഷ്ടിക്കുന്ന പ്രതിസന്ധികളെ മറികടക്കുക എന്ന ഉത്തരവാദിത്തത്തിൽ നിന്നാണ് സർക്കാർ പിൻമാറ്റുന്നത്. ഇത്തരം ജീവത് പ്രശ്നങ്ങൾ ഉയർത്തി ജനകീയമായ ഐക്യനിര വളർത്തിയെ ടുക്കുക എന്നതും മതനിരപേക്ഷമായ രാഷ്ട്ര നിർമ്മാണത്തിന് പ്രധാന മാണെന്ന് കണ്ട് ഇടപെടാനാവണം.

ഹിന്ദുരാഷ്ട്ര വാദം മുന്നോട്ടുവച്ച് പ്രവർത്തിക്കുന്ന സംഘപരിവാറി നെതിരെ പൊരുതുമ്പോൾ ഏതു ആശയമാണ് പകരംവെയ്ക്കേണ്ടത് എന്നത് ഏറെ പ്രധാനമാണ്. അതിന് ബദൽ മതനിരപേക്ഷതയാണ്. ആ നിലപാടിൽ ഉറച്ചുനിന്നുകൊണ്ട് മാത്രമേ ആർഎസ്എസിന്റെ ഹിന്ദുരാഷ്ട്ര മോഹങ്ങളെ പ്രതിരോധിക്കാനാവൂ. ഒരു മതരാഷ്ട്രവാദത്തെ മറ്റൊരു മതരാഷ്ട്രവാദം കൊണ്ട് മറികടക്കാനുള്ള ശ്രമം ഭൂരിപക്ഷ വർഗീയ ശക്തികളുടെ മോഹങ്ങൾക്ക് കരുത്ത് പകരാനേ സഹായിക്കൂ. ഈ തിരിച്ചറിവോടെ പ്രതിരോധമുയർത്തുക എന്നതും പ്രധാനമാണ്. ഭരണഘടന സംരക്ഷിക്കാനുള്ള ജനകീയ പ്രതിരോധം ഉയരുന്ന ഈ ഘട്ടത്തിൽ ഇത്തരമൊരു കാഴ്ചയും പ്രധാനം തന്നെയാണ്.

സ്വത്വരാഷ്ട്രീയത്തിന്റെ രാഷ്ട്രീയം

വിവിധ സ്വത്വങ്ങളുടെ അടിസ്ഥാനത്തിലുള്ള ചേരിതിരിവുകളും സംഘർഷങ്ങളും വർത്തമാനകാലത്ത് വ്യാപകമായിത്തീർന്നുണ്ട്. സ്ഥാപിത ലക്ഷ്യങ്ങളോടെ അവയെ പ്രോത്സാഹിപ്പിക്കുന്ന സമീപനം പലരുടെ ഭാഗത്തുനിന്നും ഉയർന്നുവരികയാണ്. ഈ ഘട്ടത്തിൽ ഇത്തരം കാഴ്ചപ്പാടുകളുടെ അടിസ്ഥാനമായി നിൽക്കുന്ന സിദ്ധാന്തങ്ങൾ എന്തെന്നും ആധുനിക കാലത്ത് അവ എങ്ങനെ വളർന്നുവരുന്നുവെന്നും തിരിച്ചറിയേണ്ടതുണ്ട്. അതിലൂടെ മാത്രമേ ഇത്തരം ചർച്ചകൾ രൂപപ്പെടുത്തുന്ന ആശയഗതികളെ പ്രതിരോ ധിക്കാനാവൂ.

മനുഷ്യ സമൂഹത്തിലെ ഗോത്രം, വംശം, ഭാഷ, ജാതി, പ്രദേശം തുടങ്ങിയവ സ്വത്വത്തിന്റെ പരിധിയിൽ വരുന്നതാണ്. ഇത്തരം സ്വത്വബോധങ്ങൾ ഓരോ സമൂഹത്തിനകത്തും വൈയക്തികമായ അനുഭവങ്ങളായി നിലനിൽക്കുന്നുണ്ട്. അത്തരം അനുഭവങ്ങളുടെ അടിസ്ഥാനത്തിൽ ജീവിക്കുന്ന ജനങ്ങളെ അതിന്റെ പേരിൽ സംഘ ടിപ്പിച്ച് രാഷ്ട്രീയത്തിൽ അണിചേരാനും പ്രവർത്തിക്കാനും ആഹ്വാനം ചെയ്യുമ്പോഴാണ് അത് സ്വത്വരാഷ്ട്രീയമായിത്തീരുന്നത്.

സ്വത്വരാഷ്ട്രീയം ഒരു സ്വത്വമായി ഒരാളെ മുദ്രകുത്തുകയും അവരെ മറ്റുള്ളവർക്കെതിരെ തിരിച്ചുവിടുന്ന ഏറ്റുമുട്ടലിന്റെ തലങ്ങൾ സൃഷ്ടിക്ക കയും ചെയ്യുന്നു. ഇങ്ങനെ എതിർപ്പിന്റെയും പരസ്പര ഏറ്റുമുട്ടലിന്റെയും തലങ്ങൾ ജനങ്ങളിൽ സൃഷ്ടിച്ച് പൊതുവായ ഐക്യത്തെ ദുർബല പ്പെടുത്തുകയും ചെയ്യുന്നു. ഒരു സ്വത്വത്തിന്റെ പ്രശ്നം മറ്റൊരാൾക്ക്

മനസ്സിലാവില്ലായെന്ന് പറയുന്നതോടെ ഒരു സാമൂഹ്യ പ്രശ്നത്തിന്റെ അടിസ്ഥാനത്തിൽ ജനങ്ങൾക്കാകെമാനം യോജിച്ചനിൽക്കാനുള്ള സാധ്യതകളെ ഇല്ലാതാക്കുന്നു.

സ്വത്വരാഷ്ട്രീയത്തിന്റെ അടിസ്ഥാന സിദ്ധാന്തമായി വന്നിട്ടുള്ളത് ഉത്തരാധുനികതയാണ്. ദേശ രാഷ്ട്രവും അതിനെ അടിസ്ഥാനപ്പെടു ത്തിയ എല്ലാ കേന്ദ്ര സ്ഥാനങ്ങളെയും ഇവർ ചോദ്യം ചെയ്തു. വർഗ്ഗ രാഷ്ട്രീയത്തിന്റെ സമഗ്ര രീതികൾക്ക് പകരം സ്വത്വ രാഷ്ട്രീയത്തിന്റെ ബഹുസ്വരതയാണ് സ്വീകരിക്കപ്പെടേണ്ടതെന്നും ഇത് സിദ്ധാന്തിച്ചു. സാർവ്വജനീയമായ എല്ലാ രാഷ്ട്രീയ സിദ്ധാന്തങ്ങളെയും അത് തള്ളി ക്കളയുന്നു.

സ്വത്വങ്ങളെ (വംശം, ജാതി, മതം, ഗോത്രം തുടങ്ങിയവ) അടിസ്ഥാ നപ്പെടുത്തിയുള്ള സമരങ്ങളെയാണ് അവർ അംഗീകരിക്കുന്നത്. പുതിയ കാലഘട്ടത്തിന്റെ വിപ്ലവാത്മകമായ രാഷ്ട്രീയം സ്വത്വ അവബോധത്തി ന്റെയും അതിനെ പിൻപറ്റുന്ന നവസാമൂഹ്യ പ്രസ്ഥാനങ്ങളുമാണെന്ന കാഴ്ചപ്പാടും മുന്നോട്ടവയ്ക്കുന്നു. മനുഷ്യ ചരിത്രത്തിന്റെ വികാസത്തിന്റെ ഭാഗമായി നാം സ്വാംശീകരിച്ച മൂല്യങ്ങളെയെല്ലാം എതിർക്കുന്നു.

മുതലാളിത്തത്തിന് ബദലായി മുന്നോട്ടവയ്ക്കപ്പെട്ട സോഷ്യലിസ്റ്റ് ആശയങ്ങളെ ദുർബലപ്പെടുത്തുന്നതിന് ഇത്തരം കാഴ്ചപ്പാടുകൾ സഹായകമായതിനാൽ മുതലാളിത്തവും അതിന്റെ ഉയർന്ന രൂപമായ സാമ്രാജ്യത്വവും ഇത്തരം ആശയഗതികളെ കൈയയച്ച് പിന്തുണക്കുന്നു. ഉത്തരാധുനികതയുടെ പ്രധാന സൈദ്ധാന്തികൻ ലിയോത്താഡ് പ്ര സ്താവിച്ചത്, 'ദൗർബല്യത്തിന്റെ യുഗം അവസാനിച്ചുകഴിഞ്ഞു, ചരക്കുക ളുടെയും സേവനങ്ങളുടെയും യുഗം സമാഗതമായിരിക്കുന്ന'വെന്നുമാണ്. സാമുവൽ ഹണ്ടിംഗ്ടണ്ണിനെപ്പോലുള്ളവർ സ്വത്വരാഷ്ട്രീയത്തിന്റെ വരവിനെ സ്വാഗതം ചെയ്യുന്നത് നവസാമൂഹ്യ മുന്നേറ്റങ്ങൾ എന്ന് നിരീ ക്ഷിച്ചുകൊണ്ടാണ്. വർഗ്ഗസമരമല്ല, സംസ്കാരങ്ങളുടെ സംഘട്ടനമാണ് ഭാവിയെന്ന അർത്ഥത്തില്പുള്ള അദ്ദേഹത്തിന്റെ സാമൂഹ്യ നിരീക്ഷണം ഉത്തരാധുനിക ചിന്തയുടെ രാഷ്ട്രീയത്തെ വ്യക്തമാക്കുന്നതാണ്.

ലോകത്തെ സാമ്രാജ്യത്വ ഫണ്ടിംഗ് ഏജൻസികളും മൂലധന ശക്തികളും ഇത്തരം പഠനങ്ങളെയും ചിന്താഗതികളെയും പ്രസ്ഥാനങ്ങ ളെയും ആളും അർത്ഥവും നൽകി സഹായിക്കുന്നത് അറിവ് ഉത്പാദി പ്പിച്ച് സമൂഹത്തെ മുന്നോട്ടുകൊണ്ടുപോകുകയെന്ന ലക്ഷ്യത്തിന്റെ ഭാഗ മായല്ല. അതേസമയം സ്വത്വരാഷ്ട്രീയം മുന്നോട്ടവയ്ക്കുന്ന ഇത്തരം രാഷ്ട്രീ യത്തെ തുറന്നുകാട്ടാൻ ശ്രമിക്കുന്നവരെ സമഗ്രാധിപത്യത്തിന്റെയും

സ്റ്റാലിനിസത്തിന്റെയും വക്താക്കളായി മുദ്രകുത്തുകയും ചെയ്യുന്ന സമീപനം സ്വീകരിക്കുന്നു. ചുരുക്കത്തിൽ സാമ്രാജ്യത്വശക്തികൾക്കെ തിരെയുള്ള സമഗ്രമായ പോരാട്ടത്തെ ദുർബലപ്പെടുത്തുന്നതിനുള്ള സേഫ്റ്റി വാൾവായും സ്വത്വരാഷ്ട്രീയം മാറുന്നുവെന്നർത്ഥം.

യൂറോപ്പ് ഉൾപ്പെടെയുള്ള രാജ്യങ്ങളിലെ സർവ്വകലാശാലകളിൽ മാർക്സിസത്തിനെതിരെ പ്രയോഗിക്കുന്ന പ്രധാന ആശയഗതിയായി ഇവയെ വളർത്തിയെടുക്കുകയായിരുന്നു. വിദ്യാസമ്പന്നരായ വിഭാഗ ങ്ങളെ വംശീയവും വർഗ്ഗീയവുമായ രാഷ്ട്രീയത്തിലേക്ക് വലിച്ചെറിയുന്ന തിന് ഇടയാക്കിയത് ഇത്തരം ആശയപരമായ ഇടപെടലുകളായിരു ന്നുവെന്ന് വ്യക്തമായിട്ടുണ്ട്. ഉത്തരാധുനികതയും അതിന്റെ ഭാഗമായി വികസിച്ചുവന്ന സ്വത്വരാഷ്ട്രീയത്തെയും പിന്തുണച്ചത് ഇന്ന് ഭസ്മാസുരന് വരം കൊടുത്ത സ്ഥിതിവിശേഷമാണ് ലോകവ്യാപകമായി സൃഷ്ടിക്ക പ്പെട്ടിട്ടുള്ളത്.

എല്ലാ മഹാവ്യാഖ്യാനങ്ങളും രീതികളും തകർന്നുകഴിഞ്ഞുവെന്ന് പറയുന്ന ഉത്തരാധുനികതയുടെ വക്താക്കൾ മൂലധന അധിനിവേശ ത്തിന്റെയും ചൂഷണത്തിന്റെയും മഹാവ്യാഖ്യാനങ്ങൾ കൂടുതൽ ശക്തി യാർജ്ജിക്കുകയാണെന്ന് തിരിച്ചറിയുന്നില്ല. ധനമൂലധനം കരുത്താ ർജ്ജിച്ച് ലോകജനതയെ ആകെ ഇരവത്ക്കരിക്കുന്ന പ്രശ്നങ്ങളിലേക്ക് അവരുടെ വിമർശനങ്ങൾ എത്താറുമില്ല. സമഗ്രമായ ആധിപത്യത്തി ന്റെയും രീതികൾ തകർന്നുവെന്ന് പറയുന്നവർ സാമ്രാജ്യത്വത്തിന്റെ വിപ്ലവവും സമഗ്രവ്വമായ മുന്നേറ്റത്തെയും തിരിച്ചറിയുന്നില്ല. സമഗ്രാ ധിപത്യത്തിന്റെ പേരുപറഞ്ഞ് അതേസമയം മാർക്സിസത്തിനെതിരെ ശക്തമായ പ്രചരണങ്ങളുടെ ഘോഷയാത്ര നടത്തുകയും ചെയ്യുന്നു.

ലിയോത്താഡിനെപ്പോലെയുള്ള ഉത്തരാധുനിക സിദ്ധാന്തക്കാർ ശാസ്ത്രത്തിന്റെ ആധികാരികതയെ ചോദ്യം ചെയ്യുന്നുണ്ട്. മതരാഷ്ട്രവാ ദികളാവട്ടെ ഇത് അന്ധവിശ്വാസങ്ങളെ ഊട്ടിയുറപ്പിക്കുന്ന രീതിയിൽ ഉപയോഗിക്കുന്ന സ്ഥിതിയും നിലനിൽക്കുന്നുണ്ട്.

മാർക്സിസം ചൂഷണത്തെ വസ്തുനിഷ്ഠ പ്രതിഭാസമായും ചൂഷണം ചെയ്യപ്പെടുന്നുവെന്ന ബോധം അതനുഭവിക്കുന്ന വ്യക്തിയുടെ ആത്മ നിഷ്ഠതയെ അസ്പദമാക്കിയതാണെന്നും വിലയിരുത്തുന്നു. സ്വത്വരാ ഷ്ട്രീയമാവട്ടെ അത് അടിച്ചമർത്തൽ അനുഭവിക്കുന്ന വ്യക്തിയുടെ ആത്മനിഷ്ഠതയെ അടിസ്ഥാനമാക്കി നിലകൊള്ളുന്ന ഒന്നാണെന്ന് വിലയിരുത്തുകയും ചെയ്യുന്നു. ചുരുക്കത്തിൽ ആധിപത്യത്തിന്റെ വസ്തു നിഷ്ഠമായ അടിത്തറയെയല്ല, അതുണ്ടാക്കുന്ന ബോധത്തെ മാത്രം

ആസ്പദമാക്കിയുള്ള ലീലകളായി അവ മാറുന്നു. അങ്ങനെ വ്യവസ്ഥക്കെ തിരായുള്ള സമരത്തിൽ നിന്ന് ജനതയെ അകറ്റിനിർത്തുന്ന ഒന്നായി സ്വത്വരാഷ്ട്രീയം മാറുന്നുവെന്നർത്ഥം. സ്വത്വബോധം വ്യക്തി അനുഭവവും സ്വത്വരാഷ്ട്രീയം രാഷ്ട്രീയ പ്രത്യയശാസ്ത്രമാണെന്നും തിരിച്ചറിയുക പ്ര ധാനമാണ്. സ്വത്വങ്ങളാവട്ടെ സ്ഥായിയായി നിലനിൽക്കുന്ന ഒന്നല്ല താനും. ചരിത്രത്തിന്റെ മാറ്റങ്ങൾക്കനെസരിച്ച് മാറിക്കൊണ്ടിരിക്കുന്ന ഒന്നാണ്. സ്വത്വം ചരിത്രബാഹ്യമല്ലെന്ന് അർത്ഥം. ഒരാൾ തന്നെ പല സ്വത്വങ്ങളായി രൂപപ്പെട്ടുത്തുന്ന സ്ഥിതിയുമുണ്ടാകുന്നു. അങ്ങനെ ഒരാൾ തന്നെ പല സ്വത്വങ്ങളായി പിളർക്കപ്പെടുന്നു.

ഉത്തരാധുനികതയും അത് മുന്നോട്ടവെച്ച ജാതി, മത രാഷ്ട്രീയവും ലോകത്തിന് എന്താണ് സംഭാവന ചെയ്തിട്ടുള്ളത്? ജാതിയുടെയും മതത്തിന്റെയും പുറത്ത് മനുഷ്യന് മറ്റൊരു സ്വത്വമില്ലെന്ന് ഉറപ്പിക്ക കയാണ് സ്വത്വരാഷ്ട്രീയം ചെയ്യുന്നത്. ഈ കാഴ്ചപ്പാട് വർഗ്ഗീയവും വംശീയവും ഫാസിസ്റ്റ്പരവുമായ രാഷ്ട്രീയ കാഴ്ചകൾക്ക് അടിത്തറയൊ രുക്കുകയും ചെയ്യുന്നു.

സാമൂഹ്യ ജീവിയായ മനുഷ്യർ അനവധി അനുഭവങ്ങളും ഉൾക്കൊ ള്ളുന്നു; പലവിധ പ്രക്രിയയകളിലും പങ്കുചേരുന്നു; പലവിധ ആശയങ്ങ ൾക്കും ചെവിയോർക്കുന്നു. തൽഫലമായി ഒരോ വ്യക്തിയിലും നിരവധി അബോധ ധാരകൾ സംജാതമാകുകയും സാമൂഹ്യബന്ധങ്ങളിലും ഘടനയിലും അവ സ്വാധീനം ചെലുത്തുകയും ചെയ്യുന്നു. മാർക്സ് പറഞ്ഞ തുപോലെ 'മനുഷ്യൻ സാമൂഹ്യ ബന്ധങ്ങളുടെ സമുച്ചയമാണ്' എന്ന് തിരിച്ചറിയേണ്ടതുണ്ട്.

സമൂഹത്തിൽ ഒന്നായി നിൽക്കുന്ന ജനതയെ സ്വത്വത്തിന്റെ പേരിൽ പരസ്പര വിരുദ്ധമായി ഏറ്റുമുട്ടിച്ച് മുന്നോട്ടപോകുന്ന സ്വത്വ രാഷ്ട്രീയമാണ് എല്ലാ തീവ്രവാദ പ്രസ്ഥാനങ്ങളുടെയും ആധുനിക കാലത്തെ മഷിപ്പാത്രും എന്ന് തിരിച്ചറിയണം. ഹിന്ദുത്വവാദികളും പാൻ ഇസ്ലാമികതയും മറ്റെല്ലാ സ്വത്വങ്ങളെയും നിഷേധിച്ച് ഏകമായ കാഴ്ചക ളിലേക്കും അതിന്റെ രാഷ്ട്രീയ പ്രയോഗത്തിലേക്കും വികസിക്കുകയാണ് ചെയ്യുന്നത്. ബഹുസ്വരതയെക്കുറിച്ച് പ്രഖ്യാപിക്കുന്ന സ്വത്വരാഷ്ട്രീയം അങ്ങനെ ബഹുസ്വരതയെ നിഷേധിക്കുന്ന ആധിപത്യത്തിന്റെയും ഫാസിസ്റ്റ് സമീപനങ്ങളുടെയും പ്രോത്സാഹകരമായി മാറുന്നുവെന്ന ഭീകരാവസ്ഥയാണ് ലോകത്ത് സ്ൃഷ്ടിക്കുന്നതെന്ന് നാം തിരിച്ചറിയണം. അഫ്ഗാനിലെ വർത്തമാനകാല അനുഭവങ്ങൾ അത് അടിവരയിടുന്നു.

മതവിശ്വാസിയായി ജീവിക്കണമെങ്കിൽ തങ്ങളുടേതായ

മതരാഷ്ട്രമായി രാജ്യം മാറണമെന്ന എറ്റവും ഫാസിസ്റ്റ് രീതിയിലുള്ള കാഴ്ചകൾ അവർ മുന്നോട്ടുവയ്ക്കുന്നു. ബഹുസ്വരതയുടെയും മതസൗഹാ ർദ്ദത്തിന്റെയും കേന്ദ്രമായിരുന്ന പ്രാദേശിക ഉത്സവങ്ങളും മിത്തുകളും ജീവിതശൈലികളും സാമൂഹ്യ കൈമാറ്റങ്ങളും അട്ടിമറിക്കുന്ന ജീവിത രീതികൾ ഇവർ പ്രചരിപ്പിക്കുന്നു. ഒരു ജനതയുടെ ആഘോഷങ്ങളിലും ജീവിതങ്ങളിലും മറ്റുള്ളവർ പങ്കെടുക്കരുതെന്ന കാഴ്ചപ്പാട് പൊതുവായ ഐക്യത്തെയും സാമൂഹ്യ മുന്നേറ്റങ്ങളെയും ദുർബലപ്പെടുത്തുന്ന ഒന്നാ യിത്തീരുകയും ചെയ്യുന്നു. അങ്ങനെ സമൂഹത്തെ വ്യത്യസ്ത അറകളാക്കി വർഗ്ഗീയവത്ക്കരിക്കുന്നതിനുള്ള പ്രത്യയശാസ്ത്രത്തിന്റെ കൂട്ടിക്കൊടുപ്പ് നടത്തുകയാണ് ഉത്തരാധുനികതയും അതിൽ നിന്ന് രൂപപ്പെട്ടുവന്ന സ്വത്വരാഷ്ട്രീയവുമെന്ന് തിരിച്ചറിയുകയും അതിന്റെ അടിസ്ഥാനത്തിലു ള്ള പ്രതിരോധങ്ങളെ രൂപപ്പെടുത്തുകയുമാണ് വേണ്ടത്.

സ്വത്വരാഷ്ട്രീയത്തിന്റെ ഭാഗമായി ഉന്നയിക്കപ്പെടുന്ന മതരാഷ്ട്ര വാദത്തെയും വർഗ്ഗീയവത്ക്കരണ സമീപനങ്ങൾക്കെതിരെയും ശക്തമായ നിലപാട് സ്വീകരിക്കേണ്ടതുണ്ട്. പൊതുവിദ്യാഭ്യാസവും മതേതര ജനാധിപത്യ സ്വഭാവമുള്ള കൂട്ടായ്മകളും അടിത്തട്ടിൽ തന്നെ വികസിപ്പിക്കുന്നതിനുള്ള പ്രവർത്തനങ്ങൾ ശക്തിപ്പെടുത്താനാവണം. അതോടൊപ്പം ചില സാമൂഹ്യവിഭാഗങ്ങൾ അഭിമുഖീകരിക്കുന്ന പ്രശ്ന ങ്ങൾ സ്വത്വരാഷ്ട്രീയത്തിന്റെ വളർച്ചയ്ക്ക് വളക്കൂറുള്ള മണ്ണൊരുക്കുന്നുണ്ട്. അത്തരം മേഖലകളെ ഉൾക്കൊള്ളുന്ന രാഷ്ട്രീയ പരിപാടി മുന്നോട്ടുവ യ്ക്കുക എന്നതും ഏറെ പ്രധാനമാണെന്ന് കാണേണ്ടതുണ്ട്.

ആദിവാസികൾ, സ്ത്രീകൾ, ദളിതർ, ട്രാൻസ്ജെൻഡർ, ന്യൂനപക്ഷങ്ങൾ, തുടങ്ങിയവരുടെ പ്രശ്നങ്ങളെ സവിശേഷമായി പരിഗണിക്കുന്നതിന് സർക്കാർ നടത്തിവരുന്ന പരിശ്രമങ്ങൾ ഈ യാഥാർത്ഥ്യങ്ങളെ ഉൾക്കൊണ്ടുകൊണ്ടാണ്. ഇത്തരം ഇടപെടലിലൂടെ മാത്രമേ സ്വത്വ രാഷ്ട്രീയത്തിന്റെ ഒളിത്താവളങ്ങളെ ഇല്ലാതാക്കാനും ബഹുസ്വരതയു ടെയും ജനാധിപത്യത്തിന്റെയും കൂടുതൽ വർണ്ണാഭമായ തലത്തിലേക്ക് നമ്മുടെ നാടിന് വികസിക്കാനാവുവെന്നതും ഒപ്പം തിരിച്ചറിയേണ്ടതുണ്ട്.

 ബഹുസ്വരതയും മതരാഷ്ട്ര വാദങ്ങളും

ഏകീകൃത സിവിൽകോഡ് എന്ത്? എന്തിന്?

ഏകീകൃത സിവിൽ നിയമം രാജ്യത്ത് നടപ്പിലാക്കുന്നതിന്റെ ഭാഗമായി ജസ്റ്റിസ് ഹൃദ്രാഗ് അഗസ്തി ചെയർമാനായി 22-ാം ലോ കമ്മീഷനെ കേന്ദ്ര ഗവൺമെന്റ് നിശ്ചയിച്ചിരിക്കുകയാണ്. ഇതിന്റെ ഭാഗമായി വിവിധ രാഷ്ട്രീയ പാർടികളുടേയും അഭിപ്രായം ആരായുകയും ചെയ്തു. ബി.ജെ.പി ഭരിക്കുന്ന ഉത്തരാഖണ്ഡ്, മധ്യപ്ര ദേശ്, ഗുജറാത്ത് തുടങ്ങിയ സംസ്ഥാനങ്ങളിൽ ഇതിന്റെ പ്രാരംഭ പ്രവർത്തനങ്ങളും തുടങ്ങിക്കഴിഞ്ഞിട്ടുണ്ട്. ഏകീകൃത സിവിൽകോ ഡുമായി ബന്ധപ്പെട്ട പ്രശ്നം ഇന്ത്യയിൽ ചർച്ചയായി വരുന്നത് ഈ സാഹചര്യത്തിലാണ്.

ഭരണഘടന വിഭാവനം ചെയ്യുന്നതാണ് ഏകീകൃത സിവിൽകോഡ് എന്നും, അത് നടപ്പിലാക്കാനാണ് ശ്രമിക്കുന്നതെന്ന പ്രഖ്യാപനവും ഇതിന്റെ ഭാഗമായി ഉയർന്നുവന്നിട്ടുണ്ട്. മുസ്ലീം സ്തീകളുടെ പ്രശ്നങ്ങൾക്ക് പരിഹാരം എന്നതാണ് ഇതിന്റെ ഉദ്ദേശമെന്ന വ്യാഖ്യാനവും പ്രത്യക്ഷ പ്പെട്ടിട്ടുണ്ട്. ഇ.എം.എസ് ഏകീകൃത സിവിൽകോഡിന് അനുകൂലമായി രുന്നുവെന്ന വാദഗതികളും മുന്നോട്ടുവെക്കപ്പെട്ടിട്ടുണ്ട്.

ഏകീകൃത സിവിൽ നിയമം യാതൊരു കാരണവശാലും അനുവ ദിക്കുകയില്ലയെന്നും, വ്യക്തി നിയമങ്ങളിൽ വരുത്തുന്ന മാറ്റങ്ങൾ അംഗീകരിക്കാനാകില്ലയെന്നും പല മുസ്ലീം സംഘടനകളും ഇതിനകം പ്രഖ്യാപിച്ചു കഴിഞ്ഞിട്ടുണ്ട്. കരട് നിയമം വന്ന ശേഷം അഭിപ്രായം

രേഖപ്പെടുത്തുന്നതാവും ഉചിതമെന്ന് കോൺഗ്രസിന്റെ പല നേതാക്കളും അഭിപ്രായപ്പെട്ടിട്ടുണ്ട്. ഏകീകൃത സിവിൽകോഡ് ഒരു കാരണവ ശാല്യം അടിച്ചേൽപ്പിക്കാൻ പാടില്ലെന്ന നിലപാടാണ് ഇടതുപക്ഷം പൊതുവിൽ സ്വീകരിച്ചിരിക്കുന്നത്. അതേസമയം സ്ത്രീ-പുരുഷ സമത്വം ഉറപ്പുവരുത്തുന്ന വ്യക്തിനിയമങ്ങളിലെ മാറ്റങ്ങളെ സ്വാഗതം ചെയ്തിട്ടു മുണ്ട്. ഈ സാഹചര്യത്തിൽ ഇതുമായി ബന്ധപ്പെട്ട വിവിധ വശങ്ങൾ പരിശോധിച്ച് മുന്നോട്ടുപോകേണ്ടതുണ്ട്.

ഭരണഘടനയും ഏകീകൃത സിവിൽകോഡും

ഇന്ത്യൻ സ്വാതന്ത്ര്യ പ്രസ്ഥാനം വ്യത്യസ്തമായ നിരവധി ധാരകളുടെ ഒരു മഹാപ്രവാഹം എന്ന നിലയിലാണ് രൂപപ്പെട്ടുവന്നത്. കോൺ ഗ്രസുകാരും, കമ്മ്യൂണിസ്റ്റുകാരും, ഫോർവേഡ് ബ്ലോക്കും എല്ലാം വ്യത്യസ്തമായ നിലപാടുകൾ മുന്നോട്ടുവെച്ചുകൊണ്ട് ഇന്ത്യൻ സ്വാതന്ത്ര്യ ത്തിനുവേണ്ടി ശക്തമായി ഇടപെട്ടിട്ടുണ്ട്. ദേശീയ വിപ്ലവകാരികളെന്ന് വിശേഷിപ്പിക്കുന്ന ഭഗദ്സിംഗിന്റേയും, ചന്ദ്രശേഖർ ആസാദിന്റേയും നേതൃത്വത്തിലുള്ള ധാരയും സ്വാതന്ത്ര്യ സമരത്തിന്റെ മറ്റൊരു മുഖമായി രുന്നു. സ്വാതന്ത്ര്യ പ്രസ്ഥാനം ശക്തിപ്പെട്ടപ്പോൾ തന്നെ അംബേദ്കറെ പോലുള്ളവർ സാമൂഹ്യ നീതിക്കുവേണ്ടിയുള്ള മുദ്രാവാക്യം കേന്ദ്ര പ്രശ്ന മായി അവതരിപ്പിച്ചുകൊണ്ടും പ്രവർത്തിച്ചിട്ടുണ്ട്.

ഇന്ത്യൻ സമൂഹത്തിൽ നിലനിന്ന ഇത്തരം ധാരകളെയെല്ലാം ഉൾപ്പെടുത്തിക്കൊണ്ടാണ് ഭരണഘടന നിർമ്മാണത്തിനുള്ള കോൺ സ്റ്റിറ്റിയൂഷൻ അസംബ്ലി വിളിച്ച് ചേർത്തത്. അതുകൊണ്ട് തന്നെ സ്വാത ന്ത്ര്യ പ്രസ്ഥാനങ്ങളുടെ വിവിധ ധാരകളുടേയും, സാമൂഹ്യ നീതിയുടേയും കാഴ്ചപ്പാടുകൾ ഇന്ത്യൻ ഭരണഘടന രൂപീകരണത്തിന് അടിസ്ഥാനമാ യിത്തീർന്നിട്ടുണ്ട്. അതുകൊണ്ട് തന്നെ സ്വാതന്ത്ര്യ പ്രസ്ഥാനത്തിന്റെ പ്രതിഫലനം കൂടിയാണ് ഇന്ത്യൻ ഭരണഘടന.

ഇന്ത്യൻ ഭരണഘടന രൂപപ്പെട്ടുത്തുന്ന ഘട്ടത്തിൽ പൊതുവായ നിയമത്തിന്റെ സാധ്യതകളെക്കുറിച്ചുള്ള ചർച്ചകൾ സജീവമായിരുന്നു. ഇന്ത്യൻ ഭരണഘടനയുടെ 44-ാം അനുച്ഛേദം "പൗരന്മാർക്ക് ഇന്ത്യ യുടെ അതിരുകൾക്കകമേയുള്ള പ്രദേശത്തുടനീളം ഒരു ഏകീകൃത സിവിൽകോഡ് ലഭ്യമാക്കാൻ ഭരണകൂടം ശ്രമിക്കും" എന്ന കാഴ്ചപ്പാ ടിന്റെ അടിസ്ഥാനത്തിൽ ചർച്ചകൾ കോൺസ്റ്റിറ്റിയൂഷൻ അസംബ്ലി യിൽ സജീവമായി. പരമ്പരാഗത സമൂഹങ്ങളിൽ മതവിശ്വാസത്തിന് വിപ്ലവമായ അധികാരപരിധികളുണ്ടായിരുന്നുവെങ്കിലും ആധുനിക സമൂ ഹത്തിൽ പരിധി നിർണ്ണയിക്കേണ്ടതുണ്ട് എന്ന കാഴ്ചപ്പാടും സജീവമായി.

 ബഹുസ്വരതയും മതരാഷ്ട്ര വാദങ്ങളും

ഇതിന്റെയെല്ലാം അടിസ്ഥാനത്തിൽ ഏകീകൃത സിവിൽകോഡ് ആകാമെന്ന് സ്വയം സമ്മതിക്കുന്നവർ മാത്രം അത് അംഗീകരിച്ചാൽ മതിയെന്ന ആശയം അംബേദ്കർ മുന്നോട്ടുവെച്ചു. അതായത് പൊതു സമ്മതിയോടെ ഏകീകൃത നിയമങ്ങൾ നടപ്പാക്കാമെന്ന തീർപ്പിലേക്ക് അത് എത്തിച്ചേർന്നു. നിർദ്ദേശക തത്വങ്ങളിലേക്ക് അത് മാറ്റപ്പെടുന്നത് ഇതിന്റെ പശ്ചാത്തലത്തിലാണ്.

വിവിധ രീതികളിൽ നിലനിന്ന ഹിന്ദുക്കൾക്ക് പൊതുവായ ഒരു നിയമം വേണമെന്ന ആശയം ബ്രിട്ടീഷ്കാലത്ത് തന്നെ സജീവമാ യിരുന്നു. 1941-ൽ സർ ബി.എൻ റാവുവിന്റെ അദ്ധ്യക്ഷതയിൽ ഒരു സമിതി തന്നെ രൂപീകരിക്കപ്പെട്ടു. രാജ്യമാകമാനം ചുറ്റി സഞ്ചരിച്ച് ഇവർ ചില അഭിപ്രായങ്ങൾ സ്വീകരിച്ചു. 1946-ൽ അവർ ഹിന്ദുക്കൾക്ക് ബാധകമായ ഒരു വ്യക്തി സംഹിത രൂപീകരിക്കുകയും ചെയ്തു. ഇത്ത രമൊരു ഇടപെടലുണ്ടാകുന്നതിന്റെ പ്രധാനപ്പെട്ട കാരണം ഹിന്ദു മതവിഭാഗങ്ങൾക്കിടയിൽ പരിഷ്കരണ പ്രസ്ഥാനങ്ങൾ സജീവമായി രുന്നവെന്നതുകൊണ്ടാണ്. 1948-ൽ നിയമ നിർമ്മാണ സഭ ഈ ഹിന്ദു കോഡിനെ പുനർ അവലോകനം ചെയ്യുന്നതിനായി അംബേദ്കർ അദ്ധ്യക്ഷനായുള്ള ഒരു കമ്മിറ്റിയുണ്ടാക്കി. റാവു ഉണ്ടാക്കിയ കരടിനെ അംബേദ്കർ പരിഷ്കരിച്ചു. ഹിന്ദു കോഡ് എന്ന് പേര് നൽകി. എന്നാൽ ഇതിനകത്ത് സിക്ക്കാരും, ബുദ്ധനും, ജൈനനും, ഹിന്ദുക്കളിലെ എല്ലാ ജാതിയില്പ്പെട്ടവർ ഉൾപ്പെട്ടിരുന്നു.

ഹിന്ദു സ്ത്രീകളുടെ അവകാശങ്ങളും, പദവികളും ഉയർത്താൻ ജാതിപ രമായ അസമത്വങ്ങളും, വിടവുകളും ഇല്ലാതാക്കുകയെന്നതുമായിരുന്നു ഇതിന്റെ അടിസ്ഥാനം. ഹിന്ദുക്കളിലെ യാഥാസ്ഥിതക വിഭാഗത്തിന് ഇത് അംഗീകരിക്കാൻ കഴിഞ്ഞില്ല. ഇത് അവതരിപ്പിച്ചതിന്റെ രൊട്ടു ത്ത ദിവസം ആർ.എസ്.എസ് പ്രവർത്തകർ അസംബ്ലി കെട്ടിടത്തിലേ ക്ക് മാർച്ച് നടത്തി. ഹിന്ദു കോഡ് തുലയട്ടെ, പണ്ഡിറ്റ് നെഹ്റു തുലയട്ടെ എന്ന് പ്രഖ്യാപിച്ച അവർ നെഹ്റുവിന്റേയും, അംബേദ്കറുടേയും കോലം കത്തിച്ചു. ഷെയ്ഖ് അബ്ദുള്ളയുടെ കാറ് തകർത്തു.

ഹിന്ദു കോഡിനെതിരായി നടന്ന പ്രസ്ഥാനത്തിന് നേതൃത്വം നൽകിയത് കർപത്രുജി മഹാരാജാവ് എന്ന സ്വാമിയായിരുന്നു. അംബേദ്കറെ പരാമർശിച്ച് ഒരു അയിത്ത ജാതിക്കാരൻ ബ്രാഹ്മണ രുടെ കാര്യങ്ങളിൽ ഇടപെടാൻവേണ്ടിപ്പാടില്ല എന്ന് അദ്ദേഹം പ്രസം ഗിക്കുന്ന നിലവരെയുണ്ടായകാര്യം രാമചന്ദ്രഗുഹ എടുത്തുപറയുന്നുണ്ട്.

1949-ൽ നിയമ നിർമ്മാണ സഭ ഒരു താൽക്കാലിക പാർലമെന്റായി

മാറി. 1950-ല്യം, 51-ല്യം നെഹ്റുവ്വും, അംബേദ്കറും ഹിന്ദു കോഡ് ബില്‍ നിയമമാക്കാന്‍ പല ശ്രമങ്ങളും നടത്തി. ഹിന്ദു നിയമസംഹിതയല്ല ഇന്ത്യന്‍ നിയമസംഹിതയാണ് നിര്‍മ്മിക്കേണ്ടത് എന്ന വാദമുൾപ്പെടെ ഉയര്‍ന്നുവന്നു. ബില്ല് പാസ്സാക്കുന്നതിന് നെഹ്റു ശക്തമായ നിലപാട് സ്വീകരിച്ചില്ല എന്നതുൾപ്പെടെയുള്ള പ്രശ്നങ്ങള്‍ ഉന്നയിച്ചുകൊണ്ട് അംബേദ്കര്‍ നിയമമന്ത്രി സ്ഥാനം രാജിവെച്ചു. പിന്നീട് വിശദമായ ചര്‍ച്ചകള്‍ക്ക് ശേഷം അതിലെ വ്യവസ്ഥകള്‍ വിവിധ നിയമങ്ങളെന്ന നിലയില്‍ പാസ്സാക്കപ്പെട്ടു. 1955-ലെ ഹിന്ദു വിവാഹ നിയമം, 1956-ലെ ഹിന്ദു അനന്തരാവകാശം, പ്രായപൂര്‍ത്തിയാവാത്തവരുടെ രക്ഷാകര്‍ത്തൃത്വം, ദത്തെടുക്കല്‍, ചെലവിന് കൊടുക്കല്‍ എന്നീ നിയമങ്ങളായിരുന്ന അത്. അംബേദ്കര്‍ക്ക് ശേഷം നിയമമന്ത്രിയയായിരുന്ന എച്ച്.വി പടസ്കറാണ് ഈ നിയമങ്ങള്‍ പാര്‍ലമെന്റില്‍ അവതരിപ്പിച്ചത്.

ഏകീകൃത ഹിന്ദുവിനെക്കുറിച്ച് സംസാരിച്ചിരുന്ന ആര്‍.എസ്. എസുൾപ്പെടെ ഏകീകൃത ഹിന്ദു കോഡിന് എതിരായിരുന്നു. ആ എതിര്‍പ്പുകളെയെല്ലാം മറികടന്നുകൊണ്ടാണ് അതിലെ വ്യവസ്ഥകള്‍ നിയമമായത്. പൊതുവായ ചര്‍ച്ചകളുടേയും, കൂട്ടായ ധാരണകളുടേയും അടിസ്ഥാനത്തില്‍ ഏകീകൃത സിവില്‍ നിയമം പാസ്സാക്കുകയെന്ന തിന്റെ അടിസ്ഥാനത്തിലാണ് ഭരണഘടനയില്‍ അത് നിര്‍ദ്ദേശക തത്ത്വങ്ങളുടെ ഭാഗമായിത്തീര്‍ന്നത്. നിര്‍ദ്ദേശക തത്ത്വങ്ങളില്‍ ഒട്ടനവധി കാര്യങ്ങള്‍ എടുത്തുപറയുന്നുണ്ട്. അവയൊന്നും നടപ്പിലാക്കാന്‍ ശ്രമി ക്കാതെ ഏകീകൃത സിവില്‍ നിയമത്തെ മാത്രം മുന്നോട്ടുവെക്കുന്നതി നുള്ള കാര്യം ഇന്ത്യയിലെ രാഷ്ട്രീയ സാഹചര്യമാണ്.

രാഷ്ട്രീയ സാഹചര്യം

കോര്‍പ്പറേറ്റ് നയങ്ങള്‍ മോദി സര്‍ക്കാര്‍ നടപ്പിലാക്കിയതോടെ വമ്പിച്ച ജനരോഷം വിവിധ മേഖലയില്‍ ഉയര്‍ന്നുവന്നു. ഇത് ബി.ജെ. പിയുടെ ജനപിന്തുണ രാജ്യത്ത് വന്‍തോതില്‍ ഇടിയുന്ന സാഹചര്യം സൃഷ്ടിച്ചിട്ടുണ്ട്. പഞ്ചാബ്, ഹിമാചല്‍, കര്‍ണ്ണാടക തെരഞ്ഞെടുപ്പുകളില്‍ ബി.ജെ.പി പരാജയപ്പെട്ടു. പതിറ്റാണ്ടുകളായി ഭരിച്ച ഡല്‍ഹി കോര്‍പ്പ റേഷന്‍ ഭരണവും നഷ്ടപ്പെട്ടു. മഹാരാഷ്ട, മധ്യപ്രദേശ് സംസ്ഥാനങ്ങ ളില്‍ തെരഞ്ഞെടുപ്പുകളില്ലൂടെയല്ല എം.എല്‍.എമാരെ കാല്യമാറ്റിയാണ് അധികാരമുറപ്പിച്ചത്. യു.പി തെരഞ്ഞെടുപ്പില്‍ നൂറോളം സീറ്റുകളാണ് ബി.ജെ.പിക്ക് നഷ്ടമായത്. തിപ്രമോത ഇല്ലായിരുന്നുവെങ്കില്‍ ത്രിപു രയില്ലും ബി.ജെ.പി പരാജയപ്പെട്ടേനെ. ബീഹാറിലാവട്ടെ മുന്നണി ഭരണവും തകര്‍ന്നു. പശ്ചിമ ബംഗാളില്‍ ഇടര്‍ച്ചയായ തിരിച്ചടികളാണ്

ഉപതെരഞ്ഞെടുപ്പുകളിൽ ഉണ്ടായത്. ഈ സാഹചര്യത്തിലാണ് പ്രതി പക്ഷ കക്ഷികളുടെ ഐക്യനിര ഉയർന്നുവരുന്ന പാട്ന സമ്മേളനം ഉണ്ടാകുന്നത്.

ജനപിന്തുണ നഷ്ടപ്പെടുകയും, പ്രതിപക്ഷ കക്ഷികൾ യോജിച്ചുവ രികയും ചെയ്യുന്ന സാഹചര്യത്തെ മറികടക്കാൻ വർഗ്ഗീയ ധ്രുവീകരണ ലക്ഷ്യത്തോടെയാണ് ഏകീകൃത സിവിൽ നിയമം കൊണ്ടുവരുന്നത്. കഴിഞ്ഞ ലോകസഭാ തെരഞ്ഞെടുപ്പിന്റെ ഘട്ടത്തിൽ പുൽവാമ തീവ്രവാദ അക്രമണമായിരുന്നു ഇവരുടെ പ്രധാനമായ ആയുധം. ഇപ്പോൾ ഏകീകൃത സിവിൽ നിയമത്തെ ആയുധമാക്കാൻ അവർ പരിശ്രമിക്കുകയാണ്.

ലോ കമ്മീഷനും, ഏകീകൃത സിവിൽകോഡും

ഏകീകൃത സിവിൽകോഡ് നടപ്പിലാക്കുന്ന കാര്യം പരിശോധി ക്കുന്നതിന് 2016-ൽ ജസ്റ്റിസ് ബി.എസ് ചൗഹാൻ ചെയർമാനായ ലോ കമ്മീഷനോട് കേന്ദ്രം ആവശ്യപ്പെട്ടിരുന്നു. 75378 നിർദ്ദേശങ്ങൾ കമ്മീഷന് മുമ്പാകെ ഉയർന്നുവന്നു. ഇതിന്റെ അടിസ്ഥാനത്തിൽ ഒരു രൂപരേഖ തയ്യാറാക്കുകയും ചെയ്തു. 2018-ൽ റിപ്പോർട്ട് സമർപ്പിക്കുകയും ചെയ്തു.

ഏകീകൃത സിവിൽ നിയമത്തെ സംബന്ധിച്ച് ലോ കമ്മീഷന്റെ റിപ്പോർട്ടിൽ വ്യക്തമാക്കുന്നുണ്ട്. ഭരണഘടനയുടെ 244 അനുച്ഛേദത്തിന് കീഴിലുള്ള 6-ാം ഷെഡ്യൂൾ ത്രിപുര, ആസ്സാം, മിസോറാം, മേഘാലയ സംസ്ഥാനങ്ങളിലെ ചില മേഖലകളുമായി ബന്ധപ്പെട്ടതാണ്. അതിന്റെ ഭാഗമായി പ്രാദേശിക ജില്ലാ കൗൺസിലുകൾക്ക് ഗവർണറുടെ അനുമ തിയോടെ കുടുംബ നിയമം നിർമ്മിക്കാമെന്നാണ് വ്യവസ്ഥ ചെയ്യുന്നത്. 371-ാം അനുച്ഛേദത്തിലെ വിവിധ ഭാഗങ്ങൾ ആറ് വടക്ക്-കിഴക്കൻ സംസ്ഥാനങ്ങൾക്ക് പ്രത്യേക അവകാശങ്ങളും, ഇളവുകളും നൽകുന്ന തരത്തിലാണ്.

വിവിധ സാമ്പത്തിക പരിഷ്ക്കാരങ്ങളിലൂടെ ഇന്ത്യയിലെ ഗോത്ര വർഗ്ഗ ങ്ങൾ ശക്തമായ അക്രമങ്ങൾക്ക് വിധേയമാകുന്നുണ്ട്. ഇവരെ സംര ക്ഷിക്കുന്നതിനുള്ള വിവിധ നിയമങ്ങൾ നിലവിലുണ്ട്. എന്നിട്ടുപോലും അവരുടെ വനഭൂമിയും, കൃഷിഭൂമിയും അന്യാധീനപ്പെടുന്നുവെന്ന പ്രശ്നം ഉയർന്നുവരുന്നുണ്ട്. ഗോത്ര വർഗ്ഗങ്ങളുടെ സംരക്ഷണത്തിനായി ഭരണ ഘടന വിഭാവനം ചെയ്യുന്ന കാഴ്ചപ്പാടുകൾക്ക് വിരുദ്ധമായ ഒന്നായി ഏകീകൃത സിവിൽകോഡ് മാറും. ഇതിന്റെ കൂടി അടിസ്ഥാനത്തിലാണ്

ഏകീകൃത സിവിൽകോഡ് ഇപ്പോൾ അനിവാര്യമല്ലെന്ന തീരുമാന
ത്തിൽ നിയമ കമ്മീഷൻ എത്തിച്ചേർന്നത്.

ലോ കമ്മീഷന്റെ മറ്റ് ശുപാർശകൾ

ഏകീകൃത സിവിൽ നിയമം പാടില്ലെന്ന് പറഞ്ഞ ലോ കമ്മീഷൻ
സ്പെഷ്യൽ മേരേജ് ആക്ട്, ഗാർഹിക പീഡന നിരോധന നിയമം
തുടങ്ങിയ നിയമങ്ങളെ ശാക്തീകരിക്കാൻ നിർദ്ദേശിച്ചു. വിവിധ മതവി
ഭാഗങ്ങളിലെ വിവാഹം, വിവാഹ മോചനം, കുട്ടികളുടെ പരിപാലനം,
ദത്തെടുക്കൽ, അനന്തരാവകാശം തുടങ്ങിയ കാര്യങ്ങളിൽ വ്യക്തി നിയ
മങ്ങൾ പരിഷ്കരിക്കണമെന്ന നിർദ്ദേശവും അതേടൊപ്പം മുന്നോട്ടുവെച്ചു.

നിലവിലുള്ള നിയമപ്രകാരം ഹിന്ദു വിഭാഗത്തിലെ സ്ത്രീകൾ നേരിടുന്ന
കടുത്ത വിവേചനങ്ങൾ നിരവധി ഉദാഹരണങ്ങളില്ലൂടെ കമ്മീഷൻ
വ്യക്തമാക്കുന്നുണ്ട്. മുസ്ലീം വ്യക്തി നിയമത്തിൽ മാത്രം മാറ്റം വരുത്ത
കയെന്ന ബി.ജെ.പി സ്വീകരിക്കുന്ന നിലപാട് നിയമപരമോ, ജനകീയ
താൽപര്യത്തിന് അനുയോജ്യമല്ലയെന്ന് ബോധ്യപ്പെടുത്തുന്നതാണ്
അതിലെ നിർദ്ദേശങ്ങൾ.

ബി.ജെ.പിയും, സ്ത്രീ സംരക്ഷണവും

സ്ത്രീ സംരക്ഷണത്തിന്റെ പേരാണ് ഏകീകൃത സിവിൽ നിയമത്തി
നായി ബി.ജെ.പി മുന്നോട്ടുവെക്കുന്നത്. ഇക്കാര്യത്തിൽ എന്തെങ്കിലും
ആത്മാർത്ഥത ബി.ജെ.പിക്കില്ല. സ്ത്രീ സംവരണ ബിൽ, ദുരഭിമാന
കൊലക്കെതിരായ ബിൽ, വൈവാഹിക ബലാൽസംഘം കുറ്റകരമാ
ക്കുന്ന ബിൽ തുടങ്ങിയവ മാറ്റിവെച്ച കേന്ദ്ര സർക്കാരാണ് സ്ത്രീകളുടെ
അവകാശങ്ങൾക്കുവേണ്ടി മുന്നോട്ടുവരുന്നു എന്ന് പ്രഖ്യാപിക്കുന്നത്.

രാജ്യത്ത് നടപ്പിലാക്കിയ സ്ത്രീപക്ഷ നിയമങ്ങളെപ്പോലും കാറ്റിൽ
പ്പറത്തുകയാണ് ബി.ജെ.പി ചെയ്യുന്നത്. ബി.ജെ.പി നേതാവ് ഉപമു
ഖ്യമന്ത്രിയായി ഇരിക്കുന്ന സംസ്ഥാനമാണ് നാഗാലാന്റ്. സ്ത്രീകൾക്ക്
മൂന്നിലൊന്ന് സംവരണം നൽകുന്നത് പരമ്പരാഗത നിയമങ്ങൾക്കെ
തിരാണ് എന്നതാണ് നാഗാലാന്റിലെ ബി.ജെ.പിയുൾപ്പെടെയുള്ള
പലരുടേയും നിലപാട്. ഇക്കാര്യത്തിൽ നിലപാടറിയിക്കാൻ കോടതി
കേന്ദ്ര ഗവൺമെന്റിനോട് നിർദ്ദേശിച്ചവെങ്കിലും അവ സമർപ്പിച്ചില്ല.
ഈ പശ്ചാത്തലത്തിൽ കോടതി കടുത്ത ഭാഷയിലാണ് സർക്കാരിനെ
വിമർശിച്ചത്. ഇപ്പോൾ അവിടെ സ്ത്രീകൾക്ക് മൂന്നിലൊന്ന് സംവരണം
നിഷേധിച്ചുകൊണ്ടുള്ള പ്രമേയവും നാഗാലാന്റ് പാസ്സാക്കി. ഗോത്ര
വർഗ്ഗത്തിന്റെ പേര് പറഞ്ഞ് ഭിന്ന രീതികളെ അംഗീകരിക്കുന്നവരാണ്

ഇപ്പോൾ ഏകീകൃത സിവിൽകോഡിന്റെ പേര് പറഞ്ഞ് രംഗത്തിറങ്ങു ന്നത്.

ഒരു കാലത്ത് പോർച്ചഗീസുകാരുടെ അധീനതയിലുണ്ടായിരുന്ന സംസ്ഥാനമാണ് ഗോവ. ഏകീകൃത സിവിൽ നിയമം നടപ്പിലാ ക്കിയെന്ന് അവകാശപ്പെടുന്ന പ്രദേശം കൂടിയാണ് അത്. അതിൽ കത്തോലിക്ക പള്ളിയിൽവെച്ച് വിവാഹം കഴിക്കുന്നവർക്ക് സിവിൽ നിയമപ്രകാരമുള്ള വിവാഹ മോചനത്തിൽ നിന്ന് ഒഴിവ് സാധ്യമാണ്. മുസ്ലീം പുരുഷന്മാർക്ക് ബഹുഭാര്യത്വം നിഷേധിച്ചിട്ടുണ്ട്. എന്നാൽ ഹിന്ദു കുടുംബങ്ങളിലാണെങ്കിൽ ഭാര്യ 25 വയസ്സിനുള്ളിൽ അമ്മയായില്ലെ ങ്കിലൊ, 30 വയസ്സിന് മുമ്പ് ആൺ കുഞ്ഞിന് ജന്മം നൽകിയില്ലെങ്കിലോ ഭർത്താവിന് വീണ്ടും വിവാഹിതനാകാം. ഹിന്ദു സ്ത്രീക്ക് പരപുരുഷ ബന്ധമുണ്ടെങ്കിൽ ഭർത്താവിന് വിവാഹ മോചനം നേടാം. എന്നാൽ സ്ത്രീകൾക്ക് അത്തരമൊരു അവകാശവും അവിടെയില്ല. ഗോവയിലെ ഏകീകൃത സിവിൽ നിയമം എന്നത് വിവിധ വിഭാഗങ്ങൾക്ക് വ്യത്യസ്ത മായ പരിരക്ഷയും, അടിച്ചമർത്തലും നൽകിയിരിക്കുന്നുവെന്നതാണ് വസ്തുത.

നിലവില്ലുള്ള പൊതു നിയമങ്ങളേയും ബി.ജെ.പി തകർക്കുന്നു

1925-ൽ പിന്തുടർച്ചാവകാശ നിയമവും, 1954-ലെ സ്പെഷ്യൽ മേരേജ് ആക്ടും സർക്കാർ പൊതുവില്ലുണ്ടാക്കിയ നിയമമാണ്. എന്നാൽ ലൗ ജിഹാദ് തടയാനെന്ന പേരിൽ വ്യത്യസ്ത മതവിശ്വാസികൾ തമ്മി ല്ലുള്ള വിവാഹം നിരോധിക്കുന്ന നിയമം ബി.ജെ.പി കൊണ്ടുവന്നിട്ടുണ്ട്. ഇത് സ്പെഷ്യൽ മേരേജ് ആക്ടിന് തികച്ചും വിരുദ്ധമാണ്. 1975-ലാണ് ഹിന്ദു കൂട്ടുകുടുംബ നിയമം തന്നെ മാറ്റിയത്. മുസ്ലീം വിവാഹവും, വിവാഹ മോചനവും രജിസ്റ്റർ ചെയ്യണമെന്ന നിയമം ബംഗാൾ, ബീഹാർ, ഒറീസ, ജാർഖണ്ഡ് എന്നീ സംസ്ഥാനങ്ങളിൽ നിലനിൽക്കുന്നുണ്ട്. കാശ്മീരിൽ മുസ്ലീങ്ങൾക്കാവട്ടെ ദത്തെടുക്കാൻ അവകാശമുണ്ട്. 1954- ലെ സ്പെഷ്യൽ മേരേജ് ആക്ട് പ്രകാരം ഹിന്ദു മതത്തിൽപ്പെട്ട പുരുഷനും, സ്ത്രീയും വിവാഹിതരായാൽ ഹിന്ദു വ്യക്തി നിയമം ബാധ കവുമാണ്. എന്നാൽ മുസ്ലീങ്ങൾക്ക് ആ വ്യക്തി നിയമം ബാധകമല്ല. ഇത്തരത്തിൽ വൈവിധ്യങ്ങളുടേയും, വ്യത്യസ്തതകളുടേയും പ്രശ്നങ്ങൾ വിവിധ വ്യക്തി നിയമങ്ങളിൽ നിലനിൽക്കുന്നുണ്ട്. ഈ വൈവിധ്യ ങ്ങളെയെല്ലാം ഉൾക്കൊള്ളുന്നതിനുള്ള സാധ്യതകൾ ഭരണഘടന മുന്നോട്ടുവെച്ചിട്ടുണ്ട്. ഇത്തരം പ്രശ്നങ്ങളെ പൊതുവായ ചർച്ചയിലൂടെ

അഭിപ്രായ സമന്വയമുണ്ടാക്കുകയെന്നത് പ്രധാനമായിക്കണ്ട് ഇടപെ
ടുകയാണ് വേണ്ടത്.

നിയമങ്ങൾ മാറ്റാൻ പറ്റാത്തതല്ല

സമൂഹത്തിന്റെ കാഴ്ചപ്പാടിലും, മൂല്യബോധത്തിലും ഉണ്ടാകുന്ന വികാ
സത്തിനനുസരിച്ച് നിയമങ്ങളിലും ഓരോ കാലത്തും മാറ്റങ്ങൾ വന്നി
ട്ടുണ്ട്. 1956-ലെ ഹിന്ദു കോഡിലും, പിന്നീട് പൊതുവായ ചർച്ചയിലൂടെ
ഭേദഗതി വരുത്തിയിട്ടുണ്ട്. 2005-ലെ ഹിന്ദു പിന്തുടർച്ചാവകാശ നിയമ
ഭേദഗതി വഴി കൃഷി ഭൂമിയില്ലുള്ള സ്ത്രീകളുടെ അവകാശങ്ങൾ ഭേദഗതി
വരുത്തിയിട്ടുണ്ട്. സ്പെഷ്യൽ മേരേജിനകത്തും പിന്നീട് ഭേദഗതി
വന്നിട്ടുണ്ട്. വിഖ്യാതമായ മേരി റോയ് കേസിൽ സ്ത്രീകൾക്ക് ക്രിസ്ത്യൻ
സമൂഹത്തിനിടയിൽ പൊതുസ്വത്തിൽ നിലനിന്നിരുന്ന അസമത്വം പരി
ഹരിച്ചുകൊണ്ട് സ്വത്തവകാശം സുപ്രീം കോടതി അംഗീകരിക്കുകയാണ്
ചെയ്തത്. പൊതുവായ അഭിപ്രായങ്ങളുടെ അടിസ്ഥാനത്തിലും, കോടതി
വിധികളുടെ അടിസ്ഥാനത്തിലും നിയമ ഭേദഗതികൾ ഉണ്ടായിട്ടുണ്ട്.

മുസ്ലീം വിരോധം ലക്ഷ്യംവെച്ച്

ഏകീകൃത സിവിൽകോഡ് നിയമം നടപ്പിലാക്കുന്നു എന്ന പ്രശ്നം
വന്നപ്പോൾ വിവിധ ജനവിഭാഗങ്ങൾ അവരുടെ ആശങ്കകൾ മുന്നോ
ട്ടുവെക്കുകയുണ്ടായി. ഇത് കാണിക്കുന്നത് ഏകീകൃത സിവിൽ നിയമം
അടിച്ചേൽപ്പിക്കുകയെന്നത് മുസ്ലീങ്ങൾക്ക് മാത്രമല്ല എല്ലാ ജനവിഭാ
ഗങ്ങൾക്കും ആശങ്കയുണ്ടാക്കുന്നത് എന്നതാണ്. ഈ സാഹചര്യത്തി
ലാണ് വടക്ക്-കിഴക്കൻ സംസ്ഥാനങ്ങളിലെ ഗോത്ര വർഗ്ഗ വിഭാഗ
ങ്ങളേയും, ക്രിസ്ത്യൻ മതവിശ്വാസികളേയും ഒഴിവാക്കുന്നത് പരിഗണി
ക്കുമെന്ന് പാർലമെന്റ് സമിതിയിലെ അദ്ധ്യക്ഷനായ സുഷിൽ മോദി
പ്രഖ്യാപിച്ചത്. മുസ്ലീം ജനവിഭാഗത്തെ മാത്രം ലക്ഷ്യംവെച്ചുകൊണ്ട്
ഏകീകൃത സിവിൽകോഡ് നടപ്പിലാക്കുന്നത് ആ വിഭാഗത്തിനെതിരെ
തിരിഞ്ഞ് വർഗ്ഗീയ ധ്രുവീകരണം സൃഷ്ടിക്കുന്നതിനാണ് എന്ന് നിലപാട്
ശരിയായിത്തീരുന്നത് ഈ പശ്ചാത്തലത്തിലാണ്.

മുത്തലാഖ് നിയമവിരുദ്ധമാക്കുമ്പോൾ സുപ്രീം കോടതി പറഞ്ഞത്
അത് അനിവാര്യമായ മതാചാരമല്ല എന്നായിരുന്നു. എന്ന് പറഞ്ഞാൽ
അനിവാര്യമായ മതാചാരത്തിന് നിലനിൽക്കാനുള്ള സാധ്യത
കൂടിയാണ് പ്രഖ്യാപിച്ചത്. ലോ കമ്മീഷൻ ഗാർഹിക പീഡന
നിരോധന നിയമം ഫലപ്രദമായി ഉപയോഗപ്പെടുത്തി മുസ്ലീം സ്ത്രീക
ളേയും അതിക്രമത്തിൽ നിന്നും രക്ഷപ്പെടുത്തണമായിരുന്നു. മുസ്ലീം

വിവാഹമോചനവുമായി ബന്ധപ്പെട്ട നിയമത്തെ ക്രിമിനൽ നടപടി യിൽപ്പെടുത്തിയതോടെ സ്ത്രീകളുടെ സംരക്ഷണത്തിനുള്ള സാധ്യത കളെ ഇല്ലാതാക്കി, മുസ്ലീങ്ങളെ ജയിലിലടക്കാനുള്ള ഉപാധിയാക്കി മാറ്റാനാണ് ഇവർ ശ്രമിച്ചത്.

മുസ്ലീം ജനവിഭാഗത്തിനോട് ശത്രുതയോടെ പെരുമാറുന്നതും, സിവിൽ നിയമങ്ങൾ അടിച്ചേൽപ്പിക്കുന്നതും സ്വാഭാവികമായും ആ വിഭാഗത്തിനകത്തെ വർഗ്ഗീയ തീവ്രവാദ ശക്തികൾക്ക് അനുകൂലമായ സ്ഥിതിവിശേഷമാണ് സൃഷ്ടിക്കുക. അതുവഴി ആ സമൂഹത്തിനകത്ത് വികസിക്കേണ്ട ജനാധിപത്യപരമായ ധാരകൾ ദുർബലപ്പെടുന്ന സ്ഥി തിയുമുണ്ടാകും. അത് രാജ്യത്തിന്റെ മൊത്തത്തിലുള്ള മതനിരപേക്ഷ കാഴ്ചപ്പാടുകൾക്ക് കടുത്ത തിരിച്ചടി സൃഷ്ടിക്കുകയും ചെയ്യും.

ഹിന്ദുത്വ രാഷ്ട്രത്തിന്റെ പടവുകൾ

രാജ്യത്തെ മതനിരപേക്ഷ പാരമ്പര്യത്തെ തകർക്കുകയും, ഹിന്ദുത്വ രാഷ്ട്രീയത്തെ പകരംവെക്കുകയും ചെയ്യുകയെന്ന സമീപനമാണ് ബി.ജെ.പി സ്വീകരിക്കുന്നത്. അതിനായി മുസ്ലീം വിരോധത്തെ വിക സിപ്പിക്കുന്നതിനുള്ള നീക്കങ്ങളാണ് നടക്കുന്നത്. കാശ്മീരിന്റെ പ്രത്യേക പദവി റദ്ദാക്കുക, ബാബരി മസ്ജിദ് പൊളിച്ചെടുത്ത് രാമക്ഷേത്രം പണിയുക എന്നീ ആർ.എസ്.എസ് അജണ്ട ഇക്കാലയളവിൽ ഇവർ പൂർത്തീകരിച്ചിട്ടുണ്ട്. പൗരത്വ ഭേദഗതി നിയമം, മതപരിവർത്തി നിരോധന നിയമം, ഖർ വാപസി, ഗോരക്ഷ, ലൗ ജിഹാദ്, വർഗ്ഗീയ സംഘർഷങ്ങൾ സൃഷ്ടിക്കൽ ഇത്തരത്തിലുള്ള ഹിന്ദുത്വ അജണ്ടകളുടെ ഭാഗമാണ് ഇപ്പോഴത്തെ ഏകീകൃത സിവിൽകോഡെന്ന കാഴ്ചപ്പാട്.

ഏകീകൃത സിവിൽ നിയമം എന്നത് അടിച്ചേൽപ്പിക്കേണ്ട ഒന്നല്ല. ഓരോ വിഭാഗത്തിനകത്തും രൂപപ്പെടുന്ന ആശയ ഐക്യത്തിന്റെ അടിസ്ഥാനത്തിൽ, ആധുനിക സിവിൽ സമൂഹത്തെ രൂപപ്പെടുത്തു ന്നതിനുള്ള ചുവടുകളെന്ന നിലയിൽ, ജനാധിപത്യപരമായ പ്രക്രിയ യിലൂടെ മാത്രമേ ഇത്തരം നിയമ പരിഷ്കാരങ്ങൾ ഉണ്ടാകാൻ പാടുള്ളൂ. അതുകൊണ്ട് ഏകീകൃത സിവിൽകോഡ് അടിച്ചേൽപ്പിക്കുന്നത് ജനാ ധിപത്യപരമായ സിവിൽ സമൂഹത്തിന്റെ വികാസത്തിന് വിഘാതം സൃഷ്ടിക്കുന്നത് കൂടിയാണ്. പൊതുവായ ധാരണ രൂപപ്പെട്ടുവന്ന ശേഷം മാത്രമേ നിയമ പരിഷ്കാരങ്ങൾ നടപ്പിലാക്കാൻ പാടുള്ളൂ. ഈ കാഴ്ചപ്പാടിന്റെ അടിസ്ഥാനത്തിലാണ് ഏകീകൃത സിവിൽകോഡ് അടിച്ചേൽപ്പിക്കാൻ പാടില്ലെന്ന സമീപനം ഇ.എം.എസ് സ്വീകരിച്ചത് എന്ന് കാണാം.

രാജ്യത്തിന്റെ ബഹുസ്വരതയുടെ സാഹചര്യങ്ങളെ കണക്കിലെടു
ത്തുകൊണ്ടുവേണം സിവിൽ നിയമ പരിഷ്കാരങ്ങൾ നടപ്പിലാക്കാൻ.
അല്ലാതെ കോർപ്പറേറ്റുകളുടെ നയങ്ങൾക്കെതിരായി ജനങ്ങൾ മുന്നി
ട്ടിറങ്ങുമ്പോൾ അവയെ ശിഥിലമാക്കുകയെന്ന ലക്ഷ്യത്തോടെ മുന്നോ
ട്ടുവെക്കുന്ന ഹിന്ദുത്വ അജണ്ടയുടെ ഭാഗമായി ഉണ്ടാവേണ്ട ഒന്നല്ല.
കോർപ്പറേറ്റ്-ഹിന്ദുത്വ അമിതാധികാര പ്രവണതയുടെ ഭാഗമായി
മുന്നോട്ടുവെക്കപ്പെടുന്ന ഏകീകൃത സിവിൽകോഡ് അടിച്ചേൽപ്പിക്ക
ന്നതിനുള്ള നീക്കം ജനാധിപത്യപരമായ ജീവിത ക്രമത്തെ ശക്തിപ്പെ
ടുത്താനല്ല ദുർബലപ്പെടുത്താനേ സഹായിക്കൂ.

ഇസ്ലാമിക തീവ്രവാദവും, സാമ്രാജ്യത്വവും

അമേരിക്കൻ സാമ്രാജ്യത്വം ഭീകരവാദത്തെ ഉന്മൂലനം ചെയ്യാൻ രംഗത്തിറങ്ങിയിരിക്കുന്നുവെന്ന് പ്രഖ്യാപിച്ചി രിക്കുകയാണ്. അതിനായി ലോകത്തെ വിവിധ രാജ്യങ്ങളുമായി സഖ്യമുണ്ടാക്കാനും, അവയ്ക്കെതിരായി പ്രവർത്തിക്കാനും ആഹ്വാനം മുഴക്കിക്കൊണ്ടിരിക്കുകയാണ്. എന്നാൽ യഥാർത്ഥത്തിൽ ഇസ്ലാമിക തീവ്രവാദത്തെ രൂപപ്പെടുത്താനും, വികസിപ്പിക്കാനും അമേരിക്കൻ സാമ്രാജ്യത്വമാണ് ഇടപെട്ടിട്ടുള്ളത് എന്ന് ലോകത്തെ സംഭവവികാസങ്ങളെ പരിശോധിച്ചാൽ വ്യക്തമാകും.

മധ്യേഷ്യയിലെ അമേരിക്കൻ താൽപര്യവുമായി ബന്ധപ്പെട്ടു കൊണ്ടാണ് ഇത്തരമൊരു ഇടപെടൽ അമേരിക്കൻ സാമ്രാജ്യത്വം നടത്തിയത് എന്ന് മനസ്സിലാകും. അതിന് കേന്ദ്രമായി പ്രവർത്തിച്ചത് അഫ്ഗാനിസ്ഥാനാണ്. അഫ്ഗാനിസ്ഥാനിലെ രാഷ്ട്രീയ ചലനങ്ങൾ പരിശോധിച്ചാൽ ഇക്കാര്യം വ്യക്തമാകും.

19-ാം നൂറ്റാണ്ടിലാണ് ആധുനിക അഫ്ഗാൻ രൂപപ്പെടുന്നത്. ഇന്ത്യ യേയും, പശ്ചിമേഷ്യയേയും യോജിച്ച് നിൽക്കുന്ന തന്ത്രപ്രധാനമായ സ്ഥാനമായിട്ടാണ് അഫ്ഗാൻ പരിഗണിക്കപ്പെട്ടിരുന്നത്. 1919-ൽ ബ്രിട്ടന്റെ കോളനിയായിരുന്ന അഫ്ഗാനെ അമാനുള്ള രാജാവ് സ്വ തന്ത്ര രാജ്യമായി പ്രഖ്യാപിച്ചു. ഈ ഘട്ടത്തിൽ അഫ്ഗാൻ രാജാവ് പിന്തുണയ്ക്കായി റഷ്യയിലേക്ക് ഒരു പ്രതിനിധി സംഘത്തെ അയച്ചു.

റഷ്യയിലെ സോഷ്യലിസ്റ്റ് ഭരണകൂടത്തെ അംഗീകരിക്കുന്ന ആദ്യത്തെ രാജ്യവുമായിരുന്നു അഫ്ഗാൻ. ഇത്തരത്തിൽ സോവിയറ്റ് റഷ്യയും, അഫ്ഗാനിസ്ഥാനം തമ്മിലുള്ള സൗഹൃദ ബന്ധങ്ങൾ ഏറെ മെച്ചപ്പെട്ട് വരികയും ചെയ്തു.

ലോകത്തിലെ ആദ്യത്തെ സോഷ്യലിസ്റ്റ് രാജ്യത്തെ ഞെക്കി ക്കൊല്ലാൻ കച്ചകെട്ടിപ്പുറപ്പെട്ടിരുന്ന സാമ്രാജ്യത്വ ശക്തികൾക്ക് ഈ സൗഹൃദം അംഗീകരിക്കാനായില്ല. സാമ്രാജ്യത്വ ശക്തികളെപ്പോലെ തന്നെ ഫ്യൂഡൽ രാഷ്ട്രഘടനയെ പ്രോത്സാഹിപ്പിക്കാൻ വേണ്ടി ശ്രമിച്ച മുസ്ലീം മതമൗലികവാദികളും ഈ ഐക്യത്തിനെതിരെ രംഗത്തുവന്നു. ഇത്തരം സംഭവവികാസങ്ങൾ നടന്നുകൊണ്ടിരിക്കെ 1929-ൽ നാദർഷാ അഫ്ഗാന്റെ നിയന്ത്രണം പിടിച്ചെടുക്കുന്നുണ്ട്. ഈ ഘട്ടത്തിൽ റഷ്യയു മായുള്ള ബന്ധത്തിൽ അയവ് വരികയും ചെയ്യുന്നുണ്ട്.

1947-ൽ പാക്കിസ്ഥാൻ രൂപീകരിക്കപ്പെട്ടതോടെ അഫ്ഗാന്റെ ഭാഗമായ പദ്സൂൺ പ്രദേശത്ത് പാക്കിസ്ഥാൻ അവകാശവാദം ഉന്ന യിക്കുന്ന സ്ഥിതിയുണ്ടായി. ഈ ഘട്ടത്തിൽ അമേരിക്കൻ പ്രസിഡന്റി നോട് പാക്കിസ്ഥാന്റെ അവകാശവാദത്തിനെതിരെ തങ്ങൾക്കൊപ്പം നിൽക്കണമെന്നും, അഫ്ഗാന്റെ വികസനത്തിനുവേണ്ടി സാമ്പത്തിക സഹായം നൽകണമെന്നും അഭ്യർത്ഥിക്കുകയുണ്ടായി. ചേരിചേരാ നയം ഉപേക്ഷിച്ച് അമേരിക്കൻ സൈനിക സഖ്യങ്ങളിൽ ചേർന്നാൽ മാത്രമേ സഹായത്തെക്കുറിച്ച് ആലോചിക്കാനാവൂ എന്ന നിലപാട് അമേരിക്ക സ്വീകരിച്ചു.

അമേരിക്കയുടെ ഈ നയത്തെ തുടർന്ന് അഫ്ഗാൻ സോവിയറ്റ് യൂണിയനോട് ഇതേ സഹായം അഭ്യർത്ഥിച്ചു. യാതൊരു ഉപാധി യുമില്ലാതെ അഫ്ഗാനെ സഹായിക്കാൻ സോവിയറ്റ് യൂണിയൻ തയ്യാറായി. ഈ ഘട്ടത്തിൽ അധികാരത്തിലിരുന്ന പീപ്പിൾസ് ഡമോ ക്രാറ്റിക് പാർടിയുമായി ദാവൂദ് ഏറ്റുമുട്ടി. ഇത് അവസാനം പീപ്പിൾസ് ഡമോക്രാറ്റിക് പാർടിയുടെ നേതാവായിരുന്ന നൂർ മുഹമ്മദ് പരാഖി അധികാരത്തിലെത്തുന്ന സാഹചര്യം സൃഷ്ടിച്ചു.

ഇറാനിൽ അമേരിക്കൻ പക്ഷപാതിയായ ഷായുടെ ഭരണത്തി നെതിരെ കമ്മ്യൂണിസ്റ്റ് പാർടിയുടേയും, മതപണ്ഡിതന്മാരുടേയും നേതൃത്വത്തിൽ വലിയ പ്രക്ഷോഭം നടക്കുന്ന ഘട്ടമായിരുന്നു അത്. ഈ പ്രക്ഷോഭത്തിൽ കമ്മ്യൂണിസ്റ്റ് പാർടി മുന്നോട്ടുവെച്ച പ്രധാന മുദ്രാ വാക്യം പ്രധാനപ്പെട്ട ലക്ഷ്യം അമേരിക്കയുടേയും, യൂറോപ്യൻ രാജ്യങ്ങ ളുടേയും കൈയ്യിലുണ്ടായിരുന്ന എണ്ണ, പ്രകൃതിവാതക സമ്പത്തുകളുടെ

 ബഹുസ്വരതയും മതരാഷ്ട്ര വാദങ്ങളും

ഉടമസ്ഥാവകാശം ഇറാൻകാർക്ക് തന്നെ നൽകുകയെന്നതായിരുന്നു. പാശ്ചാത്യവൽകരണത്തിനെതിരെ മതപണ്ഡിതരും രംഗത്തുവന്നു. ഈ പോരാട്ടത്തിന് റഷ്യൻ സഹായവും ഇറാൻകാർക്ക് പൊതുവിൽ ലഭ്യമായിരുന്നു. അതിന്റെ അടിസ്ഥാനത്തിൽ അമേരിക്കൻപക്ഷ നിലപാട് സ്വീകരിച്ച ഷാക്ക് അധികാരം വിട്ടൊഴിഞ്ഞുപോകേണ്ടിവന്നു.

ഇറാനിലെ അമേരിക്കൻ ലക്ഷ്യം ഇത്തരത്തിൽ തകർക്കപ്പെട്ടു. ഇത്തരമൊരു സാഹചര്യത്തിൽ അഫ്ഗാനും സോവിയറ്റ് പാതയി ലേക്ക് നീങ്ങുന്ന കാര്യം അമേരിക്കയ്ക്ക് അംഗീകരിക്കാൻ കഴിയുമാ യിരുന്നില്ല. ഈ സാഹചര്യത്തിലാണ് അഫ്ഗാനിലെ ഇടതുപക്ഷ ഭരണം അട്ടിമറിക്കാനുള്ള പരിശ്രമം അമേരിക്ക ആരംഭിച്ചത്. ഈ ഘട്ടത്തിലാണ് സോവിയറ്റ് സഹായം അഫ്ഗാനിലെ ഇടതുപക്ഷ ഗവൺമെന്റ് ആവശ്യപ്പെടുകയും, റഷ്യൻ പട്ടാളം സഹായത്തിനായി അഫ്ഗാനിസ്ഥാനിലെത്തുന്നത്.

സി.ഐ.എയും, ഐ.എസ്.എയും, പാക്കിസ്ഥാനിലെ ജമാഅത്ത ഇസ്ലാമിയും ചേർന്ന് അഫ്ഗാനിലെ ഇടതുപക്ഷ ഭരണത്തെ തകർക്കാ നുള്ള പദ്ധതികൾ തുടർന്നുകൊണ്ടിരുന്നു. പാക്കിസ്ഥാനിൽ അക്കാല ത്ത് പട്ടാള അട്ടിമറിയിലൂടെ അധികാരത്തിൽ വന്ന സിയാ ഉൾ ഹഖ് ജമാഅത്ത ഇസ്ലാമിയെ അഫ്ഗാനിസ്ഥാനിലെ പ്രതിവിപ്ലവ ശക്തി കൾക്ക് നേതൃത്വം കൊടുക്കുന്നതിന് സജ്ജമാക്കുന്നതിനുള്ള നടപടിക ളും സ്വീകരിച്ചു. 1979-ൽ അന്നത്തെ അമേരിക്കൻ പ്രസിഡന്റായിരുന്ന ജിമ്മി കാർട്ടർ ഒരു രഹസ്യ പദ്ധതിതന്നെ ഇതിനായി തയ്യാറാക്കി. ഈ രഹസ്യ പദ്ധതിയുടെ പ്രധാന ലക്ഷ്യം ഇസ്ലാമിക മതമൗലികവാദം മധ്യേഷ്യയിൽ വളർത്തിക്കൊണ്ടുവരിക എന്നതായിരുന്നു. ആയിരക്ക ണക്കിന് ഭീകരവാദ ആശയങ്ങൾ പ്രചരിപ്പിക്കാനുതകുന്ന മതപഠന കേന്ദ്രങ്ങൾ അമേരിക്കൻ സി.ഐ.എയുടെ സഹായത്തോടെ ഇവർ ആരംഭിച്ചു. അഫ്ഗാനിസ്ഥാനിൽ പ്രതിവിപ്ലവ ശക്തികളെ സഹായി ക്കാനുള്ള ആശയ പ്രചരണത്തിന്റെ കേന്ദ്രമായി ഇവമാറി.

അമേരിക്കൻ പദ്ധതി പ്രകാരം സ്ഥാപിച്ച ഈ മദ്രസകളിലെ യുവാ ക്കൾക്ക് ആയുധ പരിശീലനവും നൽകുന്ന രീതി സ്വീകരിച്ചു. ഇവയെ അഫ്ഗാനിസ്ഥാനിലേക്ക് അയച്ചു. അള്ളാഹുവിന്റെ പടയാളികൾ എന്നർത്ഥം വരുന്ന മുജാഹിദ് എന്ന പേര് ഇവർക്ക് നൽകുകയും ചെയ്തു. സോവിയറ്റ് യൂണിയന്റെ ചെമ്പട അഫ്ഗാനിസ്ഥാനിൽ എത്തിയതു കൊണ്ടാണ് അമേരിക്കയ്ക്ക് ഇടപെടേണ്ടിവന്നത് എന്ന വാദം ചിലർ ഉപയോഗിക്കാറുണ്ട്. എന്നാൽ ഈ വാദം തെറ്റാണ്. 1979 ഡിസംബർ

24-ാം തീയ്യതിയാണ് സോവിയറ്റ് സൈന്യം അഫ്ഗാനിസ്ഥാനിൽ പ്രവേശിച്ചത്. എന്നാൽ 1979 ജൂലൈയിൽ തന്നെ ജിമ്മി കാർട്ടർ ഈ പദ്ധതിക്ക് പിന്തുണ പ്രഖ്യാപിക്കുന്നതിനുള്ള കരാറിൽ ഒപ്പവെയ്ക്കുകയും ചെയ്തു. 2,500 കോടി രൂപ ആ ഘട്ടത്തിൽ തന്നെ ഈ ഭീകര പ്രസ്ഥാനത്തിന് അമേരിക്ക നൽകിയിരുന്നു. ഈ അമേരിക്കൻ ഇടപെടൽ തിരിച്ചറിഞ്ഞുകൊണ്ടാണ് യഥാർത്ഥത്തിൽ അഫ്ഗാൻ സർക്കാർ സോവിയറ്റ് റഷ്യയുടെ സഹായം അഭ്യർത്ഥിച്ചത്.

അമേരിക്ക ഇടപെട്ട് സ്ഥാപിച്ച മദ്രസകളിൽ നിന്നാണ് ഇസ്ലാമിക് ഭീകരവാദം അഫ്ഗാനിസ്ഥാനിലേക്ക് കയറ്റി അയക്കുന്നത്. മദ്രസകൾ ഭീകരവാദത്തിന്റെ കേന്ദ്രങ്ങളാണ് എന്ന് ലോകത്ത് പ്രചരിക്കുന്ന സ്ഥിതിയുണ്ടായത് ഇത്തരം നടപടികളുടെ ഭാഗമായാണ്. ഈ മദ്രസകളിൽ നിന്നാണ് വിദ്യാർത്ഥിയെന്ന് അറബിയിൽ അർത്ഥം വരുന്ന താലിബാൻ എന്ന പദം വരുന്നത്. ഇത് സ്ഥാപിച്ചത് കാണ്ഡഹാറിന ടുത്ത മുഹമ്മദ് ഉമ്മറാണ്.

ഇസ്ലാമിക തീവ്രവാദ രാഷ്ട്രീയത്തിന്റെ ആശയ അടിത്തറയും ഈ ഘട്ടത്തിൽ ശക്തിപ്പെട്ടുവരുന്നുണ്ട്. അക്കാലത്ത് മുഹമ്മദ് അസം ആയിരുന്നു ഈ പ്രസ്ഥാനത്തിന്റെ പ്രധാന ആശയ പ്രചാരകരായി വന്നത്. മുസ്ലീങ്ങളടങ്ങുന്ന ദാറൽ ഇസ്ലാം, അവിശ്വാസികളടങ്ങുന്ന യുദ്ധ മേഖല ദാറൽ ഹർബ് എന്നിങ്ങനെ ലോകം രണ്ടായി വിഭജിക്കപ്പെട്ടി രിക്കുന്നുവെന്ന കാഴ്ചപ്പാട് അദ്ദേഹം മുന്നോട്ടുവെച്ചു. ഇസ്ലാമിന്റെ കൈവ ശമുണ്ടായിരുന്ന അഫ്ഗാൻ കമ്മ്യൂണിസ്റ്റുകാർ പിടിച്ചടക്കിയതുകൊണ്ട് അവിടെ പോരാടേണ്ടത് ഇസ്ലാം മതവിശ്വാസികളുടെ താൽപര്യമാണെ ന്ന ആശയവും അദ്ദേഹം മുന്നോട്ടുവെച്ചു. ഒരുകാലത്ത് പി.എൽ.ഒയുടെ അർദ്ധ സൈനിക വിഭാഗത്തിൽ ഇദ്ദേഹമുണ്ടായിരുന്നു. എന്നാൽ അറാഫത്തും, പി.എൽ.ഒയും സ്വീകരിച്ച മതനിരപേക്ഷ നിലപാട്ടകളും, സോവിയറ്റ് സഹായം സ്വീകരിച്ചുകൊണ്ട് മുന്നോട്ടുപോയതിലും പ്രതി ഷേധിച്ച് പി.എൽ.ഒയിൽ നന്നും ഒഴിവാകുകയാണുണ്ടായത്. ഈ ഘട്ട ത്തിൽ അഫ്ഗാനിലെ പോരാട്ടങ്ങളിൽ പങ്കെടുത്തില്ലെങ്കിൽ ഇസ്ലാമിക സമൂഹം കുറ്റക്കാരാകുമെന്ന് പ്രഖ്യാപിച്ചുകൊണ്ടാണ് അങ്ങോട്ടേക്ക് യാത്രയായത്.

അഫ്ഗാനിസ്ഥാനിലെ ഇടതുപക്ഷ ഗവൺമെന്റിനെ തകർക്കാൻ പാക്ക്-അഫ്ഗാൻ അതിർത്തിയിൽ സി.ഐ.എയുടെ സഹായ ത്തോടെ സേവന കാര്യലയങ്ങൾ എന്ന നിലയിൽ ഇത്തരം നിരവധി കേന്ദ്രങ്ങൾ തീവ്രവാദികൾ ആരംഭിച്ചു. ഈ ഘട്ടത്തിൽ കമ്മ്യൂണിസ്റ്റുകാർ

പിടിച്ചടക്കിയ ഇസ്ലാമിന്റെ ഭൂമി തിരിച്ചുപിടിക്കാനുള്ള പോരാട്ട ത്തിൽ തീവ്രവാദ ആശയക്കാർ ലോകത്തിന്റെ വിവിധ ഭാഗങ്ങളിൽ നിന്നും അഫ്ഗാനിസ്ഥാനിൽ എത്തിച്ചു. ഇവരെയെല്ലാം അഫ്ഗാൻ മുജാഹിദീൻ എന്ന ക്ലിപ്പടയിൽ ചേർക്കുന്നതിന് ഈ സ്ഥാപനങ്ങളെ ഫലപ്രദമായി ഇവർ ഉപയോഗപ്പെടുത്തി.

അമേരിക്കയുടെ ശക്തമായ പിന്തുണയോടെ ഇസ്ലാമിക തീവ്രവാ ദികൾ അഫ്ഗാനിസ്ഥാനിൽ ശക്തമായ തയ്യാറെടുപ്പുകൾ നടത്തുന്ന ഈ ഘട്ടത്തിൽ മറ്റൊരു സുപ്രധാന സംഭവം ഉണ്ടാകുന്നുണ്ട്. സൗദി അറേബ്യയിലെ കിംഗ് അബ്ദൽ അസീസ് സർവ്വകലാശാലയിൽ നിന്ന് ബിസിനസ് അഡ്മിനിസ്ട്രേഷൻ പഠിച്ചുകൊണ്ടിരുന്ന ഒസാമ ബിൻലാദനെ പെഷവാറിലേക്ക് ഡോ. ഹസൻ ക്ഷണിച്ചവരുത്തുന്നത്. സൗദി രാജാവുമായി ബിൻലാദൻ കുടുംബത്തിന് ബന്ധമുണ്ടായിരു ന്നു. അന്താരാഷ്ട്ര തലത്തിൽ തന്നെ പ്രവർത്തിക്കുന്ന ഒരു നിർമ്മാ ണക്കമ്പനിയും ഇവർക്കുണ്ടായിരുന്നു. തീവ്രവാദ ആശയങ്ങളോട് സ്വാധീനിക്കപ്പെട്ട ബിൻലാദനോട് അഫ്ഗാനിസ്ഥാനെ മോചിപ്പി ക്കാനുള്ള ജിഹാദിൽ പങ്കെടുക്കണമെന്ന് ഡോ. മുഹമ്മദ്അസം നിർദ്ദേശിച്ചു. ഒസാമ ബിൻലാദൻ സ്വീകരിച്ചു. വിവിധ രാജ്യങ്ങളിൽ നിന്ന് അഫ്ഗാനിലെ ജിഹാദി പോരാട്ടത്തിന് എത്തിക്കുന്നതിന് സി.ഐ.എയുടെ സഹായത്തോടെ ഡോ. അസമും, ബിൻലാദനും മെഖ്താബ് അൽ-കിദ്മത്ത് ആരംഭിച്ചു. ഇതാണ് പിന്നീട് അൽ-ഖാഇദ എന്ന് അറിയപ്പെടാൻ തുടങ്ങിയത്.

സോഷ്യലിസ്റ്റ് സാമൂഹ്യ വ്യവസ്ഥയെ ലോകത്ത് നിന്ന് ഇടച്ച മാറ്റുകയെന്ന സാമ്രാജ്യത്വ താൽപര്യങ്ങൾക്കുവേണ്ടി സി.ഐ.എ ഇസ്ലാമിക തീവ്രവാദത്തെ വളർത്തിയെടുക്കുകയാണുണ്ടായത്. തീവ്ര വാദവും, മതമൗലികവാദവും, സൈനിക മനോഭാവവും, തീവ്രമായ സദാചാരനിഷ്ഠയും, അക്രമോത്സുകതയും ഉൾച്ചേർന്നതായിരുന്നു ഇത്. അഫ്ഗാനിലെ പഷ്ത്തൂൺ വിഭാഗങ്ങൾക്ക് പാക്കിസ്ഥാന്റെ സഹാ യത്തോടെ ആരംഭിച്ച പ്രതിവിപ്ലവ ശ്രമങ്ങളെ ആഗോള ജിഹാദാക്കി രൂപപ്പെടുത്തിയത് അമേരിക്കൻ സാമ്രാജ്യത്വമാണ്. അതായത് ഇസ്ലാമിക ഭീകരവാദം അമേരിക്കൻ രാഷ്ട്രീയ താൽപര്യങ്ങളുടെ ഉൽപ്പ ന്നമായിരുന്നുവെന്നർത്ഥം.

അഫ്ഗാനിസ്ഥാനിൽ രൂപപ്പെട്ട ഇത്തരമൊരു സാഹചര്യത്തിൽ മാറ്റം വരുത്തുന്നതിന് 1988 ഏപ്രിൽ 14-ാം തീയ്യതി അഫ്ഗാനിസ്ഥാനം, പാക്കിസ്ഥാനും, അമേരിക്കയും, സോവിയറ്റ് യൂണിയനും ചേർന്ന് ഒരു

സന്ധിയിൽ ഒപ്പിട്ടു. ഇതിന്റെ അടിസ്ഥാനത്തിൽ മെയ് 15-ാം തീയ്യതി സോവിയറ്റ് സൈന്യം അഫ്ഗാനിസ്ഥാനിൽ നിന്നും പിന്മാറിത്തുടങ്ങി. അങ്ങനെ സോവിയറ്റ് പട്ടാളം അഫ്ഗാനിസ്ഥാനിൽ നിന്നും പിന്മാറി. സോവിയറ്റ് പട്ടാളം പിന്മാറിയതോടെ അഫ്ഗാനിസ്ഥാനിലെ ഇടതുപ ക്ഷ സർക്കാരിനെ അട്ടിമറിക്കാനുള്ള ശ്രമങ്ങൾ അമേരിക്കൻ സാമ്രാ ജ്യത്വത്തിന്റെ നേതൃത്വത്തിൽ കരാറുകൾ കാറ്റിൽപ്പറത്തി പിന്നേയും തുടർന്നു. ഈ ഘട്ടത്തിൽ പാക്കിസ്ഥാനിൽ കേന്ദ്രീകരിച്ച് അഫ്ഗാനി സ്ഥാനിൽ കൊള്ളയും, കൊലയും നടത്തുന്ന കലാപകാരികളെ അമേ രിക്കൻ സ്റ്റേറ്റ് സെക്രട്ടറി അയച്ച ദൂതൻ പോയി കാണുന്നുമുണ്ട്. ഇത്തരം ഇടപെടലില്ലൂടെയാണ് നജീബുള്ള സർക്കാർ അട്ടിമറിക്കപ്പെട്ടത്.

സോവിയറ്റ് ആഭിമുഖ്യം കാണിക്കുന്ന പുരോഗമനപരമായ അഫ്ഗാനിലെ ഭരണത്തെ അട്ടിമറിക്കുന്നതിന് അമേരിക്ക ഉപയോ ഗപ്പെടുത്തിയത് ഗോത്രവർഗ്ഗ കാഴ്ചപ്പാടുകളെ പിൻപറ്റുന്ന മതമൗലി കവാദികളെയായിരുന്നു. അതുകൊണ്ട് തന്നെ നജീബുള്ളയ്ക്ക് ശേഷം അഫ്ഗാനിസ്ഥാന്റെ ജനജീവിതം ഗുരുതരമായ പ്രതിസന്ധിയിലേക്ക് എത്തിപ്പെട്ടു. വിവിധ ഗോത്ര വിഭാഗങ്ങൾ തമ്മിലുള്ള ആഭ്യന്തര യുദ്ധം അഫ്ഗാനിലാരംഭിച്ചു. അത്തരം യുദ്ധത്തിന്റെ ഒടുവിലാണ് താലിബാൻ അധികാരത്തിലെത്തിയത്. പിന്നീട് അമേരിക്ക തന്നെ അഫ്ഗാനിൽ ഇടപെട്ട് പാവഗവൺമെന്റിനെ സ്ഥാപിക്കുകയുണ്ടായി. എന്നാൽ പിന്നീട് ഗവൺമെന്റിനെ സഹായിക്കാനെത്തിയ അമേരിക്കൻ പട്ടാളം അഫ്ഗാനിൽ നിന്ന് പിന്മാറുകയും, വീണ്ടും അധികാരം താലിബാന്റെ കൈകളിലേക്ക് എത്തുന്ന സ്ഥിതിയുമുണ്ടായി. ഇത്തരമൊരു സ്ഥിതി വിശേഷമുണ്ടാക്കുന്നതിന് അമേരിക്കയുടെ ദീർഘവീക്ഷണമില്ലായ്മയും ഉണ്ടായിരുന്നു.

അഫ്ഗാനിസ്ഥാനിലെ ആഭ്യന്തര യുദ്ധത്തിനായി അമേരിക്ക പരിശീലിപ്പിച്ച ആയിരക്കണക്കിന് ജിഹാദികൾ പിന്നീട് പല രാജ്യ ങ്ങളിലേക്ക് മടങ്ങിപ്പോയി. ആ വിഭാഗങ്ങൾ അതാത് രാജ്യങ്ങളിൽ ഇസ്ലാമിക തീവ്രവാദ ആശയങ്ങൾ പ്രചരിപ്പിക്കാനും അത്തരം പ്രവർത്തനങ്ങളിൽ സായുധമായി പങ്കെടുക്കുന്നതിനും ഇടയായി. അൽജീരിയയിലെ ഇസ്ലാമിക ഭീകരവാദം രൂപപ്പെടുന്നത് അങ്ങനെ യാണ്. ഈജിപ്ത്യൻ പ്രസിഡന്റ് അൻവർ സാദത്തിനെ കൊലപ്പെട ത്തിയതിന്റെ പിന്നിലും ഇതേ വിഭാഗം തന്നെയായിരുന്നു. കാശ്മീരിൽ ഉൾപ്പെടെ രൂപപ്പെടുന്ന അക്രമണങ്ങൾക്ക് പിന്നിലും ഇത്തരം ഇടപെ ടലുകളായിരുന്നു. ഇത്തരത്തിൽ ലോകത്തിന്റെ വിവിധ രാജ്യങ്ങളിലെ

     ബഹുസ്വരതയും മതരാഷ്ട്ര വാദങ്ങളും

ഇസ്ലാമിക തീവ്രവാദത്തിന്റെ പ്രഭവ കേന്ദ്രം അഫ്ഗാനിൽ അമേരിക്ക വളർത്തിയെടുത്ത ഇസ്ലാമിക ഭീകരവാദമായിരുന്നു.

അമേരിക്ക സോവിയറ്റ് യൂണിയൻ മുന്നോട്ടുവെച്ച സോഷ്യലിസ്റ്റ് ആശയങ്ങളെ പ്രതിരോധിക്കാൻ കൊണ്ടുവന്ന ഇസ്ലാമിക തീവ്രവാ ദമാണ് അമേരിക്കയ്ക്കെതിരേയും തിരിയുന്ന സാഹചര്യമുണ്ടായത്. സാമ്രാജ്യത്വ ശക്തികൾ മുന്നോട്ടുവെക്കുന്ന ആശയങ്ങളും ഇസ്ലാമിക ഭീകരവാദത്തിന്റെ കാഴ്ചപ്പാടുകളും പരസ്പരം പൂരകമാണ് എന്ന കാര്യവും ഇവിടെ നാം ഓർക്കേണ്ടതുണ്ട്.

സാമ്രാജ്യത്വം മുന്നോട്ടുവെക്കുന്ന കാഴ്ചപ്പാട് സോവിയറ്റ് യൂണിയൻ നിലനിന്ന കാലത്ത് മുതലാളിത്തവും, സോഷ്യലിസവും തമ്മിലായിരുന്നു സുപ്രധാനമായ സംഘട്ടനങ്ങൾ. ഇന്ന് അത് മാറിക്കഴിഞ്ഞിരിക്കുന്നു. പാശ്ചാത്യ നാഗരീകതയും മുസ്ലീം ലോകവും തമ്മിലായിരിക്കും സംഘർ ഷമെന്ന് ഇവർ വിഭാവനം ചെയ്യുന്നു. ഹണ്ടിങ്ടണിന്റെ സിദ്ധാന്തം ഈ ആശയമാണ് മുന്നോട്ടുവെക്കുന്നത്.

ഇസ്ലാമിക തീവ്രവാദികളുടെ കാഴ്ചപ്പാടും ഇതുമായി ഒത്തുപോകുന്ന താണ്. ഇസ്ലാമിക തീവ്രവാദികൾ ലോകത്തെ ഇസ്ലാമിന്റെ ഭവനം എന്ന പേരിൽ ദാറുൽ ഇസ്ലാമായും, യുദ്ധ മേഖല എന്നർത്ഥം വരുന്ന ദാറുൽ ഹർബ് എന്നിങ്ങനെ രണ്ടായിട്ടാണ് ലോകത്തെ കാണുന്നത്. അതായത് രണ്ട് ആശയങ്ങളും സമാനമായ കാഴ്ചപ്പാടുകൾ പിൻപറ്റുന്ന വെന്നർത്ഥം. ഹണ്ടിംഗ്ടൺ മുന്നോട്ടുവെക്കുന്ന കാഴ്ചപ്പാട് പാശ്ചാത്യ നാഗരീകതയാണ് പരിഷ്കൃതമായിട്ടുള്ളത്. പാശ്ചാത്യ സംസ്കാരത്തിൽ നിന്നും വ്യത്യസ്തമായി പലതും ലോകത്തുണ്ടെങ്കിലും പാശ്ചാത്യ ലോക ത്തിന്റെ ശത്രുപക്ഷത്ത് നിക്കുന്നത് ഇസ്ലാമിക ലോകമാണെന്ന് അദ്ദേഹം വിലയിരുത്തുന്നു. പാശ്ചാത്യരല്ലാത്ത ജനത പാശ്ചാത്യവൽ കരണമാഗ്രഹിക്കുന്നവരാണ്. അതുകൊണ്ട് അവരെല്ലാം പാശ്ചാത്യ ലോകത്തിന്റെ സുഹൃത്തുക്കളാണ്. മുസ്ലീം ലോകമാകട്ടെ പാശ്ചാത്യ ലോകത്തിന്റെ ശത്രുക്കളാണെന്നും വിശേഷിപ്പിക്കുന്നു.

ഇന്ത്യയിലും സാമ്രാജ്യത്വ ശക്തികൾ മുന്നോട്ടുവെച്ച ചരിത്ര വീക്ഷണം തന്നെയാണ് എല്ലാ വർഗ്ഗീയവാദികളും പിൻപറ്റുന്നത്. പ്രാചീന ഹിന്ദുകാലം, മധ്യകാലഘട്ടിലെ മുസ്ലീം ഭരണം, ആധുനിക ബ്രിട്ടീഷ് കാലഘട്ടം എന്ന സാമ്രാജ്യത്വം മുന്നോട്ടുവെച്ച ചരിത്ര ഘട്ട ങ്ങൾ തന്നെയാണ് ഇന്ത്യയിലെ മതരാഷ്ടവാദികൾ മുന്നോട്ടുവെക്ക ന്നത് എന്നതും യാദൃച്ഛികമല്ല.

സാമ്രാജ്യത്വവും, ഇസ്ലാമിക ശക്തികളും മുന്നോട്ടവെക്കുന്ന കാഴ്ചപ്പാട് ഫലത്തിൽ മുതലാളിത്തത്തേയും, അതിന്റെ വികസിത രൂപമായ സാമ്രാജ്യത്വത്തേയും സംരക്ഷിക്കുന്നതാണ്. ലോകത്തിലെ ചൂഷണ ത്തിന് അടിസ്ഥാനമായിത്തീരുന്ന മൂലധന കേന്ദ്രീകരണത്തിന്റെ പ്രശ്നം ഇവരുടെ സിദ്ധാന്തങ്ങളിൽ പ്രതിസ്ഥാനത്ത് വരുന്നില്ല. ഫലത്തിൽ ഇവ മുതലാളിത്തത്തിന് സംരക്ഷണമൊരുക്കുകയാണ് ചെയ്യുന്നത്. മുതലാളിത്വത്തിന് ബദൽ സോഷ്യലിസം എന്ന കാഴ്ചപ്പാടിനെതിരേയാ ണല്ലോ സാമ്രാജ്യത്വവും, ഇസ്ലാമിക തീവ്രവാദവും അഫ്ഗാനിസ്ഥാനിൽ ഉൾപ്പെടെ കൈ കോർത്ത് നിന്നത്.

സാമ്രാജ്യത്വവും, മതരാഷ്ട്രവാദവും സാമൂഹ്യ വികാസത്തിനും, മാനവീകതയുടെ മുന്നോട്ടപോക്കിനും തടസ്സമായി നിൽക്കുന്ന കാഴ്ചപ്പാ ടുകളാണ് എന്ന് തിരിച്ചറിയണം. വിരുദ്ധ ധ്രുവത്തിൽ എന്ന് തോന്നിക്ക മ്പോഴും പങ്കുവെക്കുന്നത് ഒരേ വർഗ്ഗ താൽപര്യമാണെന്നും മനസ്സിലാ ക്കേണ്ടതുണ്ട്. ഹിന്ദു രാഷ്ട്രവാദം മുന്നോട്ടവെക്കുന്ന ആർ.എസ്.എസും, ഇസ്ലാമിക രാഷ്ട്രവാദം മുന്നോട്ടവെക്കുന്ന ജമാഅത്ത ഇസ്ലാമിയും ഒരേ നാണയത്തിന്റെ രണ്ട് വശങ്ങൾ മാത്രമാണെന്ന് തിരിച്ചറിയണം. ഇന്നത്തെ ഇന്ത്യൻ സാഹചര്യത്തിൽ ഹിന്ദുരാഷ്ട്രവാദത്തിനാണ് ഫാസിസമായി വികസിക്കാനാവുകയെന്നതും തിരിച്ചറിയേണ്ടതുണ്ട്. അതേ സമയം ഇസ്ലാമിക രാഷ്ട്രവാദം മുന്നോട്ട വെക്കുന്ന മത രാഷ്ട്ര യുക്തികൾ ഹിന്ദുത്വ രാഷ്ട്രീയ വാദത്തെ വളരാനുള്ള അടിത്തറ ഒരുക്ക കയുമാണ് ചെയ്യുന്നത്. ഒരു തരത്തിലുള്ള മത രാഷ്ട്രവാദത്തെ ചൂണ്ടി കാണിച്ച് മറ്റൊരു മതരാഷ്ട്ര വാദവും ശക്തി പ്രാപിക്കുന്നു. ഇങ്ങനെ പരസ്പരം മതരാഷ്ട്ര വാദത്തെ വളർത്തുന്ന സമീപനം ഇവർ സ്വീകരിക്ക ന്നു. അങ്ങനെ സമൂഹം വർഗീയ ധ്രുവീകരണത്തിന്റെ വേദിയാവുകയും ജനകീയ താത്പര്യങ്ങൾ ഹനിക്കപ്പെട്ടുകയും ചെയ്യുന്നു. ഫലത്തിൽ മൂലധന ശക്തികളുടെ ആധിപത്യ ഭൂമിയായി നാട് മാറുകയും ചെയ്യുന്നു.

ആർ.എസ്.എസിനും,
ജമാഅത്തെ ഇസ്ലാമിക്കും
ഇടയിലെ അന്തർധാര

പരസ്പര വൈരികളെന്ന് തോന്നുന്ന രണ്ട് സംഘടനകളായ ആർ.എസ്.എസും, ജമാഅത്തെ ഇസ്ലാമിയും തമ്മിലുള്ള രഹസ്യചർച്ചകളുടെ വാർത്ത പലപ്പോഴും കേൾക്കാറുണ്ട്. ഈ രണ്ട് സംഘടനകളെക്കുറിച്ച് മനസ്സിലാക്കിയ ആർക്കും ഇതിൽ അത്ഭുതം തോന്നില്ല. 1947 മെയ് മാസം ജമാഅത്തെ ഇസ്ലാമി സ്ഥാപകൻ മൗദൂദി നടത്തിയ പ്രസംഗം ഇതിലേക്ക് വെളിച്ചം വീശുന്നതാണ്. ഈ പ്രസംഗം 'ജമാഅത്ത ഇസ്ലാമിയുടെ സന്ദേശം' എന്ന പുസ്തക ത്തിൽ പ്രസിദ്ധീകരിച്ചിട്ടുണ്ട്. അത് ഇങ്ങനെയാണ്

'നാട് വിഭജിക്കപ്പെട്ടുമെന്ന് ഇപ്പോൾ ഏതാണ്ട് തീർച്ചപ്പെട്ടിരിക്ക ന്നു. വിഭജനത്തോടെ നാടിന്റെ ഒരു ഭാഗം മുസ്ലീം ന്യൂനപക്ഷത്തിന്റെ അധീനതയിലും, മറ്റേ ഭാഗം അമുസ്ലീം ഭൂരിപക്ഷത്തിന്റെ അധീനത യിലും വരുന്നതായിരിക്കും. മുസ്ലീം ഭൂരിപക്ഷത്തിന്റെ സ്വാധീനമുള്ള പ്രദേശത്ത് മുസൽമാൻമാർ ദൈവത്തിന്റെ ഭരണഘടനയെന്നും, നിയമമെന്നും വിശ്വസിക്കുന്ന ഭരണഘടന-നിയമങ്ങൾ-നടപ്പിൽ വര ത്തുന്നതിന്, അനുകൂലമായി പൊതുജനാഭിപ്രായം സംഘടിപ്പിക്കാൻ ഞങ്ങൾ ശ്രമിക്കുന്നതായിരിക്കും. അവിടത്തെ അമുസ്ലീങ്ങൾ ഞങ്ങളെ എതിർക്കുന്നതിന് പകരം, ഞങ്ങൾക്ക് പ്രവർത്തിക്കാനുള്ള അവസരം നൽകേണ്ടതാണ്. (പുറം 33)'.

പാക്കിസ്ഥാൻ ഇസ്ലാമിക രാഷ്ട്രമായിത്തീരുമ്പോൾ ഇന്ത്യ ഒരു ഹിന്ദു രാഷ്ട്രമാകണമെന്ന കാഴ്ചപ്പാടാണ് ആർ.എസ്.എസിനെപ്പോലെ ജമാഅത്തെ ഇസ്ലാമിക്കുമുണ്ടായിരുന്നത്. അതിന്റെ അടിസ്ഥാന ത്തിൽ ഇന്ത്യയിലെ ഹിന്ദു മതവിശ്വാസികളോട് മതഗ്രന്ഥത്തിലേക്ക് തിരിയാനും, ദൈവത്തിന്റെ ചര്യകൾ മനസ്സിലാക്കാനും മൗദൂദി നിർദ്ദേ ശിക്കുന്നുണ്ട്. തുടർന്ന് ഇങ്ങനെ പറയുന്നു.

'ഇവയിൽ നല്ല സവിസ്തര നിർദ്ദേശവും നിങ്ങൾക്ക് കണ്ടുകിട്ടുന്ന പക്ഷം, ഞങ്ങൾ തുറന്ന ഹൃദയത്തോടെ പറയുന്നു ഭാരത നാടിന്റെ രാഷ്ട്രീയ വ്യവസ്ഥിതി ആ നിർദ്ദേശത്തിൽ കെട്ടിപ്പടുക്കുകയും നിങ്ങളുടെ സാക്ഷാൽ മതം നിർദ്ദേശിക്കുന്ന അതേ നയം നിങ്ങൾ ഞങ്ങളോട് അനുവർത്തിച്ചുകൊള്ളുകയും ചെയ്യുകയെന്ന്. നിങ്ങളുടെ ആ വ്യവ സ്ഥയെ ഞങ്ങൾ എതിർക്കില്ല. അതിനെ പ്രയോഗത്തിൽ വരുത്താ നുള്ള പൂർണ്ണാവസരം നിങ്ങൾക്ക് ഞങ്ങൾ നൽകിക്കോളാം.'

മതരാഷ്ട്രം രൂപപ്പെടുത്തുകയെന്ന ആർ.എസ്.എസും, ജമാഅത്തെ ഇസ്ലാമിയും മുന്നോട്ടുവെച്ച അജണ്ടയെ പരാജയപ്പെടുത്തിക്കൊണ്ടാണ് ഇന്ത്യൻ ദേശീയ പ്രസ്ഥാനം ഒരു മതനിരപേക്ഷ രാഷ്ട്രമായി ഇന്ത്യയെ മാറ്റിയത്. അതിന്റെ അടിസ്ഥാനത്തിലുള്ള ഭരണഘടന ഇന്ത്യയിൽ രൂപപ്പെട്ടത്. ഇതിന് ആർ.എസ്.എസിനെപ്പോലെ തന്നെ ജമാ അത്തെ ഇസ്ലാമിയും എതിർക്കുന്നു. മൗദൂദി ഇങ്ങനെ പറയുന്നുണ്ട്.

'മുസൽമാന്മാരെ സംബന്ധിച്ചിടത്തോളം ഞാൻ ഇതാ അവരോട് തുറന്ന് പ്രസ്താവിക്കുന്നു. ആധുനിക മതേതര ജനാധിപത്യം നിങ്ങളുടെ ഇസ്ലാമിനും, ഇമാനിനും കടകവിരുദ്ധമാണ്.' മതരാഷ്ട്രവാദത്തിന് കീഴിൽ ജീവിക്കുന്നതാണ് മതേതര ഭരണ വ്യവസ്ഥയേക്കാൾ സന്തോ ഷകരമെന്ന് ഓർമ്മപ്പെടുത്താനും മൗദൂദി മറക്കുന്നില്ല.

മതരാഷ്ട്രവാദം, ന്യൂനപക്ഷവിരുദ്ധത, ആധുനിക ജനാധിപത്യത്തോ ടുള്ള പുറന്തിരിഞ്ഞുനില്ക്കൽ, ബഹുസ്വരതയുടെ നിഷേധം, വ്യത്യസ്ത ഭാഷകളെ നിരാകരിക്കൽ എന്നിവയിലെല്ലാം ആർ.എസ്.എസും, ജമാഅത്തെ ഇസ്ലാമിയും ഒരേ തൂവൽപ്പക്ഷികളാണ്. ബ്രിട്ടീഷുകാർ മുന്നോട്ടുവെച്ച മതരാഷ്ട്ര കാഴ്ചപ്പാടിനെ പിന്തുണക്കുകയായിരുന്ന ഇവർ.

ന്യൂനപക്ഷ സംരക്ഷണം ജമാ അത്തെ ഇസ്ലാമിയുടെ അജണ്ടയി ലെവിടേയുമില്ല. ഇന്ത്യൻ ഭരണഘടനയിലെ ന്യൂനപക്ഷ സംരക്ഷണം ജമാഅത്തെ ഇസ്ലാമി അംഗീകരിക്കുന്നില്ലെന്നർത്ഥം. ഇപ്പോൾ നിലനില്ക്കുന്ന ജനാധിപത്യത്തിന്റെ മറയുപയോഗിച്ച് മതരാഷ്ട്രവാ ദത്തിലേക്ക് രാജ്യത്തെയെത്തിക്കാനുള്ള പദ്ധതികളാണ് അവർ

 ബഹുസ്വരതയും മതരാഷ്ട്ര വാദങ്ങളും

ആസൂത്രണം ചെയ്യുന്നത്. ജമാ അത്തെ ഇസ്ലാമിയുടെ ദളിത് സ്നേഹം സ്വാഭാവികമായുണ്ടായതല്ലെന്നർത്ഥം. സ്വത്വരാഷ്ട്രീയത്തേയും, സ്വത്വ രാഷ്ട്രീയക്കാരേയും ജമാ അത്തെ ഇസ്ലാമിയുടെ പ്രസിദ്ധീകരണങ്ങൾ പ്രോത്സാഹിപ്പിക്കുന്നതും നിഷ്കളങ്കമായയല്ല.

പാക്കിസ്ഥാൻ ഒരു മത രാഷ്ട്രമാകണമെന്ന കാഴ്ചപ്പാടായിരുന്ന മൗദൂദിക്കുണ്ടായിരുന്നത്. ദേശീയത എന്ന കാഴ്ചപ്പാടിനെ ജമാ അത്തെ ഇസ്ലാമി അംഗീകരിക്കുന്നില്ല. ദേശത്തിന്റെ അതിർത്തിയല്ല മതവിശ്വാസമാണ് മനുഷ്യരുടെ ദേശീയതയെന്നതാണ് ജമാ അത്തെ ഇസ്ലാമിയുടെ കാഴ്ചപ്പാട്. ഏത് രാജ്യക്കാരനാണെങ്കിലും ലോകത്തെ വിടേയുമുള്ള മുസ്ലീങ്ങൾ ഒറ്റ രാഷ്ട്രമാണെന്ന് അവർ പ്രഖ്യാപിക്കുന്നു. ഇതിനേയാണ് പാനിസ്ലാമിസം എന്ന് പറയുന്നത്. ഈ ആശയം മുന്നോട്ടുവയ്ക്കാൻ ലോകത്തെ ഹിന്ദുക്കൾ രാഷ്ട്രമാകണം എന്ന RSS ആശയത്തെ അംഗീകരിക്കൽ കൂടിയാണ്. ലോകത്തെ ജൂതമാരുടെ രാഷ്ട്രം ഇസ്രായേൽ എന്നു വിളിച്ചാൽ മറ്റ രാജ്യങ്ങളിൽ നിന്ന് അവരെ പുറത്താക്കണം എന്ന വാദത്തെ അംഗീകരിക്കൽ അല്ലേ എന്ന ഗാന്ധിജിയുടെ വാക്കുകൾ ഇവിടെ ചേർത്തുവായിക്കുക. ബംഗ്ലാദേശി ന്റെ രൂപീകരണം ദേശീയതയുടെ അടിത്തറ മതമല്ലന്നും, ഭാഷയും, സംസ്ക്കാരവ്വമെല്ലാമാണെന്ന യാഥാർത്ഥ്യത്തിലേക്കാണ് നമ്മെ നയി ക്കുന്നത്. ഇസ്ലാമിക രാഷ്ട്രമെന്ന് പറയുമ്പോൾ ഏത് ഇസ്ലാമിന്റേതെന്ന പ്രശ്നവും ഉയർന്നുവരും. സുന്നി, ഷിയ തുടങ്ങിയ വൈവിദ്ധ്യങ്ങളിൽ ഏതിനേയാണ് പിൻപറ്റുകയെന്നതും മതരാഷ്ട്രവാദത്തിന്റെ അശാ സ്ത്രീയതയെ വ്യക്തമാക്കുന്നതാണ്. ലോകത്തൊരിടത്തും ജമാഅത്തെ ഇസ്ലാമി വിഭാവനം ചെയ്യുന്ന ദേശീയത നിലനിൽക്കുന്നില്ല.

മൗദൂദിയുടെ മതരാഷ്ട്രവാദത്തെ മുഹമ്മദലി ജിന്ന പോലും സ്വീക രിച്ചില്ല. പകരം സാമുദായിക രാഷ്ട്രീയത്തിന്റെ സമീപനമാണ് സ്വീക രിച്ചത്. ഇസ്ലാം മതനിയമങ്ങൾ രാജ്യത്ത് നടപ്പിലാക്കുകയല്ല പകരം ഇസ്ലാമിക മതനിയമങ്ങളനുസരിച്ച് ജീവിക്കുന്നവർക്ക് അവസരങ്ങൾ സൃഷ്ടിക്കുകയെന്ന കാഴ്ചപ്പാടാണ് ജിന്ന മുന്നോട്ടുവെച്ചത്. മുസ്ലീങ്ങൾ ഭരിക്കുന്ന ഒരു രാഷ്ട്രമാണ് ജിന്ന ലക്ഷ്യംവെച്ചത്. അതിനാൽ പാക്കി സ്ഥാൻ പ്രധാനമന്ത്രി മുസ്ലീമായിരിക്കണമെന്ന നിബന്ധന ജിന്ന ഭരണ ഘടനയിലെഴുതിച്ചേർത്തു. എന്നാൽ പാർലമെന്ററി ജനാധിപത്യവും, ന്യൂനപക്ഷ സംരക്ഷണവും പാക്കിസ്ഥാൻ ഭരണഘടനയുടെ ഭാഗമായി മാറി. ലോകത്തിലെ മുസ്ലീങ്ങൾ ഒറ്റ രാഷ്ട്രമെന്ന പാനിസ്ലാമിസത്തിന് പകരം ഇസ്ലാം ദേശീയതയെന്ന കാഴ്ചപ്പാടായിരുന്ന ജിന്നയുടേത്.

മതനിരപേക്ഷതയുടെ സമീപനം ലോകത്തെമ്പാടുമുള്ള മുസ്ലീം ജനവിഭാഗങ്ങളിൽ ശക്തമായിരുന്നു. അതിന്റെ മുഖ്യ വക്താക്കളിലൊരാളായിരുന്നു മൗലാനാ അബ്ദുൾകലാം ആസാദ്. മക്കയിലായിരുന്നു ആസാദിന്റെ ജനനം. തികഞ്ഞ മതവിശ്വാസിയായിരുന്ന അബ്ദുൾകലാം ആസാദ് ഇസ്ലാമിനെപ്പറ്റി നിരവധി ഗ്രന്ഥങ്ങളെഴുതയിട്ടുണ്ട്. നബി തന്റെ സാമ്രാജ്യം സ്ഥാപിച്ചപ്പോൾ ന്യൂനപക്ഷങ്ങളായ ജൂതന്മാർക്കും അവരുടെ വിശ്വാസങ്ങളുമായി ജീവിക്കാൻ അവകാശം നൽകിയിരുന്നു വെന്നും അതുകൊണ്ട് മത രാഷ്ട്രവാദം ഇസ്ലാമിന്റെ അജണ്ടയല്ലെന്നും ആസാദ് വ്യക്തമാക്കി.

ഇന്ത്യയിലെ പാവപ്പെട്ട മുസ്ലീം ജനവിഭാഗത്തിലെ ബഹുഭൂരിപക്ഷവും ഇതിനൊപ്പം നിലയുറപ്പിച്ച് ഇന്ത്യയിൽ തുടർന്നു. ദേശീയ മുസ്ലീമെന്ന പേരിലാണ് ചരിത്ര കാലഘട്ടത്തിൽ ഈ ധാരയെ വിളിച്ചിരുന്നത്. ഹിന്ദു മതവിശ്വാസിയായ ഗാന്ധിജിയും ഇത്തരത്തിൽ സെക്കുലറായ രാഷ്ട്രഘടനക്കുവേണ്ടിയായിരുന്നു നിലകൊണ്ടത്. മതം രാഷ്ട്രീയത്തിൽ നിന്നും വേർപെടുത്തേണ്ട ഒന്നാണെന്ന് തന്റെ അവസാന പ്രസംഗങ്ങളിൽ ഗാന്ധിജി ഓർമ്മപ്പെടുത്തിയിരുന്നു.

ഇസ്ലാമിനെ രാഷ്ട്രീയ അധികാരവുമായി ബന്ധിപ്പിക്കവാനമുള്ള ജമാഅത്തെ ഇസ്ലാമി പോല്യുള്ള സംഘടനകളുടെ പരിശ്രമങ്ങൾക്കെതിരെ ശക്തമായ ചെറുത്ത് നിൽപ്പ് മുസ്ലീങ്ങളിൽ നിന്ന് ആഗോളമായിത്തന്നെ ഉയർന്നുവന്നിട്ടുണ്ട്. അങ്ങനെയുള്ള നിരവധി ധാരകളിലൊന്നാണ് സൂഫിസം. ആഗ്രഹ നിഗ്രഹമാണ് സൂഫികൾ പൊതുവിൽ ജിഹാദായി കണ്ടിരുന്നത്. ലളിതമായ ജീവിതവും, മനുഷ്യ സ്നേഹവും അതിലെ സജീവധാരയായിരുന്നു. ഇതര മതസ്ഥരേയും, അവരുടെ ആചാരാനുഷ്ഠാനങ്ങളേയും തുല്യ പ്രാധാന്യത്തോടെ സൂഫിസം വീക്ഷിക്കുന്നു.

പാനിസ്ലാമിസത്തിൽ നിന്ന് വ്യത്യസ്തമായി പ്രാദേശിക സവിശേഷതകളെ സൂഫിസം ഉൾക്കൊള്ളുന്നു. മതത്തെ രാഷ്ട്രീയാധികാരവുമായി ബന്ധിപ്പിക്കുന്നതിനെ എതിർക്കുന്നു. സൂഫിസത്തിന്റെ ഇത്തരം സ്വാധീനം കേരളത്തിലെ സുന്നി ജനവിഭാഗങ്ങളിലൂടെ കേരളത്തിൽ സജീവമായുണ്ട്. മുസ്ലീമായി ജീവിക്കണമെങ്കിൽ രാഷ്ട്രത്തിന്റെ ഘടന മതപരമാകണമെന്ന ജമാഅത്തെ ഇസ്ലമിയുടെ കാഴ്ചപ്പാട് ഇവർ അംഗീകരിക്കുന്നില്ല. മതനിഷ്ഠകളോടെ മതേതര രാഷ്ട്രത്തിനകത്ത് ജീവിക്കാമെന്ന സമീപനം സുന്നി പോല്യുള്ള വിഭാഗങ്ങൾ മുന്നോട്ട വെക്കുന്നു.

 ബഹുസ്വരതയും മതരാഷ്ട്ര വാദങ്ങളും

മനുഷ്യ ജീവിതത്തെ ആഹ്ലാദകരവും, സർഗ്ഗാത്മകവുമായി രൂപപ്പെ ടുത്തുകയെന്ന കാഴ്ചപ്പാടാണ് മാർക്സിസം മുന്നോട്ടുവെക്കുന്നത്. അതിന് തടസ്സമായി നിൽക്കുന്ന ചൂഷണത്തേയും, സാമൂഹ്യമായ ആവശത യൾപ്പെടേയുള്ള എല്ലാറ്റിനേയും ഇല്ലാതാക്കാനാണ് കമ്മ്യൂണിസ്റ്റ് പാർടി പ്രവർത്തിക്കുന്നത്. ദൈവമെന്നത് സ്നേഹമാണെന്നും, ദൈവ സാക്ഷാത്കാരത്തിന് ജനങ്ങളെ സ്നേഹിക്കുകയാണ് വേണ്ടതെന്നും സൂഫിസം ഓർമ്മപ്പെടുത്തുന്നു. വാളല്ല, വാക്കും, പ്രബോധനവും, സ്നേഹ വുമാണ് അത് മുന്നോട്ടുവെക്കുന്നത്. വൈവിദ്ധ്യമാർന്ന ജീവിതത്തേയും, സംസ്കാരത്തേയും ഉൾക്കൊള്ളുന്നതാണ് സൂഫി പാരമ്പര്യം. ഇത്തരം പാരമ്പര്യങ്ങളുടെ തുടർച്ചയാണ് എല്ലാവിഭാഗങ്ങളേയും ഉൾക്കൊള്ളുന്ന മലപ്പുറത്തെ നേർച്ചകൾ.

മതരാഷ്ട വാദത്തിന്റെ അധികാര താൽപര്യങ്ങളല്ല സ്നേഹത്തിന്റെ തെളിനീർ സൃഷ്ടിക്കുന്ന സൂഫി പാരമ്പര്യം ഇവിടത്തെ സജീവധാര യായി നിലനിൽക്കുന്നുണ്ട്. നവോത്ഥാനത്തിന്റെ ആശയസംഹിതകളും ഇവിടെ സജീവമാണ്. മതരാഷ്ട്രവാദത്തേയും, തീവ്രവാദത്തേയും പ്ര തിരോധിക്കുന്ന ആശയധാരയായി അത് നിലനിൽക്കുന്നുണ്ട്. മതനി രപേക്ഷ സമീപനവും, തൊഴിലാളി വർഗ്ഗ രാഷ്ട്രീയവും ഇതിന് കൂടുതൽ കരുത്ത് പകരുന്നു. അങ്ങനെ മതസൗഹാർദത്തിന്റെ മഹത്തായ പാഠങ്ങളിലൂടെ നമ്മുടെ നാട് നീങ്ങുകയാണ്.

ബ്രിട്ടീഷുകാർ ഇന്ത്യാചരിത്രത്തെ പ്രാചീന ഹിന്ദുകാലഘട്ടം, മുസ്ലീങ്ങളുടെ മധ്യകാലഘട്ടം, ബ്രിട്ടീഷുകാരുടെ ആധുനിക കാലഘട്ടം എന്നാണ് വിഭജിച്ചത്. ഇതിനെത്തന്നെ സ്വീകരിച്ചാണ് ഇന്ത്യയിലെ മതരാഷ്ട വാദികൾ തങ്ങളുടെ ആയുധങ്ങൾ മൂർച്ചകൂട്ടുന്നത്. എന്നാൽ ഭിന്നിപ്പിക്കാൻ വേണ്ടി ഉണ്ടാക്കിയ ഈ അശാസ്ത്രീയമായ ഘട്ട വിഭജനം കേരളത്തിൽ അവതരിപ്പിക്കാൻ പോലും പറ്റാത്തതാണ്. കേരളത്തിൽ ഇങ്ങനെ സുൽത്താനേറ്റുകളുടെ ഭരണമോ മുഗൾഭരണമോ ഉണ്ടായിരു ന്നില്ല. ഹിന്ദുമത വിശ്വാസികളായ രാജാക്കന്മാർ തന്നെയാണ് ഉണ്ടാ യിരുന്നത്. അവരാണ് പരസ്പരം ഏറ്റുമുട്ടിയത്. മാർത്താണ്ഡ വർമ്മ പരാജയപ്പെടുത്തിയ ഹിന്ദുമത വിശ്വാസികളായ രാജാക്കന്മാരുടെ പരമ്പര തന്നെ കാണാം. കേരളത്തിലെ ഏക ബ്രാഹ്മണ രാജാക്കന്മാ രായിരുന്ന ചെമ്പകശ്ശേരിയെ തോൽപ്പിച്ചത് മാർത്താണ്ഡ വർമ്മയാണ്. സാമൂതിരി കൊച്ചിയുമായി നിരന്തര പോരിലായിരുന്നു. ടിപ്പുവിന്റെ മലബാർ ആക്രമണമുണ്ടായി. അത് കുറച്ചകാലത്തേക്ക് മാത്രം. ടിപ്പു ബാഹ്മിണി സുൽത്താൻമാരെ തകർക്കാൻ നടത്തിയ ആക്രമണങ്ങൾ

അതിക്രൂരവുമായിരുന്നു. ഇത് കാണിക്കുന്നത് രാജാക്കന്മാർ ആക്രമണം നടത്തിയത് മതം നോക്കിയല്ല. മറിച്ച് സാമ്രാജ്യത്വം വികസിപ്പിക്കാനുള്ള രാഷ്ട്രീയ കാരണങ്ങളായിരുന്നു. മതരാഷ്ട്രവാദികൾ പ്രചരിപ്പിക്കുന്ന ഇത്തരം കാഴ്ചപ്പാടുകൾക്ക് എതിരെയാണ് ഇടതുപക്ഷം പൊരുതുന്നത്. അത്കൊണ്ട് തന്നെയാണ് ഇരുവിഭാഗവും ഇടതുപക്ഷത്തെ പൊതു ശത്രുവായിക്കണ്ട് ഇടപെടുന്നത്.

പാലസ്തീൻ:
മതങ്ങളുടെ സംഘർഷഭൂമിയല്ല

പശ്ചിമേഷ്യയിൽ സംഘർഷങ്ങൾ തുടർച്ചയായി രൂപപ്പെട്ട ന്നതിന് പ്രധാനപ്പെട്ട കാരണമായിത്തീർന്നിരിക്കുന്നത് പാലസ്തീൻ പ്രശ്നമാണ്. ഇസ്രയേലിന്റെ അക്രമങ്ങളും, പാലസ്തീൻ ജനതയുടെ പ്രതിരോധവുമെല്ലാം ഇന്ന് സജീവ പ്രശ്നമായി ഉയർന്ന വന്നിരിക്കുന്നു. ഈ മേഖലയിലെ ചരിത്രത്തെ അറിയുമ്പോഴാണ് ഇതിന്റെ അടിവേര് മനസ്സിലാക്കാനാകുക.

ലോകത്തിലെ ഏറ്റവും പ്രാചീനമായ മതങ്ങളിലൊന്നാണ് ജൂതമതം. ഇന്നത്തെ പാലസ്തീനൊക്കെ ഉൾപ്പെടുന്ന കാനാൻ പ്രദേശ മായിരുന്നു അവരുടെ വാസസ്ഥലം. അലക്സാണ്ടറുടെ അക്രമണത്തി നെതിരെ ഇവിടെ പ്രതിരോധം ഉയർന്നിരുന്നു. റോമസാമ്രാജ്യത്തിന്റെ അക്രമത്തിൽ ആവട്ടെ ജെറുസലേം നഗരം തന്നെ തകർന്നുപോയി. അന്ന് തകർക്കപ്പെട്ട ജെറുസലേം ക്ഷേത്രത്തിന്റെ ഭാഗമാണ് ഇപ്പോൾ അവിടെ കാണുന്ന പടിഞ്ഞാറൻ ചുമർ. ഇനി വരാനുള്ള മിശിഹ ജന്മമെ ടുത്തിട്ടേ ഇനി യഹൂദ ദേവാലയം നിർമ്മിക്കുവെന്ന വിശ്വാസത്തോടെ അവർ കാത്തിരിക്കുകയാണ്. റോമൻ അക്രമണത്തെത്തുടർന്ന് ലോക ത്തിന്റെ വിവിധ ഭാഗങ്ങളിലേക്ക് അവർ കുടിയേറി. കൊടുങ്ങല്ലൂരിലും, മാളയിലുമെല്ലാം ഇവരെത്തിച്ചേർന്നു. ഏറെ സഹിഷ്ണുതയോടെ നമ്മുടെ നാട് അവരെ സ്വീകരിച്ചു എന്നതിന്റെ തെളിവാണ് ജൂതശാസനംപോ ലുള്ള രേഖകൾ.

ക്രിസ്തുമതം രൂപപ്പെട്ടതും ഇതേമേഖലയിലാണ്. അതുമായി ബന്ധ
പ്പെട്ട ജെറുസലേം ഉൾപ്പെടെയുള്ള പ്രദേശങ്ങളും, അടയാളങ്ങളും ഈ
മണ്ണിലുണ്ട്. ഏഴാം നൂറ്റാണ്ടോടുകൂടി രൂപപ്പെട്ട ഇസ്ലാം മതത്തിന്റെ
വിശ്രുദ്ധ പ്രദേശങ്ങളും പാലസ്റ്റീനിലുണ്ട്. ഈ മൂന്ന് മതങ്ങളടേയും
ആവിർഭാവവും, വളർച്ചയും എല്ലാം കണ്ട നാടാണിത്. ഇവരെല്ലാം
പിൻപറ്റുന്നത് എബ്രഹാമിനെയാണ്. ഒരു പൂർവ്വികനിൽ നിന്ന് കൈവ
ഴികളായി പിരിഞ്ഞ മതങ്ങളായാണ് ജൂതമതവും, ക്രിസ്തമതവും, ഇസ്ലാം
മതവുമെന്നാണ് വിശ്വാസികൾ കാണുന്നത്. യേശുവിന്റെ കുരിശിലേ
റ്റലിന് പിന്നിൽ ജൂത പ്രമാണിമാർ ആയിരുന്നുവെന്ന വിശ്വാസവും
നിലവിലുണ്ട്.

മൂന്ന് മതങ്ങളുടെ കേന്ദ്രമായിരുന്ന ഈ പ്രദേശം 1517-ലെ
ഓട്ടോമൺ അക്രമത്തോടുകൂടിയാണ് പലതായി വിഭജിക്കപ്പെടുന്നത്.
ലോകത്തിന്റെ വിവിധ ഭാഗങ്ങളിൽ ചിതറിപ്പോയ യഛ്ഛദർ അവരുടെ
ആരാധനാ പ്രദേശമെന്ന നിലയിൽ ജെറുസ്വലേമിലെ പഴയ ദേവാലയ
ങ്ങളെ കാണുന്നുണ്ടായിരുന്നു. അവിടെ വരാനും, ആരാധന നടത്താനും
യാതൊരു പ്രയാസവും ഉണ്ടായിരുന്നില്ല. ആ ഘട്ടത്തിൽ രാഷ്ട്ര നിർമ്മാ
ണമെന്ന കാഴ്ചപ്പാടേ ഇവിടെ വരുന്നവർക്കുണ്ടായിരുന്നില്ല.

മതവിശ്വാസത്തിന്റെ പരിഗണനകളില്ലാതെ മതനിരപേക്ഷമായി
ജീവിക്കുകയെന്ന കാഴ്ചപ്പാട് ഫ്രഞ്ച് വിപ്ലവം കൊളുത്തിവിട്ടു. സർ
ചക്രവർത്തിമാരുടെ റഷ്യപോലെയുള്ള ഇടങ്ങളിൽ ജൂതവിഭാഗത്തിന്
നിയന്ത്രണമുണ്ടായിരുന്നു. ഇതിനെതിരെ ചില ജൂത സംഘടനകൾ
രംഗത്തുവന്നു. 1882-ൽ ലിയോപിൻസ്കർ പ്രസിദ്ധീകരിച്ച ഓട്ടോ
ഇമാൻസിപ്പേഷൻ എന്ന ഗ്രന്ഥത്തിൽ ജൂതർക്കായൊരു രാജ്യം എന്ന
കാഴ്ചപ്പാട് മുന്നോട്ടുവെച്ചു. ഇതിന്റെ പശ്ചാത്തലത്തിൽ 500 യുവാക്കളെ
സംഘടിപ്പിച്ചുകൊണ്ട് ബില്യ എന്ന തീവ്രവാദ സംഘടന രൂപീകരിക്ക
കയും പാലസ്റ്റീനിലേക്ക് എത്തിപ്പെടുകയും ചെയ്യുന്നു. തങ്ങളുടേതായ
ഒരു ചെറു നഗരത്തിന് അവിടെ അവർ രൂപംകൊടുത്തു.

1885-ൽ തിയോഡർ ഹെർസിൻ ജൂതരാജ്യം എന്ന ഒരു ഗ്രന്ഥം
പ്രസിദ്ധീകരിക്കുന്നു. സൊസൈറ്റി ഓഫ് ജൂസ് എന്ന ആശയത്തിന്
അദ്ദേഹം രൂപം നൽകി. പാലസ്റ്റീനിലോ, അർജന്റീനയിലോ ഒരു
രാജ്യം എന്ന നിലപാടായിരുന്നു ഇത്. പാലസ്റ്റീനിൽ രാഷ്ട്രമെന്ന നിർ
ബന്ധബുദ്ധി ഇക്കാലത്തുണ്ടായിരുന്നില്ല. ഗ്രീസുമായുള്ള യുദ്ധത്തിൽ

ഉസ്മാനി സാമ്രാജ്യം സാമ്പത്തികമായി പ്രതിസന്ധിയിലായി. സുൽത്താൻ അബ്ദൾ ഹമീദിന് ഭീമമായ ഒരു തുക നൽകി പകരമായി ജൂത കുടിയേറ്റത്തിന് അനുമതി വാങ്ങാനുള്ള ശ്രമമുണ്ടായെങ്കിലും സുൽത്താൻ വഴങ്ങിയില്ല.

1897-ൽ സ്വിറ്റ്സർലാന്റിലെ ബെയ്സൺ എന്ന സ്ഥലത്തുവെച്ച് ഒരു ജൂതരാഷ്ട്രമെന്ന വാദം മുന്നോട്ടുവെച്ചുകൊണ്ട് അന്തർദേശീയ സമ്മേളനം സംഘടിപ്പിച്ചു. സിയോണിസ്റ്റ് സംഘടന കെട്ടിപ്പടുത്ത് ലോകത്തെമ്പാടുമുള്ള ജൂതന്മാരെ ഒറ്റക്കൊടിക്കീഴിൽ കൊണ്ടുവരിക യെന്ന ലക്ഷ്യം ഇതിൽ മുന്നോട്ടുവെച്ചു, ഒപ്പം പാലസ്തീനിൽ ജൂതരാഷ്ട്രം സ്ഥാപിക്കുകയെന്ന ലക്ഷ്യത്തോടെ ജൂത കുടിയേറ്റവും പ്രഖ്യാപിച്ചു. കുടിയേറ്റത്തിന് തടസ്സമായി നിൽക്കുന്ന ഉസ്മാനി സാമ്രാജ്യത്വത്തെ തകർക്കുകയെന്നതും ലക്ഷ്യമായി കണ്ടു.

1898-ൽ ലണ്ടനിൽവെച്ച് കൂടിയ സിയോണിസ്റ്റ് കോൺഗ്രസ് തങ്ങളുടെ ലക്ഷ്യം പൂർത്തീകരിക്കുന്നതിന് ബ്രിട്ടന്റെ സഹായവും തേടി. അങ്ങനെ വടക്കൻ പാലസ്തീനിൽ ബ്രിട്ടന്റെ ഇടപെടലില്ലൂടെ ജൂത കുടിയേറ്റം ആരംഭിക്കുന്നു. തുർക്കിയിൽ അധികാരത്തിൽ വന്ന അൽത്താത്തുർക്ക് ശക്തമായ പാശ്ചാത്യ സമ്മർദ്ദത്തിന്റെ കൂടി ഭാഗമായി ജൂത കുടിയേറ്റത്തിന് നിയമം പാസ്സാക്കുന്നു. 1902-ൽ ആഫ്രി ക്കയിലെ ഉഗാണ്ടയിൽ ജൂതരാഷ്ട്രം ഉണ്ടാക്കാനുള്ള ചില ചർച്ചകൾ ഉയർന്നുവന്നുവെങ്കിലും അവ നടന്നില്ല. ഒന്നാം ലോകമഹായുദ്ധത്തിന് ശേഷം സൊസൈറ്റി ഓഫ് ജ്യൂസ് എന്ന ലോക സിയോണിസ്റ്റ് സംഘടന ശക്തമായി. പാലസ്തീനിലെ സ്ഥലം വിലക്ക് വാങ്ങുന്നതി നായി ജൂത ദേശീയ ഫണ്ടം ഉണ്ടാകുന്നുണ്ട്.

ഒന്നാം ലോക മഹായുദ്ധത്തിന് സിയോണിസ്റ്റ് പ്രസ്ഥാനം മൂന്ന് ഭാഗങ്ങളായി മാറി. അമേരിക്കയും, ബ്രിട്ടനുമുൾപ്പെടേയുള്ള സഖ്യക ക്ഷികളുടെ നിയന്ത്രണത്തിലുള്ള രാജ്യങ്ങളിൽ താമസിക്കുന്നവരും, മധ്യരാജ്യ ശക്തികളുടെ നിയന്ത്രണത്തിലുള്ള രാജ്യങ്ങളിൽ താമസി ക്കുന്നവരും, ഇരു സഖ്യങ്ങളിലും പെടാത്ത രാജ്യങ്ങളിൽ താമസിക്ക നവരുമായി അവർ മാറി. അമേരിക്കയിലും, ബ്രിട്ടനിലുമെല്ലാം സാമ്പ ത്തികമായുൾപ്പെടെ സ്വാധീനമുള്ള വിഭാഗമായിരുന്ന ജൂതന്മാർ. അവർ ജൂതരാഷ്ട്രത്തിനുവേണ്ടിയുള്ള ഇടപെടൽ ശക്തിപ്പെടുത്തി.

അന്ന് ബ്രിട്ടന്റെ അധീനതയിലായിരുന്ന. ഇന്ത്യയിലേക്കുള്ള മാർഗ്ഗം സുരക്ഷിതമാക്കുകയെന്ന ലക്ഷ്യത്തോടെയും, സൂയസ് കനാൽ മേഖലയിൽ അധിനിവേശം ഊട്ടി ഉറപ്പിക്കുന്നതിനും ജൂതരാഷ്ട്രമെന്ന

ആശയത്തിനും ബ്രിട്ടൻ അനുമതി നൽകി. 1838-ൽ ജെറുസലേമിൽ ബ്രിട്ടൻ തങ്ങളുടെ കോൺസുലേറ്റ് സ്ഥാപിച്ചു. ഇതിൽ നിന്നും കോൺസു ലേറ്റ് നൽകിയ ആദ്യ നിർദ്ദേശം മറ്റ് രാജ്യങ്ങളിൽ നിന്നും കുടിയേറുന്ന ജൂതന്മാരുടെ സുരക്ഷിതത്വം ഉറപ്പുവരുത്തണമെന്നാണ്.

1917 നവംബർ 2-ാം തീയ്യതി ബാൽഫോർ പ്രഖ്യാപനം പുറത്തിറങ്ങി. പാലസ്തീനിൽ ജൂതന്മാർക്കൊരു രാഷ്ട്രം എന്നതായിരുന്നു അതിന്റെ ഉള്ളടക്കം. ജൂതന്മാരുടെ പ്രശ്നം പരിഹരിക്കുന്നതിന് പ്രത്യേക വകുപ്പ് ഇംഗ്ലണ്ടിൽ രൂപീകരിക്കുകയും ചെയ്തു. ഒന്നാം ലോകമഹായുദ്ധത്തിന്റെ അവസാനത്തോടെ അറബ് രാജ്യങ്ങൾ പലതായി മാറി. പാലസ്തീൻ ബ്രിട്ടന്റെ നിയന്ത്രണത്തിലായി. ബ്രിട്ടന്റെ ഒരുതരി മണ്ണുപോലും നൽകാതെ അറബികൾ താമസിക്കുന്ന സ്ഥലം ജൂതന്മാർക്ക് നൽകുന്ന കൊടിയ പാതകം ബ്രിട്ടൻ മുന്നോട്ടുവെച്ചു. മധ്യേഷ്യയെ കലുഷിതമാ ക്കിയ ഇന്നത്തെ അവസ്ഥ അതിലൂടെ സൃഷ്ടിക്കപ്പെട്ടു. അതായത്, സാമ്രാജ്യത്വ താൽപര്യം മധ്യേഷ്യയെ ഇന്നത്തെ അവസ്ഥയിലേക്ക് എത്തിച്ചു.

നേരത്തെ ജൂതവിഭാഗങ്ങളുടെ ആരാധനയും, വന്നുപോക്കിനുമെ ല്ലാം എല്ലാ സഹായവും ചെയ്തിരുന്ന അറബ് ജനതയെ ഈ നടപടി ഞെട്ടിച്ചു. 1919 ജനുവരി 27-ന് അറബ്-പാലസ്തീൻ സമ്മേളനം വിളിച്ചു കൂട്ടി യൂറോപ്പിന്റെ അറബ് വിരുദ്ധ തീരുമാനങ്ങൾക്കെതിരെ അവർ പ്രതികരിച്ചു. ഈ സമ്മേളനത്തിൽ പാലസ്തീൻ ഒരു സ്വതന്ത്രരാഷ്ട്ര മായി പ്രവർത്തിക്കണമെന്നും, അവിടെ ജൂതരാഷ്ട്രം സ്ഥാപിക്കുന്നത് തടയണമെന്നും നിശ്ചയിച്ചു. അങ്ങനെ സാമ്രാജ്യത്വ ഗൂഢാലോചന പാലസ്തീൻ മണ്ണിനെ കലുഷിതമാക്കി.

ബ്രിട്ടന്റെ നേതൃത്വത്തിൽ നടന്ന ഈ ജനാധിപത്യവിരുദ്ധ നടപ ടികൾക്കെതിരെ അറബ് ജനത പ്രതിഷേധിക്കുന്ന ഘട്ടത്തിലാണ് ബ്രിട്ടീഷ് സൈന്യം പാലസ്തീൻ അക്രമിച്ച് ആ ഭൂമി സയോണിസ്റ്റുകൾ ക്ക് നൽകുന്ന സ്ഥിതിയുണ്ടായത്. ജെറുസ്വലേം നഗരത്തിന്റെ ഭരണം ജൂതന്മാർ ഉൾക്കൊള്ളുന്ന ഒരു സമിതിയെ ഏൽപ്പിച്ചുകൊണ്ട് ജൂതന്മാ രുടെ അധിനിവേശം ഔദ്യോഗികമായി അംഗീകരിക്കുന്ന നടപടിയും ബ്രിട്ടൻ സ്വീകരിച്ചു. സ്വന്തമായി എന്തെങ്കിലും അഭിപ്രായം പ്രകടിപ്പി ക്കാൻപോലും പറ്റാതെ ജനിച്ച ഭൂമി നഷ്ടപ്പെടുന്ന അവസ്ഥ പാലസ്തീൻ ജനതയ്ക്കുണ്ടായി. വിവിധ മതവിശ്വാസികളായ പാലസ്തീനികൾ സ്വന്തം മണ്ണിൽ അന്യരായി. വിവിധ രാജ്യങ്ങളിലെ പൗരന്മാരായി ആ നാട്ടിൽ ജനിച്ചുവളർന്ന ജൂതന്മാർക്ക് പുതിയ നാടുമുണ്ടായി.

   ബഹുസ്വരതയും മതരാഷ്ട്ര വാദങ്ങളും

പാലസ്തീൻ ജനതയുടെ പ്രതിരോധങ്ങൾ

1917-ലെ ബാൽഹോർ പ്രഖ്യാപനത്തിലൂടെ പ്രത്യേക ജൂതരാഷ്ട്രം രൂപീകരിക്കപ്പെട്ടത് അറബ് നേതാക്കൾക്കിടയിൽ കടുത്ത പ്രതിഷേധം സൃഷ്ടിച്ചു. ഇത് തണുപ്പിക്കുന്നതിന് ജൂത നേതാവായിരുന്ന ഡോ. വീസ്മാനെ അറബികളുമായി സംഭാഷണം നടത്താനും, കരാർ രൂപീ കരിക്കാനും നിയോഗിച്ചു. തങ്ങളുടെ പാലസ്തീൻ ജൂത കുടിയേറ്റക്കാർക്ക് വിട്ടുകൊടുക്കാൻ അറബികൾ തയ്യാറായില്ല.

ഒന്നാം ലോകമഹായുദ്ധത്തെ തുടർന്ന് പാലസ്തീൻ ഉൾപ്പെടെയുള്ള പ്രദേശങ്ങൾ ഇംഗ്ലണ്ടിന്റേയും, ഫ്രാൻസിന്റേയും നിയന്ത്രണത്തിലാ യിക്കഴിഞ്ഞിരുന്നു. ഈ അധികാരമുപയോഗിച്ച് 1921-ൽ ജൂതന്മാർ ക്ക് പാലസ്തീനിൽ രാജ്യം കെട്ടിപ്പടുക്കാനുള്ള അവകാശം അവർ നൽകുകയും ചെയ്തു. ഇതിനെതിരേയും വമ്പിച്ച ബഹുജന രോഷം അവിടെ വളർന്നുവന്നു. ഈ ഘട്ടത്തിൽ സർ. ഹെർബർട്ട് സാമുൽ എന്ന ബ്രിട്ടീഷ് ജൂതന്റെ നേതൃത്വത്തിൽ ഒരു താൽക്കാലിക ഭരണം നിലവിൽ വന്നു. ഒന്നാം ലോകമഹായുദ്ധത്തിന്റെ കാലത്ത് 850 ഗ്രാ മങ്ങളാണ് ഈ മേഖലയിലുണ്ടായിരുന്നത്. അതിൽ 90 ശതമാനവും മുസ്ലീങ്ങളായിരുന്നു. ഇതിനെയാണ് കുടിയേറ്റത്തിലൂടേയും, അക്രമത്തി ലൂടേയും മാറ്റിമറിക്കുന്ന സ്ഥിതിയുണ്ടാക്കിയത്.

ഒന്നാം ലോകമഹായുദ്ധത്തിന്റെ ഘട്ടത്തിലാണ് 1917-ൽ സോവിയേറ്റ് വിപ്ലവം നടക്കുന്നത്. അതിന് ശേഷം ലോകത്തെ ശാക്തിക ബലാബലത്തിൽ മാറ്റങ്ങളുണ്ടായി. ആ മാറ്റങ്ങൾ ലോക രാഷ്ട്രീയ രംഗത്തും പ്രതികരണങ്ങളുണ്ടാക്കി. ലോകത്ത് നിലനിന്ന ഈ പ്രശ്നം ഐക്യരാഷ്ട്രസഭയിൽ ചർച്ച ചെയ്യപ്പെട്ടു. അതിന്റെ അടിസ്ഥാന ത്തിൽ ഒരു കമ്മിറ്റി രൂപീകരിച്ച് ആ കമ്മിറ്റി പുതിയ നിർദ്ദേശം സമർപ്പി ച്ചു. പാലസ്തീനുമേലുള്ള ബ്രിട്ടന്റെ അധികാരം അവസാനിപ്പിച്ചുകൊണ്ട് അറബികളുടേയും, ജൂതന്മാരുടേയും രണ്ട് രാഷ്ട്രങ്ങളായി വിഭജനം നടത്തി. ഖിദ്സിനെ അന്താരാഷ്ട്ര മേൽനോട്ടത്തിന് വിട്ടുകൊടുക്കാനും തീരുമാനമായി.

1947 നവംബർ 11-ാം തീയ്യതി പാസ്സാക്കിയ പ്രമേയത്തിന് അമേ രിക്കയുടേയും, റഷ്യയുടേയും പിന്തുണയുണ്ടായിരുന്നു. അറബികൾക്ക് 55 ശതമാനവും, ജൂതന്മാർക്ക് 45 ശതമാനവും ഭൂമി ലഭിക്കത്തക്ക നിലയിലാണ് വിഭജന രേഖ നിർമ്മിച്ചത്. പാലസ്തീന്റെ ജനസംഖ്യയിൽ ആ ഘട്ടത്തിൽ 68 ശതമാനം അറബികളായിരുന്നു. കുടിയേറിപ്പാർത്ത ഉൾപ്പെടെയുള്ള ജൂത ജനസംഖ്യ 31 ശതമാനവുമായിരുന്നു.

ഇത് ജൂതരാഷ്ട്രത്തിനുള്ള അംഗീകാരമായി കണക്കാക്കി അറബികളെ പുറത്താക്കാനുള്ള പ്രവർത്തനം ഇസ്രയേൽ ആരംഭിച്ചു. തങ്ങളുടെ ഭൂമിയിൽ അന്യരായിത്തീരുന്ന ഈ അവസ്ഥയ്ക്കെതിരെ പാലസ്തീൻ ജനതയുടെ നിലപാടിനെ അറബ് രാഷ്ട്രങ്ങൾ പിന്തുണച്ചു. എന്നാൽ എല്ലാ അന്താരാഷ്ട്ര ധാരണകളേയും ലംഘിച്ചുകൊണ്ട് ബ്രിട്ടനും, അമേരിക്കയും ജൂതന്മാർക്ക് ആയുധവും, സൈന്യവും നൽകി. ഇത് പ്രതിരോധിക്കാൻ അക്കാലത്ത് 280 മില്യൻ ഡോളറിന്റെ സഹായമാണ് അമേരിക്ക ഇസ്രയേലിന് നൽകിയത് എന്നോർക്കണം.

അമേരിക്കൻ സഹായത്തോടെ അറബികളുടെ പട്ടണങ്ങൾ ഓരോന്നായി പിടിച്ചെടുക്കാൻ തുടങ്ങി. മെയ് 26-ന് ഐക്യരാഷ്ട്രസഭ വെടിനിർത്താൻ ആവശ്യപ്പെട്ടു. അറബ് ലീഗ് യുദ്ധത്തിൽ നിന്നും പിന്മാറി. യുദ്ധത്തിന്റെ ഫലമായി അഞ്ച് ലക്ഷത്തിലധികം പാലസ്തീ നികൾ പുറത്താക്കപ്പെട്ടു. അവശേഷിച്ചവർ ഇസ്രയേലിന്റെ പീഡന ത്തിന് വിധേയമായി. സ്വന്തം ഭൂമിയിൽ നിന്ന് പുറത്താക്കപ്പെട്ട ജനത മറ്റുരാജ്യങ്ങളിൽ കുടിയേറി ജീവിക്കേണ്ട അവസ്ഥ വരികയും ചെയ്തു.

സ്വന്തം ഭൂമിക്കുവേണ്ടിയുള്ള പോരാട്ടം പാലസ്തീൻ ജനത തുടർന്നു. 1959-ൽ ബേറൂട്ടിലെ അമേരിക്കൻ സർവ്വകലാശാലയിൽ ജോർജ്ജ് ഹബ്ശിന്റെ നേതൃത്വത്തിൽ അറബ് നാഷണലിസ്റ്റ് മൂവ്മെന്റ് ആരംഭിച്ചു. ഈ പ്രസ്ഥാനം കമ്മ്യൂണിസ്റ്റ് ആശയഗതി സ്വീകരിക്കുകയും, ജനകീയ പോരാട്ടത്തിന് ആഹ്വാനം നൽകുകയും ചെയ്തു. ഇത്തരത്തിൽ ഉയർന്നു വന്ന വിശുദ്ധ സംഘടനകളെ യോജിപ്പിച്ചുകൊണ്ട് 1964-ൽ യാസർ അറഫത്തിന്റെ നേതൃത്വത്തിൽ നാഷണൽ ലിബറേഷൻ ഫ്രണ്ട് എന്ന സംഘടന നിലവിൽ വന്നു. പോപ്പുലർ ഫ്രണ്ട് ഫോർ ദി ലിബറേഷൻ ഓഫ് പാലസ്തീൻ എന്ന പേരിൽ പ്രവർത്തിക്കാൻ തീരുമാനിച്ചു.

1974-ൽ അറബ് സംഘടനകളുടെ യോഗത്തിൽ വെച്ച് പി.എൽ. ഒവിനെ പാലസ്തീനികളുടെ ആധികാരിക സംഘടനയായി അംഗീക രിച്ചു. 1974 നവംബറിൽ യാസർ അറാഫത്ത് പാലസ്തീൻ ജനതക്ക വേണ്ടി യു.എൻ.ഒയിൽ പ്രസംഗിച്ചു. അതിനെ തുടർന്ന് പി.എൽ.ഒക്ക് ഐക്യരാഷ്ട്ര സംഘടനയിൽ നിരീക്ഷക പദവി ലഭിച്ചു. ഐക്യരാഷ്ട്രസഭ പാസ്സാക്കിയ പ്രമേയം അംഗീകരിച്ചുകൊണ്ട് നിലപാട് യാസിർ അറഫാത്ത് സ്വീകരിച്ചുവെങ്കിലും പാലസ്തീൻ ജനതയ്ക്ക് അത് സ്വീകാ ര്യമായില്ല. ഇൻതിഫാദ എന്ന പാലസ്തീൻ വിമോചന സമരം അവർ തുടർന്നുകൊണ്ടുപോയി. 1988 ഡിസംബർ 15-ന് യാസർ അറഫത്ത് ഐക്യരാഷ്ട്രസഭയുടെ ജനറൽ അസംബ്ലിയിൽ പങ്കെടുത്തുകൊണ്ട്

ഇസ്രയേലും, പാലസ്തീനുമെന്ന കാഴ്ചപ്പാടുകളെ അംഗീകരിച്ചു.

അമേരിക്കയുടേയും, സഖ്യകക്ഷികളുടേയും ബലത്തിൽ എല്ലാ അന്താരാഷ്ട്ര മര്യാദകളേയും ലംഘിച്ചുകൊണ്ടാണ് ഇസ്രയേൽ രൂപീ കരിക്കപ്പെട്ടതെന്ന് ഈ ചരിത്രങ്ങളെല്ലാം വ്യക്തമാക്കുന്നു. ഈ അനീതിയെ തുടച്ചുനീക്കാനുള്ള കരുത്ത് അറബ് രാഷ്ട്രങ്ങൾക്ക് ഇല്ലെ ന്നുള്ള യാഥാർത്ഥ്യവും കണക്കിലെടുത്തുകൊണ്ട് 1948-ൽ ഇസ്രയേലിന് വിട്ടുകൊടുത്ത ഭൂമിയിൽ അവർക്ക് അവകാശം നൽകുകയെന്ന നയം യാസർ അറാഫത്ത് സ്വീകരിച്ചു. ലബനോണിൽ നിന്നും പിന്മാറണമെ ന്ന ഇസ്രയേലിന്റെ ആവശ്യംപോലും അംഗീകരിച്ച് അദ്ദേഹം പിന്മാറി. എന്നാൽ അക്രമം നടത്തില്ല എന്ന ഉറപ്പ് കാറ്റിൽപ്പറത്തിക്കൊണ്ട് ക്രിസ്ത്യൻ, മിലീഷ്യ, ശബ്റാ-ശത്തീല ക്യാമ്പുകളിൽ ഇസ്രയേൽ അക്രമം അഴിച്ചുവിട്ടു. എണ്ണൂറോളം പേരാണ് ഈ അക്രമണത്തിൽ കൊല്ലപ്പെ ട്ടത്.

പാലസ്തീൻ ജനതയ്ക്ക് സ്വന്തമായ ഭൂമിയും, സ്വസ്ഥമായ ജീവിതവ്വും ഉറപ്പവരുത്തുന്നതിന് ഉതകുന്ന ഒത്തുതീർപ്പുകൾക്ക് മതനിരപേക്ഷ നിലപാട് സ്വീകരിക്കുന്ന പി.എൽ.ഒയും, അറബ് രാഷ്ട്രങ്ങളും തയ്യാറായി. ഇസ്രയേലെന്ന രാഷ്ട്രത്തെ അംഗീകരിക്കുകയും ചെയ്തു. എന്നിട്ടും പാലസ്തീൻ പ്രദേശങ്ങളെ ഒന്നൊന്നായി കീഴടക്കുകയെന്ന നയം അവർ തുടർന്നു. സാമ്രാജ്യത്വ പിന്തുണയോടെ ഇത് ഇസ്രയേൽ നടപ്പിലാക്കി യപ്പോൾ എങ്ങനേയും ചെറുത്തുനിൽക്കുകയെന്ന കാഴ്ചപ്പാടിലേക്ക് പാലസ്തീൻ ജനത എത്തിച്ചേർന്നു.

ഈ സാഹചര്യത്തിലാണ് ഇസ്ലാമിക പ്രസ്ഥാനമായ ഹമാസ് രൂപീകരിക്കപ്പെട്ടത്. ഇസ്രയേൽ മുന്നോട്ടുവെച്ച വഞ്ചനാപരമായ നിലപാടാണ് തീവ്രവാദപരമായ നിലപാടുകൾ സ്വീകരിക്കുന്ന ഹമാ സിലേക്ക് ചെറുപ്പക്കാർ ആകർഷിക്കപ്പെട്ടത്. 1987-ൽ രൂപീകരിക്ക പ്പെട്ട ഈ സംഘടന ആഗോള ഇസ്ലാമിസത്തെ സ്വീകരിക്കുന്നവരാണ്. പി.എൽ.ഒ സ്വീകരിച്ച അനുരഞ്ജനപരമായ നിലപാടിനോട് പ്രതിഷേ ധമുള്ളവരാണ് ഹമാസിൽ ചേർന്നത്. പാലസ്തീനിലെ അഗതികളും, ദുർബലരുമായവരെ സഹായിക്കുന്ന ജീവകാരുണ്യ പ്രവർത്തനമാണ് ഇവരെ ജനപ്രിയരാക്കിയത്. ഈ വ്യത്യസ്ത നിലപാടുകൾ തമ്മിലുള്ള സംഘർഷം പാലസ്തീനിൽ നിലവിലുണ്ട്. ഹമാസും പി.എൽ.ഒയും സ്വീകരിച്ച പാതയെ പിന്തുണയ്ക്കുന്ന ചിന്തകൾ വികസിച്ചുവരുന്നതായും ചിലർ വിശകലനം ചെയ്യുന്നുണ്ട്. ഗാസ ഹമാസിന്റെ നിയന്ത്രണത്തി ലാണ്. എന്നാൽ വെസ്റ്റ്ബാങ്ക് മിതവാദ നിലപാട് സ്വീകരിക്കുന്ന

ഫത്തപാർടിയുടെ നിയന്ത്രണത്തിലാണ്. ഹമാസിന്റെ രീതികളോട് നമുക്ക് വിയോജിപ്പുകൾ രേഖപ്പെടുത്താം. വ്യത്യസ്ത സംഘടനകൾ സ്വീകരിക്കുന്ന നിലപാടുകളോട് നമുക്ക് ഭിന്നത രേഖപ്പെടുത്താം. എന്നാൽ മധ്യേഷ്യയെ കലുഷിതമാക്കുന്ന ഇസ്രയേലിന്റെ അധിനിവേശത്തേയും, അക്രമത്തേയും അംഗീകരിക്കാനേയാകില്ല. എന്നാൽ പാലസ്തീൻ രാഷ്ട്ര മെന്ന ആവശ്യത്തോട് പുറന്തിരിഞ്ഞ് നിൽക്കാനാകില്ല.

പി.എൽ.ഒ മതനിരപേക്ഷ സോഷ്യലിസ്റ്റ് നിലപാട് സ്വീകരിച്ചകൊ ണ്ട് പൊതുവെ സാമ്രാജ്യത്വവിരുദ്ധ നിലപാടാണ് സ്വീകരിച്ചത്. അറബ് രാഷ്ട്രങ്ങൾ പൊതുവിൽ സോഷ്യലിസ്റ്റ് രാഷ്ട്രങ്ങളുമായി സൗഹൃദമുള്ളവ രുമായിരുന്നു. ഇത്തരമൊരു സാഹചര്യത്തിൽ മധ്യേഷ്യയിൽ തങ്ങളുടെ സ്ഥാനമുറപ്പിക്കുകയെന്ന ലക്ഷ്യംകൂടിയുണ്ട് ഇസ്രയേലിനെ പിന്തുണ യ്ക്കുന്നതിന് പിന്നിൽ എന്ന് കാണണം. അമേരിക്കൻ ജീവിതത്തിൽ സജീവ സാന്നിദ്ധ്യമാണ് ജൂത ജനവിഭാഗങ്ങൾ. അവർക്കിടയിലുള്ള സയോണിസ്റ്റ് ആശയങ്ങളുടെ ഇടപെടലും ഇതിന് കാരണമായിത്തീ രുന്നുണ്ട്. ആയുധ വ്യാപാരം സമ്പദ്ഘടനയുടെ പ്രധാനപ്പെട്ട അടിത്ത റയായവർക്ക് യുദ്ധങ്ങൾ സമ്പത്ത് വാരിക്കൂട്ടൽ കൂടിയാണ്.

അമേരിക്കൻ ആയുധ ബലത്തിൽ പിടിച്ചനിൽക്കാനാവില്ലെന്ന പ്രശ്നം പാലസ്തീൻ ജനതയ്ക്ക് മുമ്പിലുണ്ട്. എങ്കിലും കീഴടങ്ങാൻ അവർ തയ്യാറല്ല. ലിംഗിഫാദയെന്ന ചെറുത്തുനിൽപ്പിന്റെ പാത അവർ സ്വീക രിച്ചതങ്ങനെയാണ്. കീഴടങ്ങാൻ തങ്ങൾ തയ്യാറല്ലെന്ന് കല്ലെറിയുന്ന തിലൂടെ കാണിച്ചുകൊണ്ടാണ് ആ പ്രസ്ഥാനം മുന്നോട്ടപോകുന്നത്. ന്യായമായ ആവശ്യങ്ങൾക്കുവേണ്ടിയുള്ള ഈ ചെറുത്തുനിൽപ്പിനേ യാണ് ചോരയിൽ മുക്കിക്കൊല്ലാൻ ശ്രമിക്കുന്നത്. പാലസ്തീൻ ജനതയ്ക്ക് രാഷ്ട്രമുണ്ടാകണം. കിഴക്കൻ ജെറുസലേം അതിന്റെ തലസ്ഥാനമാ കണം. ഇതാണ് മധ്യേഷ്യയിലെ സമാധാനത്തിന് ചെയ്യേണ്ടത്. അതെ മധ്യേഷ്യയിൽ സമാധാനം ഉണ്ടാകണം. സ്വന്തം നാട്ടിൽ അന്യരാക്ക പ്പെട്ട വിവിധ മതവിശ്വാസികളായ പാലസ്തീനികൾക്ക് സ്വന്തമായി രാഷ്ട്രം നൽകിക്കൊണ്ട്.

പാലസ്തീൻ പ്രശ്നവും, ഇന്ത്യയുടെ നിലപാടും

1917-ലെ ബൽഫർ പ്രഖ്യാപനത്തിലൂടെ സയോണിസത്തിന്റെ താൽപര്യത്തിന് അനുസൃതമായ വിധത്തിൽ ബ്രിട്ടൻ ഏകപക്ഷീയ മായി ജൂതരാജ്യം പ്രഖ്യാപിച്ചു. ഇതിന്റെ പശ്ചാത്തലത്തിൽ പാലസ്തീൻ ജനതയുടെ പ്രശ്നം സജീവ ചർച്ചയായി ലോകരാഷ്ട്രീയ രംഗത്ത് മാറി. ഇത് സംബന്ധിച്ച് ബ്രിട്ടീഷ് എഴുത്തുകാരനായ അർതർ കൊയെസ്റ്റലർ

പറഞ്ഞത്, "ഒരു രാജ്യം രണ്ടാമതൊരു രാജ്യത്തിന് മൂന്നാമത് രാജ്യത്തി ന്മേൽ അവകാശം നൽകുന്നുവെന്നായിരുന്നു."

ഇന്ത്യയിലെ ദേശീയ പ്രസ്ഥാനത്തിന്റെ നേതാക്കളും ഈ പ്രശ്ന ത്തിൽ സജീവമായി പ്രതികരിക്കുകയുണ്ടായി. 1933-ൽ വിശ്വചരിത്ര അവലോകനത്തിന്റെ ഭാഗമായി ബാൽഫർ പ്രഖ്യാപനത്തെ സംബ ന്ധിച്ച് ജവഹർലാൽ നെഹ്റു ഇങ്ങനെ എഴുതി.

"അപ്രധാനമല്ലാത്ത ഒരു കാര്യം വിസ്മരിക്കപ്പെട്ടതുപോലെ തോന്നി. പാലസ്തീൻ ജനവാസമില്ലാത്ത ഒരു ശൂന്യ പ്രദേശമല്ല. അത് വേറെ ചിലരുടെ ആവാസ സ്ഥലമാണ്. അതിനാൽ ബ്രിട്ടന്റെ ഈ ഔദാര്യം പാലസ്തീനിൽ പാർപ്പറപ്പിച്ചിട്ടുള്ള ആളകളുടെ ചെലവിന്മേ ല്യുള്ള ഒന്നാണെന്ന് കാണാം. അറബികളും, അറബികളല്ലാത്തവരും, മുസ്ലീങ്ങളും, ക്രിസ്ത്യാനികളും എന്നുവേണ്ട യഹൂദരല്ലാത്ത എല്ലാവരും തന്നെ ഈ പ്രഖ്യാപനത്തെ ശക്തിയായി പ്രതിഷേധിച്ചു."

തങ്ങൾ സാമ്പത്തികമായി പിന്തള്ളപ്പെട്ടുമെന്നും, കൃഷിഭൂമിയൾ പ്പെടെ നഷ്ടപ്പെട്ടുമെന്ന സാഹചര്യം കൂടിയാണ് ഇത്തരം എതിർപ്പിന് കാരണമായതെന്ന് നെഹ്റു വിശദീകരിക്കുന്നുണ്ട്. ഇന്ത്യയിലേക്ക് കടന്നുവരാനുള്ള വഴി എന്നതുകൂടിയാണ് ബ്രിട്ടന്റെ താൽപര്യമെന്ന് നെഹ്റു നിരീക്ഷിക്കുന്നുണ്ട്. പാലസ്തീനികൾക്ക് പ്രത്യേക രാഷ്ട്രം എന്ന ആവശ്യത്തെ പിന്തുണയ്ക്കുകയും ചെയ്യുന്നുണ്ട്.

ഗാന്ധിജിയും ഈ പ്രശ്നത്തിൽ സജീവമായി ഇടപെടുന്നുണ്ട്. "എനിക്ക് ജൂതരോട് അനുകമ്പയുണ്ട്, അവർ ക്രൈസ്തവർക്ക് മുമ്പിൽ തൊട്ടുകൂടാത്തവരാണ്, ഹിന്ദുക്കൾക്കിടയിൽ കീഴ്ജാതിയിൽപ്പെട്ടവ രോട് തൊട്ടുകൂടായ്മ കാണിച്ചിരുന്നതിന് സമാനമായാണ് ജൂതരോട് ക്രിസ്ത്യാനികൾ പെരുമാറുന്നത്. രണ്ട് സാഹചര്യങ്ങളിലും ഈ മനുഷ്യ ത്വ വിരുദ്ധതയ്ക്ക് മതപരമായ ന്യായങ്ങളുണ്ടായിരുന്നു." ഇത്തരത്തിൽ ജൂതന്മാരെ അടിച്ചമർത്തുന്നതിനെതിരെ നിലപാടെടുത്ത ഗാന്ധിജി ഇങ്ങനെ പറയുകയുണ്ടായി. "മാനവീകതയുടെ പേരിൽ മാത്രം ഒരു യുദ്ധത്തെ ന്യായീകരിക്കാമെങ്കിൽ അത് ഒരുവിഭാഗത്തെ തന്നെയി ല്ലാതാക്കുന്ന ജർമ്മനിക്കെതിരെ ചെയ്യുന്ന യുദ്ധമായിരിക്കും" എന്ന നിലപാടും മുന്നോട്ടുവെച്ചു.

അടിച്ചമർത്തപ്പെട്ട ജൂതരോട് ഈ നിലപാട് സ്വീകരിക്കുമ്പോൾ തന്നെ 1917-ൽ ബ്രിട്ടൻ പ്രഖ്യാപിച്ച ജൂതരാഷ്ട്ര നിർമ്മിതിയെ ശക്തമായി എതിർത്തു. 1938 നവംബർ 26-ന് ഹരിജനിൽ എഴുതിയ ദി ജ്യൂസ് എന്ന ലേഖനത്തിൽ ഇങ്ങനെ പറഞ്ഞു, "ഇംഗ്ലണ്ട് എങ്ങനെയാണോ

ഇംഗ്ലീഷുകാരുടേതായത്, ഫ്രാൻസ് എങ്ങനെയാണോ ഫ്രഞ്ചുകാരു
ടേതായത് അതുപോലെ തന്നെ പാലസ്റ്റീൻ അറബികളുടേതാണ്.''
ഇക്കാര്യത്തിൽ ഒരു സംശയവും ഗാന്ധിജിക്കുണ്ടായിരുന്നില്ല.

ജൂതർ അവരുടെ രാജ്യമായാണ് പാലസ്തിനെ കാണുന്നതെങ്കിൽ
ലോകത്തിന്റെ മറ്റ് ഭാഗങ്ങളിൽ നിന്ന് ജൂതർ കുടിയിറക്കപ്പെട്ടതിനെ
അംഗീകരിക്കേണ്ടിവരില്ലേ എന്ന കാര്യവും ഇതോടൊപ്പം ഗാന്ധിജി
മുന്നോട്ടുവെച്ചു. ജൂതർ അനുഭവിക്കുന്ന പ്രശ്നം പരിഹരിക്കാൻ തീവ്രവാ
ദത്തിന്റെ വഴി സ്വീകരിക്കാതെ അഹിംസയുടെ മാർഗ്ഗത്തിലൂടെയാണ്
ചിന്തിക്കേണ്ടത്. അങ്ങനെയെങ്കിൽ അത് ലോകത്തിന്റെ തന്നെ പ്രശ്ന
മായി മാറുമെന്ന കാര്യവും ഗാന്ധിജി മുന്നോട്ടുവെക്കുന്നുണ്ട്.

1936-ൽ ഇന്ത്യൻ നാഷണൽ കോൺഗ്രസ് പാലസ്റ്റീൻ ഐക്യദാർ
ഡ്യ ദിനവും ആചരിക്കുന്നുണ്ട്. ഇതിന്റെ ഭാഗമായി കേരളമുൾപ്പെടേയു
ള്ള വിവിധ പ്രദേശങ്ങളിൽ ഐക്യദാർഡ്യ പ്രകടനങ്ങൾ നടക്കുന്ന
സ്ഥിതിയും ഉണ്ടായിട്ടുണ്ട്.

1947-ൽ ഇന്ത്യയിലെ കമ്മ്യൂണിസ്റ്റ് പാർടി ഉൾപ്പെടേയുള്ള വിവിധ
രാജ്യങ്ങളിലെ കമ്മ്യൂണിസ്റ്റ് പാർടി അംഗീകരിച്ച പ്രമേയം സ്വതന്ത്ര
പാലസ്റ്റീൻ എന്ന കാഴ്ചപ്പാടിനെ പിന്തുണച്ചു. ജൂതരാഷ്ട്രം അടിച്ചേൽ
പ്പിച്ച നടപടിയെ ശക്തമായി എതിർത്തു. അതേസമയം ജൂതരുടെ
പ്രശ്നങ്ങളെ അനുഭാവപൂർവ്വം കാണേണ്ടതാണെന്നും പറയുകയുണ്ടായി.
ചുരുക്കത്തിൽ പീഡനം അനുഭവിക്കുന്ന ജൂത ജനവിഭാഗത്തോട്
അനുഭാവവും, അതേസമയം സാമ്രാജ്യത്വ താൽപര്യ പ്രകാരം പ്രഖ്യാ
പിച്ച ഇസ്രയേൽ രാഷ്ട്ര രൂപീകരണത്തെ എതിർക്കുകയും ചെയ്തു.

ലോകത്തുയർന്നുവന്ന ഇത്തരം ചർച്ചകളുടേയും, സോവിയേറ്റ്
റഷ്യയുടെ ലോകരാഷ്ട്ര രംഗത്ത് ഉയർന്നുവന്ന സ്വാധീനത്തിന്റേയും
പശ്ചാത്തലത്തിൽ ഐക്യരാഷ്ട്രസഭ ഇക്കാര്യം ചർച്ച ചെയ്തു. അതിന്റെ
അടിസ്ഥാനത്തിലാണ് 1948-ൽ ഇത് സംബന്ധിച്ച ഒരു പ്രമേയം
ഐക്യരാഷ്ട്രസഭ അംഗീകരിക്കുന്നത്. ഇസ്രയേലും, പാലസ്റ്റീനും എന്ന
നിലയിൽ രണ്ട് സ്വതന്ത്ര രാഷ്ട്രങ്ങളെന്ന കാഴ്ചപ്പാട് മുന്നോട്ടുവെച്ചു.
ഭൂപരിധികളും നിശ്ചയിച്ചു. പാലസ്റ്റീനിൽ ജൂതരാഷ്ട്രം എന്നത് അറബ്
ജനതയ്ക്ക് പൊതുവിൽ അംഗീകരിക്കാൻ കഴിഞ്ഞില്ല. ഈ സാഹചര്യ
ത്തിൽ സാമ്രാജ്യത്വ ശക്തികളുടെ സഹായത്തോടെ പാലസ്റ്റീനായി
നീക്കിവെച്ച പ്രദേശങ്ങൾ പോലും കൈവശമാക്കി മുന്നോട്ടുപോകുന്ന
നിലപാട് ഇസ്രയേൽ സ്വീകരിച്ചു.

സാമ്രാജ്യത്വ രാഷ്ട്രങ്ങളുടെ സഹായത്തോടെ ഇസ്രയേൽ

      ബഹുസ്വരതയും മതരാഷ്ട്ര വാദങ്ങളും

നടത്തിയ ഇടപെടലിനെ ഇന്ത്യ അംഗീകരിച്ചില്ല. അതുകൊണ്ട് തന്നെ അവരുമായി ഒരു നയതന്ത്രബന്ധത്തിനും നെഹ്റു മുതൽ രാജീവ്ഗാ ന്ധി വരേയുള്ള ഇന്ത്യൻ പ്രധാനമന്ത്രിമാർ തയ്യാറായില്ല. പി.എൽ.ഒയെ ഏക പാലസ്തീൻ പ്രതിനിധിയായി അംഗീകരിച്ച ആദ്യത്തെ അറബ് ഇതര രാജ്യങ്ങളിലൊന്നാണ് ഇന്ത്യ. 1988-ൽ ഇന്ത്യ പാലസ്തീനെ ഒരു രാഷ്ട്രമായി തന്നെ അംഗീകരിച്ചു. യാസർ അറഫാത്ത് ഇന്ത്യ സന്ദർശി ക്കുന്ന ഘട്ടത്തിൽ ഏതൊരു രാഷ്ട്ര തലവനും ലഭിക്കുന്നതിനേക്കാൾ വലിയ സ്വീകരണമാണ് ഇന്ത്യ എക്കാലത്തും നൽകിപ്പോന്നത് ഇതിന്റെ പശ്ചാത്തലത്തിലാണ്.

സോവിയേറ്റ് റഷ്യയിലേയും, കിഴക്കൻ യൂറോപ്പിലേയും സോഷ്യ ലിസ്റ്റ് വ്യവസ്ഥ തകർക്കപ്പെട്ടതോടെ ലോകത്തെ ശാക്തിക ബലാബലത്തിൽ മാറ്റം വന്നു. ആഗോളവൽക്കരണ നയത്തിന്റെ തുടർച്ച എന്ന നിലയിൽ ഇന്ത്യ സ്വീകരിച്ചിരുന്ന വിദേശ നയത്തിനും, സാമ്രാജ്യത്വ അനുകൂല സമീപനങ്ങൾ രൂപപ്പെടാൻ തുടങ്ങി. 1992-ൽ നരസിംഹ റാവുവിന്റെ കാലത്ത് ഇന്ത്യ ഇസ്രയേലുമായി നയതന്ത്രബ ന്ധം സ്ഥാപിച്ചു. 1993-ൽ അന്നത്തെ ഇസ്രയേൽ വിദേശകാര്യ മന്ത്രി ഷിമോൺപരേസ് ഡൽഹി സന്ദർശിച്ചു. ഇടതുപക്ഷത്തിന്റെ എതിർപ്പു കളെ വകവെക്കാതെ യു.പി.എ സർക്കാർ 1,200 കോടിയുടെ ആയുധ കച്ചവടവും ഉറപ്പിച്ചു. ഇത്തരം നയങ്ങളുടെ തുടർച്ചയായി ആണവകരാർ ഒപ്പിട്ടതാണല്ലോ ഒന്നാം യു.പി.എ സർക്കാരിനുള്ള പിന്തുണ ഇടതുപ ക്ഷം പിൻവലിച്ചത്. രണ്ടാം യു.പി.എ സർക്കാരിന്റെ കാലമായതോടെ ഇസ്രയേലിന്റെ അതിക്രമങ്ങളെപ്പറ്റി ശക്തമായി പ്രതികരിക്കാൻ പോലും കഴിയാത്ത അവസ്ഥയിലേക്ക് ഇന്ത്യയെത്തി. അങ്ങനെ സിയോണിസ്റ്റുകളെ പിന്തുണയ്ക്കുന്ന അമേരിക്കൻ സാമ്രാജ്യത്വത്തിന്റെ നയങ്ങളുടെ കുഴല്യൂത്തുകാരായി ഇന്ത്യ മാറി.

നരസിംഹ റാവുവിന്റെ കാലത്ത് ആരംഭിച്ച ഈ നയം ബി.ജെ.പി കൂടുതൽ ശക്തമായി മുന്നോട്ടുകൊണ്ടുപോയി. വാജ്പെയ് സർക്കാ രിന്റെ കാലത്ത് എൽ.കെ അദ്വാനിയും, യശ്വന്ത് സിങ്ങും ഇസ്രയേൽ സന്ദർശിച്ചു. 2017 ജൂലൈ 4-ാം തീയ്യതി ഇന്ത്യൻ പ്രധാനമന്ത്രിയും ഇസ്രയേലിൽ എത്തി. തുടർന്ന് പുറപ്പെടുവിച്ച സംയുക്ത പ്രസ്താവന യിൽ ഇങ്ങനെ പറഞ്ഞു "ചരിത്രത്തിലാദ്യമായി ഒരു ഇന്ത്യൻ പ്രധാന മന്ത്രിയുടെ ഇസ്രയേൽ സന്ദർശനം ഇരു രാജ്യങ്ങളുടേയും സൗഹൃദം അരക്കിട്ടുറപ്പിക്കുകയും, ഉഭയകക്ഷി ബന്ധം തന്ത്രപ്രധാനമായ പങ്കാളിത്തത്തിലേക്ക് ഉയരുകയും ചെയ്യുന്നു." അങ്ങനെ മോദിയുടെ

സന്ദർശനം യു.എസ്-ഇസ്രയേൽ-ഇന്ത്യ എന്ന പുതിയ സമവാക്യത്തി ലേക്ക് എത്തിച്ചേർന്നു.

സയണിസ്റ്റ് ചാരസംഘടനയായ മൊസാദിന് ഡൽഹിയിൽ ഔട്ട് പോസ്റ്റ് അനുവദിക്കപ്പെട്ടു. രണ്ട് ബില്യൺ ഡോളറിന്റെ ഡ്രോൺ വിമാ നങ്ങൾ വാങ്ങുന്നതിന് ഇന്ത്യ ഇസ്രയേലുമായി കരാർ ഒപ്പിടുകയുണ്ടായി. ഇന്ത്യ ആയുധം വാങ്ങുന്നതിൽ രണ്ടാമത്തെ രാജ്യമായി ഇസ്രയേൽ മാറി.

പശ്ചിമേഷ്യൻ പ്രശ്നങ്ങളിൽ മുൻകാല നിലപാടുകളിൽ നിന്ന് അങ്ങനെ ഇന്ത്യ വഴിമാറി. അതിനാലാണ് ഗാസയിലും മറ്റും ഇസ്രയേൽ നടത്തുന്ന ആക്രമണമുൾപ്പെടെ അവസാനിപ്പിക്കണമെന്ന യു.എൻ പ്ര മേയത്തെ ഇന്ത്യ പിന്തുണയ്ക്കാതെ പോയത്. മണിപ്പൂരിൽ 100 കണക്കിന് നിരപരാധികൾ കൊലചെയ്യപ്പെട്ടപ്പോൾ പ്രതികരിക്കാതിരുന്ന പ്രധാ നമന്ത്രി ഇസ്രയേലിന്റെ പ്രശ്നത്തിൽ എടുത്തുചാടിയതിന്റെ പിന്നിലുള്ള ചേതോവികാരവും മറ്റൊന്നല്ല. വംശീയവാദത്തിന് അവർക്ക് ലഭിച്ച മറ്റൊരു കൂട്ടാളിക്കൂടിയായിരുന്നു സിയോണിസം. ഇസ്രയേലിന്റെ തുറ മുഖങ്ങളിൽ അദാനിക്കുള്ള താൽപര്യങ്ങളും ഇത്തരം നയങ്ങൾക്ക് പിന്നിലുണ്ടെന്ന കാര്യവും ഇപ്പോൾ ചർച്ചയായിട്ടുണ്ട്.

സാമ്രാജ്യത്വവിരുദ്ധ വിദേശനയം പിന്തുടർന്നിരുന്ന ഇന്ത്യ പാലസ്തീൻ പ്രശ്നത്തിൽ എപ്പോഴും അറബ് ജനതയ്ക്കൊപ്പമായിരു ന്നു. ആ പാരമ്പര്യത്തേയാണ് നരസിംഹ റാവുവിന്റെ കാലശേഷം കോൺഗ്രസ് കൈയ്യൊഴിഞ്ഞത്. ഈ ചുവടുമാറ്റമാണ് കൂടുതൽ തീവ്രമായി മോദി സർക്കാർ നടപ്പിലാക്കുന്നത്. ചേരിചേരാനയം സ്വീകരിച്ചിരുന്ന കാലത്ത് മൂന്നാംലോക രാജ്യങ്ങളുടെ നേതൃസ്ഥാനം തന്നെ ഇന്ത്യക്കുണ്ടായിരുന്നു. അമേരിക്കയുടെ സാമന്തപദവി നഷ്ടപ്പെ ടുത്തിയത് ഈ ഉന്നത സ്ഥാനമാണ്.

പാലസ്തീൻ പ്രശ്നം ഒരു മത പ്രശ്നമല്ല

പാലസ്തീൻ പ്രശ്നം എന്നത് മതപരമായ പ്രശ്നം എന്ന നിലയിൽ വ്യാഖ്യാനിക്കുന്നതിനുള്ള പരിശ്രമങ്ങൾ നടക്കുന്നുണ്ട്. അത് വഴി സംഘപരിവാറിന്റെ കേരളത്തിലെ രാഷ്ട്രീയ അജണ്ടകളെ ശക്തിപ്പെ ടുത്താനുള്ള പദ്ധതികളാണ് മുന്നോട്ട് വെക്കുന്നത്. ഇസ്രായേൽ രാഷ്ട്രം രൂപീകരിക്കപ്പെട്ടുന്ന 1948 ൽ അറബ് പാലസ്തീൻ ജനസംഖ്യയുടെ 12 % ക്രിസ്ത്യാനികളായിരുന്നു. എന്നാൽ ഇപ്പോൾ പാലസ്തീൻ മേഖലയിൽ ജനസംഖ്യയുടെ 2 % മാത്രമാണ് ക്രിസ്ത്യാനികളുള്ളത് . ഇസ്രായേൽ

പുതുതായി രൂപം കൊണ്ട ശേഷം പാലസ്തീൻ ജനതയെ പുറത്താക്കാൻ തുടങ്ങിയതോടെ നിരവധി പാലസ്തീൻ ക്രിസ്ത്യാനികൾക്കും തങ്ങളുടെ ഭൂമി നഷ്ടപ്പെട്ടു. ഇതിന്റെ ഫലമായി പാലസ്തീൻ അഭയർഥികളിൽ 10 % ത്തോളം ക്രിസ്ത്യൻ ജനവിഭാഗങ്ങളായി. 2017 ൽ നടത്തിയ സെൻസെസ് സൂചിപ്പിക്കുന്നത് 47000 പാലസ്തീൻ ക്രിസ്ത്യാനിക ളാണ് പാലസ്തീനിലുള്ളത്. ഇതിൽ 98 % ജീവിക്കുന്നത് ഇസ്രായേൽ അധിനിവേശം നടത്തുന്ന പശ്ചിമതീരത്തും ഗാസയിലുമാണ്.

യേശു ക്രിസ്തു ജനിച്ച ബെത്‌ലഹേം നഗരം ഇസ്രായേൽ അധിനിവേശം നടത്തുന്ന പശ്ചിമ തീരത്താണ്. 70 വർഷം മുൻപ് ഇവിടത്തെ ജനസം ഖ്യയിൽ 70 % ക്രിസ്ത്യാനികളായിരുന്നു. 2001 ൽ വർണ വിവേചന ഭിത്തി ഇസ്രായേൽ നിർമിക്കാൻ തുടങ്ങിയതോടെ ജൂത ആവാസ കേന്ദ്രങ്ങൾ വ്യാപകമായി. ഇതിന്റെ ഫലമായി ബെത്‌ലഹേം നഗരത്തിൽ നിന്നും ക്രിസ്ത്യാനികൾക്ക് പുറത്ത് പോകേണ്ട സാഹചര്യവും ഉണ്ടായി. നിലവിൽ നഗര ജനസംഖ്യയുടെ 12 % മാത്രമാണ് ക്രിസ്ത്യാനികളുള്ളത്. ബെത്‌ലഹേമിൽ ജീവിക്കുന്ന ക്രിസ്ത്യാനികൾക്ക് ഈസ്റ്റർ വേളയിൽ പോലും യേശു ക്രിസ്തുവിന്റെ വിശുദ്ധ കല്ലറ കാണണമെങ്കിൽ ഇസ്ര യേലിൽ നിന്ന് പെർമിഷനെടുക്കണം. അതായത് സയണിസ്റ്റുകൾ പാലസ്തീനിലെ മുസ്ലിംകളെയും ക്രിസ്ത്യാനികളെയും ഒരുപോലെയാണ് കാണുന്നത് എന്നർത്ഥം. എന്നിട്ടും പാലസ്തീൻ പ്രശ്നത്തെ ഒരു മതപര മായ പ്രശ്നമായി പ്രചരിപ്പിക്കാനാണ് കാസപോലുള്ള സംഘടനകൾ ശ്രമിക്കുന്നത്.

2009 ൽ ഡിസംബർ 11 നു പാലസ്തീനിലെ ക്രിസ്ത്യാനികളും പള്ളി മേധാവികളും സംയുക്തമായി കെയ്‌റോസ് എന്ന പേരിലുള്ള ഒരു പ്രഖ്യാപനം നടത്തി. ജെറുസലേമിലെ 13 ചർച്ചകളിലെ പർത്രിയാർ ക്കീസ് മാരും ആർച്ച് ബിഷപ്പുമാരും ആയിരക്കണക്കിന് പാലസ്തീൻ ക്രിസ്ത്യാനികളും ഒപ്പിട്ട ഈ പ്രഖ്യാപനത്തിൽ ഇങ്ങനെ പറയുന്നുണ്ട്.

"പാലസ്തീൻ ഭൂമിയിൽ ഇസ്രായേൽ നടത്തിയ അധിനിവേശം ദൈവത്തിനും മനുഷ്യത്വത്തിനെതിരെയുള്ള പാപമാണെന്ന് ഞങ്ങൾ പ്രഖ്യാപിക്കുന്നു. ദൈവം പാലസ്തീനികൾക്ക് കല്പിച്ചുനല്കിയ മാനുഷിക അവകാശങ്ങളാണ് ഇവിടെ നിഷേധിക്കപ്പെടുന്നത്."

ഇത്തരത്തിൽ പാലസ്തീൻ മേഖലയിലെ ഒരു ജനതയ്ക്ക് നേരെയുള്ള അധിനിവേശത്തെ തെറ്റായി വ്യാഖ്യാനിക്കാനുള്ള ശ്രമങ്ങളെയും നാം പ്രതിരോധിക്കേണ്ടതുണ്ട്.

യു എൻ ഈ പ്രശ്നവുമായി ബന്ധപ്പെട്ട് പാലസ്തീനകാർക്കും ഇസ്രാ
യേല്യകാർക്കും പ്രത്യേകം പ്രത്യേകം രാജ്യം വിഭാവനം ചെയ്യ്ത കൊണ്ട
ള്ള കാഴ്ചപ്പാട് മുന്നോട്ട് വെച്ചിരുന്നു. അവ പ്രായോഗികമാക്കാനുള്ള
സമ്മർദ്ദമാണ് ലോകവ്യാപകമായി ഉയർന്നു വരേണ്ടത്. പാലസ്തീനെ
മതപരമായ പ്രശ്നമാക്കിമാറ്റുന്നതിനുള്ള പരിശ്രമങ്ങളെയും തിരിച്ചറി
യേണ്ടതുണ്ട്.

 ബഹുസ്വരതയും മതരാഷ്ട വാദങ്ങളും

www.ingramcontent.com/pod-product-compliance
Lightning Source LLC
LaVergne TN
LVHW041512170726
843492LV00005B/1465